AA000749

ಸುಮಧುರ ಭಾರತಿ

(ಸಾಮಾಜಿಕ ಕಾದಂಬರಿ)

ಸಾಯಿಸುತೆ

ಸುಧಾ ಎಂಟರ್‌ಪ್ರೈಸಸ್
ನಂ. 761, 8ನೇ ಮೈನ್, 3ನೇ ಬ್ಲಾಕ್,
ಕೋರಮಂಗಲ, ಬೆಂಗಳೂರು – 560 034.

Sumadhura Bharathi (Kannada): a social novel written by Smt. Saisuthe; published by Sudha Enterprises, # 761, 8th Main, 3rd Block, Koramangala, Bangalore - 560 034.

ಹಿಂದೆ ಮುದ್ರಣವಾದ ವರ್ಷಗಳು	:	1980, 1983, 1986, 1990, 1995, 2006
ಹತ್ತನೇ ಮುದ್ರಣ	:	2017
ಪುಟಗಳು	:	168
ಬೆಲೆ	:	ರೂ. 140
ಉಪಯೋಗಿಸಿದ ಕಾಗದ	:	70 ಜಿ.ಎಸ್.ಎಂ. ಮ್ಯಾಪ್‌ಲಿಥೋ
ಮುಖಪುಟ ವಿನ್ಯಾಸ	:	ಚಂದ್ರನಾಥ ಆಚಾರ್ಯ

ಸಗಟು ಮಾರಾಟಗಾರರು
ವಸಂತ ಪ್ರಕಾಶನ
360, 10ನೇ 'ಬಿ' ಮುಖ್ಯರಸ್ತೆ, 3ನೇ ಬ್ಲಾಕ್,
ಜಯನಗರ, ಬೆಂಗಳೂರು – 560 011
ದೂರವಾಣಿ : 080–22443996
e-mail : vasantha_prakashana@yahoo.com
website: www.vasanthaprakashana.com

ಅಕ್ಷರ ಜೋಡಣೆ :
ವಸಂತ ಪ್ರಕಾಶನ

ಮುದ್ರಣ :
ಶ್ರೀವಿದ್ಯಾ ಪ್ರಿಂಟರ್ಸ್

ಮುನ್ನುಡಿ

ಸಹೃದಯ ಓದುಗರಲ್ಲಿ,

ಆರು ಮುದ್ರಣಗಳನ್ನು ಕಂಡ ಈ ಕಾದಂಬರಿ ಓದುಗರ ನೆನಪಿನ ಪುಟಗಳಲ್ಲಿ ಅಚ್ಚಳಿಯದೇ ಉಳಿದಿದೆ. ಶುದ್ಧ ಪ್ರೇಮದ ನಿವೇದನೆಗೆ ನನ್ನ ಕಲ್ಪನಾ ಶಕ್ತಿ ಸವಾಲಾಗಿತ್ತು.

ಈ ಕಾದಂಬರಿ ಮತ್ತೆ ಮುದ್ರಣಗೊಂಡಿದೆ. ಅದಕ್ಕೆ ಕಾರಣ ನೀವುಗಳೇ.

ನಿಮಗೆ ನನ್ನ ಧನ್ಯವಾದಗಳು.

ಸಾಯಿಸುತೆ

"ಸಾಯಿಸದನ"
12, 2ನೇ ಮುಖ್ಯರಸ್ತೆ, 2ನೇ ಅಡ್ಡರಸ್ತೆ,
ಮಾರುತಿನಗರ, ಕೋಗಿಲೆ ಕ್ರಾಸ್,
ಯಲಹಂಕ, ಬೆಂಗಳೂರು – 560064.
ದೂ.: 080–28571361

ನಮ್ಮಲ್ಲಿ ದೊರೆಯುವ ಸಾಯಿಸುತೆಯವರ ಕಾದಂಬರಿಗಳು

1. ಆನಂದ ಯಜ್ಞ
2. ದೀಪಾಂಕುರ
3. ಸಮನ್ವಿತ
4. ಸ್ವಯಂ ವಧು
5. ಬನದ ಮಲ್ಲಿಗೆ
6. ಮಾನಸ ವೀಣಾ
7. ನಿಲ್ಲಿಸದಿರು ಕೊಳಲಗಾನವ
8. ಅವನೀತ
9. ಮನಸ್ಸೇ ಸ್ವಲ್ಪ ನಿಲ್ಲು
10. ಅರುಣ ಕಿರಣ
11. ಹಿಮಗಿರಿಯ ನವಿಲು
12. ಶರಧಿ ಹೋಗಿ ಬಾ
13. ಅಭಿನಂದನೆ
14. ನಾತಿ ಚರಾಮಿ
15. ರಾಧ ಮೋಹನಾ
16. ಮೊಗ್ಗೊಡೆದ ಮೌನ
17. ಸಂಧ್ಯಾಗಗನ
18. ಹೇಮಾದ್ರಿ
19. ಪಾಂಚಜನ್ಯ
20. ಚಿರಂತನ
21. ವಿಧಿವಂಚಿತೆ
22. ಶ್ರಾವಣ ಪೂರ್ಣಿಮಾ
23. ಇಬ್ಬನಿ ಕರಗಿತು
24. ನಿನಾದ
25. ಬಾಡದ ಹೂ
26. ಅನುಪಲ್ಲವಿ
27. ಪ್ರೀತಿಯ ಹೂಬನ
28. ರಾಗಸುಧಾ
29. ನಿಶಾಂತ್
30. ಶ್ರೀರಂಜನಿ
31. ರಜತಾದ್ರಿಯ ಕನಸು
32. ಅಭಿಲಾಷ
33. ನೀಲಾಂಜನ
34. ಶಿಲ್ಪ ತರಂಗಿಣಿ
35. ಭಾವಸರೋವರ
36. ಪುಷ್ಕರಿಣಿ
37. ನೀಲ ಆಕಾಶ
38. ಮಧುರ ಗಾನ
39. ಮಧುರಿಮ
40. ಸಮ್ಮಿಲನ
41. ನನ್ನೆದೆಯ ಹಾಡು
42. ಮಧುರ ಆರಾಧನ
43. ಜೀವನ ಸಂಧ್ಯ
44. ಶ್ವೇತ ಗುಲಾಬಿ
45. ಮಿಡಿದ ಶ್ರುತಿ
46. ಮೇಘವರ್ಷಿಣಿ
47. ನವಚೈತ್ರ
48. ಪೂರ್ಣೋದಯ
49. ಅಪೂರ್ವ ಮೈತ್ರಿ
50. ನಿಶೆಯಿಂದ ಉಷೆಗೆ
51. ಸಪ್ತರಂಜನಿ
52. ವಸುದೈವ ಕುಟುಂಬ
53. ಪ್ರೇಮಸಾಫಲ್ಯ
54. ಸದ್ಗೃಹಸ್ಥೆ
55. ಕಾರ್ತೀಕದ ಸಂಜೆ
56. ನಾ ನಿನ್ನ ಧ್ಯಾನದೊಳಿರಲು
57. ಸುಪ್ರಭಾತದ ಹೊಂಗನಸು
58. ಕರಗಿದ ಕಾರ್ಮೋಡ
59. ಹೃದಯ ರಾಗ
60. ಅಮೃತಸಿಂಧು

61. ಬಣ್ಣದ ಚುಂಬಕ
62. ಸ್ವರ್ಣ ಮಂದಿರ
63. ಶ್ರೀರಸ್ತು ಶುಭಮಸ್ತು
64. ಗಂಧರ್ವಗಿರಿ
65. ಶುಭಮಿಲನ
66. ಸಪ್ತಪದಿ
67. ಚೈತ್ರದ ಕೋಗಿಲೆ
68. ಬೆಳ್ಳಿದೋಣಿ
69. ವಿವಾಹ ಬಂಧನ
70. ಮಂಗಳ ದೀಪ
71. ಡಾ॥ ವಸುಧಾ
72. ಮುಂಜಾನೆಯ ಮುಂಬೆಳಕು
73. ಸೊಬಗಿನ ಪ್ರಿಯದರ್ಶಿನಿ
74. ರಾಗಬೃಂದಾವನ
75. ಬಿಳಿ ಮೋಡಗಳು
76. ಅನುಬಂಧದ ಕಾರಂಜಿ
77. ಮಿಂಚು
78. ನಾಟ್ಯಸುಧಾ
79. ಪಸರಿಸಿದ ಶ್ರೀಗಂಧ
80. ಬೆಳದಿಂಗಳ ಚೆಲುವೆ
81. ವರ್ಷಬಿಂದು
82. ಸಪ್ನ ಸಂಭ್ರಮ
83. ನನ್ನ ಭಾವ ನಿನ್ನ ರಾಗ
84. ಸುಮಧುರ ಭಾರತಿ
85. ಮೌನ ಆಲಾಪನ
86. ಮತ್ತೊಂದು ಬಾಡದ ಹೂ
87. ಶಿಶಿರದ ಇಂಚರ
88. ಮುಂಗಾರಿನ ಹುಡುಗಿ
89. ಸಾಮಗಾನ
90. ಕಡಲ ಮುತ್ತು
91. ಆಡಿಸಿದಳು ಜಗದೋದ್ಧಾರನಾ
92. ಪಂಚವಟಿ
93. ಶ್ಯಾನುಭೋಗರ ಮಗಳು
94. ಮೂಡಿ ಬಂದ ಶಶಿ
95. ಜನನೀ ಜನ್ಮಭೂಮಿ
96. ಬಿರಿದ ನೈದಿಲೆ
97. ಶರದೃತುವಿನ ಚಂದ್ರ
98. ಮೋಹನ ಮುರಳಿ ಕರೆಯಿತು
99. ಮುಗಿಲ ತಾರೆ
100. ಅಗ್ನಿದಿವ್ಯ
101. ಧವಳ ನಕ್ಷತ್ರ
102. ಕಲ್ಯಾಣಮಸ್ತು
103. ದಂತದ ಗೊಂಬೆ
104. ಸುಭಾಷಿಣಿ
105. ಮಮತೆಯ ಸಂಕೋಲೆ
106. ಮಂತ್ರಾಕ್ಷತೆ
107. ಸಪ್ತಧಾರೆ
108. ಹೇಮಂತದ ಸೊಗಸು
109. ಬೆಳಕಿನ ಹಣತೆ
110. ಗ್ರೀಷ್ಮದ ಸೊಬಗು
111. ಗ್ರೀಷ್ಮ ಋತು
112. ಪ್ರಿಯ ಸಖೀ
113. ಚಿರಬಾಂಧವ್ಯ
114. ಅಗ್ನಿದಿವ್ಯ
115. ಆಶಾಸೌರಭ
116. ಗಿರಿಧರ

ಸಾಯಿಸುತೆಯವರ ಮುಂದಿನ ಕಾದಂಬರಿ

'ನಿನ್ನೊಲುಮೆ'

ಬಸ್ಸು ಒಂದೆಡೆ ಗಕ್ಕನೆ ನಿಂತಾಗ ಸುಮ ಬೆಚ್ಚಿಬಿದ್ದಳು. ಅತ್ತಿತ್ತ ನೋಡಿದಳು. ಕಂಡಕ್ಟರ್ "ನಿದ್ದೆ ಮಾಡ್ತಾ ಇದ್ದೀರೇನಮ್ಮ, ಇಳಿಯಿರಿ" ಎಂದ. ಸೆರಗನ್ನು ಸರಿಪಡಿಸಿಕೊಂಡು ಆತುರಾತುರವಾಗಿ ಇಳಿದಳು. ಯಾರಾದರೂ ಇಳಿಯಬಹುದೆಂದು ಆಸೆಯ ಕಣ್ಣುಗಳಿಂದ ನೋಡಿದಳು. ಬರೀ ಆಸೆಯಷ್ಟೇ. ದೂಳು ಎರಚುತ್ತ ಬಸ್ಸು ಮುಂದಕ್ಕೆ ಹೋಯಿತು. ಬಸ್ಸು ಅಲುಗಾಟದಲ್ಲಿ ಮೈ ಕೈ ನೋವು ಬಂದುಹೋಗಿತ್ತು. ಮೈ ಮುರಿದು ಭುಜಕ್ಕೆ ತಲೆ ಒತ್ತಿದಳು. ಹೊಸ ಜಾಗ, ಕಾಣದ ಪರಿಸರ, ಗಾಬರಿಯಾದರೂ ನಾಲ್ಕು ಕಡೆಯೂ ಕಣ್ಣಾಡಿಸಿ ನೋಡಿದಳು. ಪ್ರಕೃತಿ ದೇವಿಯ ರಮ್ಯತಾಣ. ಎಲ್ಲೆಡೆಯಲ್ಲೂ ಹಸಿರು ಕಂಗೊಳಿಸುತ್ತಿತ್ತು. ಕೈಯಲ್ಲಿದ್ದ ವಾಚ್ ಕಡೆಗೆ ನೋಡಿದಳು. ಒಂದು ನಿಮಿಷವೂ ಹೆಚ್ಚು ಕಡಿಮೆಯಿಲ್ಲದೆ ನಾಲ್ಕನ್ನು ತೋರಿಸುತ್ತಿತ್ತು. ಪರ್ಸ್‌ನಲ್ಲಿದ್ದ ಪೇಪರ್ ಕಟಿಂಗ್ ತೆಗೆದು ನೋಡಿದಳು. ಬೇಗಬೇಗನೆ ಹೆಜ್ಜೆ ಹಾಕಿದಳು. ಪ್ಯಾಂಟ್, ಷರಟು ತೊಟ್ಟ ಯುವಕ ಎದುರಾದಾಗ 'ಅಮ್ಮಯ್ಯ' ಎಂದುಕೊಂಡಳು.

"ಎಕ್ಸ್‌ಕ್ಯೂಜ್ ಮೀ... ಕೈಂಡ್ಲಿ ಸೀ ದಿಸ್ ಅಡ್ರೆಸ್" ಅಡ್ರೆಸ್ಸಿನ ಚೀಟಿಯನ್ನು ಆತನ ಮುಂದೆ ಹಿಡಿದಳು. ಆತ ಅಡ್ರಸ್ಸನ್ನು ನೋಡಿ ಇವಳ ಕಡೆಗೆ ಪ್ರಶ್ನಾರ್ಥಕವಾಗಿ ನೋಡಿದ. ನಿಟ್ಟುಸಿರು ಹೊರಹೊಮ್ಮಿತು.

"ನೀವು ಕಮಲಾಕರನ್ ಅವ್ರನ್ನ ನೋಡೋಕೆ ಬಂದಿದ್ದೀರಾ?" ಹೌದು ಎನ್ನುವಂತೆ ತಲೆಯಾಡಿಸಿದಳು. ಆತನ ಹಣೆಯ ಮೇಲೆ ಗೆರೆಗಳು ಮೂಡಿದವು. ಗಡ್ಡ ತುರಿಸಿಕೊಂಡ.

"ಯೂ ಆರ್ ಕಮಿಂಗ್ ಫ್ರಮ್?" ಅಡ್ರೆಸ್ಸನ್ನು ನೋಡುತ್ತಲೇ ಕೇಳಿದ.

"ಬೆಂಗಳೂರು" ಬೇಸರ ಅವಳ ಮುಖದಲ್ಲಿ ಮನೆ ಮಾಡಿತು. ಅನವಶ್ಯಕವಾದ ಪ್ರಶ್ನೆಗಳಿಗೆ ಉತ್ತರಿಸಬೇಕೆಂದರೆ ಅವಳಿಗೆ ಬೇಸರ ಇದನ್ನು ಅರಿತವನಂತೆ ಗಿಡ ಮರಗಳ ನಡುವೆ ಸ್ವಲ್ಪ ದೂರದಲ್ಲಿ ಕಾಣುವ ಬಂಗ್ಲೆಯತ್ತ ಕೈ ತೋರಿಸಿದ.

"ಥ್ಯಾಂಕ್ಸ್" ಎಂದವಳೇ ಅವನ ಕೈಯಲ್ಲಿದ್ದ ಅಡ್ರೆಸ್ಸಿನ ಚೀಟಿ ತೆಗೆದುಕೊಂಡು ಸರಸರನೆ ಅತ್ತ ಹೆಜ್ಜೆ ಹಾಕಿದಳು. ಎಷ್ಟೋ ಹೊತ್ತು ಅವನು ನಿಂತಲ್ಲಿಯೇ ನಿಂತಿದ್ದ.

ಸಮೀಪವಾಗಿ ಕಂಡರೂ ಒಂದು ಫರ್ಲಾಂಗ್‌ನಷ್ಟು ನಡೆಯಲೇಬೇಕಾಯಿತು.

ಗೇಟಿನ ಬಳಿ ಬಂದಾಗ ಹಣೆಯ ಮೇಲೆ ಮೂಡಿದ್ದ ಬೆವರ ಹನಿಗಳನ್ನು ಕೈಯಿಂದ ಒತ್ತಿಕೊಂಡಳು. ಮನ ಆಹ್ಲಾದಗೊಂಡಿತು. ಮಲೆನಾಡಿನ ಸೊಬಗನ್ನು ಓದಿ, ಕೇಳಿದ್ದಳು. ಕಣ್ಣಾರೆ ಕಂಡು ಆನಂದಿಸುವ ಭಾಗ್ಯ ಅವಳದಾಗಿತ್ತು. ಅಕ್ಕಪಕ್ಕಗಳಲ್ಲಿ ಬೆಳೆದು ನಿಂತ ಮರಗಳನ್ನು ನೋಡುತ್ತಲೇ ಸಾಗಿದಳು.

ಬಂಗ್ಲೆಯ ಬಳಿ ಬಂದಾಗ ಅವಳ ಕಣ್ಣುಗಳಲ್ಲಿ ಅಚ್ಚರಿ ಮಿನುಗಿತು. ಕಲ್ಪನೆಗೂ ಸಿಗದ ಸುಂದರ ಸೌಧ. ಒಳಗಿನಿಂದ ವೀಣಾವಾದನದ ಮಂಜುಳನಾದ ಹರಿದು ಬರುತ್ತಿತ್ತು. ಮೈಮರೆತವಳಂತೆ ಒಂದು ಕ್ಷಣ ನಿಂತಳು.

"ಯಾರು ಬೇಕಾಗಿತ್ತು ಅಮ್ಮ?" ಧ್ವನಿ ಬಂದತ್ತ ಮುಖ ತಿರುವಿದಳು. ಬಿಳಿಯ ಸಮವಸ್ತ್ರ ಧರಿಸಿದ ಆಳು ರೆಪ್ಪೆಗಳನ್ನು ಪಟಪಟನೆ ಬಡಿದು ನೋಡಿದಳು.

"ಕಮಲಾಕರನ್ ಅವ್ರನ್ನ ನೋಡ್ಬೇಕಾಗಿತ್ತು!" ಸ್ವರದಲ್ಲಿ ವಿನಯವಿತ್ತು. ಒಳಗಿನ ಧೈರ್ಯ ಸ್ವಲ್ಪ ಸ್ವಲ್ಪವಾಗಿ ಕರಗುತ್ತಿದ್ದಂತೆ ಕಂಡಿತು. ಅದನ್ನು ತೋರಿಸಿಕೊಳ್ಳಲು ಮನಸ್ಸಿಲ್ಲ.

"ಬನ್ನಿ" ಅವನನ್ನು ಹಿಂಬಾಲಿಸಿದಳು. ಅದು ಅತಿಥಿಗಳಿಗೆಂದೇ ಮೀಸಲಾದ ಕೋಣೆ, ಸುಸಜ್ಜಿತವಾಗಿತ್ತು. ದೊಡ್ಡದಾದ ಆಸನದ ಮರದ ಕುರ್ಚಿಗಳು, ಅವಕ್ಕೆ ಕುಷನ್ ಮೆತ್ತೆಗಳು ಮತ್ತು ಒರಗು ದಿಂಬುಗಳು, ದೊಡ್ಡದಾದ ಡೈನಿಂಗ್ ಟೇಬಲ್, ಒಂದೆಡೆ ದೊಡ್ಡದಾದ ಕರಿಯ ಮರದ ಮಂಚ. ಇವೆಲ್ಲ ಹಿಂದಿನ ಶ್ರೀಮಂತಿಕೆಯನ್ನು ಒತ್ತಿ ಹೇಳುತ್ತಿತ್ತು. ಮೆಲ್ಲಗೆ ಕುರ್ಚಿಯ ಮೇಲೆ ಕುಳಿತಳು. ಪ್ರತಿಯೊಂದನ್ನೂ ಕುತೂಹಲದಿಂದ ನೋಡುತ್ತಿದ್ದವು ಕಣ್ಣುಗಳು.

"ಕೂತ್ಕೊಳ್ಳಿ, ಬರ್ತಾರೆ" ಆಳು ಸರಿದು ಹೋದ. ಬಾಗಿಲ ಕಡೆಗೆ ನೋಡಿದಳು. 'ಅಬ್ಬಬ್ಬ' ಎಂದು ಮೂಗಿನ ಮೇಲೆ ಬೆರಳಿಟ್ಟಳು. ಅಂಥ ಬಾಗಿಲುಗಳನ್ನು ಅವಳ ಜೀವಮಾನದಲ್ಲಿಯೇ ನೋಡಿರಲಿಲ್ಲ. ಕೆಲವೊಮ್ಮೆ ಚಲನಚಿತ್ರಗಳಲ್ಲಿ ನೋಡಿದ್ದಳು.

ಇನ್ನೊಬ್ಬ ಸಮವಸ್ತ್ರದ ಹುಡುಗ ಟೀಯನ್ನು ತಂದಿಟ್ಟ. ಅವಳಿಗೂ ಏನಾದರೂ ಬೇಕಾಗಿತ್ತು. ತಾಯಿ ಡಬ್ಬಿಗೆ ಹಾಕಿಕೊಟ್ಟ ಹುಳಿಯನ್ನ ಹಾಗೇ ಇತ್ತು. ಅದನ್ನು ತಿನ್ನುವ ಸಂದರ್ಭವೇ ಒದಗಿ ಬಂದಿರಲಿಲ್ಲ. ಬಸ್ಸು ಒಂದು ಕಡೆ ನಿಂತಾಗ ಉಳಿದ ಪ್ರಯಾಣಿಕರಂತೆ ತಾನು ಹೋಗಿ ಹೋಟಲಿನಲ್ಲಿ ಊಟ ಮಾಡಿ ಬಂದಿದ್ದಳು.

ಟೀ ಕುಡಿದು ಒರಗಿ ಕುಳಿತಳು. ಹೆಚ್ಚು ಕಡಿಮೆ ಅವಳ ವಯಸ್ಸಿನ ಇಬ್ಬರು ಯುವತಿಯರು ಒಳಗೆ ಬಂದು ಕೂತರು. ಅಚ್ಚರಿಯಿಂದ ಅವಳ ಕಣ್ಣುಗಳು ಕಿರಿದಾದವು. ಅವರುಗಳು ಕೂಡ ತನ್ನಂತೆಯೇ ಬಂದವರಿರಬೇಕೆಂದುಕೊಂಡಳು. ಪರಿಚಯವಾದ ಮೇಲೆ ಅದು ನಿಜವಾಯಿತು. ಪಿಸಪಿಸನೆ ಅವರುಗಳ ನಡುವೆ ಮಾತುಕತೆ ನಡೆಯಿತು. ಒಬ್ಬರ ವಿಷಯವನ್ನು ಮತ್ತೊಬ್ಬರು ಸ್ವಲ್ಪ ಸಮಯದಲ್ಲಿಯೇ ಅರಿತರು.

ಇಬ್ಬರಲ್ಲಿ ಒಬ್ಬಳಾದ ವಿನೀತ ಮೈಮುರಿದು ಮೇಲಕ್ಕೆದ್ದು ಬೇಸರ ವ್ಯಕ್ತಪಡಿಸಿದಳು. ಬಾಬ್ ಕೂದಲನ್ನು ಹಿಂದಕ್ಕೆ ತಳ್ಳಿದಳು. ಕಾಲನ್ನು ಝಾಡಿಸಿದಳು.

"ಕೂತ್ಕೊ" ಪಕ್ಕದಲ್ಲಿದ್ದವಳು ಕೈ ಹಿಡಿದು ಬಲವಂತದಿಂದ ಕೂಡಿಸಿದಳು. ಮುಖ ಗಂಟಿಕ್ಕಿ ಕೊಡವಿಕೊಂಡಳು.

"ನಮಸ್ತೆ" ಮೂವರೂ ಬಾಗಿಲ ಕಡೆಗೆ ತಿರುಗಿದರು. ಕಚ್ಚೆ ಹಾಕಿ ಉಟ್ಟ ನವಿರಾದ ಪಂಚೆ ಮೇಲೆ ಜುಬ್ಬ ಕಣ್ಣುಗಳಿಗೆ ಕನ್ನಡಕ, ಶ್ರೀಮಂತಿಕೆಯನ್ನು ಎತ್ತಿ ಸಾರುವ ಮುಖದ ಗಾಂಭೀರ್ಯ, ತುಟಿಗಳ ಮೇಲೆ ಕಂಡೂ ಕಾಣದಂಥ ನಸುನಗು. ಆದರೂ ವ್ಯಥೆಯ ನೆರಳಾಡುತ್ತಿದ್ದಂತೆ ಕಂಡಿತು. ಕಪ್ಪು ಕೂದಲಿನ ನಡುವೆ ಬಿಳಿ ಕೂದಲು ಇಣುಕುತ್ತಿತ್ತು.

"ಬಹಳ ಹೊತ್ತು ಕಾಯಿಸಿಬಿಟ್ಟೆ" ಬಾಯಿಮಾತಿಗೆ ಹೇಳಿದ ಮಾತುಗಳಾಗಿ ಕಾಣಲಿಲ್ಲ; ಸೋಗಿನ ಮನುಷ್ಯನಾಗಿ ಕಾಣಲಿಲ್ಲ.

"ಪರ್ವಾಗಿಲ್ಲ" ವಿನೀತಳ ಪಕ್ಕದಲ್ಲಿದ್ದವಳು ತಟ್ಟನೆ ನುಡಿದಳು.

"ಸ್ವಲ್ಪ ಸುಧಾರಿಸಿಕೊಳ್ಳಿ" ತಟ್ಟನೆ ಹೊರಟುಹೋದರು. ಮೂವರ ಮುಖಗಳು ಬೇಸರದಿಂದ ಬಿಗಿದುಕೊಂಡವು. ಸುಮ ವಾಚ್ ಕಡೆಗೆ ನೋಡಿದಳು. ಇತ್ತಲಿಂದ ಬೆಂಗಳೂರಿಗೆ ಕಡೆಯ ಬಸ್ಸು ಎಷ್ಟೊತ್ತಿಗೆಂದು ವಿಚಾರಿಸಿಕೊಂಡೇ ಬಂದಿದ್ದಳು. ಕೆನ್ನೆಗೆ ಕೈಯೂರಿ ಕುಳಿತಳು.

ಸಮವಸ್ತ್ರದ ಆಳು ಬಂದು ಬಾತ್‌ರೂಂ ತೋರಿಸಿದ. ಮೂವರೂ ಮುಖ ಕೈಕಾಲು ತೊಳೆದು ಬಂದರು. ಸುಮಳನ್ನು ಬಿಟ್ಟು ಅವರಿಬ್ಬರೂ ತಮ್ಮ ಡ್ರೆಸ್ಸನ್ನು ಬದಲಾವಣೆ ಮಾಡಿದರು. ಅವರ ಅಲಂಕಾರ ಪೂರ್ತಿಯಾಗಲು ಅರ್ಧ ಗಂಟೆಯೇ ಹಿಡಿಯಿತು. ಮುಖಕ್ಕೆ ಪೌಡರ್ ಸವರಿ ಹಣೆಗೆ ದುಂಡಿನ ಬೊಟ್ಟಿಟ್ಟು ಒಂದು ಕಡೆಗೆ ಕೂತರು. ಕೆಲಸ ಸಿಕ್ಕುವ ಆಸೆ ಕಮರಿ ಹೋಗಿತ್ತು. ಅದಕ್ಕಾಗಿ ಅವಳು ಚಿಂತಿಸುತ್ತಲೂ ಇರಲಿಲ್ಲ.

"ಬನ್ನೀಮ್ಮ" ಸಮವಸ್ತ್ರದ ಆಳು ಬಂದು ಕರೆದಾಗ ಸುಮ ಅವನನ್ನು ಹಿಂಬಾಲಿಸಿದಳು. ದೊಡ್ಡದಾದ ಕೋಣೆ, ಜೋಡಿಸಿಟ್ಟ ಪುಸ್ತಕಗಳ ಸಾಲು ಸುಂದರ ಪೇಂಟಿಂಗ್‌ಗಳು, ಯಾವುದೋ ಲೋಕಕ್ಕೆ ಬಂದ ಅನುಭವವಾಯಿತು.

"ಬನ್ನಿ" ಧ್ವನಿ ಮೊದಲಿನ ಮೃದುತ್ವ ಕಳೆದುಕೊಂಡ ಹಾಗೆ ಕಾಣಿಸಿತು. ಕಣ್ಣುಗಳಲ್ಲಿನ ತೀಕ್ಷ್ಣತೆಯ ಪ್ರಖರ ಅವಳಿಂದ ಸಹಿಸಲಾಗಲಿಲ್ಲ. ಅದನ್ನು ತೋರ್ಪಡಿಸಿಕೊಳ್ಳದೆ ಹಗುರವಾಗಿ ಬಂದು ಕೂತಳು. ಈ ಮನುಷ್ಯ ಏನು ಕೇಳಬಹುದೆಂದು ಯೋಚಿಸುತ್ತಿದ್ದಳು.

"ನಿಮ್ಮ ಹೆಸರು?"

"ಸುಮ"

"ಸುಮ, ಈ ಮನೆಯ ಬಗ್ಗೆ ನಿಮ್ಗೆ ಏನೂ ಗೊತ್ತಿಲ್ಲ. ಪ್ರಾಮಾಣಿಕರಾದ ಮೇಲ್ವಿಚಾರಕರ ಅವಶ್ಯಕತೆ ಇದೆ. ಕೆಲ್ಸ ಬಹಳ ಕಷ್ಟವೇ...." ಅನುಮಾನಿಸಿದರು. ಮತ್ತೆ ಎದ್ದು ಹೊರಗೆ ಹೋದವರು ಹತ್ತು ನಿಮಿಷಗಳು ಹಿಂತಿರುಗಿದ್ದು. ಆಮೇಲೆ

ಅವರು ಹೇಳಿದ್ದು ಸುಮಳಿಗೆ ಅರ್ಥವಾಗಲಿಲ್ಲ. ವಿಷಯ ಅಸ್ಪಷ್ಟವಾಗಿತ್ತು.

"ಯೋಚ್ಸಿ.... ನೀವಿನ್ನು ಹೋಗಬಹ್ದು."

ಈ ಮನುಷ್ಯನಿಗೆ ತಲೆ ಕೆಟ್ಟಿದೆಯೆನಿಸಿತು. ಸುಮಳಿಗೆ ಸಹಾನುಭೂತಿಯಿಂದ ನೋಡಿ ಹೊರಗೆದ್ದು ಬಂದಳು. ಅವರಿಬ್ಬರೂ ಇವಳ ಕಡೆಗೆ ಪ್ರಶ್ನಾರ್ಥಕವಾಗಿ ನೋಡಿದರು. ತಲೆಯಾಡಿಸಿ ನಕ್ಕಳು.

ಅವರ ಅನುಭವವೇನೋ? ಬಂದವರೇ ಸಾಕಾಗುವಷ್ಟು ನಕ್ಕರು. ಇಲ್ಲಿ ಕೆಲಸಕ್ಕೆ ನಿಂತರೆ ಹೇಗೆ ನಾಟಕವಾಡಿಸಬೇಕೆಂಬ ಯೋಜನೆಯನ್ನು ಹಾಕಿಕೊಳ್ಳತೊಡಗಿದರು. ರಂಗು ರಂಗಿನ ಕನಸನ್ನು ಕಾಣತೊಡಗಿದರು.

"ನೀವುಗಳು ಬೆಳಿಗ್ಗೆ ಪ್ರಯಾಣ ಬೆಳೆಸಬೇಕಂತೆ" ಕರೆತಂದ ಆಳು ಬಂದು ಹೇಳಿ ಹೋದ. ಉಪಚಾರ ಘನವಾಗಿಯೇ ಸಾಗಿತು. ಊಟ ಮಾಡಿ ಹಾಸಿಗೆ ಸೇರಿದ ಸುಮ ನಾನಾ ಬಗೆಯಲ್ಲಿ ಯೋಚಿಸತೊಡಗಿದಳು. 'ತಾಯಿಯಂತೂ ರಾತ್ರಿಯೆಲ್ಲ ನಿದ್ರಿಸಲಾರಳು.' ನಾಲ್ಕು ದಿನದಿಂದ ಮನೆಯಲ್ಲಿ ನಡೆದ ಪ್ರತಿಭಟನೆಯನ್ನು ಜ್ಞಾಪಿಸಿಕೊಂಡಳು. ಅಣ್ಣ ರೇಗಾಡಿದ್ದ. ತಂದೆ ಕೂಡಿಸಿ ಬುದ್ಧಿ ಹೇಳಿದ್ದರು. ಅಕ್ಕ 'ಇವೆಲ್ಲ ಚಂದವಲ್ಲ' ಎಂದು ತಲೆಯ ಮೇಲೆ ಮೊಟಕಿದ್ದಳು. ಯಾವುದಕ್ಕೂ ಜಗ್ಗದೆ ಬಂದಿದ್ದಳು. ಕೇಳಿಸುವಷ್ಟು ಜೋರಾಗಿ ಎದೆ ಢವಗುಟ್ಟಿತು. ರಾತ್ರಿಯೆಲ್ಲ ನಿದ್ದೆ ಇಲ್ಲದೇ ತಳಮಳಿಸಿದಳು. ಅವರಿಬ್ಬರೂ ಬಹಳ ಹೊತ್ತಿನವರೆಗೂ ಮೆಲುಧ್ವನಿಯಲ್ಲಿ ಮಾತಾಡುತ್ತಿದ್ದರು.

ನಿದ್ದೆಯ ಜೊಂಪಿಗೆ ಜಾರಿದ್ದ ಸುಮಳನ್ನು ವೀಣಾವಾದನ ಎಚ್ಚರಿಸಿತು. ಸದ್ದು ಮಾಡದೇ ಚಿಲಕವನ್ನು ತೆಗೆದು ಮೆಲ್ಲನಡಿ ಇಟ್ಟಳು. ವೀಣಾವಾದನದ ತರಂಗಗಳು ಎಲ್ಲೆಡೆ ವ್ಯಾಪಿಸಿದ್ದವು. ಅದು ಯಾವ ದಿಕ್ಕಿನಿಂದ ಬರುತ್ತಿದೆಯೆಂದು ಅರಿಯಲಾರದಾದಳು. ಸ್ವಲ್ಪ ಹೊತ್ತು ಅಲ್ಲೇ ನಿಂತು ಒಳಗೆ ಬಂದಳು. ತನ್ಮಯತೆಯಿಂದ ಆಲಿಸುತ್ತ ಕಿಟಕಿಯ ಬಳಿ ನಿಂತಳು. ತಣ್ಣನೆಯ ಗಾಳಿ ಹಾಯೆನಿಸಿತು. ತಟ್ಟನೇ ನಿಂತಾಗ ಎಚ್ಚರಗೊಂಡಳು. ಸ್ನಾನ ಮುಗಿಸಿ ಹೊರಟು ನಿಂತಳು. ಅವರಿಬ್ಬರು ಇನ್ನು ನಿದ್ರಾಲೋಕದಲ್ಲಿಯೇ – ಎಚ್ಚರಿಸಿ ಹೇಳಿ ಹೋಗಲು ನೋಡಿದಳು. ಅಲುಗಾಡಲಿಲ್ಲ ವ್ಯಾನಿಟಿ ಬ್ಯಾಗನ್ನು ಕೈಯಲ್ಲಿಡಿದು ಹೊರಗೆ ಬಂದಳು.

ನೆಲವನ್ನು ಸ್ವಚ್ಛ ಮಾಡುತ್ತಿದ್ದ ಆಳನ್ನು ಕೇಳಿದಳು "ಯಜಮಾನರು ಇಲ್ಲವೇ?" ಸೊಂಟ ಬಗ್ಗಿಸಿದ್ದವನು ನೇರವಾಗಿ ನಿಂತು "ಗಾಳಿ ಸಂಚಾರಕ್ಕೆ ಹೋಗಿದ್ದಾರೆ' ಎಂದ. ಸುಮ ಅನುಮಾನಿಸಿದಳು. ಸೌಜನ್ಯಕ್ಕಾಗಿಯಾದರೂ ಹೇಳಿ ಹೋಗುವುದು ಅವಳ ಕರ್ತವ್ಯವಾಗಿತ್ತು. ಮುತ್ತುಗಳಂತೆ ಹೊಳೆಯುತ್ತಿತ್ತು. ಅಷ್ಟು ದೂರ ಒಂದು ಬಂಗ್ಲೆಯ ಕಡೆಗೆ ತಿರುಗಿ ನೋಡಿದಳು. ಇಷ್ಟು ದೊಡ್ಡ ಬಂಗಲೆಯಲ್ಲಿ ಒಬ್ಬರೇ... ವಾಸ!! ಭಯಕ್ಕಿಂತ ಹೆಚ್ಚಾಗಿ ಜುಗುಪ್ಸೆಯಾಯಿತು.

"ಆಗ್ಲೇ... ಹೊರಟಿರಾ!" ಧ್ವನಿ ಬಂದತ್ತ ತಿರುಗಿದಳು. ಕಮಲಾಕರನ್ ರಾತ್ರಿಯ

ಉಡುಪಿನಲ್ಲೇ ಇದ್ದರು. ವಯಸ್ಸು ಐವತ್ತು ದಾಟಿದ್ದರೂ ಮೂವತ್ತರ ಯುವಕರಂತೆ ಕಾಣುತ್ತಿದ್ದರು.

"ಹೌದು ಸರ್" ಮುಖ ಕೆಳಗೆ ಹಾಕಲಿಲ್ಲ.

"ನೀವಿಷ್ಟಪತ್ರೆ ಬಂದಿರಬಹುದ್ದು!" ಕಣ್ಣುಗಳು ಗಿಡದ ಕಾಂಡಗಳನ್ನು ದಿಟ್ಟಿಸುತ್ತಿದ್ದವು. ಸುಮಳ ಕಾಲುಗಳು ನೆಲಕ್ಕೆ ಊರಿ ನಿಂತವು. ಅನಾಯಾಸವಾಗಿ ಕೆಲಸ ದೊರಕಿತ್ತು. ಆದರೆ....?

"ಯೋಚ್ನೆ ಮಾಡಿ.... ಬನ್ನಿ" ಕೈ ಜೋಡಿಸಿ ಸರಸರನೆ ನಡೆದಳು ಸುಮಾ. ಮತ್ತೆ ಹಿಂದಿರುಗಿ ನೋಡಲು ಮನಸ್ಸಾಗಲಿಲ್ಲ. ಬಸ್ಸಿಗಾಗಿ ಒಂದು ಗಂಟೆ ಕಾಯಬೇಕಾಯಿತು. ಬಸ್ಸಿನಲ್ಲಿ ಕೂತು ಸಮಾಧಾನದ ಉಸಿರುಬಿಟ್ಟಳು. ಏನೋ ತೊಡಕಿದೆಯೆನಿಸಿತು.

"ಸದ್ಯ ಬಂದ್ಯಾ?" ತಾಯಿ ಅಂದಾಗ ಕೈಯಲ್ಲಿದ್ದ ವ್ಯಾನಿಟಿ ಬ್ಯಾಗನ್ನು ಟೇಬಲ್ಲಿನ ಮೇಲೆಸೆದು ಕುರ್ಚಿ ಮೇಲೆ ಸೋತವಳಂತೆ ಕುಕ್ಕುರುಗಾಲಿನಲ್ಲಿ ಕುಳಿತಳು.

"ಲಲಿತಕ್ಕ ಎಲ್ಲಿ?" ಸುತ್ತಲೂ ನೋಡಿದಳು. ಸದಾ ಅಕ್ಕನ ಬಗ್ಗೆ ಅವಳಿಗೆ ಭಯವೇ! "ಹಿತ್ತಲಲ್ಲಿ ಬಟ್ಟೆ ಒಗೀತಾ ಇರಬಹುದ್ದು" ತಾಯಿಯ ಮಾತಿನಲ್ಲಿ ನೋವು ಇಣುಕಿತು. ಅವಳ ಭವಿಷ್ಯ ಮನೆಯವರನ್ನು ಕತ್ತಲಲ್ಲಿ ದೂಡಿತ್ತು ಎಲ್ಲರಿಗೂ ಅವಳದೇ ಯೋಚನೆ. ಎದ್ದು ಹಿತ್ತಲಿಗೆ ನಡೆದಳು. ಲಲಿತ ಗದ್ದಕ್ಕೆ ಕೈಯೂರಿ ಬಟ್ಟೆ ಒಗೆಯುವ ಕಲ್ಲಿನ ಮೇಲೆ ಕೂತು ಯೋಚಿಸುತ್ತಿದ್ದಳು. ಅವಳ ಮುಖದ ಮೇಲೆ ಗೆಲುವಿಲ್ಲ. ಬಹುಶಃ ಅದು ಬರಲು ಇನ್ನು ಸಾಧ್ಯವೂ ಇಲ್ಲವೇನೋ!?

"ಲಲಿತಕ್ಕ...." ಬೆಚ್ಚಿದವಳಂತೆ ಮೇಲೆದ್ದಳು. ಅವಳ ಕಣ್ಣುಗುಡ್ಡೆಗಳು ಗರಗರನೆ ತಿರುಗಿದವು. ವಿಲಕ್ಷಣ ನಗು ಮುಖದ ಮೇಲೆ ಪಸರಿಸಿತು. ವಕ್ರವಾಗಿ ನಕ್ಕಳು.

ಮೆಲ್ಲನೆ ನಡೆದುಹೋಗಿ ಅವಳ ಭುಜದ ಮೇಲೆ ಕೈ ಇಟ್ಟಳು. ಕಣ್ಣುಗಳು ಮಂಜಾದವು. ಹಿಂದೆ ನೋಡಿದ್ದ ಯಾರಾದರೂ ಚಾಲಾಕಿನ ಹೆಣ್ಣು ಲಲಿತ ಇವಳೇ ಅಂದರೆ ಯಾರೂ ನಂಬುವ ಹಾಗಿರಲಿಲ್ಲ.

"ಸುಮ್ನೆ ಯಾಕೆ ಒಬ್ಬಳೇ ಕೂತಿದ್ದೀಯಾ? ಏನು ಆಗೋಯ್ತೂಂತ ಹಗಲು-ರಾತ್ರಿ ಕೊರಗ್ತೀಯ?" ಬೇಸರದಿಂದಲೇ ಕೇಳಿದಳು. ಈ ಸೆಂಟಿಮೆಂಟಾಲಿಟಿ ನೋಡಿ ಅವಳಿಗೆ ಬೇಸರವಾಗಿ ಹೋಗಿತ್ತು.

"ಇಲ್ವಲ್ಲ....?" ಕಣ್ಣೊರೆಸುವ ಮಾತು.

"ಏನಾಯ್ತು ನಿನ್ನ ಕೆಲ್ಸದ್ದು?" ಏನು ಹೇಳಬೇಕೆಂಬುದೇ ಸುಮಳಿಗೆ ತೋಚಲಿಲ್ಲ. ತುಟಿ ಕಚ್ಚಿ ಯೋಚಿಸಿದಳು.

"ಆಮೇಲೆ ಹೇಳ್ತೀನಿ... ಹೋಗೋಣ ನಡಿ" ಅವಳನ್ನು ಎಳೆದುಕೊಂಡೇ ಒಳಗೆ ಬಂದಳು.

ಇಬ್ಬರಿಗೂ ಕಾಫಿ ತಂದಿಟ್ಟ ಕಲ್ಯಾಣಮ್ಮ ನೆಲದ ಮೇಲೆ ಕುಳಿತರು. ಎಷ್ಟೋ ನೆಮ್ಮದಿಯಾಗಿದ್ದ ಅವರು ದೊಡ್ಡ ಮಗಳ ಮದುವೆ ಮಾಡಿದ ಮೇಲೆ ಪೂರ್ತಿಯಾಗಿ ಸೋತು ಹೋಗಿದ್ದರು. ಅಳಿಯನ ಅತಿಯಾಸೆ ಅವರ ಜೀವಕ್ಕೆ ಮುಪ್ಪಾಗಿತ್ತು. ಮಗಳು ಸ್ವಲ್ಪ ದೃಢವಾಗಿ, ಧೈರ್ಯವಾಗಿದ್ದರೆ ಅವರೇನು ಚಿಂತಿಸುತ್ತಿರಲಿಲ್ಲ. ಒಟ್ಟಿನಲ್ಲಿ ಅವಳೇ ಸರಿಯಿಲ್ಲ. ಹಗಲು-ರಾತ್ರಿ ಅವಳಿಗೆ ಗಂಡನ ಯೋಚನೆ. ಅವಳ ಮನಸ್ಸನ್ನು ಬೇರೆಡೆಗೆ ತಿರುಗಿಸಲು ಪ್ರಯತ್ನಪಟ್ಟು ಮನೆಯವರೆಲ್ಲ ಸೋತುಹೋಗಿದ್ದರು. ಒಟ್ಟಿನಲ್ಲಿ ಆ ಭಂಡ ಗಂಡನಿಲ್ಲದೆ ಇವಳು ಬದುಕೋಲ್ಲ.

"ಕಾಫೀ.... ಕುಡಿ" ಸುಮ ಕಾಫಿಯ ಲೋಟವನ್ನು ಕೈಗೆತ್ತಿಕೊಂಡಳು. ಲಲಿತಳ ಮೇಲೆ ಮರುಕಕ್ಕಿಂತ ಹೆಚ್ಚಾಗಿ ಕೋಪವೇ ಬಂತು. ಆದರೂ ಅದನ್ನು ಪ್ರದರ್ಶಿಸಲಾರಳು, ಹಿಂದೊಮ್ಮೆ ಅದರ ಪ್ರತಿಫಲಾನ ಅನುಭವಿಸಿದ್ದು ಆಗಿತ್ತು. ಪ್ರಾಣಕ್ಕೇನೂ ಅಪಾಯವಾಗಲಿಲ್ಲ. ಸುಟ್ಟ ಒಂದೆರಡು ಕಲೆಗಳು ಕೈಗಳ ಮೇಲೆ ನಿಂತುಹೋಗಿದ್ದವು. ಎಲ್ಲರು ಮನೆಯಲ್ಲಿ ಇದ್ದ ಹಾಗೆಯೇ ಸೀಮೆಎಣ್ಣೆ ಸುರಿದುಕೊಂಡು ಬೆಂಕಿ ಹಚ್ಚಿಕೊಂಡು ಆತ್ಮಹತ್ಯೆ ಮಾಡಿಕೊಳ್ಳುವ ಪ್ರಯತ್ನಕ್ಕೆ ಕೈ ಹಾಕಿದ್ದಳು.

"ಅಣ್ಣ ಇನ್ನೂ ಬಂದಿಲ್ವಾ?" ಕಾಫಿ ಲೋಟ ಕೈಯಲ್ಲಿಡಿದೇ ಕೇಳಿದಳು.

"ಬರೋದು ಹೊತ್ತಾಗುತ್ತೇಂತ ಹೇಳಿ ಹೋಗಿದ್ದ" ನಿಟ್ಟುಸಿರು ಚೆಲ್ಲಿದರು. ಮಗನ ಕಷ್ಟ ಅವರಿಗೆ ಗೊತ್ತು. ಕೈ ತುಂಬ ಸಂಬಳ ತಂದರೂ ಮೋಜಿನ ಜೀವನ ನಡೆಸಿದವನಲ್ಲ. ಅವನ ಸಂಬಳ, ಗಂಡನ ಪೆನ್‌ಷನ್‌ನಲ್ಲಿ ನೆಮ್ಮದಿಯ ಜೀವನ ಕಾಣಬಹುದಾಗಿತ್ತು. ಆದರೆ.... ಮಗಳ ಮದುವೆಗೆಂದು ಅಷ್ಟಿಷ್ಟು ಸಾಲ ಮಾಡಿದರು. ಸಂಸಾರ ಸ್ವಲ್ಪ ತಾಪತ್ರಯಕ್ಕೆ ಒಳಗಾಯಿತು ಸುಮಳ ಓದು, ಅವಳಿಗಾಗಿ ವರಾನ್ವೇಷಣೆ.... ಮತ್ತೆ ಪ್ರಾರಂಭವಾಯಿತು. ಅಷ್ಟರಲ್ಲಿ ಸಿಡಿಲು ಎರಗಿತು. ಇಪ್ಪತ್ತು ಸಾವಿರ ರೂಪಾಯಿ ತರದೇ ಮನೆ ಬಾಗಿಲಿಗೆ ಬರಬೇಡವೆಂದು ಅಳಿಯ ಮಗಳನ್ನು ತಮ್ಮ ಮನೆಗೆ ದೂಡಿ ಹೋದ. ಮಗ ಎಗರಾಡಿದ. ಹೋಗಿ ಜಗಳ ಕಾದು ಬಂದ. 'ಇನ್ನು ಅವಳನ್ನು ನಿನ್ಮನೇಗೆ ಕಳಿಸೋದೇ ಇಲ್ಲ'ವೆಂದು ಹೇಳಿ ಬಂದ. ಇನ್ನೂ ಸ್ವಲ್ಪ ಓದಿಸಿ ಅವಳ ಜೀವನಕ್ಕೆ ಒಂದು ದಾರಿ ಮಾಡೋಣವೆಂಬ ನಿರ್ಧಾರಕ್ಕೆ ಬಂದ. ಆದರೆ ಲಲಿತಳ ಗೋಳು ನೋಡಲು ಸಾಧ್ಯವಿಲ್ಲವಾಯಿತು. ಹಗಲು - ರಾತ್ರಿ ಗಂಡನ ಕನವರಿಕೆ. ಮನೆಯವರೆಲ್ಲ ಬುದ್ಧಿ ಹೇಳಿಯಾಯಿತು. ಹೀಯಾಳಿಸಿಯಾಯಿತು. ಅವಳಂತೂ ಬದಲಾಗಲಿಲ್ಲ. ಇದೊಂದು ಘೋರ ಸಂಕಟವಾಯಿತು. ಕಾಲೇಜಿಗೆ ಸೇರಿಸಿ ಬಂದ. ಅತ್ತ ಮುಖ ಹಾಕಲಿಲ್ಲ. ಮನೆಯಲ್ಲಿ ಮಿಷನ್ ತಂದಿಟ್ಟ. ಅದರೆಡೆ ಕಣ್ಣೆತ್ತಿಯೂ ನೋಡಲಿಲ್ಲ. ನಾಲ್ಕಾರು ಹುಡುಗರಿಗೆ ಪಾಠ ಹೇಳಿಯಾದರೂ ಸಮಯ ಕಳೆಯಲೆಂದು ವಿದ್ಯಾರ್ಥಿಗಳನ್ನು ಗೊತ್ತುಮಾಡಿದ. ಮೂಕಿಯಾಗಿ ಅವರೆದುರು ಕೂತಳು. ಇದರಿಂದ ಸುರೇಶ ಪೂರ್ತಿ ಸೋತ. ಹೇಗಾದರೂ ಹಣ ಹೊಂಚಿ ಅವಳನ್ನು ಸಾಗ ಹಾಕದಿದ್ದರೆ ವಿಧಿ ಇಲ್ಲವೆಂದುಕೊಂಡ. ಅದಕ್ಕಾಗಿ ಹತ್ತಾರು ಕಡೆಗೆ ಪ್ರಯತ್ನ.

ಸುಮ ಹಲ್ಮುಡಿ ಕಚ್ಚಿ ಎಂಜಲನ್ನು ನುಂಗಿದಳು. ಇಪ್ಪತ್ತು ಸಾವಿರ ಮಧ್ಯಮ ದರ್ಜೆಯವರಿಗೆ ಸುಲಭವಾದ ಮಾತಲ್ಲ. ತಂದೆ ತನ್ನ ಸಂಬಳದಲ್ಲಿ ಮಕ್ಕಳನ್ನು ಮರ್ಯಾದೆಯಾಗಿ ಸಾಕಿ ವಿದ್ಯೆ ಕಲಿಸಿದ್ದರು ಅಷ್ಟೆ ಪುಟ್ಟ ಗಂಟೇನೂ ಇಟ್ಟಿರಲಿಲ್ಲ.

"ಹೋದ ಕೆಲ್ಸ ಏನಾಯ್ತು?" ಸುಮಾ ತಾಯಿಯ ಕಡೆ ನೋಡಿದಳು. ಎಲ್ಲಾದರೂ ಸರಕಾರದ ಕೆಲಸವೆಂದರೆ ಬೇಡವೆಂದು ತಡೆಯುತ್ತಿರಲಿಲ್ಲ. ಆದರೆ... ಇದೊಂದು ವಿಚಿತ್ರವಾದ ಕೆಲಸ ಮನೆಯ ಸಂಪೂರ್ಣ ಮೇಲ್ವಿಚಾರಕಿಯ ಉದ್ಯೋಗ. ಸುಮಾ ಆಸೆಯಿಂದಲೇ ಹೋಗಿದ್ದಳು. ಕಮಲಾಕರನ್ ಬಗ್ಗೆ ಅವಳಿಗೇನೂ ಭಯವಿಲ್ಲ. ಹೆಣ್ಣಿಗೆ ತನ್ನನ್ನು ತಾನು ರಕ್ಷಿಸಿಕೊಳ್ಳುವ ಸಾಮರ್ಥ್ಯವಿದೆ ಎಂಬುದರಲ್ಲಿ ಅವಳಿಗೆ ದೃಢವಿಶ್ವಾಸ.

"ಸಿಕ್ಕುತ್ತೆ...."

ಕಲ್ಯಾಣಮ್ಮ ಕುತೂಹಲ ತಡೆಯದಾದರು. ಅವರ ಪ್ರಕಾರ ಹೆಚ್ಚಿನ ಶ್ರೀಮಂತರೇ ಇರಬೇಕು. ಅದೇನೂ ಸುಳ್ಳಲ್ಲ. ಅವರಂತೂ ಮಗಳೊಬ್ಬಳನ್ನೇ ದೂರ ಕಳಿಸಲು ಸಮ್ಮತಿಸಲಾರರು. ಅವರಿವರ ಮಾತು. ಪೇಪರಿನ ಸುದ್ದಿ ಪ್ರಕಾರ ಒಂಟಿ ಹೆಣ್ಣು ಹೊರಗೆ ಹೋಗುವುದೇ ತಪ್ಪು. ಗಂಟಲು ಹಿಡಿದಂತಾಯಿತು. ಮೌನವಾಗಿ ಎದ್ದುಹೋದರು.

ರಾತ್ರಿ ಹತ್ತರ ವೇಳೆಗೆ ಸುರೇಶ ಮನೆಗೆ ಹಿಂದಿರುಗಿದ್ದು. ಸೋತ ಮುಖದಲ್ಲಿ ಕ್ರೋಧ ಮಿನುಗುತ್ತಿತ್ತು. ಮಂಕಾಗಿ ಕೂತಿದ್ದ ಲಲಿತಳ ಕಡೆ ಅಸಹನೆಯ ನೋಟ ಬೀರಿದ. ಕಹಿಯಾದ ಎಂಜಲನ್ನು ಬಲವಂತದಿಂದ ನುಂಗಿದ. ಬಟ್ಟೆ ಕೂಡ ಬದಲಾಯಿಸದೆ ಒಂದೆಡೆ ಕುಳಿತ.

"ಊಟ ಮಾಡ್ತೀಯೇನಪ್ಪ!" ಕಲ್ಯಾಣಮ್ಮ ಸಹಾನುಭೂತಿಯಿಂದ ವಿಚಾರಿಸಿದರು. ಮನೆಗೆ ಲೇಟಾಗಿ ಬಂದ ದಿನ ಊಟ ಮಾಡುತ್ತಿರಲಿಲ್ಲ. ಇದು ಅವನ ಅಭ್ಯಾಸ.

"ಬೇಡಮ್ಮ" ಬೇಸರದಿಂದ ಅತ್ತಿತ್ತ ನೋಡಿದ. ಹುಬ್ಬುಗಳು ಗಂಟಾದವು. ಎದ್ದು ಪ್ಯಾಂಟ್ ಬಿಚ್ಚಿ ಲುಂಗಿ ಉಟ್ಟ ಷರಟು ಬಿಚ್ಚಿ ಮೊಳೆಗೆ ನೇತುಹಾಕಿ ಸುತ್ತಿಟ್ಟ ಹಾಸಿಗೆಯನ್ನು ಬಿಡಿಸಿಕೊಂಡು ಮಲಗಿದ. ಅವನಿಗೆ ಯಾರ ಬಳಿಯೂ ಮಾತು ಬೇಕಿರಲಿಲ್ಲ. ಏನೋ ಜ್ಞಾಪಿಸಿಕೊಂಡು ತಟಕ್ಕನೇ ಎದ್ದು ಕೂತು "ಅಮ್ಮ, ಸುಮ ಬಂದ್ಲಾ?" ಕೇಳಿದ. ಹೌದೆನ್ನುವಂತೆ ತಲೆಯಾಡಿಸಿದರು.

ಸುಮ ಎಚ್ಚರವಾಗಿಯೇ ಇದ್ದರೂ ಎದ್ದು ಬರಲಿಲ್ಲ. ಅಣ್ಣನ ಬೇಸರದ ಮುಖ ನೋಡಲು ಅವಳಿಗಿಷ್ಟವಿಲ್ಲ. ಉತ್ಸಾಹದಿಂದ ಇರಬೇಕಾದ ವಯಸ್ಸಿನಲ್ಲಿ ಸದಾ ಯೋಚಿಸಿ ಕಂಗೆಡುತ್ತಿದ್ದ. ಸ್ವಾಭಿಮಾನಿಯಾಗಿದ್ದ ಅವನು ಸಾಲಕ್ಕಾಗಿ ಅವರಿವರೊಡನೆ ಹಲ್ಲು ಗಿಂಜಬೇಕಾದ ಸ್ಥಿತಿ ಬಂದಿತ್ತು. ಅದು ಅವನ ರಕ್ತವನ್ನು ಆಗಾಗ ಬಿಸಿ ಮಾಡುತ್ತಿತ್ತು.

"ಊಟ ಮಾಡಿ ಮಲಕ್ಕೋ ಹೋಗು" ತಾಯಿಗೆ ಹೇಳಿ ಮತ್ತೆ ಮಲಗಿದ. ಅವನ ಭಾರವಾದ ಉಸಿರು ಸುಮಳಿಗೆ ಕೇಳಿಸದೆ ಇರಲಿಲ್ಲ.

ಪಕ್ಕದಲ್ಲಿ ಮಲಗಿದ್ದ ಲಲಿತಳ ಕಡೆಗೆ ನೋಡಿದಳು. ಅವಳು ಅತ್ತಿತ್ತ ಹೊರಳಾಡುತ್ತಿದ್ದಳು. ನಿದ್ದೆ ಮಂಪರಿನಲ್ಲೇ ನಕ್ಕಿದ್ದು ಕೇಳಿ, ಇವಳು ಹುಚ್ಚಿಯಾಗಲು ಬಹಳ ದಿನಗಳು ಬೇಕಾಗಿಲ್ಲವೆಂದುಕೊಂಡಳು. ಯಾವುದೋ ನಿರ್ಧಾರಕ್ಕೆ ಬಂದವಳಂತೆ ಪಕ್ಕಕ್ಕೆ ತಿರುಗಿ ಮಲಗಿದಳು.

ಬೆಳಗ್ಗೆ ಬೇಗನೆ ಎದ್ದ ಸುಮ ಸುರೇಶನಿಗಾಗಿ ಕಾದು ಕುಳಿತಳು. ಎದ್ದ ಕೂಡಲೆ ತಾನೇ ಕಾಫಿ ಒಯ್ದಳು.

ಹಾಸಿಗೆಯ ಮೇಲೆ ಸರಿಯಾಗಿ ಕೂಡುತ್ತಾ ಸುರೇಶ ತಂಗಿಯ ಕೈಯಿಂದ ಕಾಫಿಯ ಲೋಟ ಪಡೆದುಕೊಂಡು "ಏನು ಸಮಾಚಾರ?" ಎಂದ. ಸುಮ ಅವನಿಗೆ ಎದುರಾಗಿ ಕುಳಿತಳು.

"ಅವರೇನೋ..... ಬಾ ಅಂದಿದ್ದಾರೆ" ಕಾಫಿ ಗುಟುಕರಿಸಿದ ಸುರೇಶ ಗಾಬರಿಯಿಂದ ತಂಗಿಯ ಕಡೆ ನೋಡಿದ. ಯಾರೋ ಶ್ರೀಮಂತರ ಮನೆಯಲ್ಲಿ ಅವಳು ಹೋಗಿ ನಿಲ್ಲುವುದು ಅವನಿಗೆ ಸುತರಾಂ ಇಷ್ಟವಿಲ್ಲ. ಇದೊಂದು ರೀತಿಯ ಅವಮಾನದ ಕೆಲಸವೆಂದೇ ಅವನ ಭಾವನೆ.

"ಅವೆಲ್ಲ ಬೇಡ. ಅದು ಇನ್ನೆಂಥ ಘನ ಶ್ರೀಮಂತರಪ್ಪ!" ನಿಧಾನವಾಗಿ ವಿಷಯವನ್ನು ವಿವರಿಸಿದಳು. ಮನೆಯಲ್ಲಿ ಕಮಲಾಕರನ್ ಒಬ್ಬರೇ ಇರುವರೆಂಬ ಸುದ್ದಿ ಮಾತ್ರ ಹೇಳಲಿಲ್ಲ.

"ಅಣ್ಣ ಅವರು ತುಂಬ ಶ್ರೀಮಂತರು. ಒಂದಿಪ್ಪತ್ತು ಸಾವಿರ ಸಾಲ ಕೇಳಿದರೂ ಕೊಡುವಂಥವರೇ. ಅವರ ಸಾಲ ತೀರುವವರೆಗೂ ಅಲ್ಲಿ ನಿಂತರಾಯ್ತು." ಉಳಿದ ಕಾಫಿಯನ್ನು ಒಂದೇ ಸಲಕ್ಕೆ ಕುಡಿದು ಲೋಟ ಪಕ್ಕಕ್ಕಿಟ್ಟ ಸುರೇಶ ನೋವಿನ ನಗೆ ನಕ್ಕು "ಅದೆಲ್ಲ ಬೇಡ; ಇಪ್ಪತ್ತು ಸಾವಿರಕ್ಕೆ ನಿನ್ನ ಒತ್ತೆ ಇಡಬೇಕಾ? ಕಾಣದ ಸ್ಥಳ, ತಿಳಿಯದ ಜನ. ಅಷ್ಟು ದೊಡ್ಡ ಮೊತ್ತವನ್ನು ಹೇಗೆ ಕೊಡೋಕೆ ಒಪ್ಕೋತಾರೆ?"

ಆ ವಿಷಯ ಅಲ್ಲಿಗೆ ನಿಂತುಹೋಯಿತು. ಸುಮ ಕೂಡ ಮರೆತು ಸುಮ್ಮನಾದಳು. ಲಲಿತಳ ಗಂಡ ಡೈವೋರ್ಸ್ ಕೊಟ್ಟು ಬೇರೆ ಮದುವೆಯಾಗುವ ಬೆದರಿಕೆ ಹಾಕಿದಾಗ ಮನೆಯವರೆಲ್ಲಾ ಮಂಕಾಗಿ ಕೂತರು. ಅದಕ್ಕೆ ಕಾರಣ ಲಲಿತ. ಯಾರೆಷ್ಟು ಹೇಳಿದರೂ ಅಳು ನಿಲ್ಲಿಸಲಿಲ್ಲ. ಕಡೆಗೆ ಸಹನೆಗೆಟ್ಟ ಸುರೇಶ "ಥೂ... ಸ್ವಲ್ಪನಾದ್ರೂ ನಾಚ್ಕೆ ಬೇಕು! ಸುಮ್ನೆ ನಮ್ಮ ಪ್ರಾಣ ತೆಗೆಯೋ ಬದ್ಲು ಅವನ ಎದುರಿನಲ್ಲೇ ಉರುಳು ಹಾಕ್ಕೋ ಹೋಗು. ನಾವು ಒಂದು ಘಳಿಗೆ ಅತ್ತು ಸುಮ್ಮನಾಗಿಬಿಡ್ತೀವಿ!" ಅವನ ಧ್ವನಿ ಭಾರವಾಯಿತು.

"ಎಂಥ ಮಾತು ಆಡ್ತೀಯಪ್ಪ?" ಕಲ್ಯಾಣಮ್ಮ ಅಳಲು ಶುರು ಮಾಡಿಬಿಟ್ಟರು. ಲಲಿತ ತಾಯಿಗೆ ಧ್ವನಿ ಸೇರಿಸಿದಳು. ಮೂಲೆಯಲ್ಲಿರುವ ದೊಣ್ಣೆ ತೆಗೆದುಕೊಂಡು ಇಬ್ಬರಿಗೂ ಬಾರಿಸುವ ಮನಸ್ಸಾಯಿತು. ಕೋಪವನ್ನು ಬಿಗಿಹಿಡಿದು ಹೊರನಡೆದ.

ಹೆಣ್ಣುಗಳ ಬಗ್ಗೆಯೇ ಒಂದು ರೀತಿಯ ಅಸಹ್ಯವುಂಟಾಯಿತು. ಗಂಡಸು ಹೆಣ್ಣನ್ನ

ಮುಷ್ಟಿಯಲ್ಲಿಟ್ಟುಕೊಳ್ಳಲು ಹೆಣ್ಣಿನ ದೌರ್ಬಲ್ಯವೇ ಕಾರಣವೆನಿಸಿತು. ಲಲಿತ ಅವನಿಗೆ ಸವಾಲಾಗಿ ನಿಂತಿದ್ದರೆ ಅವನೇ ಬಗ್ಗುತ್ತಿದ್ದನೇನೋ?! ಇವಳಿಗೆ ಆ ಬುದ್ಧಿ ಇಲ್ಲ. ತವರು ಮನೆಯವರನ್ನು ಹರಾಜು ಹಾಕಿಯಾದರೂ ದುಡ್ಡನ್ನು ಒಯ್ದು ಗಂಡನ ಜೊತೆ ಬಾಳುವ ಆಸೆ! ಮುಖವನ್ನು ಕಹಿ ಮಾಡಿದ.

ಈ ಘಟನೆಯ ನಂತರ ಮನೆಯವರೆಲ್ಲ ಲಲಿತಳನ್ನು ಕಾಯಬೇಕಾಯಿತು. ಅವಳು ಯಾವ ಸಮಯದಲ್ಲಿಯಾದರೂ ಆತ್ಮಹತ್ಯೆ ಮಾಡಿಕೊಳ್ಳಬಹುದೆಂಬ ಭಯವುಂಟಾಯಿತು. ಸುರೇಶ ಆಫೀಸಿಗೆ ರಜೆ ಹಾಕಿ ಮನೆಯಲ್ಲಿ ಉಳಿದ.

ತೀರಾ ಯೋಚಿಸಿ ಸುಮ ಒಂದು ನಿರ್ಧಾರಕ್ಕೆ ಬಂದಳು. ಕೆಲಸ ಬೇಗ ಸಿಗಬಹುದೆಂಬ ಆಸೆ ಇರಲಿಲ್ಲ. ಮದುವೆ.... ಅವಳಿಗೆ ಆಸಕ್ತಿ ಇರಲಿಲ್ಲ. ಸುಲಭವಾಗಿ ನಡೆದು ಹೋಗುವಂಥ ಕಾರ್ಯವೂ ಅದಲ್ಲ. ಊಟ, ತಿಂಡಿ, ವಾಸ ಎಲ್ಲಾ ಅಲ್ಲೇ ಆಗುವುದರಿಂದ ಹೆಚ್ಚಿನ ಖರ್ಚು ಇರುವುದಿಲ್ಲ. ಸದ್ಯಕ್ಕೆ ಧೈರ್ಯ ಮಾಡಿ ಅಲ್ಲಿಗೆ ಹೋಗುವುದೇ ಸರಿಯೆನಿಸಿತು. ಮೊದಲು ತಾಯಿ ತಲೆಯ ಮೇಲೆ ಕೈಹೊತ್ತು ಕೂತರು. ತಂದೆ ಆರಾಮವಾಗಿ ತಂಗಿಯ ಮನೆಯಲ್ಲಿದ್ದರು. ಸುರೇಶ ಮೂರ್ಖನಲ್ಲ. ಮೊದಲು ಬೇಡವೆಂದರೂ ಆಮೇಲೆ ಒಪ್ಪಿಕೊಂಡ. ಸುಮ ಇಂಥ ದಿನ ಬರುವುದಾಗಿ ತಿಳಿಸಿ ಪತ್ರ ಬರೆದಳು ಕಮಲಾಕರನ್‌ಗೆ ತಮ್ಮ ಮೂವರಲ್ಲಿ ತನ್ನನ್ನೇ ಸೆಲೆಕ್ಟ್ ಮಾಡಿದ್ದೇಕೆ? ಪ್ರಶ್ನೆ ಅವಳ ತಲೆಯಲ್ಲಿ ಕಾಡುತ್ತಿತ್ತು. ರಹಸ್ಯ ಅಡಗಿದೆಯೆಂಬ ಸಂದೇಹ ಬಂದಿರಲಿಲ್ಲ.

* * *

ತಂಗಿಯ ಏರ್‌ಬ್ಯಾಗ್ ಹಿಡಿದು ಬಸ್ಸಿನಿಂದ ಕೆಳಗಿಳಿದು ಸುರೇಶ್ ಸುತ್ತಲೂ ದೃಷ್ಟಿ ಹಾಯಿಸಿದ. ದಟ್ಟಿಸಿ ನಿಂತ ಗೊಂಡಾರಣ್ಯ. ದೃಷ್ಟಿ ಬದಲಾಯಿಸಲಿಲ್ಲ. ಹುಬ್ಬುಗಳು ಮೇಲೇರಿದವು. ಸರಿಯೆನಿಸಲಿಲ್ಲ. ಅವನ ಹಿಂದಿನಿಂದ ಇಳಿದ ಸುಮ "ಅಲ್ಲಿ ನೋಡಣ್ಣ" ದೂರಕ್ಕೆ ಕೈ ತೋರಿದಳು. ಅವನ ದೃಷ್ಟಿ ಅತ್ತ ಹರಿಯಿತು.

"ಸುಮ, ಸುಮ್ನೆ ಆತುರಪಟ್ಟೆ ಎಷ್ಟೇ ಧೈರ್ಯ ತಂದುಕೊಂಡರೂ ಸಾಧ್ಯವಿಲ್ಲ. ನಮ್ಗೆ ಇಲ್ಲಿನ ಸಹವಾಸವೇ ಬೇಡ."

ಎದುರಿನಿಂದ ಬಂದ ಜೇಪ್ ಗಕ್ಕನೆ ಇವರ ಬಳಿ ನಿಂತಿತು. ಖಾಕಿ ಸಮವಸ್ತ್ರದಲ್ಲಿದ್ದ ಡ್ರೈವರ್ ಇಳಿದು ಸೆಲ್ಯೂಟ್ ಹೊಡೆದು "ನೀವ್ ಬಂಗ್ಲೆಗೆ ಬಂದವರು ತಾನೆ!" ಸುರೇಶ ಮೌನದಿಂದ ಹೌದೆನ್ನುವಂತೆ ತಲೆಯಾಡಿಸಿದ. ಮುಖದ ಮಂಕು ಇನ್ನೂ ಹರಿದು ಹೋಗಿರಲಿಲ್ಲ.

"ಬನ್ನಿ ಸಾಬ್" ಎಂದು ಅವನ ಕಾಲ ಬಳಿಯಿದ್ದ ಏರ್‌ಬ್ಯಾಗನ್ನು ಒಯ್ದು ಜೀಪಿನಲ್ಲಿಟ್ಟ ಸಂದೇಹದಿಂದ ನಿಂತೇ ಇದ್ದ ಸುರೇಶ.

"ಬನ್ನಿ ಸಾಬ್" ಮತ್ತೆ ಡ್ರೈವರ್ ಆಹ್ವಾನಿಸಿದ. ಬಂದಿದ್ದಾಯ್ತು. ನೋಡ್ಕೊಂಡು ವಾಪಸು ಹೋಗಿಬಿಡೋಣವೆಂದುಕೊಂಡು ಸುರೇಶ ಹತ್ತಿ ಕೂತ. ಅವನ ಪಕ್ಕ ಸುಮ ಕೂತಳು. ಜೀಪ್ ವೇಗವಾಗಿ ಮುಂದಕ್ಕೆ ಹೋಯಿತು. ಬಂಗ್ಲೆ ಮುಂದೆ

ಇಳಿದಾಗ ಸುರೇಶ ಬೆಚ್ಚಿಬಿದ್ದ. ರಾಜ ಮಹಾರಾಜರು ಇಲ್ಲದಿದ್ದರೂ ಅವರಂತೆ ಬದುಕುವ ಶ್ರೀಮಂತರು!- ಇನ್ನೂ ಇದ್ದಾರೆನ್ನಿಸಿತು. ಥಳಥಳನೆ ಹೊಳೆಯುವ ನೆಲಕ್ಕೆ ಕಾಲಿಡುತ್ತಲೇ ಮುಜುಗರ ಪಟ್ಟುಕೊಂಡ. ಅಂದಿನಂತೆ ಇಂದು ನಿಶ್ಯಬ್ದವಾಗಿರಲಿಲ್ಲ. ಮಾತಾಡುವ ಸದ್ದು ಸ್ಪಷ್ಟವಾಗಿಲ್ಲದಿದ್ದರೂ ಕೇಳಿಸುತ್ತಿತ್ತು. ಎದೆ ಮೇಲೆ ಕೈಯಿಟ್ಟುಕೊಂಡು ಸಮಧಾನಗೊಂಡಳು.

"ಸಾಹೇಬ್ರು ಹೊರಗಡೆ ಹೋಗಿದ್ದಾರೆ. ನೀವು ವಿಶ್ರಾಂತಿ ತಗೊಳ್ಳಿ" ಅವರಿಗೆಂದೇ ಮೀಸಲಾದ ಕೋಣೆಗೆ ಕರೆತಂದ ಆಳು ಮಗ ಹೇಳಿದ ತಿಂಡಿ, ಊಟ-ಉಪಚಾರ ಯಾವುದಕ್ಕೂ ಕೊರತೆಯಾಗದಂತೆ ನೋಡಿಕೊಂಡರು. ಇಬ್ಬರೂ ಕೋಣೆ ಬಿಟ್ಟು ಹೊರಗೆ ಬರಲೇ ಇಲ್ಲ. ಸುರೇಶನಿಗೆ ಒಂದೆರಡು ಗಂಟೆಯೊಳಗೆ ತಲೆ ಚಿಟ್ಟೆನ್ನಿಸುವಷ್ಟು ಬೇಸರವಾಯಿತು. ಕಹಿಮುಖ ಮಾಡಿ ತಂಗಿಯ ಕಡೆಗೆ ನೋಡಿದ.

"ಹಲೋ" ಒಳಗೆ ಬಂದ ವ್ಯಕ್ತಿ ಹೇಳಿದರು. ಸುಮಾರು ಆರಡಿ ಎತ್ತರ. ದೃಢವಾದ ಶರೀರ. ಅಚ್ಚ ಬಿಳಿ ಬಣ್ಣದ ಛಾಯೆ. ಸ್ವಲ್ಪ ದಪ್ಪವೆನ್ನಿಸುವಂಥ ಮೀಸೆಗಳು. ನಿಂತ ಠೀವಿ ಮಿಲಿಟರಿ ಕಮ್ಯಾಂಡರ್‌ಗಳನ್ನು ನೆನಪಿಗೆ ತರುತ್ತಿತ್ತು. ಗಕ್ಕನೆ ಎದ್ದು ನಿಂತು ಮೇಲಕ್ಕೂ ಕೆಳಕ್ಕೂ ನೋಡಿದ. ಎರಡು ಕೈ ಜೋಡಿಸಿದ ಆ ತುಟಿಗಳ ಮೇಲೆ ತುಂಬುನಗೆ ಹರಡಿತು. ಮೀಸೆಗಳು ಆಕರ್ಷಕವಾಗಿ ನಕ್ಕವು.

"ಕೂತ್ಕೊಳ್ಳಿ" ತಾವು ಬಂದು ಕೂತವರು ಸುರೇಶ ಮತ್ತು ಸುಮಳನ್ನು ಬದಲಿಸಿ ಬದಲಿಸಿ ನೋಡಿದರು. ತೃಪ್ತಿ ತಂದಿರಬೇಕು. ಹಗುರವಾದ ಉಸಿರನ್ನು ಬಿಟ್ಟರು.

"ಏನೂ ತೊಂದರೆಯಾಗಲಿಲ್ಲವಲ್ಲ?" ಇಲ್ಲವೆನ್ನುವಂತೆ ಸುರೇಶ ತಲೆಯಾಡಿಸಿದ.

ಸುರೇಶ ಧೈರ್ಯ ತಂದುಕೊಂಡು ಸ್ವರ ತಗ್ಗಿಸಿ "ಕ್ಷಮ್ಸಬೇಕೂ...." ಜೋರಾಗಿ ನಕ್ಕರು ಕಮಲಾಕರನ್. ಅವರು ಅದನ್ನು ಯೋಚಿಸಿಯೇ ಇದ್ದರು. ಯೌವನಸ್ಥ ಹೆಣ್ಣು ಮಗಳನ್ನು ಈ ಪರಿಸ್ಥಿತಿಯಲ್ಲಿ ಬಿಟ್ಟು ಹೋಗಲು ಸಭ್ಯ ಕುಟುಂಬಸ್ಥರು ಹೆದರುವುದು ಸಹಜವೇ! ಎಷ್ಟೋ ಹೆಣ್ಣುಗಳನ್ನು ಅವರೇ ನಿರಾಕರಿಸಿದ್ದರು. ಪ್ರಾಮಾಣಿಕ ಯುವತಿಯ ಅವಶ್ಯಕತೆ ಇತ್ತು. ಆ ಪ್ರಾಮಾಣಿಕತೆಯನ್ನು ಸುಮಳ ಕಣ್ಣುಗಳಲ್ಲಿ ಕಂಡುಕೊಂಡಿದ್ದರು.

"ಹೆದರಬೇಕಾಗಿಲ್ಲ. ಕಮಾನ್" ಮೇಲಕ್ಕೆದ್ದರು ಕಮಲಾಕರನ್. ಅವರ ಹಿಂದೆ ಹೆಜ್ಜೆ ಹಾಕಿದ ಸುರೇಶ ಅವನು ಕಣ್ಣಿನಲ್ಲೇ ತಂಗಿಯನ್ನು ಬರಬೇಡವೆಂದು ಸೂಚಿಸಿದ. ಆಮೇಲೆ ಅವನು ಹಿಂದಿರುಗಿದ್ದು ಒಬ್ಬನೇ. ಮುಖಭಾವದಲ್ಲಿ ಸ್ವಲ್ಪ ಬದಲಾವಣೆಯಾಗಿತ್ತು.

ಸುಮಳ ಹುಬ್ಬುಗಳು ಸಂಕುಚಿಸಿದವು. ಅಣ್ಣನ ತೀರ್ಮಾನಕ್ಕಾಗಿ ಮೌನದಿಂದ ಕಾದಳು. ಅವನ ಮನಸ್ಸಿನಲ್ಲಿ ದೊಡ್ಡ ಹೋರಾಟ ನಡೆಯುತ್ತಿದ್ದ ಹಾಗೆ ಕಾಣಿಸಿತು. ಕೈ ಕೈ ಹಿಸುಕಿಕೊಂಡ.

"ಸುಮ, ಬಂದಿದ್ದಾಯ್ತು, ಒಂದು ತಿಂಗ್ಳು ಕೆಲಸ ಮಾಡು" ತಡವರಿಸಿದ.

ರಾತ್ರಿ ಬಹಳ ಹೊತ್ತಿನವರೆಗೂ ನಿದ್ದೆ ಮಾಡದೆ ಸುರೇಶ, ಸುಮಾ ಮಾತಾಡುತ್ತಲೇ ಇದ್ದರು. ಅವರ ಮಾತುಕತೆ ಮೆಲುಧ್ವನಿಯಲ್ಲಿ ಸಾಗುತ್ತಿತ್ತು. ಮೇಲಕ್ಕೆ ಅಷ್ಟು ಆರೋಗ್ಯವಾಗಿ ಕಾಣುವ ಕಮಲಾಕರನ್ ಹೃದ್ರೋಗಿ. ತಿಳಿಯದವರು ನಂಬುವ ಹಾಗಿರಲಿಲ್ಲ.

ಬೆಳಿಗ್ಗೆ ಎದ್ದ ಕೂಡಲೇ ಸುರೇಶ ಹೊರಟು ನಿಂತ. ಅವನ ಕಣ್ಣಾಲಿಗಳು ತುಂಬಿ ಬಂದವು. ಇಡೀ ಸಮಾಜವನ್ನೇ ಮನಸ್ಸಿನಲ್ಲಿ ಶಪಿಸಿದ. ಹಣದ ಆಸೆಯಿಂದ ಹೆಂಡತಿಯನ್ನು ತವರಿಗೆ ಅಟ್ಟಿದ್ದ ಲಲಿತಳ ಗಂಡನ ರಕ್ತ ಕುಡಿಯುವ ಮನಸ್ಸಾಯಿತು. ಹಲ್ಲು ಕಡಿದ.

"ಅಣ್ಣ, ನೀನೂ ಕೋಪದಿಂದ ಲಲಿತಕ್ಕನ್ನ ಏನೂ ಅನ್ನೋಕೆ ಹೋಗ್ಬೇಡ" ಬಲವಂತದಿಂದ ಉಗುಳನ್ನು ನುಂಗಿದ. ಮುಖವನ್ನು ಪಕ್ಕಕ್ಕೆ ತಿರುಗಿಸಿದ. ಮಾತಾಡದೇ ಹೋಗಿ ಜೀಪ್‌ನಲ್ಲಿ ಕುಳಿತ. ಜೀಪ್ ಕದಲಿದ ಮೇಲೆ ತಂಗಿಗೆ ಕೈ ಬೀಸಿದ. ಮನದ ಹೊಯ್ದಾಟವನ್ನು ಕಣ್ಣುಗಳು ಪ್ರತಿಬಿಂಬಿಸುತ್ತಿದ್ದವು.

ಬಹಳ ಹೊತ್ತು ಸುಮ ಅಲ್ಲೇ ನಿಂತಿದ್ದಳು. ತಣ್ಣನೆಯ ಗಾಳಿ ಸುಯ್ಯನೆ ಬೀಸಿದಾಗ ಮೃದುವಾಗಿ ನಡುಗಿದಳು. ಭಾರಿ ಚಳಿಯೆನ್ನಿಸಿತು. ಕೋಣೆಗೆ ಹೋಗಿ ಬಿಸಿಬಿಸಿ ಸ್ನಾನ ಮಾಡಿ ಬಂದಳು. ಮೈ ಹಗುರವೆನಿಸಿತು.

ಆಳು ಬಂದು "ಸಾಹೇಬ್ರು ಕರೀತಿದ್ದಾರೆ" ಎಂದಾಗ ಅವನ ಜೊತೆ ಹೊರಟಳು ಎರಡು ಬಾಗಿಲು ದಾಟಿದ ನಂತರವೇ ದೊಡ್ಡ ಹಜಾರ ಕಂಡಿದ್ದು. ರವೀಂದ್ರನಾಥ್ ಟ್ಯಾಗೋರರ ಐದು ಅಡಿ ಎತ್ತರದ ಫೋಟೊ ಗೋಡೆಯಲ್ಲಿ ವಿರಾಜಮಾನವಾಗಿತ್ತು. ಗಂಧದ ಹಾರ ಅದನ್ನು ಅಲಂಕರಿಸಿತ್ತು. ನವಿರಾದ ಕೆತ್ತನೆ ಕೆಲಸ ಮಾಡಿರುವ ಕುರ್ಚಿಗಳು. ಒಂದರ ಮೇಲೆ ಕಮಲಾಕರನ್ ಕೂತಿದ್ದರು. ಇತ್ತ ಬದಿಯ ಕುರ್ಚಿಯ ಮೇಲೆ ನಡು ವಯಸ್ಸಿನ ಒಬ್ಬ ವ್ಯಕ್ತಿ ಕೂತಿದ್ದ. ಮೂಗಿನ ಮೇಲೆ ದಪ್ಪ ಗಾಜಿನ ಕನ್ನಡಕ, ಪೂರ್ಣವಾಗಿ ನೆರೆತ ತಲೆ. ಗುಮಾಸ್ತರೆಂದು ಮೊದಲ ನೋಟದಲ್ಲಿಯೇ ಊಹಿಸಬಹುದಾಗಿತ್ತು. ಅತ್ತ ಕುರ್ಚಿಯ ಮೇಲೆ ಕುಳಿತಿದ್ದ ಯುವಕ ಕೈಯಲ್ಲಿ ಸ್ಟೆತಾಸ್ಕೋಪ್ ಹಿಡಿದಿದ್ದ. ಡಾಕ್ಟರೆಂದು ಯಾರಾದರೂ ಹೇಳಬಹುದಾಗಿತ್ತು.

ಸುಮ ನಮಸ್ಕರಿಸಿದಾಗ ಕೂಡುವಂತೆ ಸನ್ನೆ ಮಾಡಿದರು. ಕಮಲಾಕರನ್ ಸ್ವಲ್ಪ ಸೋತವರಂತೆ ಕಂಡರು. ಆದರೆ ದೃಷ್ಟಿ ಬಾಗಿಲ ಕಡೆಗೆ ಹರಿಯಿತು.

"ಲಾಯರ್ ಶ್ಯಾಮರಾವ್ ಇನ್ನೂ ಬರಲಿಲ್ಲ. ಮನುಷ್ಯ ಬಹಳ ಆಲಸಿ." ಅವರ ಮೀಸೆಗಳ ಮೇಲೆ ನಗು ಕುಣಿಯಿತು. ಗುಮಾಸ್ತ ಬಾಯಿ ಅಗಲಿಸಿ ನಕ್ಕರು. ಡಾಕ್ಟರ್ ತುಟಿಗಳ ಮೇಲೆ ನಗು ಅರಳಿತು. ಇವರೆಲ್ಲರ ತುಟಿಗಳ ಮೇಲೆ ನಗು ಅರಳಬೇಕಾದರೆ ಏನೋ ಕಾರಣವಿರಬೇಕೆಂದುಕೊಂಡಳು ಸುಮ.

"ಇವರ ಹೆಸರು ಸುಮಾಂತ ಪದವೀಧರೆ. ಇನ್ಮೇಲೆ ಅಂದರೆ ಇವತ್ತಿನಿಂದ ಅಲ್ಲ.... ಅಲ್ಲ.... ಈ ಗಳಿಗೆಯಿಂದ ಈ ಮನೆಯ ಮೇಲ್ವಿಚಾರಿಕೆ, ಅಂದರೆ ಮನೆಯ ಮತ್ತು ನನಗೆ ಸಂಬಂಧಪಟ್ಟ ಎಲ್ಲ ಕೆಲಸಕಾರ್ಯ ಅವರು ನೋಡ್ಕೋತಾರೆ. ಎಲ್ಲಾ

ವಿಷಯಗಳನ್ನ ಅವರ ಗಮನಕ್ಕೆ ತರೋದು."

ಮನೆಯಲ್ಲಿನ ಅಡಿಗೆಯವ, ಆಳುಕಾಳುಗಳೆಲ್ಲ ಸಾಲಾಗಿ ಬಂದು ನಿಂತರು. ಅವರೆಲ್ಲರಿಗೂ ಇದು ಒಂದು ವಿಧವಾದ ಆಶ್ಚರ್ಯ ತಂದಿತ್ತು. ಹಿಂದೆ ಎರಡು ಸಲ ಮನೆಯ ಮೇಲ್ವಿಚಾರಣೆಗಾಗಿ ವಿದ್ಯಾವಂತ ಯುವಕರನ್ನು ನೇಮಿಸಿಕೊಂಡಿದ್ದರು. ಆದರೆ... ಎಲ್ಲಾ ಜವಾಬ್ದಾರಿಗಳನ್ನು ವಹಿಸಿಕೊಟ್ಟಿರಲಿಲ್ಲ. ಬೇಜವಾಬ್ದಾರಿಯಿಂದ ಹದಗೆಟ್ಟಾಗ ಕಮಲಾಕರನ್ ಅವರಿಗೆ ಛೀಮಾರಿ ಹಾಕಿ ಕಳಿಸಿದ್ದರು. ಆಮೇಲೆ ಅವರ ದೃಷ್ಟಿ ಹರಿದಿದ್ದು ಯುವತಿಯರ ಕಡೆಗೆ ಈ ಸಲ ಜಾಗರೂಕತೆಯಿಂದ ಸುಮಳನ್ನು ಆಯ್ಕೆ ಮಾಡಿದ್ದರು.

ಆಮೇಲೆ ಸುಮಳಿಗೆ ಪ್ರತಿಯೊಬ್ಬರ ಪರಿಚಯವನ್ನು ಮಾತ್ರವಲ್ಲದೇ ಅವರ ಕೆಲಸ ಕಾರ್ಯಗಳ ಬಗ್ಗೆಯೂ ತಿಳಿವಳಿಕೆ ಕೊಟ್ಟರು. ಒಟ್ಟಿಗೇ ಉಪಹಾರವಾಯಿತು. ಡಾಕ್ಟರ್ ನಗುಮುಖದಿಂದ ಬೀಳ್ಕೊಂಡು ಹೊರಟರು. ಗುಮಾಸ್ತರು ಎದ್ದು ನಿಂತಾಗ ಕಮಲಾಕರನ್ "ನಾಡಕರ್ಣಿ, ಅಕೌಂಟ್ ಪುಸ್ತಕಗಳನ್ನೆಲ್ಲ ಸರಿಯಾಗಿಡಿ. ಸುಮ ನೋಡ್ತಾಳೆ" ಸುಮಳಿಗೆ ಒಂದು ಗಳಿಗೆ ತಬ್ಬಿಬ್ಬಾಯಿತು. ಲೆಕ್ಕವೆಂದರೇ ಅವಳಿಗೆ ತಲೆನೋವು. ಇದೆಲ್ಲಿಯ ಗ್ರಹಚಾರ ಎಂದುಕೊಳ್ಳದ್ದಿರಲಿಲ್ಲ.

"ಸುಮ ಬಾ" ತಾವು ಎದ್ದರು ಖಾಕಿ ಟೆರಿಕಾಟನ್ ತುಂಬು ತೋಳಿನ ಷರ್ಟ್, ಬಿಗಿಯೆನಿಸುವಂಥ ಪ್ಯಾಂಟ್. ಮುಖದಲ್ಲಿ ರಾಜಗಾಂಭೀರ್ಯ, ಕೈಯಲ್ಲಿ ಎರಡು ಅಡಿಯ ಕರಿಯ ಬೆತ್ತ ತಿಳಿಯದವರು ಪೊಲೀಸ್ ಇಲಾಖೆಯ ಮನುಷ್ಯನೆಂದು ಸುಲಭವಾಗಿ ಗುರುತಿಸಬಹುದಾಗಿತ್ತು. ಸುಮಳ ಮನದಲ್ಲೂ ಅನುಮಾನ ಕಾಡಿತು.

ಅವರನ್ನು ಹಿಂಬಾಲಿಸಿ ಸುಮ ಹೊರಗೆ ಬಂದಳು. ಡ್ರೈವರ್ ಸೆಲ್ಯೂಟ್ ಹೊಡೆದು ಹಿಂದಕ್ಕೆ ಸರಿದ. ಕಮಲಾಕರನ್ ತಾವು ಹತ್ತಿ ಕೂತು ಸುಮಳನ್ನು ಹತ್ತುವಂತೆ ಸನ್ನೆ ಮಾಡಿದರು. ತೆರೆದ ಜೀಪು, ಹಿಂದೆ ಹತ್ತಿ ಕೂತಳು. ಡ್ರೈವರ್ ಹತ್ತಿ ಕೂತು ಜೀಪು ಸ್ಟಾರ್ಟ್ ಮಾಡಿದ. ಇಕ್ಕಡೆಗಳಲ್ಲೂ ಮಲೆನಾಡಿನ ಸಸ್ಯಶ್ಯಾಮಲೆ ಹಸಿರು ಸೀರೆಯುಟ್ಟು ನಲಿಯುತ್ತಿದ್ದಳು. ಕಣಿವೆಗಳು, ಜಲಧಾರೆ-ಪ್ರಕೃತಿಯ ರಮ್ಯ ತಾಣ ಕಣ್ಣುಗಳಿಗೆ ಹಬ್ಬವೆನಿಸಿತು. ಕಣ್ಣರಳಿಸಿ ಮೈಮರೆತು ನೋಡಿದಳು. ಫಲ ಪುಷ್ಪಗಳು ಬಿಡುವ ಮರಗಳು.... ಅಬ್ಬ! ಒಂದೆರಡು ಕಡೆ ಪೈಪೋಟಿ ಮಾಡುತ್ತಿರುವ ಮರಗಳು, ಭಯಂಕರವಾದ ಪ್ರಾಣಿಗಳಂತೆ ಮೈಚಾಚಿ ಬಿದ್ದಿರುವ ಕಲ್ಲುಬಂಡೆಗಳು. ಒಂದೆಡೆ ಜೀಪು ನಿಂತಿತು. ಸಣ್ಣ ಹುಡುಗರಂತೆ ಕಮಲಾಕರನ್ ಜಿಗಿದರು. ಅವರ ಮುಖದ ಮೇಲೆ ಹರ್ಷದ ತೆರೆಗಳು ಲಾಸ್ಯವಾಡುತ್ತಿದ್ದವು. ಮೇಲೆ ಉಸಿರು ತಗೊಂಡು ಕೈಯಲ್ಲಿ ಹಿಡಿದ ಕೋಲಿನಿಂದಲೇ ತಮ್ಮ ಎಸ್ಟೇಟ್ ಸುತ್ತಳತೆಯನ್ನು ತೋರಿಸಿದರು. ಸುಮ ಬೆರಗಾದಳು. ಅವರು ಮುಂದೆ ನಡೆದರು. ಸುಮ ಅವರನ್ನು ಹಿಂಬಾಲಿಸಿದಳು. ಬಂಗಾರದ ಬಣ್ಣದ ಕಿತ್ತಲೆ ಹಣ್ಣುಗಳು ಜೋತಾಡುತ್ತಿದ್ದವು. ಅವನ್ನೆಲ್ಲ ಮುಟ್ಟಿ ಸವರಿದರು. ಒಂದು ಹಣ್ಣು ಕಿತ್ತು ಸುಮಳ ಕೈಯಲ್ಲಿಟ್ಟರು. ಅರ್ಧ ಗಂಟೆ ಅಡ್ಡಾಡಿದರು.

"ನೀವು ಪಟ್ಟಣದ ಜನ. ಇಷ್ಟೆಲ್ಲ ಅಡ್ಡಾಡಿ ಅಭ್ಯಾಸವಿಲ್ಲ!" ಅವರು ಹೇಳಿದಾಗ ಸುಮ ಸಣ್ಣಗೆ ನಕ್ಕಳು.

"ಆಯ್ತು, ನಡೀ" ಜೀಪ್‌ನಲ್ಲಿ ಬಂದು ಕೂತರು. ಅವರ ಹಣೆಯ ಮೇಲೆ ಸಣ್ಣಗೆ ಮುತ್ತುಗಳಂತೆ ಬೆವರಹನಿಗಳು ಶೇಖರವಾದವು. ಆಯಾಸದ ಚಿಹ್ನೆಗಳು ಕಾಣಿಸಿಕೊಂಡವು.

ಕಮಲಾಕರನ್ ಮುಖ ನೋಡಿ ಡ್ರೈವರ್ ಕಣ್ಣುಗಳಲ್ಲಿ ಭಯ ಇಣುಕಿತು. ಎಂಜಲು ನುಂಗಿ ಸುಮ್ಮನೆ ನಿಂತ. ಪ್ರತಿ ನಿಮಿಷವೂ ದಣಿಯ ಬಗ್ಗೆ ಅವನಿಗೆ ಆತಂಕ.

"ಸಾಬ್... ತುಂಬಾ ಆಯಾಸ ಮಾಡ್ಕೊಂಡ್ಬಿಟ್ರಿ!" ಹೆದರುತ್ತಲೇ ಹೇಳಿದ. ತಮಗೆಲ್ಲ ಅನ್ನ ನೀಡುವ ದಣಿ ನೂರು ಕಾಲ ಬಾಳಿ ಬದುಕಲೆಂಬುದೇ ಅವನ ಹಾರೈಕೆ.

"ನೋ.... ನೋ.... ನಿನ್ನದೆಲ್ಲ ಪುಕ್ಕಲು ಸ್ವಭಾವ. ಇನ್ನ ಐವತ್ತು ವರ್ಷ ಕಲ್ಲುಗುಂಡಿನ ಹಾಗಿರ್ತೀನಿ!" ಎದೆ ತಟ್ಟಿಕೊಂಡರು. ತಮ್ಮ ಕಬ್ಬಿಣದಂಥ ದೇಹದ ಬಗ್ಗೆ ಅವರಿಗೆ ಹೆಚ್ಚಿನ ಅಭಿಮಾನ ಆದರೆ...!?

'ಅಚ್ಛಾ.... ನಡೀ' ಎಂದು ಜೀಪು ಏರಿ ಕುಳಿತರು. ಸುಮ ಅವರ ಕಡೆಯೇ ನೋಡಿದಳು. ಹೆಂಡತಿ... ಮಕ್ಕಳು ಅವಳಿಗೊಂದೂ ಅರ್ಥವಾಗಲಿಲ್ಲ. ತಾವು ಬಂದಾಗ ಮಾತುಕತೆಗಳು ಕೇಳಿಸುತ್ತಿಲ್ಲ! ಯಾರದಿರಬಹುದು? ಅವರೇನಾದರೂ ಅಂತರ್ಧಾನರಾಗಿ ಹೋದರೇ?!

ಅಲ್ಲಿ ಹುಡುಗನಂತೆ ಜೀಪಿನಿಂದ ಧುಮುಕಿದರು. ಈಗ ನಿಧಾನವಾಗಿ ಇಳಿದರು. ಮೇಲೆ ಉಸಿರನ್ನು ಎಳೆದುಕೊಳ್ಳುತ್ತ ಡ್ರೈವರ್ ಕಡೆಗೆ ನೋಡಿ ಹೋಗುವಂತೆ ಸನ್ನೆ ಮಾಡಿ ಒಳಗೆ ಹೋಗಿಬಿಟ್ಟರು. ಕಾಲೆಳೆದುಕೊಂಡು ಹೋಗಿ ಸುಮ ತನ್ನ ಕೋಣೆಯಲ್ಲಿ ಕುಳಿತಳು. ಗದ್ದಕ್ಕೆ ಕೈಯಾನಿಸಿ ಕೂತು ಯೋಚಿಸಿದಳು.

"ಊಟಕ್ಕೆ ಕರೀತಾರೆ" ತಡಬಡಿಸಿ ಮೇಲಕ್ಕೆದ್ದಳು. ಕೈ ಕಾಲು ತೊಳೆದು ಕೂದಲಲ್ಲಿ ಬಾಚಣಿಗೆಯಾರಿಸಿ ಕೋಣೆಯಿಂದ ಹೊರಗೆ ಬಂದಳು. ಯೋಚಿಸುವಂತಾಯಿತು. ಸುಮ್ಮನೆ ನಿಂತು ಅತ್ತಿತ್ತ ನೋಡಿದಳು. ಸೇವಕನ ಮುಖ ಕಂಡಾಗ ತನ್ನ ದೌರ್ಬಲ್ಯ ತೋರದೆ ಅತ್ತ ಹೆಜ್ಜೆ ಹಾಕಿದಳು. ದೊಡ್ಡ ಊಟದ ಟೇಬಲ್ಲಿನ ಮುಂದೆ ಕಮಲಾಕರನ್ ಒಬ್ಬರೇ ಕೂತಿರಲಿಲ್ಲ. ಅವರಷ್ಟೇ ವಯಸ್ಸಿನ ಇನ್ನೊಬ್ಬ ವ್ಯಕ್ತಿ ಕೂತಿದ್ದ. ಕಣ್ಣುಗಳಲ್ಲಿ ಅಸಹನೆ, ಕುಟಿಲತೆ ಎದ್ದು ಕಾಣುತ್ತಿತ್ತು. ಕಣ್ಣಲ್ಲೇ ಕೂಡುವಂತೆ ಸುಮಳಿಗೆ ಸನ್ನೆ ಮಾಡಿದರು. ಅವರನ್ನು ಗಮನಿಸಿದವಳಂತೆ ಕೂತಳು. ಬಿಳಿ ಅರಳುಗಳಂಥ ಅನ್ನ ಪೂರಿ ಪಲ್ಯ, ಸಾರು ಅದರ ಜೊತೆಗೆ ಸಿಹಿ ಪದಾರ್ಥ. ಅದಂತೂ ಅವಳಿಗೆ ಸೇರಲಿಲ್ಲ. ಊಟವಂತೂ ಹಿಡಿಸಲಿಲ್ಲ. ಸ್ವಲ್ಪವೇ ತಿಂದಳು.

"ಇದೆಂಥ ಊಟ ಸುಮಾ!" ಧ್ವನಿಯಲ್ಲಿ ಮಿನುಗಿದ ಆತ್ಮೀಯತೆಗೆ ಬೆಚ್ಚಿ ತಲೆ ಎತ್ತಿ ಅವರೆಡೆ ನೋಡಿದಳು. ತುಟಿಗಳು ನಗುತ್ತಿದ್ದವು.

ಸೇಬಿನ ಹೋಳನ್ನು ಬಾಯಿಗಿಡುತ್ತ "ನಿಮ್ಮ ಊಟ ನನಗೆ ಸೇರಲಿಲ್ಲ." ಅವರ ಮಾತಿಗೂ ಬೆಂಗಳೂರಿನವರ ಕನ್ನಡಕ್ಕೂ ಆಡುವ ರೀತಿಯಲ್ಲಿ ವ್ಯತ್ಯಾಸವಿದ್ದ ಹಾಗೆ ಕಾಣಿಸಿತು.

ಆ ವ್ಯಕ್ತಿ ಸುಮಳನ್ನೇ ದುರುಗುಟ್ಟಿಕೊಂಡು ನೋಡುತ್ತಿತ್ತು. ಆತ ಅಲ್ಲಿ ಕೂತಿದ್ದಾನೆ ಎನ್ನುವುದನ್ನೇ ಮರೆತಂತೆ ಕಮಲಾಕರನ್ ತಮ್ಮ ಊಟವನ್ನು ಮುಂದುವರಿಸಿದ್ದರು. ಸಿಹಿಯ ಜೊತೆ ಹಣ್ಣುಗಳನ್ನು ಮಾತ್ರ ತಿಂದಿದ್ದರು.

"ಗೋ ಅಂಡ್ ಟೇಕ್ ರೆಸ್ಟ್" ಎದ್ದವರೇ ಹೇಳಿ ತಮ್ಮ ಕೋಣೆಯ ಕಡೆಗೆ ಹೊರಟುಬಿಟ್ಟರು. ಆ ವ್ಯಕ್ತಿ ಊಟ ಮುಂದುವರಿಸುತ್ತಲೇ ಇತ್ತು. ಕಮಲಾಕರನ್ ಅವರ ಉದಾಸೀನವನ್ನೇನೂ ಮನಸ್ಸಿಗೆ ಹಚ್ಚಿಕೊಂಡ ಹಾಗೆ ಕಾಣಿಸುತ್ತಿರಲಿಲ್ಲ. ಸಮಾಧಾನಕರವಾಗಿ ಊಟ ಮಾಡುತ್ತಿದ್ದರು.

ಕೋಣೆಗೆ ಬಂದವಳೇ ಚಿಲಕ ಹಾಕಿ ಮಂಚದ ಮೇಲೆ ಉರುಳಿದಳು. ಡನ್‌ಲಪ್ ಹಾಸಿಗೆ ಆದರೂ ಲಲಿತಳನ್ನು ನೆನೆದಾಗ ಚುಚ್ಚಿತು. ರಾತ್ರಿ ಬಹಳ ಹೊತ್ತು ನಿದ್ರೆ ಇರಲಿಲ್ಲ. ಕಣ್ಣುಗಳು ಎಳೆದುಕೊಂಡು ಹೋದವು. ನಿದ್ದೆ ಹತ್ತಿತು. ಚಿಲಕ ಸದ್ದಾದಾಗಲೇ ಅವಳಿಗೆ ಎಚ್ಚರವಾದದ್ದು. ಕಣ್ಣುಗಳನ್ನು ಉಜ್ಜುತ್ತಲೇ ಬಂದು ಬಾಗಿಲು ತೆರೆದಳು. ಅಡಿಗೆಯಾತ ವಿನಮ್ರನಾಗಿ ನಿಂತಿದ್ದ. ಸುಮಳಿಗೆ ಅಚ್ಚರಿಯಾಯಿತು.

"ಸ್ವಲ್ಪ ಸಾಮಾನು ಬೇಕಾಗಿತ್ತು" ಮೊದಲು ಗಾಬರಿಯಾದರೂ ಆಮೇಲೆ ಸಾವರಿಸಿಕೊಂಡಳು. ಬಾಗಿಲನ್ನು ಕೈಯಲ್ಲಿ ಹಿಡಿದೇ "ಏನು ಬೇಕು ಅನ್ನೋದನ್ನ ಲಿಸ್ಟ್ ಮಾಡ್ಕೊಂಡ್ಬನ್ನಿ" ಆಗ ಸರಿದುಹೋದಾಗ ದೊಡ್ಡ ಗಂಡಾಂತರ ತಪ್ಪಿಸಿಕೊಂಡವಳ ಹಾಗೆ ಬಾಗಿಲು ಮುಚ್ಚಿ ಸಮಾಧಾನದ ಉಸಿರುಗರೆದಳು. ಆಮೇಲೆ ದಿಗಿಲಾಯಿತು. ಅವನು ಪುನಃ ಬಂದರೆ ಏನು ಮಾಡೋದು? ಫಕ್ಕನೆ ಏನೂ ತೋಚಲಿಲ್ಲ. ಕಮಲಾಕರನ್‌ರನ್ನು ಹೋಗಿ ಕಾಣುವ ಮನಸ್ಸಾಯಿತು. ಪುನಃ ಮನ ಹಿಂದೆಗೆಯಿತು.

ಬೇಗಬೇಗನೆ ಮುಖ ತೊಳೆದು, ಉಟ್ಟ ಸೀರೆಯ ನೆರಿಗೆಗಳನ್ನು ಕೊಡವಿ ಸರಿಯಾಗಿ ಉಟ್ಟು ಕನ್ನಡಿಯ ಮುಂದೆ ನಿಂತು ಹೆರಳನ್ನು ಬಿಚ್ಚಿದಳು. ಗಾಳಿಗೆ ಮುಂಗುರುಳು ಹಾರಾಡಿ ಅಸ್ತವ್ಯಸ್ತಗೊಂಡಿದ್ದವು. ಚೆನ್ನಾಗಿ ಬಾಚಿ ಜಡೆ ಹೆಣೆದುಕೊಂಡು ಹೊರಬಂದಳು. ಮನೆ ನಿಶ್ಶಬ್ದವಾಗಿತ್ತು. ಬಾಗಿಲಿಗೆ ಒರಗಿ ನಿಂತಿದ್ದ ಬಿಳಿಯ ಸಮವಸ್ತ್ರದ ಆಳು ಅವಳನ್ನು ನೋಡಿ ಓಡಿ ಬಂದ.

"ಸಾಹೇಬ್ರು ಎಲ್ಲಿದ್ದಾರೆ?" ಮಹಡಿಯ ಕಡೆ ಕೈ ತೋರಿಸಿದ. ಮೆಲ್ಲಗೆ ಅತ್ತ ಹೆಜ್ಜೆ ಹಾಕಿದಳು. ಸುಂದರ ಚಿತ್ತಾರದ ನೀಲಿಯ ಕಾರ್ಪೆಟ್ಟನ್ನು ಮೆಟ್ಟಿಲುಗಳ ಮಧ್ಯಭಾಗಕ್ಕೆ ಹಾಸಿದ್ದರು. ಮೆಲ್ಲನಡಿಯಿಡುತ್ತ ಮೇಲೇರಿದಳು. ಸಾಲಾಗಿ ಮೂರು ಕೋಣೆಗಳಿದ್ದವು. ಮೊದಲನೆ ಕೋಣೆಯ ಬಾಗಿಲು ಅರೆ ತೆರೆದಿತ್ತು. ಉಳಿದೆರಡು ಕೋಣೆಗಳ ಬಾಗಿಲುಗಳು ಪೂರ್ಣವಾಗಿ ಮುಚ್ಚಿದ್ದವು.

"ಬಾ ಸುಮ" ಬೆಚ್ಚಿಬಿದ್ದಳು. ಮೆಲ್ಲನೆ ಕದವನ್ನು ದೂಡಿದಳು. ಕಮಲಾಕರನ್

ಮರದ ಆರಾಮ ಕುರ್ಚಿಯ ಮೇಲೆ ಕೂತು ಕೈಯಲ್ಲಿ ಪುಸ್ತಕವನ್ನು ಹಿಡಿದಿದ್ದರು. ಅವರ ದೃಷ್ಟಿ ಪುಸ್ತಕದಿಂದ ಅವಳತ್ತ ಸರಿಯಿತು. ಅವಳ ಕಣ್ಣುಗಳಲ್ಲಿನ ಅಚ್ಚರಿ ಕಂಡು ಮೀಸೆಗಳು ಕುಣಿದವು.

"ನನ್ನ ಕಿವಿಗಳು ಬಹಳ ಚುರುಕೂಂತ ಜನ ಹೇಳ್ತಾರೆ. ನಿಜವಿರಬೇಕಲ್ಲ!" ಮನಃಪೂರ್ತಿ ನಕ್ಕರು. ಯಾಕೋ ಆ ನಗುವಿನಲ್ಲಿ ಮಗುವಿನ ಮುಗ್ಧತೆಯಿದ್ದಂತೆ ಕಂಡಿತು. ಸುಮ ಕೂಡ ಅರಳು ಬಿರಿದಂತೆ ಸಣ್ಣಗೆ ನಕ್ಕಳು.

"ಯಾಕೆ.... ಯಾಕೆ.... ಭಯ?!" ತುಟಿಗಳಲ್ಲಿಯೇ ನಕ್ಕರು. ಅವರ ಕಣ್ಣುಗಳು ಮಿಂಚಿದವು.

"ಬೇಡಿ, ನಂಗೆ ಇಷ್ಟೊಂದು ಜವಾಬ್ದಾರಿ ಬೇಡ. ಹೊಸದಾಗಿ..." ಅವಳು ಮಾತು ಪೂರ್ತಿ ಮಾಡುವ ಮುನ್ನವೇ ಜೋರಾಗಿ ನಕ್ಕುಬಿಟ್ಟರು. ಅವರ ನಗು ಅಲೆ ಅಲೆಯಾಗಿ ಕೋಣೆಯ ಗೋಡೆಗಳಿಗೆಲ್ಲ ಅಪ್ಪಳಿಸಿತು. ತಕ್ಷಣ ಗಂಭೀರವಾದರು.

"ಒಮ್ಮೆ ಒಬ್ಬರನ್ನ ನೋಡಿದರೆ ಒಂದು ವಿಧವಾದ ದ್ವೇಷ, ತಿರಸ್ಕಾರ ಹುಟ್ಟುತ್ತೆ. ಅದಕ್ಕೆ ಕಾರಣವೇ ಇರೋಲ್ಲ. ಹಾಗೇ ಕಾರಣವಿಲ್ದೆ ಒಬ್ಬರ ಬಗ್ಗೆ ನಂಬಿಕೆ, ಆತ್ಮೀಯತೆಯುಂಟಾಗುತ್ತೆ. ಅದನ್ನ ಅರ್ಥ ಮಾಡ್ಕೋ." ಗರಬಡಿದವಳಂತೆ ನಿಂತಳು ಸುಮ.

"ಅಧೈರ್ಯ ಬೇಡ, ತಗೋ" ಬೀಗದ ಕೈಗೊಂಚಲನ್ನು ಎತ್ತಿ ಅವಳ ಕೈಯಲ್ಲಿಟ್ಟು ಬೆನ್ನು ತಟ್ಟಿದರು. ಕಂಡೂ ಕಾಣದಂತೆ ಅವರ ಕಣ್ಣುಗಳಲ್ಲಿ ನೀರಿನ ಪರದೆಯಿದ್ದುದು ಸುಮಳಿಗೆ ಗೋಚರವಾಯಿತು.

"ಇಲ್ಬಾ..." ಪಕ್ಕದ ಕೋಣೆಯೊಳಕ್ಕೆ ಕರೆದೊಯ್ದರು. ಒಂದೆರಡು ಬೀರು, ಕಬ್ಬಿಣದ ಪೆಟ್ಟಿಗೆ ಇತ್ತು. ಬೀಗದ ಕೈಗೊಂಚಲನ್ನು ಪಡೆದು ತೆಗೆಯುವ ಮತ್ತು ಹಾಕುವ ವಿಧಾನವನ್ನು ತೋರಿಸಿಕೊಟ್ಟರು. ಎಡಗೈಯಿಂದ ಎದೆಯನ್ನು ನೀವಿಕೊಂಡರು. ಹಗುರವಾದ ಮನದಿಂದ ಹೊರಗೆ ಬಂದರು. ಆದರೆ ಇಷ್ಟೊಂದು ಜವಾಬ್ದಾರಿ ಹೊತ್ತ ಸುಮಳ ಮನಸ್ಸು ಭಾರವಾಯಿತು. ಅವರು ತನ್ನಲ್ಲಿಟ್ಟ ನಂಬಿಕೆಗಳನ್ನು ಉಳಿಸಿಕೊಳ್ಳಬೇಕಾಗಿತ್ತು.

* * *

ಸುಮ ಕೈಯಲ್ಲಿ ಪತ್ರ ಹಿಡಿದೇ ಯೋಚಿಸಿದಳು. ಸುರೇಶ, ಲಲಿತಳ ಬಗ್ಗೆ ತೀರಾ ಬೇಸರಗೊಂಡು ಪತ್ರ ಬರೆದಿದ್ದ ಅವಳ ಮಾತುಕತೆ, ನಡತೆಯೆಲ್ಲ ವಿಚಿತ್ರವಾಗಿದೆ. ಅಪ್ಪ ಬಂದರೂ ಒಂದೆರಡು ದಿನ ಕೂಡ ನಿಲ್ಲೋಲ್ಲ. ಅಮ್ಮನ ಮುಖದ ಮೇಲಿನ ನಗುವೇ ಅಳಿಸಿಹೋಗಿದೆ. ಜೀವನವೇ ದುರ್ಭರವೆನಿಸಿದೆ. ಸುಮಳ ಕಂಗಳಿಂದ ಎರಡು ತೊಟ್ಟು ಕಂಬನಿ ಪತ್ರದ ಮೇಲೆ ಉದುರಿತು. ಇಲ್ಲಿಗೆ ಬಂದು ತಿಂಗಳು ಉರುಳಿಹೋಗಿತ್ತು. ಇಲ್ಲಿನ ಒತ್ತಡಗಳ ನಡುವೆ ಅಲ್ಲಿನ ಯೋಚನೆಗಳನ್ನು ಕೈಬಿಟ್ಟಿದ್ದಳು. ಈಗ... ಗದ್ದಕ್ಕೆ ಕೈ ಹಚ್ಚಿ ಸುಮ್ಮನೆ ಕೂತುಬಿಟ್ಟಳು.

ಒಳಗೆ ಬಂದ ಆಳು ದಣಿಗಳಿಗೆ ಹೋಗಿ ಸುದ್ದಿ ಮುಟ್ಟಿಸಿದ. ಕಮಲಾಕರನ್ ಗಾಬರಿಗೊಂಡರು. ಒಂದೇ ತಿಂಗಳಿನಲ್ಲಿ ಬತ್ತಿಹೋದ ಅವರ ಹೃದಯದಲ್ಲಿ ಕಾರಂಜಿಯನ್ನು ಚಿಮ್ಮಿಸಿದ್ದಳು. ಸುಮ ಅವರಿಗೆ ಮಗಳಂತೆ. ಕರೆದು ಬರುವಂತೆ ಆಳನ್ನು ಅಟ್ಟಿದ್ದರು. ಏನಿರಬಹುದು ಯೋಚಿಸಿದರು. ಅವಳ ಮನೆಯ ಬಗ್ಗೆ ಅವರಿಗೇನೂ ತಿಳಿಯದು. ಮಧ್ಯಮ ದರ್ಜೆಯ ಕುಟುಂಬ. ಆರ್ಥಿಕತೆಯ ಸಮತೋಲನಕ್ಕಾಗಿ ಹೋರಾಟ ಇದೆಲ್ಲ ಗೊತ್ತೇ ಇದ್ದುದು.

ಅವಳು ಕೋಣೆಯಿಂದ ಹೊರಗೆ ಬರುವ ವೇಳೆಗೆ ಅವರೇ ಬಂದರು. ಕಮಲಾಕರನ್ ಮುಂದೆ ನಡೆದಾಗ ಅವಳು ಅವರನ್ನು ಹಿಂಬಾಲಿಸಿದಳು. ಕಮಾನುಗಳನ್ನು ದಾಟಿ ಮುಂದಕ್ಕೆ ನಡೆದವರು ಗಿಡದ ನೆರಳಿಗೆ ನಿಂತರು. ಅವಳ ಮುಖವನ್ನೇ ಎವೆಯಿಕ್ಕದೆ ನೋಡಿದರು.

"ಅಪ್ಪ ಅಮ್ಮನ ನೋಡಿ ಬರೋ ಆಸೇನಾ...?" ಅವರ ಕಣ್ಣುಗಳಲ್ಲಿ ಆತ್ಮೀಯತೆ ಮಿನುಗಿತು. ಸಹಾನುಭೂತಿಯಿಂದಲೇ ಯೋಚಿಸಿದರು. ಮುಖ ಬಾಗಿತು. ನೋಟ ನೆಲವನ್ನು ನೋಡಿತು.

"ಹೋಗ್ಬಾ... ಹೆಣ್ಣಿನ ಹೃದಯದ ಪ್ರೀತಿ ಅಗಾಧ. ತಾಯಿಯಾಗಿ, ಮಡದಿಯಾಗಿ, ಮಗಳಾಗಿ, ಸೋದರಿಯಾಗಿ" ಗಂಟಲು ಗದ್ಗದವಾಯಿತು. ಬೇರೆಡೆ ಮುಖ ಮಾಡಿ "ಯೂ... ಗೋ..." ಎಂದರು. ಸುಮ ಕಲ್ಲಿನಂತೆ ನಿಂತೇ ಇದ್ದಳು.

ತಟ್ಟನೆ ಅವಳೆಡೆ ಮುಖಮಾಡಿ "ನಿನ್ನ ಹಣ ತಗೊಂಡ್ಯಾ!" ಇಲ್ಲವೆನ್ನುವಂತೆ ತಲೆಯಾಡಿಸಿದಳು.

"ಓಹ್... ಸಿಲ್ಲಿಗರ್ಲ್!" ಪ್ರೀತಿಯಿಂದ ಅವಳ ತಲೆಯ ಮೇಲೆ ಮೊಟಕಿದರು.

ಏನೋ ಹೇಳಬೇಕೆಂದು ಸುಮಳ ತುಟಿಗಳು ಅಲುಗಿದವು. ಮಾತುಗಳು ಮಾತ್ರ ಹೊರಬೀಳಲಿಲ್ಲ. ಕಮಲಾಕರನ್ ಮನದಲ್ಲೇ ಅನುಮಾನದ ನೆರಳಾಡಿತು. ಅಕ್ಕರೆಯಿಂದ ವಿಚಾರಿಸಿದರು. ಧೈರ್ಯದ ನುಡಿಗಳನ್ನಾಡಿದರು. ವಿಷಯ ಹೊರಬಿದ್ದಾಗ, ಅವರನ ಮನ ಕಲ್ಲಾಯಿತು. ಕೋಪದಿಂದ ಕೆಳತುಟಿ ಕಚ್ಚಿ "ಬ್ಲಡಿ.... ಬಾಸ್ಟರ್ಡ್" ಉದ್ದನೆಯ ಮೂಗು ಮತ್ತೂ ಕೆಂಪಾಯಿತು. ಶತಪಥ ಹಾಕಿದರು.

"ಏನೂ.... ಮಾಡೋಕಾಗೋಲ್ಲ. ಸುಮ್ನೆ ಮೆಂಟಲ್‌ವರಿ. ನಾನು ಹಣ ಕೊಡ್ತೀನಿ" ಕನಸೋ.... ನಿಜವೋ... ಎಂದು ತನ್ನ ಕೈಯನ್ನು ಜಿಗುಟಿಕೊಂಡು ದೃಢಪಡಿಸಿಕೊಂಡಳು ಸುಮ. ಅವರ ಸ್ವಭಾವವನ್ನು ಅಷ್ಟಿಷ್ಟು ಅರಿತ ಅವಳು ಯೋಚಿಸಿದಾಗ ಅತಿಶಯವೆನಿಸಲಿಲ್ಲ. ಮುಜುಗರಪಟ್ಟುಕೊಂಡಳು. ಸಂಕೋಚದಿಂದ ಮುದುಡಿದಳು. ಇಪ್ಪತ್ತು ಸಾವಿರವಾದರೂ ಇಪ್ಪತ್ತು ತಿಂಗಳಲ್ಲಿ ತೀರಿಹೋಗುತ್ತೆ. ಭಯವಿಲ್ಲ ಎಂದುಕೊಂಡಳು. ಅವಳ ಕೆಲಸಕ್ಕಾಗಿ ಸಾವಿರ ರೂಪಾಯಿ ಸಂಬಳವನ್ನು ನಿಗಧಿ ಮಾಡಿದ್ದರು. ಸಂಬಳಕ್ಕೆ ಮೀರಿ ಅವಳು ಕೆಲಸ ಮಾಡುತ್ತಿದ್ದಳು. ಬೆಳಿಗ್ಗೆ ಎದ್ದರೆ ರಾತ್ರಿ ಹತ್ತರವರೆಗೂ ಅವಳಿಗೆ ಕೆಲಸವೇ. ಪ್ರತಿಯೊಂದನ್ನೂ ಗಮನಿಸಬೇಕು. ಎಲ್ಲಕ್ಕಿಂತ

ಹೆಚ್ಚಾಗಿ ಪ್ರತಿದಿನ ನೋಡಲು ಬರುವ ಡಾಕ್ಟರೊಂದಿಗೆ ಮಾತನಾಡಬೇಕು. ಅವರಿಗೆ ಕೊಡಬೇಕಾದ ಉಟ, ತಿಂಡಿ, ವಿಶ್ರಾಂತಿ ಎಲ್ಲದರ ಬಗ್ಗೆಯೂ ತಿಳಿಯಬೇಕು. ತಾನೇ ಸ್ವತಃ ನಿಂತು ಅವುಗಳನ್ನೆಲ್ಲ ಗಮನಿಸಬೇಕು.

"ಡೋಂಟ್ ವರಿ... ಹಣದ ನಿನ್ನ ಸಂಬ್ಳಕ್ಕೆ ವಜಾ ಹಾಕಿದರೆ ಆಯ್ತು" ಅವಳ ಮನಸ್ಸನ್ನು ಅರಿತವರಂತೆ ನುಡಿದರು.

"ನಾಳೆ ಮುಂಜಾನೆ ಸ್ವಲ್ಪ ಬೆಂಗಳೂರಿಗೆ ಹೋಗ್ಬೇಕಾಗಿದೆ, ನೀನೂ ಬರಬಹ್ದು." ಮರದ ತುದಿಯನ್ನು ದಿಟ್ಟಿಸಿದರು. ನೆನಪು ಅವರ ಮುಖದ ಮೇಲೆ ಕೆಂಪಿನ ಓಕುಳಿಯನ್ನು ಚೆಲ್ಲಿತು. ತಟ್ಟನೆ ವಿಷಾದದ ಛಾಯೆ ಹರಡಿತು. ಕಣ್ಣು ಮುಚ್ಚಿ ತಮ್ಮ ಜೀವನದ ದುರ್ದಿನಗಳನ್ನೆಲ್ಲ ಲೆಕ್ಕ ಹಾಕಿದರು. ಭಾರವಾದ ನಿಟ್ಟುಸಿರನ್ನು ಚೆಲ್ಲಿದರು. ಯೋಚನೆ ಮಾಡುವುದು ತಮ್ಮ ಆರೋಗ್ಯಕ್ಕೆ ಒಳ್ಳೆಯದಲ್ಲ. ಆದರೂ ಬದುಕು ಮುಗಿಯುವವರೆಗೂ ಅದರಿಂದ ಮುಕ್ತಿ ಇಲ್ಲ. ಮೂಗು ಉಜ್ಜಿ ಸರಸರನೆ ನಡೆದರು. ಯೌವನದಲ್ಲಿ ಚೆನ್ನಾಗಿ ವ್ಯಾಯಾಮ ಮಾಡಿ ದೇಹವನ್ನು ಸರಿಯಾಗಿಟ್ಟುಕೊಂಡಿದ್ದರು. ಅಂದಿನ ಹೊಳಪು ಇನ್ನೂ ತಗ್ಗಿಸಲಿಲ್ಲ. ಈಗಲೂ ಬೆಳಿಗ್ಗೆ ಎದ್ದರೆ ಕಠಿಣತರವಾದ ವ್ಯಾಯಾಮ ಮಾಡುವವರೇ. ಆದರೆ ಡಾಕ್ಟರ್ ಅವುಗಳನ್ನೆಲ್ಲ ಸ್ವಲ್ಪಮಟ್ಟಿಗೆ ನಿಷೇಧಿಸಿದ್ದರು.

ಮೋಟಾರ್ ಸೈಕಲ್ ರೇಸ್‌ನ್ಲಲಿ ಆರು ಬಾರಿ ಜಯ ಗಳಿಸಿದ್ದರು. ಲಾಠಿ ತಿರುಗಿಸುವುದು, ಕರಾಟೆ, ಜೂಡೋ ಎಲ್ಲವೂ ಅವರಿಗೆ ಕರಗತ. ಪ್ರತಿಯೊಂದರಲ್ಲೂ ಉತ್ಸಾಹ. ಇಂತಹ ವ್ಯಕ್ತಿಗೆ ವಿಧಿ ದೊಡ್ಡ ಆಘಾತವನ್ನು ತಂದೊಡ್ಡಿ ಮೆತ್ತಗೆ ಮಾಡಿತ್ತು. ಆದರೂ ಛಲವಾದಿ, ಸಾಹಿತ್ಯಪ್ರೇಮಿ, ಸಂಗೀತದ ಅಭಿಮಾನಿ, ಸ್ವತಃ ಕಲಾವಿದ. ನಾಲ್ಕು ವರ್ಷ ರವೀಂದ್ರನಾಥ್ ಟ್ಯಾಗೋರರ ಹೆಮ್ಮೆ ಶಾಂತಿನಿಕೇತನದಲ್ಲಿ ಶಿಕ್ಷಣ ಪಡೆದಿದ್ದು. ಆಗ ಅವರಿಗೆ ಪುನೀತ ಜಲದಲ್ಲಿ ಮಿಂದು ಬಂದ ಅನುಭವವಾಗಿತ್ತು.

ಮುಂಜಾನೆ ಹೊರಟ ಕಾರು ಬೆಂಗಳೂರು ತಲುಪುವ ವೇಳೆಗೆ ಸಂಜೆಯಾಗಿತ್ತು. ನೇರವಾಗಿ ಕಾರು ಮಲ್ಲೇಶ್ವರದ ಕಡೆ ನಡೆಯಿತು. ಮನೆಯ ಮುಂದೆ ಸುಮ ಇಳಿದಳು. ತಮ್ಮ ಬಳಿಯಿದ್ದ ಬ್ರೀಫ್‌ಕೇಸನ್ನು ಸುಮಳ ಕೈಗಿತ್ತರು. ಅವಳು ಏನಾದರೂ ಹೇಳುವ ಮುನ್ನವೇ ಕಾರು ಭುರ್ರೆಂದು ಹೊರಟುಹೋಯಿತು. ಬ್ರೀಫ್‌ಕೇಸ್, ತನ್ನ ಲೆದರ್ ಬ್ಯಾಗ್ ಕೈಯಲ್ಲಿಡಿದೇ ಸುಮ್ಮನೆ ನಿಂತುಬಿಟ್ಟಳು ಸುಮ.

"ಸುಮ...." ಸುರೇಶ ಕಣ್ಣರಳಿಸಿದ. ಅವನ ಮುಖದ ಮೇಲೆ ಮೂರು ದಿನದ ಗಡ್ಡದ ಬೆಳೆಯಿತ್ತು. ಮುಖದ ಮೇಲಿನ ಉತ್ಸಾಹವು ತಗ್ಗಿಹೋಗಿತ್ತು.

"ಬರೋ ವಿಷ್ಯ ತಿಳ್ಸಿ ಒಂದು ಪತ್ರನಾದ್ರೂ ಬರೀಬಾರದಿತ್ತ? ನಾನಾದ್ರೂ ಬಸ್‌ಸ್ಟಾಂಡ್‌ಗೆ ಬರ್ತಾ ಇದ್ದೆ." ಅವಳ ಕೈಯಲ್ಲಿದ್ದುದನ್ನು ಕಸಿದುಕೊಂಡ. ಮೌನವಾಗಿ ಅಣ್ಣನನ್ನು ಹಿಂಬಾಲಿಸಿದಳು. ಅವಳಿಗೆ ಲಲಿತಳನ್ನು ನೋಡುವ ಆತುರ.

ಕೋಣೆಯ ಬಾಗಿಲನ್ನು ತಳ್ಳಿಕೊಂಡು ಒಳಗೆ ಹೋದಳು. ಲಲಿತ ಮುಂದೆ ಒಂದು ಸುಮಾರಾದ ಬೊಂಬೆ ಇತ್ತು. ಅದಕ್ಕೆ ಉಡುಪು ಸಿದ್ಧಪಡಿಸುವುದರಲ್ಲಿ

ಮಗ್ನಳಾಗಿದ್ದಳು. ಸುಮಳ ಕಣ್ಣಲ್ಲಿ ನೀರು ಧುಮುಕಿತು. ಹಿಸ್ಟೀರಿಯಾಗೆ ತುತ್ತಾಗಿದ್ದಾಳೆನಿಸಿತು. ಈ ದುರ್ಬಲತೆಯೇ ಹೆಣ್ಣಿನ ಅಧಃಪತನಕ್ಕೆ ಕಾರಣವೆನಿಸಿತು. ಹೆಣ್ಣಿನ ವಿಚಾರಸರಣಿ ಬದಲಾಗದೇ ಯಾರೂ ಅವಳನ್ನು ಉದ್ಧಾರ ಮಾಡುವುದಕ್ಕೆ ಸಾಧ್ಯವಿಲ್ಲವೆನಿಸಿತು. ಕೆನ್ನೆಗಳ ಮೇಲೆ ಹರಿದ ಕಂಬನಿಯನ್ನು ಕೈಯಿಂದಲೇ ಒರೆಸಿಕೊಂಡು ಒಳಗೆ ಬಂದುಬಿಟ್ಟಳು.

ಭಾರವಾದ ನಿಟ್ಟುಸಿರನ್ನು ಹೊರಚೆಲ್ಲಿದ ಸುರೇಶ "ನೋಡಿದ್ಯಾ, ಇದು ಮನೆ ಅನ್ನಿಸೋದೇ ಇಲ್ಲ" ತಲೆ ಒತ್ತಿಕೊಂಡ.

"ಅಮ್ಮ ಎಲ್ಲಿ ಹೋದ್ಲು?" ಕೋಪದಿಂದ ಅವನ ಮುಖ ಕೆಂಪಾಯಿತು. ಹಲ್ಮುಡಿ ಕಚ್ಚಿದ. ರೋಷದಿಂದ "ಶಾಸ್ತ್ರ ಕೇಳೋಕೆ ಹೋಗಿರ್ಬಹ್ದು?" ಎಂದವನೇ ಉಗುಳು ನುಂಗಿ "ಎಲ್ಲಾದ್ರೂ ಹಾಳಾಗ್ಲಿ, ಕೈಕಾಲು ತೊಳ್ದು ಬಾ, ಕಾಫಿ ಮಾಡ್ತೀನಿ" ಅಡುಗೆ ಮನೆಯೊಳಕ್ಕೆ ಹೋದ.

ಬಕೆಟ್‌ನಲ್ಲಿದ್ದ ತಣ್ಣನೆಯ ನೀರಿನಿಂದ ಮುಖ ತೊಳೆದಾಗ ಹಾಯೆನಿಸಿತು. ಮುಂದೆ ತುಂಬಬಹುದಾದ ಹರ್ಷದ ವಾತಾವರಣವನ್ನು ನೆನೆಸಿಕೊಂಡು ಹಿಗ್ಗಿದಳು. ಟವಲನ್ನು ಕೈಯಲ್ಲಿ ಹಿಡಿದೇ ಅಡಿಗೆಯ ಮನೆಯೊಳಕ್ಕೆ ನಡೆದಳು. ಭಯದಿಂದಲೇ ಅಣ್ಣನಿಗೆ ವಿವರಿಸಿದಳು. ಆಶ್ಚರ್ಯಗೊಂಡರೂ ಆಮೇಲೆ ಭಯಚಕಿತನಾದ. ತಂಗಿಯ ಮುಖವನ್ನು ಅಳೆದೂ ಸುರಿದೂ ನೋಡಿದ.

"ಸುಮ, ನೀನಿಷ್ಟು ಧೈರ್ಯ ಮಾಡಬಾರದಿತ್ತು. ಇಂಥದ್ದನ್ನು ಅವ್ರು ಬೇಗ ದುರುಪಯೋಗಪಡ್ಸಿಕೊಳ್ತಾರೆ" ಅವನ ಕಣ್ಣಲ್ಲಿ ಭಯ ಇಣುಕಿತ್ತು. ಆ ಭಯಕ್ಕೆ ಅರ್ಥವಿಲ್ಲವೆಂದು ಸುಮಳ ಕಣ್ಣುಗಳು ಸಮಧಾನ ಹೇಳಿದವು.

"ನನ್ನ ಸ್ವಂತ ಖರ್ಚು ಏನೂ ಇರೋಲ್ಲ. ಇಪ್ಪತ್ತು ತಿಂಗ್ಳು ಕಳೆಯಹೋಗುತ್ತೆ. ಆಮೇಲೆ ಬಂದ್ಬಿಟ್ರಾಗುತ್ತೆ!" ಸ್ಟೌವ್ ಮೇಲೆ ಮರಳುತ್ತಿದ್ದ ನೀರನ್ನು ಮರೆತು ಇಬ್ಬರೂ ಮಾತಾಡಿ ಒಂದು ನಿರ್ಧಾರಕ್ಕೆ ಬಂದರು.

ಮಗಳನ್ನು ನೋಡಿ ಕಲ್ಯಾಣಮ್ಮ ಆಶ್ಚರ್ಯಚಕಿತರಾದರು. ಹೆತ್ತಕರುಳು ಚುರುಕ್ಕೆಂದಿತು. ಅವರ ಕಣ್ಣುಗಳಿಗೆ ತುಂಬ ಬಡವಾದ ಹಾಗೆ ಕಾಣಿಸಿದಳು. ಆದರೆ ಅವಳ ಕಣ್ಣುಗಳಲ್ಲಿನ ಆತ್ಮವಿಶ್ವಾಸ ಹೆಚ್ಚಾಗಿತ್ತು.

'ನಾಳೆ ಲಲಿತನ ಕಳ್ಸಿಕೊಟ್ಟಿಡೋಣ' ಸುರೇಶ ಹೇಳಿದಾಗ ಕಲ್ಯಾಣಮ್ಮ ಮಗ ಮತ್ತು ಮಗಳ ಮುಖವನ್ನು ಬದಲಿಸಿ ಬದಲಿಸಿ ನೋಡಿದರು.

"ದುಡ್ಡು ಹೇಗೋ ಅಡ್ಜೆಸ್ಟ್ ಮಾಡಿದ್ದಾಯ್ತು. ಹೇಗೇಂತ ಕೇಳ್ಬೇಡ. ನಿನ್ನ ಮಗ್ಳನ್ನ ಕಳ್ಸಿಕೊಡೋ ಏರ್ಪಾಟು ಮಾಡು." ಬಾಯಿ ತೆರೆದ ಕಲ್ಯಾಣಮ್ಮ ಸುಮ್ಮನಾಗಿಬಿಟ್ಟರು. ತಮ್ಮ ಮೊರೆ ಕೇಳಿ ದೇವರು ಯಾವುದೋ ರೂಪದಲ್ಲಿ ಸಹಾಯ ಮಾಡಿದ್ದಾನೆ. ಅವರ ಕಣ್ಣಾಲಿಗಳು ತುಂಬಿಬಂದವು.

"ನಿಂತ ಗಳಿಗೆಯಲ್ಲಿ ಕಳ್ಸೋಕೆ ಆಗುತ್ತಾ?!" ಸುರೇಶ ಮುಖ ಬೇರೆಡೆ ತಿರುಗಿಸಿದ. ತಾಯಿನ ಅರ್ಥ ಮಾಡಿಕೊಳ್ಳುವುದೇ ಕಷ್ಟವೆನಿಸಿತು.

ಬೆಳಿಗ್ಗೆ ಎದ್ದವರೇ ಅಣ್ಣ, ತಂಗಿ ಶರತ್ ಮನೆಯ ಕಡೆಗೆ ನಡೆದರು. ಬಹಳ ದೂರವೇನೂ ಅಲ್ಲ. ನಡೆದೇ ಹೊರಟರು. ಸುರೇಶನಿಗಂತೂ ಅವನ ಮನೆಯ ಹೊಸ್ತಿಲು ಕೂಡ ಮೆಟ್ಟಲು ಇಷ್ಟವಿಲ್ಲ. ತಂಗಿಯ ಸುಖಕ್ಕಾಗಿ ಎಲ್ಲಾ ಸಹಿಸಬೇಕಾಗಿತ್ತು.

ಪುಟ್ಟ ಕಾಂಪೌಂಡ್. ಸಣ್ಣ ಗೇಟು. ಮುಂದಕ್ಕೆ ತಳ್ಳಿದಾಗ 'ಕಿರ್' ಎಂದು ಹಿಂದಕ್ಕೆ ಸರಿಯಿತು. ಒಬ್ಬರ ಮುಖವನ್ನೊಬ್ಬರು ನೋಡಿಕೊಂಡರು. ಸುರೇಶ ಸ್ವಲ್ಪ ಹಿಂದುಮುಂದು ನೋಡಿದ. ಸುಮ ಎರಡು ಹೆಜ್ಜೆ ಮುಂದಕ್ಕೆ ಹೋಗಿ ಕಾಲಿಂಗ್‌ಬೆಲ್ ಒತ್ತಿದಳು. ಲಲಿತಳ ಅತ್ತೆ ಬಂದು ಬಾಗಿಲು ತೆರೆದರು. ಕಣ್ಣುಗಳಲ್ಲಿ ಉದಾಸೀನ ಮಿಂಚಿತು. ಮುಖದ ಮೇಲೆ ಹೊಡೆದಂತೆ ವೇಗವಾಗಿ ಒಳಹೋದರು. ಸುಮ ಎಂಜಲು ನುಂಗಿ ಒಳಕ್ಕೆ ನಡೆದಳು. ಸುರೇಶ ನಿಂತೆಡೆಯಲ್ಲೇ ಹತ್ತು ಎಣಿಸಿದ.

ರೇಜರ್ ಕೈಯಲ್ಲಿಡಿದೇ ಶರತ್ ಹೊರಗೆ ಬಂದ. ಆ ಸುಂದರ ಮುಖದ ಹಿಂದೆ ಕುಟಿಲತೆ ಇದೆಯೆಂದರೆ ನಂಬಲು ಅಸಾಧ್ಯವಾಗಿತ್ತು. ಈ ರೂಪ ನೋಡಿಯೇ ಅಲ್ಲವೇ ಪೆಚ್ಚಾಗಿ ಈಗ ಹುಚ್ಚಿಯಾಗುತ್ತ ಇರೋದು....! "ಏನೂ ಬಂದಿದ್ದು?" ಶರತ್ ಕೇಳಿದ. ಧ್ವನಿಯೇನೂ ಗಡುಸಾಗಿರಲಿಲ್ಲ.

ತಟ್ಟನೆ ಸುರೇಶ ಒಳಗೆ ನುಗ್ಗಿದ. ಕೋಪವನ್ನು ಅದುಮಿಡಲು ಬಹಳ ಪ್ರಯತ್ನ ಮಾಡುತ್ತಿದ್ದ. ಶರತ್ ಮುಸುಡಿಗೆ ಗುದ್ದಿ ಬುದ್ಧಿ ಕಲಿಸಬೇಕೆಂಬ ಆವೇಶ ತುಂಬಿ ಬರುತ್ತಿತ್ತು. ಲಲಿತಳ ದೈನ್ಯ ಮುಖ ಜ್ಞಾಪಕವಾದ ಕೂಡಲೇ ನುಂಗಿಕೊಳ್ಳುತ್ತಿದ್ದ.

"ಗುಡ್ ಮಾರ್ನಿಂಗ್" ಎಂದ. ಆದಷ್ಟು ಬೇಗ ಅಲ್ಲಿಂದ ಕಾಲು ಕೀಳಬೇಕಾಗಿತ್ತು. ಮುಖವನ್ನು ಪಕ್ಕಕ್ಕೆ ತಿರುವಿ ನೀಳವಾದ ಉಸಿರನ್ನು ಎಳೆದುಕೊಂಡು ಒಮ್ಮೆಲೇ ಮುಗಿಸಿಬಿಡುವವನಂತೆ "ನಿನ್ನ ವ್ಯವಹಾರ ಕುದುರಿದೆ, ಕ್ಯಾಷ್ ರೆಡಿಯಾಗಿದೆ. ಬಂದು ನಿನ್ನೆಂಡ್ತೀನ ಕರ್ಕೊಂಡ್ಹೋಗಬಹುದು" ಮೃದು ಸ್ವರದಲ್ಲಿಯೇ ಗುಡುಗಿದ.

ಶರತ್‌ನ ಮುಖದ ಮೇಲೆ ಒಮ್ಮೆಲೆ ಬೆಳಕು ಚಿಮ್ಮಿತು. ಅರ್ಧದಷ್ಟಾದರೂ ಗಿಟ್ಟಿಸಬೇಕೆಂದುಕೊಂಡಿದ್ದ. ಪೂರ್ತಿ ಸಿಕ್ಕುವ ಹಾಗೆ ಕಂಡಿತು. ಸುರೇಶನನ್ನು ಬಲ್ಲ. ಹುಡುಗಾಟವಾಡುವವನಲ್ಲ ಇಪ್ಪತ್ತು ಸಾವಿರ–ನೋಟುಗಳು ಅವನ ಕಣ್ಣುಗಳ ಮುಂದೆ ಚೆಲ್ಲಾಡಿದಂತೆ ಭಾಸವಾಯಿತು.

"ಕೂತ್ಕೊಳ್ಳಿ ಸುರೇಶ್, ನಿಂತೇ ಮಾತಾಡ್ತೀರಲ್ಲ!" ಧ್ವನಿಯಲ್ಲಿ ಕಪಟ ಆತ್ಮೀಯತೆ ಮಿನುಗಿತು. ಮುಸುಡಿಗೆ ಗುದ್ದುವ ಮನಸ್ಸಾಯಿತು ಸುರೇಶನಿಗೆ ಹಲ್ಲು ಕಡಿದ.

"ಅಮ್ಮ ತಿಂಡಿ ಆಗಿದ್ಯಾ?" ಒಳಗಿನಿಂದ ಉತ್ತರ ಬರುವ ಮುನ್ನವೆ "ನಮ್ಗೇನೂ ಬೇಡ. ಅರ್ಜೆಂಟಾಗಿ ಹೋಗ್ಬೇಕಾಗಿದೆ. ನೀವು ಯಾವತ್ತು ಬರ್ತೀರಾ!" ನಿಬ್ಬೆರಗಾದ ಶರತ್ ಹೆಣ್ಣು ಹೊನ್ನಿಗೆ ಸೋತುಬಿಡುವ ಮನುಷ್ಯ ಸ್ವಾಭಿಮಾನಿಯಾಗಿರಲು ಸಾಧ್ಯವಿಲ್ಲ. ಮಡದಿಯ ಸಾನಿಧ್ಯವಿಲ್ಲದೇ ಅವನ ಮೈ ಜಡ್ಡುಗಟ್ಟಿಹೋಗಿತ್ತು. ಬಯಕೆ ಭುಗಿಲೆದ್ದಿತು.

"ಸಂಜೆ ಆಫೀಸ್ ಮುಗ್ಸಿಕೊಂಡು ಹಾಗೇ ಬರ್ತೀನಿ" ಅಷ್ಟು ಅಂದಿದ್ದೇ ಸುರೇಶನಿಗೆ ಸಾಕಾಯಿತು. ಎದ್ದು ಹೊರಟೇಬಿಟ್ಟ. ಅಣ್ಣನನ್ನು ಹಿಂಬಾಲಿಸಿದ ಸುಮ ತಟ್ಟನೆ ಹಿಂದಿರುಗಿ "ಬರ್ತೀನಿ ಭಾವ" ಎಂದಳು.

"ಕಾಫೀಯಾದ್ರು ತಗೊಂಡ್ಹೋಗಿ." ಉದಾಸೀನದ ನಗೆಯರಳಿತು ಸುಮಳ ಮುಖದ ಮೇಲೆ. ಸುರೇಶ ಗೇಟು ದಾಟಿ ಹೊರಗೆ ಹೋಗಿದ್ದ. ಬಿರಬಿರನೆ ಅವನನ್ನು ಹಿಂಬಾಲಿಸಿದಳು. ಮನೆ ತಲುಪೋವರೆಗೂ ಇಬ್ಬರೂ ತುಟಿ ಎರಡು ಮಾಡಲಿಲ್ಲ. "ಇಷ್ಟು ದುಡ್ಡು ತಗೊಂಡು ಹೋದರೂ ಲಲಿತ ಸುಖವಾಗಿರುತ್ತಾಳಾ?" ಎನ್ನುವ ಅನುಮಾನ ಸುರೇಶನನ್ನು ಕುಟುಕುತ್ತಿತ್ತು.

"ಸಾಯಂಕಾಲ ಬರ್ತಾರಂತಮ್ಮ ಅಳಿಯದೇವ್ರು. ಅವರ ಉಪಚಾರಕ್ಕೆ ಏನು ಸಿದ್ಧತೆ ಬೇಕೋ ಮಾಡ್ಕೋ" ಖಾರವಾಗಿಯೇ ಹೇಳಿ ಕುರ್ಚಿಯ ಮೇಲೆ ಕುಕ್ಕರಿಸಿದ.

ಮಗನ ಮಾತಿನಿಂದ ಕಲ್ಯಾಣಮ್ಮ ನೊಂದರೂ ಅವರ ಮುಖ ಸಂತೋಷದಿಂದ ತಾವರೆಯಷ್ಟು ಅಗಲವಾಯಿತು. ಅಡುಗೆ ಮನೆಯೊಳಕ್ಕೆ ಹೋದರು. ಪುನಃ ಹೊರಗೆ ಬಂದರು. ಮಗನ ಮುಂದೆ ಬಾಯಿ ಬಿಡಲು ಹೆದರಿದರು. ಬಂದ ಅಳಿಯಂದರಿಗೆ ಉಪಚಾರ ಮಾಡಿ ಮಾಡಿ ಗಂಡು ಮಕ್ಕಳನ್ನು ಸಾಲದ ಶೂಲಕ್ಕೆ ಏರಿಸುವುದು. ಅವರು ಹೆತ್ತವರ ಸಹವಾಸವೇ ಬೇಡವೆಂದು ದೂರ ಓಡಿಬಿಡುವುದು. ಇದು ಅನೂಚಾನವಾಗಿ ನಡೆದುಬಂದ ಪದ್ಧತಿ.

ಬಟ್ಟೆ ಒಗೆಯುವ ಸದ್ದು ಕೇಳಿ ಸುಮ ಹಿತ್ತಲಿಗೆ ಬಂದಳು. ಲಲಿತ ಒಂದಷ್ಟು ಬಟ್ಟೆಗಳನ್ನು ನೆನಸಿಟ್ಟುಕೊಂಡು ಒಗೆಯುತ್ತಿದ್ದಳು. ಆಗತಾನೇ ಸ್ನಾನ ಮಾಡಿದ್ದಳು. ಹೆರಳನ್ನು ಮುಡಿ ಕಟ್ಟಿದ್ದಳು.

'ಲಲಿತಕ್ಕ, ಭಾವ ಬರ್ತಾರೆ' ಇದುವರೆಗಾಗಲೇ ಕಲ್ಯಾಣಮ್ಮನವರು ಮಗಳ ಮುಂದೆ ಬಿತ್ತರಿಸಿರಬಹುದು. ಅವಳು ಅದೇ ಗುಂಗಿನಲ್ಲಿದ್ದಳು. ಮುಖದ ತುಂಬ ನಾಚಿಕೆ ಓಕುಳಿಯಾಯಿತು. 'ಹುಚ್ಚು' ಎಂದುಕೊಂಡ ಸುಮಳೇ ಪೆಚ್ಚಾಗಬೇಕಾಯಿತು.

"ಸಾಯಂಕಾಲ ಬರ್ತೀನೀಂದ್ರು – ಈಗ್ಲೇ ಬಂದ್ರೂ ಹೇಳೋಕಾಗೋಲ್ಲ, ಶೃಂಗಾರವಾಗಿ ಸ್ವಾಗತಿಸು" ಅವಳ ಕೆನ್ನೆ ಹಿಂಡಿ ಒಳಕ್ಕೆ ದಬ್ಬಿ ಎರಡು ಕೈಯ್ಯೂ ಜೋಡಿಸಿ ಕಾಣದ ದೇವರಿಗೆ ಕೈ ಮುಗಿದಳು. ಇನ್ನು ಮೇಲಾದರೂ ಸುರೇಶ, ಅಮ್ಮ ನೆಮ್ಮದಿಯಾಗಿದ್ದಾರು.

"ಅಣ್ಣ, ಯಾಕೆ ಹೀಗೆ ಕೂತುಬಿಟ್ಟೆ! ಭಾವನ ಸ್ವಾಗತಕ್ಕೆ ಸಿದ್ಧತೆಗಳು...." ಸುಮ್ಮನೆ ಸುರೇಶ ಹಲ್ಮುಡಿ ಕಚ್ಚಿದನೇ ವಿನಹ ಮಾತಾಡಲಿಲ್ಲ.

ಮಧ್ಯಾಹ್ನದ ಊಟ ನೀರಸವಾಗಿದ್ದರೂ ಅಡುಗೆಯ ಮನೆಯಿಂದ ತಿಂಡಿಗಳ ತಯಾರಿಕೆಯ ಘಮಲು ಮನೆಯಲ್ಲೆಲ್ಲ ಪಸರಿಸಿತ್ತು. ಸುಮ ತುಟಿ ಕಚ್ಚಿ ತಾಯಿಗೆ ಸಹಾಯ ಮಾಡುತ್ತಿದ್ದಳು. ಸುರೇಶನಂತೂ ಗೊಣಗುತ್ತಲೇ ಇದ್ದ. ಲಲಿತ ಮಾತ್ರ ತನ್ನದೇ ಆದ ಪ್ರಪಂಚದಲ್ಲಿ ವಿಹರಿಸುತ್ತಿದ್ದಳು.

ಟೇಬಲನ್ನು ಸಾವರಿಸುತ್ತಿದ್ದ ತಂಗಿಯ ಕಡೆ ನೋಡಿದ ಸುರೇಶ "ನಿಂಗೂ ಏನಾದ್ರೂ ತಲೆ ಕೆಟ್ಟಿದ್ಯಾ! ನಿನ್ನ ಸಮಾಧಿ ಮೇಲೆ ಗೋಡೆ ಕಟ್ಟಿ ಆ ಲೋಫರ್‌ಗೆ ಇಪ್ಪತ್ತು ಸಾವಿರ ಕುಕ್ಕುತ್ತಾ ಇರೋದು" ಗುಡುಗಿದ, ಸುಮ ಬೆಚ್ಚಿ ಅವನ ಮುಖ ನೋಡಿದಳು. ವಿನಾಕಾರಣವಾಗಿ ಕೋಪಗೊಂಡಿರಲಿಲ್ಲ. ಆದರೂ ಲಲಿತ ವ್ಯಥೆಪಡುವುದು ಅವಳಿಗೆ ಬೇಕಾಗಿರಲಿಲ್ಲ. ಹತ್ತಿರ ಹೋದವಳೇ ಅವನ ಭುಜದ ಮೇಲೆ ಕೈ ಹಾಕಿದಳು.

"ಅಣ್ಣ ಬೇಡ. ಇದರಿಂದ ಯಾವ ಪ್ರಯೋಜನವೂ ಇಲ್ಲ. ಅವಳಾದ್ರೂ ಸುಖವಾಗಿರ್ಲಿ" ಸುಮಳ ಕಣ್ಣುಗಳು ಒದ್ದೆಯಾದವು. ಸುರೇಶ ಕರಗಿಹೋದ. ಮೆಲ್ಲಗೆ ಧೈರ್ಯ ಕೊಡುವಂತೆ ಅವಳ ಭುಜ ತಟ್ಟಿ ಹೊರಗೆ ಹೋಗಿಬಿಟ್ಟ. ಅವನು ಸಂಜೆಯವರೆಗೂ ಮನೆ ಕಡೆ ಬರಲಿಲ್ಲ.

ಆದಷ್ಟು ಮನೆಯಲ್ಲಿ ನಗುವಿನ ವಾತಾವರಣ ತುಂಬಲು ಸುಮ ಪ್ರಯತ್ನಿಸುತ್ತಿದ್ದಳು. ಲಲಿತಳನ್ನು ರೇಗಿಸಿ, ಛೇಡಿಸಿ ಅವಳ ಕೆನ್ನೆ ಕೆಂಪು ಮಾಡಿದಳು. ತಾನೇ ಅವಳ ಅಲಂಕಾರದ ಬಗ್ಗೆ ಆಸಕ್ತಿ ವಹಿಸಿದಳು.

"ಕಾಗ್ದ ಬರ್ದು ನಿಮ್ಮಪ್ಪನ್ನಾದರೂ ಕರಿಸ್ಕೋಬೇಕಾಗಿತ್ತು. ಕಲ್ಯಾಣಮ್ಮ ಪೇಚಾಡಿ ಕೊಂಡರು. ಜವಾಬ್ದಾರಿ ತಪ್ಪಿಸಿಕೊಂಡು ಹಾಯಾಗಿ ಕಾಲ ಕಳೆಯುತ್ತಿದ್ದ ಮನುಷ್ಯನ ಬಗ್ಗೆ ಕಳಕಳಿ! ಸುರೇಶನ ಮುಂದೆ ಈ ಮಾತು ಆಡಿದ್ದರೆ ಅವನು ಸುಮ್ಮನಿರುತ್ತಿರಲಿಲ್ಲ. ತಾಯಿಗೆ ಬಿಸಿ ಮುಟ್ಟಿಸದೆ ಬಿಡುತ್ತಿರಲಿಲ್ಲ.

"ಬೆಳಿಗ್ಗೆ ಅಳಿಯಂದ್ರು ಏನು ಹೇಳಿದ್ರು?" ಕಲ್ಯಾಣಮ್ಮ ಮೆಲ್ಲಗೆ ಆಸಕ್ತಿ ವಹಿಸಿದರು. ಬಟ್ಟೆ ಮಡಚುತ್ತಿದ್ದ ಸುಮ ತಾಯಿಯ ಕಡೆ ನೋಡಿ ಮತ್ತೆ ತನ್ನ ಕೆಲಸದಲ್ಲಿ ಮಗ್ನಳಾದಳು.

"ಯಾಕೆ ಮಾತು ಬರೋಲ್ವ?" ಸಿಡಿದರು. ತಟ್ಟನೆ ಸುಮಳಿಗೆ ರೇಗಿತು. ತಾಯಿಯ ಕಡೆ ಜುಗುಪ್ಸೆಯಿಂದ ನೋಡಿದಳು. ಲಲಿತಳ ನಡತೆಗೆ ತಾಯಿ ಕಾರಣವೆನಿಸಿತು. ಎದ್ದವಳೇ ಹೊರಗೆ ಬಂದಳು. ಕಣ್ಣುಗಳಲ್ಲಿ ನೀರು ತುಂಬಿಕೊಂಡಿತ್ತು.

ಸಣ್ಣ ಗೇಟು 'ಕಿರ್' ಎಂದಾಗ ಅವಳ ದೃಷ್ಟಿ ಅತ್ತ ಹರಿಯಿತು. ಶರತ್ ಒಳಗೆ ಬರುತ್ತಿದ್ದ. ನಡೆಯಲ್ಲಿ ಠೀವಿ ಇತ್ತು. ಸುಮಳನ್ನು ನೋಡಿ ನಗೆ ಅರಳಿಸಿದ. ಅವಳು ಪೆಚ್ಚಾಗಿ ನಕ್ಕಳು.

"ಬನ್ನಿ ಭಾವ" ಹಾಗೆಂದವಳು ತಾನು ಹೊರಗೆ ಉಳಿದಳು. ತಾಯಿ ಎರಡು ಬಾರಿ ಕೂಗಿದರೂ ಒಳಗೆ ಹೋಗುವ ಸಾಹಸ ಮಾಡಲಿಲ್ಲ. ನಿಂತ ಜಾಗದಲ್ಲಿಯೇ ಕಲ್ಲಾದಳು. ಕಮಲಾಕರನ್‌ಗೆ ಮನದಲ್ಲಿಯೇ ನೂರು ಕೃತಜ್ಞತೆಗಳನ್ನು ಅರ್ಪಿಸಿದಳು. ಕಾಲೆಳೆದುಕೊಂಡು ಒಳಗೆ ಬಂದಳು. ಅವಳ ಹಿಂದೆಯೇ ಸುರೇಶ ಬಂದ. ಅವನ ಮುಖದಲ್ಲಿ ಗಾಬರಿಯಿತ್ತು. ತಂಗಿಯ ಕಿವಿಯ ಬಳಿ ಪಿಸುಗುಟ್ಟಿದ. "ದುಡ್ಡು ಕೊಟ್ಟುಬಿಟ್ಯಾ?" ಇಲ್ಲವೆನ್ನುವಂತೆ ತಲೆಯಾಡಿಸಿದಾಗ ಸಮಾಧಾನದ ಉಸಿರು ಬಿಟ್ಟ.

ಶರತ್‌ನೊಂದಿಗೆ ಕರಾರು ಮಾಡಿಕೋಬೇಕಾಗಿತ್ತು. ಇಷ್ಟು ಸುಲಭವಾಗಿ ಹಣ ಬರುವ ದಾರಿ ಕಂಡುಕೊಂಡ ಮಹರಾಯ, ಪುನಃ... ಅದಕ್ಕೆ ಕರಾರುವಾಕ್ ಆಗಿ ಹೇಳಬೇಕಾಗಿತ್ತು.

ನೇರವಾಗಿ ಅಡಿಗೆಯ ಮನೆಗೆ ಬಂದ ಸ್ಟೋವ್ ಮೇಲೆ ಹಾಲು ಮರಳುತ್ತಿತ್ತು.

"ಅಮ್ಮ ಹಾಲು ಮರಳ್ತಾ ಇದೆ" ಎಚ್ಚರಿಸಿದ.

"ಬಂದ್ಯಾ.....?" ಹಾಲಿನ ಕಡೆಗೆ ಗಮನ ಕೊಟ್ಟರು.

"ಇವತ್ತೇ ಹೋಗ್ತಾಳಂತೆ. ನಿಮ್ಮಗಳು?" ಎಷ್ಟು ಬೇಗ ತೊಲಗಿದರೆ ಅಷ್ಟು ಮೇಲು ಎನ್ನುವ ಧೋರಣೆಯಲ್ಲಿ ಮಾತಾಡಿದ. 'ಎಷ್ಟೇ ಆದರೂ ಹೆತ್ತ ಮಗಳು?' ಕಲ್ಯಾಣಮ್ಮನ ಕರುಳು ಚುರಕ್ಕೆಂದಿತು. ಅಡುಗೆಯಮನೆಯ ಬಾಗಿಲಿಗೆ ಬಂದ ಲಲಿತ ತಟ್ಟನೆ ನಿಂತುಬಿಟ್ಟಳು.

"ಸೋಬಲಕ್ಕಿ ಇಟ್ಟು ಕಳುಹಿಸ್ಬೇಕೂ" ರಾಗ ಎಳೆದರು.

ಸುರೇಶ ತುಟಿಕಚ್ಚಿ ಚಾವಣಿಯ ಕಡೆಗೆ ನೋಡಿದ. ಇಲ್ಲದ ರಾದ್ಧಾಂತ ಬೇಡವೆನಿಸಿತು. ಮೌನವಾಗಿ ತಲೆಯಾಡಿಸಿದ ದೃಷ್ಟಿ ತಂಗಿಯತ್ತ ಹರಿಯಿತು. ಆಗತಾನೇ ನಳನಳಿಸಿ ಬಿರಿದ ಹೂವಿನಂತೆ ಕಂಡಳು. ಸಮಾಧಾನವೆನಿಸಿತು. ಅವಳನ್ನ ಸವರಿಕೊಂಡೇ ಹೊರಗೆ ಬಂದ.

ಶರತ್ ನಡುಮನೆಯಲ್ಲಿದ್ದ ಕುರ್ಚಿಯ ಮೇಲೆ ಕುಳಿತಿದ್ದ. ಹೋಗಿ ಸುರೇಶ ಅವನ ಎದುರಿನಲ್ಲಿದ್ದ ಕುರ್ಚಿಯ ಮೇಲೆ ಕುಳಿತ.

"ಆಫೀಸ್ ಮುಗೀತಾ?" ಶರತ್ ಪ್ರಶ್ನಿಸಿದ.

"ನಾನ್ಹೋಗೇ ಇಲ್ಲ."

"ಯಾವತ್ತು ಕರ್ಕೊಂಡ್ಹೋಗ್ತೀರಾ?" ವ್ಯಾವಹಾರಿಕವಾಗಿಯೇ ಪ್ರಶ್ನಿಸಿದ. ಶರತ್ ಬೆಚ್ಚಿಬಿದ್ದ. ಅವನ ಕಣ್ಣಿಗೆ ಸುರೇಶ್ ಬಹಳ ಪೊಗರು ಸ್ವಭಾವದವನ ಹಾಗೆ ಕಂಡ.

"ನಿಮ್ಮ ತಾಯಿಯವರನ್ನ ವಿಚಾರ್ಸಿ..." ಬಾಗಿಲಲ್ಲಿ ಕಲ್ಯಾಣಮ್ಮನವರ ನೆರಳಾಡಿತು.

"ನಾಳೆ ಬಂದು ಕರ್ಕೊಂಡ್ಹೋಗಿ" ಕರಾರುವಾಕ್ಕಾಗಿ ಹೇಳಿದ. ತಾಯಿಯ ಪ್ರಸಕ್ತಿ ಇಲ್ಲಿ ಬೇಡವಾಗಿತ್ತು.

"ಇನ್ನೊಂದು ಮಾತು... ನನ್ತಂಗಿ ಸುಖವಾಗಿರ್ಲಿಂತ ಸಾಲ ಮಾಡಿ ದುಡ್ಡು ಕೊಡ್ತಾ ಇರೋದು. ಇದು ಪುನರಾವರ್ತನೆಯಾಗಕೂಡ್ದು. ನಾಳೆ ಅವಳನ್ನ ಕಣ್ಣೀರಿನಲ್ಲಿ ಕೈ ತೊಳ್ಯೋ ಹಾಗೆ ಮಾಡಿದ್ರೆ ನಿನ್ನ ರಕ್ತ ಹೀರಿಬಿಡ್ತೀನಿ" ಕಾಲುಗಳನ್ನ ಅಪ್ಪಳಿಸಿ ಹೊರಗೆ ಹೋದ.

ಮೇಲಕ್ಕೆದ್ದ ಶರತ್ ಕೋಪದಿಂದ ಕೂಗಾಡಿದ– "ನನ್ನ ಏನೂಂತ ತಿಳ್ಕೊಂಡಿದ್ದೀರಿ. ಬಾಡ್ಗೆ ಮನೆಯಲ್ಲಿದ್ದು ಹಾಳಾಗಿ ಹೋಗಿದ್ದೀನಿ. ಸ್ವಂತ ಮನೆ ಮಾಡ್ಕೋಬೇಕು ಅನ್ನೋ ಉದ್ದೇಶದಿಂದ ಹಣದ ಪ್ರಸ್ತಾಪ ಮಾಡಿದ್ದು." ಬಾಯಿಗೆ ಬಂದ ಹಾಗೆ ಎಗರಾಡತೊಡಗಿದ.

ಕಲ್ಯಾಣಮ್ಮನವರು ಭಯದಿಂದ ಕುಸಿದರು. ಲಲಿತಳ ಕಣ್ಣುಗುಡ್ಡೆಗಳು ಗರಗರನೆ ತಿರುಗಿದವು. ಸುಮಳ ವಿವೇಕ ಜಾಗೃತವಾಯಿತು.

"ಸ್ವಲ್ಪ ಕೂತ್ಕೊಳ್ಳಿ ಭಾವ, ನಮ್ಮಣ್ಣ ತೀರಾ ರೋಸಿಹೋಗಿದ್ದಾನೆ. ಈ ಹಣ ಹೊಂದಿಸುವಲ್ಲಿ ಬಹಳಷ್ಟು ಅವಮಾನ ಸಹಿಸಿದ್ದಾನೆ. ಏನೋ ಅಂದ ಅಂತ ಕೋಪ ಬೇಡ" ಮಗಳ ಸಹಾಯಕ್ಕೆ ಕಲ್ಯಾಣಮ್ಮನವರು ಬಂದರು. ಕಣ್ಣಲ್ಲಿ ನೀರು ಹಾಕ್ಕೊಂಡು ಅಳಿಯನಿಗೆ ಸಮಾಧಾನ ಹೇಳಿದರು. ಸಮಾಧಾನವಾದರು. ಅಲ್ಲೇ ಉಳಿದುಕೊಂಡರು.

ಒಂಬತ್ತರ ಸುಮಾರಿಗೆ ಸುರೇಶ ಮನೆಗೆ ಬಂದ. ಕೋಣೆಯಿಂದ ಮುಸಿಮುಸಿ ನಗು ಪಿಸುಪಿಸು ಮಾತಿನ ಸದ್ದು ಕೇಳಿಸುತ್ತಿತ್ತು. ಸುಮ್ಮನೆ ಒಳಕ್ಕೆ ಬಂದ. ಊಟ ಬೇಡವೆಂದು ಮಲಗಿಬಿಟ್ಟ. ಎಷ್ಟೋ ಹೊತ್ತು ಯೋಚಿಸುತ್ತಲೇ ಇದ್ದ. ಹೆಣ್ಣಿನ ಮನೆಯವರನ್ನು ಹಿಂಸಿಸುವ ಈ ಕೆಟ್ಟ ಪದ್ಧತಿಯನ್ನು ಮನಸಾರೆ ದ್ವೇಷಿಸಿದ.

"ಸುಮ, ಒಂದ್ಲೋಟ ನೀರು ಕೊಡ್ತೀಯಾ!" ತಂಗಿ ಇನ್ನೂ ನಿದ್ರಿಸಿಲ್ಲವೆಂದು ಅವನಿಗೆ ಗೊತ್ತು. ಇಪ್ಪತ್ತು ಸಾವಿರದಷ್ಟು ದೊಡ್ಡ ಮೊತ್ತದ ಸಾಲ ಅವಳ ತಲೆಯ ಮೇಲಿತ್ತು. ಅದರಿಂದ ಬಿಡುಗಡೆ ಸಿಗಬೇಕಾದರೆ ಇಪ್ಪತ್ತು ತಿಂಗಳು ಕಾಯಬೇಕು. ತಲೆ ಭಾರವೆನಿಸಿತು. ಮುಂಗೈಯನ್ನು ಹಿಡಿ ಮಾಡಿ ಒತ್ತಿಕೊಂಡ.

ಫಕ್ಕನೆ ಬೆಳಕಾಯಿತು. ಸುಮ ನೀರಿನ ಲೋಟ ಹಿಡಿದು ನಿಂತಿದ್ದಳು. ಎದ್ದು ನೀರು ಕುಡಿದ ಲೋಟ ಬರಿದಾಯಿತು. ಬಾಯಾರಿಕೆ ಹಿಂಗಲಿಲ್ಲ. ಲೋಟವನ್ನು ನೆಲಕ್ಕೆ ಕುಕ್ಕಿದ.

"ಮಲಕ್ಕೋ ಸುಮ" ಎಂದು ಹೇಳಿ ಹಾಸಿಗೆಯ ಮೇಲೆ ಹೊರಳಿಕೊಂಡ.

ಅಂದು ಶರತ್ ರಜ ಹಾಕಿದ್ದ. ಹೋಗಿ ತಾಯಿಯನ್ನು ಕರೆತಂದ. ಔತಣದ ಅಡುಗೆ ಸಿದ್ಧವಾಯಿತು. ಮಗಳು, ಅಳಿಯನಿಗೆ ಎಣ್ಣೆ ನೀರು ಆಯಿತು. ಅಂಚು, ಸೆರಗು ಇರೋ ಸೀರೆಯನ್ನೇ ಆಯ್ದು ತಂದಿದ್ದ ಸುರೇಶ ಸೋಬಲಕ್ಕಿ ಇಟ್ಟಾಗ ಕಲ್ಯಾಣಮ್ಮನವರ ಕಣ್ಣಲ್ಲಿ ನೀರಾಡಿತು. ಸೆರಗಿನಿಂದಲೇ ಕಣ್ಣು ಮೂಗು ಒರೆಸಿಕೊಂಡರು.

"ಅಮ್ಮ, ಆಯ್ತ?" ಕೂಗಿದ ಸುರೇಶ. ತನ್ನ ಕೈಯಲ್ಲಿನ ಬ್ರೀಫ್‌ಕೇಸನ್ನು ಶರತ್ ಮುಂದೆ ಹಿಡಿದು "ಎಣಿಸ್ಕೊಂಡುಬಿಡಿ" ಎಂದ. ಶರತ್ ದಾಕ್ಷಿಣ್ಯಕ್ಕಾದರೂ ಸಂಕೋಚ ವ್ಯಕ್ತಪಡಿಸಲಿಲ್ಲ. ಕುರ್ಚಿ ಮೇಲೆ ಕೂತು ಎಣಿಸಿಕೊಂಡ.

ಅವನ ಮುಖದಲ್ಲಿ ಗೆಲವು ಕಂಡಿತು. ಕಣ್ಣುಗಳಲ್ಲಿ ಪೂರ್ಣ ಪ್ರಸನ್ನತೆ ಇಣುಕಿತು. ಬಾಯಿ ಅಗಲಿಸಿ ನಕ್ಕ.

"ಹಣ ಮಾತ್ರ ನಿಮ್ದು; ಬ್ರೀಫ್‌ಕೇಸ್ ಅಲ್ಲ" ಮಾತು ನಿಷ್ಠುರವಾಗಿತ್ತು. ಶರತ್ ಏನೋ ಹೇಳಲು ಬಾಯಿ ತೆರೆಯುವ ಮುನ್ನ "ಬೇರೆ ಏನಾದರೂ ಏರ್ಪಾಡು ಮಾಡ್ಕೊಳ್ಳಿ. ಇಲ್ಲದಿದ್ದರೆ ಒಂದು ಬ್ಯಾಗ್ ಬೇಕಾದ್ರೆ ಕೊಡ್ತೀನಿ, ನಾಳೆ ಕಳ್ಸಿಕೊಡಿ..."

ಕಲ್ಯಾಣಮ್ಮ "ಅಯ್ಯೋ ಇರಲಿ ಬಿಡೋ...." ಸುರೇಶ ತಾಯಿಯ ಕಡೆ

ದುರುಗುಟ್ಟಿಕೊಂಡು ನೋಡಿದ. ನೀನು ಈ ಉಸಾಬರಿಗೆ ತಲೆ ಹಾಕಬೇಡವೆಂದು ಎಚ್ಚರಿಸಿದಂತಿತ್ತು. ಬೇಗ ಒಳಗೆ ಹೋಗಿಬಿಟ್ಟರು.

ಲಲಿತಳ ಕಣ್ಣಲ್ಲಿ ಭಯ ಇಣುಕಿತು. ಎಷ್ಟು ಮೃದು ಸ್ವಭಾವದ ಸುರೇಶ ಎಷ್ಟು ಕಠಿಣವಾಗಿಬಿಟ್ಟಿದ್ದಾನೆ. ಶರತ್‌ನನ್ನು ಸ್ನೇಹಿತನಂತೆ ಆದರಿಸುತ್ತಿದ್ದ. ಹಿಂದೆ ಸೋದರನಂತೆ ಪ್ರೀತಿಸುತ್ತಿದ್ದ. ತಮಾಷೆ ಮಾಡಿ ನಗಿಸಿ ತನ್ನ ಆತ್ಮೀಯತೆಯನ್ನು ವ್ಯಕ್ತಪಡಿಸುತ್ತಿದ್ದ. ತನಗಾಗಿ ಒಂದು ಷರ್ಟ್ ಪೀಸ್ ಕೊಂಡು ತಂದಿದ್ದ. ಶರತ್ ಚೆನ್ನಾಗಿದೆಯೆಂದಾಗ ಹಿಂದು ಮುಂದು ನೋಡದೇ ಕೊಟ್ಟುಬಿಟ್ಟಿದ್ದ. ಈಗ...! ಆದರೆ ಅಷ್ಟಕ್ಕೆಲ್ಲ ಶರತ್ ನೀಡಿದ್ದಾದರೂ ಏನೂ?!

"ಕಳ್ಸಿಕೊಡ್ತಾರೆ ಬಿಡಣ್ಣ" ಸುಮ ಹೆದರುತ್ತಲೇ ಹೇಳಿದಳು. ಅದು ಅವರ ಸ್ವಂತದ್ದೂ ಅಲ್ಲ, ಕಮಲಾಕರನ್ ಅವರದು. ಜೋಪಾನವಾಗಿ ಒಯ್ದು ಮುಟ್ಟಿಸಬೇಕಾದ್ದು ಅವಳ ಕರ್ತವ್ಯ. ಧಾರಾಳತನದಿಂದ ಭಾವನಿಗೆ ಕೊಡುಗೆ ನೀಡಲಾರಳು.

ಸುರೇಶ ಸುಮ್ಮನಾದ. ಅವನೇ ಟ್ಯಾಕ್ಸಿ ತಂದು ನಿಲ್ಲಿಸಿದ್ದ. ಅವನು ಒಂದೆರಡು ಬಾರಿ ಹಾರ್ನ್ ಮಾಡಿದಾಗ ಶರತ್ ಬ್ರೀಫ್‌ಕೇಸ್‌ನ ಕೈಯಲ್ಲಿಡಿದೇ ಹೊರಗೆ ಹೊರಟ. ಬಿಗಿಯಾದ ವಾತಾವರಣದಲ್ಲಿ ಹೆಚ್ಚು ಹೊತ್ತು ಇರಲು ಯಾರಿಂದಲೂ ಸಾಧ್ಯವಿಲ್ಲ. ಲಲಿತ ತಂಗಿಯನ್ನು ಅಪ್ಪಿಕೊಂಡು ಅತ್ತುಬಿಟ್ಟಳು. ಹೆದರುತ್ತಲೇ ಸುರೇಶನ ಬಳಿಗೆ ಹೋಗಿ ಅವನ ಕಾಲ ಬಳಿ ಕುಸಿದಳು. ಅವನ ಗಂಟಲು ಭಾರವಾಯಿತು. ಬಗ್ಗಿ ಭುಜವನ್ನಿಡಿದು ಮೇಲಕ್ಕೆತ್ತಿದ. ಕಣ್ಣು ಮಂಜಾಯಿತು. ಸೋದರಿಕೆ ಸಂಬಂಧ ತಾತ್ಕಾಲಿಕವಲ್ಲ. ದೀರ್ಘಕಾಲದ ಅನುಬಂಧ.

"ಅಣ್ಣ" ಎಂದವಳು ಅವನಿಗೆ ತೆಕ್ಕೆಬಿದ್ದಳು. ಅವನ ಎದೆಯಲ್ಲಿ ಮುಖ ಹುದುಗಿಸಿ ಬಿಕ್ಕಿದಳು. ಸುರೇಶನ ಕೈ ತಂಗಿಯ ಭುಜವನ್ನು ಮೃದುವಾಗಿ ಸವರುತ್ತಿತ್ತು. ಕಣ್ಣು ಮಂಜಾಯಿತು. ಹೃದಯ ಭಾರವಾಯಿತು. ಅವನ ಕಣ್ಣಿಂದ ಹರಿದ ಕಂಬನಿ ಲಲಿತಳ ಭುಜವನ್ನು ತೋಯಿಸಿತು. ಶರಟಿನ ತೋಳಿನಿಂದಲೇ ಕಣ್ಣನ್ನು ಉಜ್ಜಿಕೊಂಡ.

ಅವಳ ಮುಖವನ್ನು ಬೊಗಸೆಯಲ್ಲಿಡಿದ ಸುರೇಶ "ಲಲಿತ, ನೀನು ಸುಖವಾಗಿರಬೇಕಮ್ಮ. ನಿನ್ನ ಕಣ್ಣಲ್ಲಿ ಕಣ್ಣೀರು ಕಂಡ್ರೆ ನಿಮ್ಮಣ್ಣ ಶರತ್‌ನ ಖಂಡಿತ ಕ್ಷಮಿಸೋಲ್ಲ!" ಹಿಂದಿನದೆಲ್ಲ ನೆನೆದು ಕಟಕಟನೆ ಹಲ್ಲನ್ನು ಕಡಿದ.

"ಲಲಿತ...." ಶರತ್‌ನ ಧ್ವನಿ ಎಚ್ಚರಿಸಿತು. ಪುಂಗಿಯ ನಾದಕ್ಕೆ ಸೋತ ಹಾವಿನಂತೆ ಕಾಲೆಳೆಯುತ್ತ ಹೊರ ನಡೆದಳು. ಸುಮ ಅಕ್ಕನ ಹಿಂದೆ ನಡೆದಳು. ಅತ್ತು ಅವಳ ಕಂಗಳು ಕೆಂಪಾಗಿದ್ದವು. ಟ್ಯಾಕ್ಸಿ ಹೊರಟಾಗ ಬಾಯಿಗೆ ಕೈ ಅಡ್ಡ ಹಿಡಿದು ಬಿಕ್ಕುತ್ತಲೇ ಕೈ ಬೀಸಿದಳು.

ಒಳಗೆ ಬಂದಾಗ ಸುರೇಶ ಎರಡೂ ಕೈಗಳನ್ನು ಬೆಸೆದು ಹಣೆಗಾನಿಸಿ ಕೂತುಬಿಟ್ಟಿದ್ದ. ವರ್ತನೆ ಕಠಿಣವಾಗಿದ್ದರೂ ತಂಗಿಯನ್ನು ಮನಃಪೂರ್ವಕವಾಗಿ ಪ್ರೀತಿಸುತ್ತಿದ್ದ. ಅವಳ ಭವಿಷ್ಯದ ಬಗ್ಗೆ ಅವನಿಗೆ ಆತಂಕವಿತ್ತು.

ಒಂದಂತೂ ಪರಿಹಾರವಾಗಿತ್ತು. ಅವಳು ಈಗ ಜವಾಬ್ದಾರಿಯ ಬಗ್ಗೆ ಯೋಚಿಸಬೇಕಾಗಿತ್ತು. ಮನ ಅತ್ತ ಹರಿದಿತ್ತು. ಆತ್ಮೀಯರಿಂದ ದೂರ ಹೋಗ ಬೇಕೆನ್ನುವುದನ್ನು ನೆನೆದರೇ ಹೊಟ್ಟೆಯಲ್ಲಿ ತಳಮಳವೇಳುತ್ತಿತ್ತು.

"ಅಣ್ಣ, ನಾಳೆ ಹೊರಟುಬಿಡ್ತೀನಪ್ಪ" ಮೆಲ್ಲಗೆ ಸುರೇಶ ತಲೆ ಎತ್ತಿದ. ನಿಸ್ಸಹಾಯಕ ಸ್ಥಿತಿಯಲ್ಲಿದ್ದ. ಕರುಳು ಕತ್ತರಿಸಿದಂತಾಯಿತು. ಮನದ ನೋವು ಮೈಯಲ್ಲೆಲ್ಲ ವ್ಯಾಪಿಸಿತು. ಹಲ್ಮುಡಿ ಕಚ್ಚಿ ನೋವನ್ನು ನುಂಗಿದ. ಅವನಾದರೂ ಏನೂ ಹೇಳುವ ಸ್ಥಿತಿಯಲ್ಲಿರಲಿಲ್ಲ.

"ನಾನು ರಜಾ ಹಾಕಿ ಬರ್ತೀನಿ" ಸುಮ ಉಗುಳನ್ನು ನುಂಗಿದಳು. ಸುರೇಶನ ಸಂಬಳದಲ್ಲಿ ಎಲ್ಲಾ ನಡೆಯಬೇಕಾಗಿತ್ತು. ತಂದೆ ಎನಿಸಿಕೊಂಡ ಮಹರಾಯ ಪೆನ್‌ಷನ್ ಹಣವನ್ನು ತನ್ನ ಖರ್ಚುಗಳಿಗೆ ಮಾತ್ರ ವಿನಿಯೋಗಿಸಿಕೊಳ್ಳುತ್ತಿದ್ದ. ಆ ಹಣ ಇವರು ಕಣ್ಣಲ್ಲಿ ಕೂಡ ಕಾಣುವುದು ಸಾಧ್ಯವಿಲ್ಲ. ಅವರಿಗೆ ಆಗಲೋ ಈಗಲೋ ಸಾಯುವ ಮುದುಕಿ ತಾಯಿ ಇದ್ದಳು. ಅವಳ ಸೇವೆ ಮಾಡುವ ನೆಪದಲ್ಲಿ ನಿವೃತ್ತಿಯಾದ ಕೂಡಲೇ ತಂಗಿ ಮನೆ ಸೇರಿದರು. ಅವರುಗಳು ಹಿತವಾಗಿ ಕಾಣಬೇಕಲ್ಲ–ಅಷ್ಟಿಷ್ಟು ಹಣವನ್ನು ಕೊಟ್ಟರು ಎನ್ನುವ ಸುದ್ದಿ. ಅದೆಷ್ಟು ನಿಜವೋ?

"ಬೇಡಣ್ಣ ಮೊದಲನೆ ಬಸ್ಸಿಗೆ ಹೊರಟ್ರೆ ಸಂಜೆಯ ವೇಳೆಗೆ ತಲುಪ್ತೀನಿ" ಶಿವಮೊಗ್ಗದಿಂದ ಆಚೆ ಮೂವತ್ತು ಮೈಲಿಗಳಷ್ಟು ದೂರ ಮಲೆನಾಡಿನ ರಮ್ಯತಾಣ. ಕಮಲಾಕರನ್ ಅಲ್ಲಿ ಹೊಸದಾಗಿ ನೆಲೆಸಿರಲಿಲ್ಲ. ಮನೆಯು ಹಳೆಯದೇ. ಎಷ್ಟೋ ಲೋಪಗಳು. ಅವುಗಳನ್ನು ಮಾತ್ರ ಸರಿಪಡಿಸಿದ್ದರು.

"ಮಧ್ಯ ನೋಡ್ಬೇಕೂ.... ಅನಿಸಿದಾಗ ಬಾ" ತಾಪತ್ರಯಗಳ ನೆಪದಲ್ಲಿ ಮನದ ಒಳ ಹತೋಟಿಯನ್ನು ಅದುಮಿಡಲೇಬೇಕು. ಅಂತಃಕರಣವನ್ನು ಕಲ್ಲಾಗಿಸಬೇಕು. ಇದೇ ಸಮಕಾಲೀನ ಸಮಾಜದ ಧರ್ಮವೇನೋ!?

"ಆಯ್ತು. ನಿಂಗೇನಾದ್ರೂ ಬೇಕಾ?" ಎದ್ದು ನಿಂತ ಅವಳ ಪೂರ್ಣ ಸಂಬಳ ಸಾಲಕ್ಕೆ ಹೋಗುತ್ತಿತ್ತು. ಅವಳ ಅಗತ್ಯಗಳನ್ನು ಗಮನಿಸಬೇಕಾಗಿತ್ತು.

"ಏನೂ ಬೇಡಣ್ಣ. ಹಣೆಗಿಟ್ಟುಕೊಳ್ಳೋ ಬಿಂದಿನ ತಗೋಬೇಕಾಗಿತ್ತು" ಸುರೇಶ ಮನದ ಬೇಗುದಿ ಮರೆತವನಂತೆ ಪಕಪಕನೆ ನಕ್ಕ. ತಟ್ಟನೆ ನಗು ನಿಲ್ಲಿಸಿ "ನಡಿ ಹೊರಗಡೆ ಹೋಗ್ಬರೋಣ." ನಿಂತ ನಿಲುವಿನಲ್ಲೇ ಹೊರಡಿಸಿಕೊಂಡು ಹೊರಟ. ಮನೆಯಲ್ಲಿ ನಿಂತು ತಾಯಿಯ ಮುಸಿಮುಸಿ ಅಳು ನೋಡಲು ಅವನಿಗಿಷ್ಟವಿಲ್ಲ. ಮಗಳನ್ನು ಗಂಡ ಬಿಟ್ಟನಲ್ಲಾಂತ ಇಷ್ಟು ದಿನ ಅತ್ತಿದ್ದು ಆಗಿತ್ತು. ಇನ್ನು ಮಗಳನ್ನು ಕಳುಹಿಸಿಕೊಟ್ಟಿದ್ದಕ್ಕೆ ಅಳು, ವಿಷಾದದ ನಗೆ ನಕ್ಕ.

"ಅಮ್ಮ ಬಾಗ್ಲು ಹಾಕ್ಕೊ." ಸುಮ ತಾಯಿಗೆ ಕೂಗಿ ಹೇಳಿ ಬಾಗಿಲನ್ನು ಮುಂದಕ್ಕೆ ಎಳೆದುಕೊಂಡು ಅಣ್ಣನ ಜೊತೆ ಹೆಜ್ಜೆ ಹಾಕಿದಳು.

ಸುರೇಶ ಹೋಟೆಲ್ ಕಡೆ ಹೊರಟಾಗ ಸುಮ ತಲೆ ಕೆರೆದುಕೊಂಡಳು. ಇಂದು ಔತಣದ ಅಡಿಗೆಯಾದರೂ ಸುರೇಶ ಹೊಟ್ಟೆಯ ತುಂಬ ಉಂಡಿರಲಿಲ್ಲ. ಉಣ್ಣೋ

ಮನಸ್ಸೂ ಇರಲಿಲ್ಲ.

ದೋಸೆಗೆ ಆರ್ಡರ್ ಮಾಡಿ ಕುಳಿತ, ಪ್ರತಿಯೊಂದು ಸೀಟು ಭರ್ತಿ. ಸರತಿಯ ಪ್ರಕಾರ ಕೂತವರ, ತಿಂಡಿ ತಿನ್ನುತ್ತಿರುವವರ, ಕಾಫಿ ಕುಡಿಯುತ್ತಿರುವವರ ಮುಖಗಳನ್ನು ನೋಡುತ್ತ ನಿಲ್ಲಬೇಕು. ಸಂಕೋಚ ಪ್ರವೃತ್ತಿಯವರಾದರೆ ತಿನ್ನೋದು ಬಿಟ್ಟು ಜಾಗ ಖಾಲಿ ಮಾಡಬೇಕು. ಹೋಟೆಲಿಗೆ ಹೋಗೋಕೂ ಭಂಡತನ ಬೇಕು. ಮುಲಾಜಿಲ್ಲದೆ ಕುಳಿತವರು ಎದ್ದ ಕೂಡಲೇ ರಾಜಾರೋಷವಾಗಿ ತಿಂದು ನಿಧಾನವಾಗಿ ಎದ್ದು ಬರಬೇಕು. ಇದೇನು ಸಾಮಾನ್ಯದ ವಿಷಯವಲ್ಲ. ಸ್ವತಃ ಅನುಭವವಾದಾಗಲೇ ಗೊತ್ತಾಗುವುದು. ಪಕ್ಕದ ಕುರ್ಚಿ ಖಾಲಿಯಾದ ಕೂಡಲೇ ಜರುಗಿ ತಂಗಿಗೆ ಜಾಗ ಮಾಡಿಕೊಟ್ಟ.

ದೋಸೆ ತಿಂದು ಕಾಫಿ ಕುಡಿದು ಹೊರಗೆ ಬಂದಾಗ ಸುಮ 'ಇನ್ನೆಲ್ಲಿಗೆ?' ಎಂದು ಪ್ರಶ್ನಿಸಿಕೊಂಡಳು. 'ನಿಮ್ಮ ಅಲಂಕಾರ ಹೆಚ್ಚಲು ಇಲ್ಲಿಯೇ ಕೊಳ್ಳಿ' ಎಂಬ ದೊಡ್ಡ ಬೋರ್ಡ್ ಅವಳನ್ನು ಅಣಕಿಸಿತು. ಬಾಯಿತುಂಬ ನಗು ತುಂಬಿಕೊಂಡಳು. ಸುರೇಶ ಅತ್ತ ಕೈ ತೋರಿದ. ಸುಮ ಅವನ ಕೈ ಹಿಡಿದು ಎಳೆದುಕೊಂಡೇ ನಡೆದುಬಿಟ್ಟಳು.

"ಏಯ್... ಸುಮ...."

"ಸುಮ್ಮನಿರು ಮಹಾರಾಯ ಸದ್ಯಕ್ಕೆ ನನ್ನ ಅಲಂಕಾರವೇನೂ ಹೆಚ್ಚಬೇಕಾಗಿಲ್ಲ."

ಇವರು ನೆನೆದಂತೆ ಕಲ್ಯಾಣಮ್ಮ ಅಳುತ್ತಾ ಕೂತಿರಲಿಲ್ಲ. ತಮ್ಮ ಹೆಚ್ಚುಗಾರಿಕೆಯನ್ನು ಪಕ್ಕದ ಮನೆಯವರ ಹತ್ತಿರ ವರ್ಣಿಸುತ್ತಾ ಕೂತಿದ್ದರು. ಇಷ್ಟು ದಿನ ಅವರ ಮುಂದೆ ನಡೆದಾಡಲು ನಾಚುತ್ತಿದ್ದ ಆಕೆ ಇಂದು ತಾನಾಗಿ ಮಾತಾಡಿಸಿಕೊಂಡು ಹೋಗಿದ್ದರು. ಮಗ, ಮಗಳು ಬಂದಿದ್ದರ ಪರಿವೆಯೇ ಇರಲಿಲ್ಲ. ತಾವು ಮಾಡಿದ ಅಡುಗೆ, ತಂದ ಸೀರೆಗಳ ಸೊಬಗು ಎಲ್ಲವನ್ನೂ ಉತ್ಸಾಹದಿಂದ ವರ್ಣಿಸುತ್ತಿದ್ದರು. ಸುರೇಶ ತಲೆ ಗಟ್ಟಿಸಿಕೊಂಡ. ಮೆಲುವಾಗಿ "ಅಮ್ಮ...." ಎಂದ. ಅವರು ಬಹಳ ಹೊತ್ತು ಮಾತನಾಡುತ್ತ ನಿಲ್ಲುವುದು ಅವನಿಗೆ ಬೇಕಾಗಿರಲಿಲ್ಲ.

ಮಹಿಳೆಯರ ವಿವೇಚನಾ ಶಕ್ತಿ ಬೆಳೆಯಬೇಕು. ಯೋಚನೆಗಳ ದಿಸೆಯಲ್ಲಿ ಬದಲಾವಣೆಯಾಗಬೇಕು. ಇದಿಲ್ಲದೆ ಅವಳ ಪ್ರಗತಿಯಂತೂ ಸಾಧ್ಯವಿಲ್ಲ. ಉನ್ನತ ಮಟ್ಟದ ಸಾಹಿತ್ಯ ವಿಚಾರ ಸಂಕಿರಣದ ವೇದಿಕೆಯ ಮೇಲೆ ಕುಳಿತ ಹೆಣ್ಣು ಬೇರೆಯ ಹೆಣ್ಣುಗಳ ಒಡವೆ, ವಸ್ತುಗಳ ಕಡೆ ಗಮನ ಕೊಟ್ಟರೆ ಪ್ರಯೋಜನವೇನು? ಅವಳು ಬೆಳೆಯುವ ದಿಸೆಯಲ್ಲಿ ಹೆಜ್ಜೆ ಹಾಕಬೇಕು. ಬೇರೆಯವರು ಎಷ್ಟು ಪ್ರಯಾಸಪಟ್ಟರೂ ಅವಳು ಬೆಳೆಯಲಾರಳು.

* * *

ಅಕೌಂಟ್ ಪುಸ್ತಕಗಳನ್ನು ಮುಂದಿಟ್ಟುಕೊಂಡು ನಾಡಕರ್ಣಿಯವರ ಜೊತೆ ಮಾತನಾಡುತ್ತ ಕೂತಿದ್ದ ಸುಮಳ ಮುಂದೆ ಅಡಿಗೆಯವನು ಲಿಸ್ಟ್ ಹಿಡಿದು ಬಂದ. ಹುಬ್ಬುಗಳು ಮೇಲೇರಿದವು.

"ಅಮ್ಮ, ಸಾಮಾನು ಮುಗ್ದು ಹೋಯ್ತು" ಅವಳೆದೆ ನಡುಗಿತು. ಪೂರ್ತಿ ಸಾಮಾನು ತರಿಸಿ ಹಾಕಿ ವಾರವಾಗಿರಲಿಲ್ಲ. ಇಷ್ಟು ಬೇಗ ಮುಗಿದು ಹೋಯಿತೆಂದರೇ.... ಕಣ್ಣು ಕೆಂಪಗಾಯಿತು. ಲಿಸ್ಟ್‌ನ ಕೈಯಲ್ಲಿಡಿದು "ದಿನಾ ಎಷ್ಟು ಜನ ಊಟ ಮಾಡ್ತಾರೆ?" ಅವನು ಗಲಿಬಿಲಿಗೊಂಡರೂ ಧೈರ್ಯವಾಗಿ "ನಾನು ಹ್ಯಾಗೆ ಲೆಕ್ಕ ಇಡಲಿ? ಬಂದವರಿಗೆ ಊಟ ಕೊಡೂಂದ್ರೆ ಕೊಡ್ತೀನಿ, ತಿಂಡಿ ಕೊಡೂಂದ್ರೆ ಕೊಡ್ತೀನಿ. ನನ್ನ ಕೆಲಸ ಅಷ್ಟೇ. ಬಂದವರ ಲೆಕ್ಕ ಹಾಕೋಕೆ ಬೇರೆ ಆಳನ್ನು ಇಡಿ." ಅವಳಿಗೆ ದುಡುಕುವುದು ಬೇಡವಾಗಿತ್ತು. ಅವಳ ನೋಟ ಅವನ ಪ್ರಾಮಾಣಿಕತೆಯನ್ನು ಬಗೆದೂ ಬಗೆದೂ ನೋಡುವಂತಿತ್ತು.

"ಆಯ್ತು. ಆಮೇಲೆ ತರ್ಸಿಕೊಳ್ಳೋ ಏರ್ಪಾಟು ಮಾಡಿ. ನೀವು ಈಗ ಹೋಗಿ."

ಕೈಯಲ್ಲಿದ್ದ ಪೆನ್ಸಿಲನ್ನು ತಿರುವುತ್ತಲೇ ಬಹಳ ಹೊತ್ತು ಕೂತಳು. ದಿನದಿನಕ್ಕೂ ಅವಳ ಜವಬ್ದಾರಿ ಜಾಸ್ತಿಯಾಗುತ್ತಲಿತ್ತು. ಕೆಲವೆಲ್ಲ ಅರ್ಥವಾಗದೇ ನಡೆದುಹೋಗುತ್ತಿತ್ತು. ದಂಗಾಗಬೇಕಾದ ಸಂದರ್ಭಗಳು ಬರುತ್ತಿದ್ದವು. ನಾಡಕರ್ಣಿಯವರ ಮುಖ ನೋಡಿದಳು. ಅವರು ಬೇರೆತ್ತಲೋ ನೋಡುತ್ತ ಕೂತಿದ್ದರು. ಇವರ ಮಧ್ಯೆ ಪ್ರವೇಶಿಸುವುದು ಅವರಿಗಿಷ್ಟವಿಲ್ಲವೆಂದು ಇದರಿಂದಲೇ ತಿಳಿಯಬಹುದಾಗಿತ್ತು. ಪುಸ್ತಕ ಮುಚ್ಚಿಟ್ಟು ಮೇಲೆದ್ದಳು.

"ಯಾಕೋ ತಲೆನೋವು, ಆಮೇಲೆ ನೋಡ್ತೀನಿ." ನಾಡಕರ್ಣಿಯವರ ಮುಖದಲ್ಲಿ ಗೆಲುವು ಮೂಡಿತು. ಮೆಲ್ಲಗೆ ತುಟಿ ಸವರಿಕೊಂಡರು. ವಾರೆಗಣ್ಣಿನಲ್ಲಿ ನೋಡಿದ ಸುಮ, ಅಸಾಧ್ಯ ಮುದುಕರು! ಎಂದುಕೊಂಡಳು.

"ಯಾಕೇಳುತ್ತೀಯಮ್ಮ! ಎಲ್ಲಾ ಕಗ್ಗಂಟು ನೋಡಿ ನನ್ನ ಕೂದಲೆಲ್ಲ ಹೇಗೆ ಬೆಳ್ಳಗಾಗಿ ಹೋಗಿದೆ!" ತಮ್ಮ ಹುಲ್ಲಿನಂಥ ಕೂದಲನ್ನು ಎತ್ತಿ ತೋರಿಸಿದರು.

ನಸುನಕ್ಕು ಸುಮ ಅಲ್ಲಿಂದ ಜಾರಿಕೊಂಡಳು. ಕಮಲಾಕರನ್ ಉತ್ತಮ ವ್ಯಕ್ತಿತ್ವವುಳ್ಳ ಮನುಷ್ಯ. ಅವಳನ್ನು ಹಾಗೆಯೇ ನಡೆಸಿಕೊಳ್ಳುತ್ತಿದ್ದರು. ಇಲ್ಲೆಲ್ಲ ಸಿಕ್ಕುಸಿಕ್ಕಾಗಿ ಕೂತಿತ್ತು. ದಾರ ಹರಿಯದಂತೆ ಸಹನೆಯಿಂದ ಬಿಡಿಸಬೇಕಾಗಿದೆ. ಬಹಳ ಕಷ್ಟಕರವಾದ ಕೆಲಸ. ಬಹಳ ತಲೆ ಕೆಡಿಸಿಕೊಳ್ಳಬೇಕಾಗಿತ್ತು. ಹೆದರಿ ಓಡಿಬಿಡುವ ಮನಸ್ಸಾಗಿತ್ತು. ಸಾಲದ ಹೊರೆ ಅವಳನ್ನು ಬಂಧಿಸಿತ್ತು. ಕೋಣೆಯಲ್ಲಿ ಕೂರಲಾರದೆ ನಿಲ್ಲಲಾರದೆ ಚಡಪಡಿಸಿದಳು.

ಸಂಜೆ ಕಮಲಾಕರನ್ ವಾಕ್ ಹೊರಟಾಗ ಸುಮ ಅವರ ಜೊತೆ ಹೆಜ್ಜೆ ಹಾಕಿದಳು. ಕೆಲವೊಮ್ಮೆ ಅವಳು ಹೋಗುತ್ತಿದ್ದುದುಂಟು. ಮಳೆಯ ಮೋಡ ದಟ್ಟವಾಗಿ ಕವಿದಿತ್ತು. ಸುಯ್ಯನೆ ಬೀಸುವ ತಂಗಾಳಿ, ಮೈ ಕೊರೆಯುವ ಚಳಿ. ಅಂತಹ ಚಳಿಯಲ್ಲೂ ಬೆಚ್ಚನೆಯ ಬಟ್ಟೆಗಳನ್ನು ತೊಟ್ಟಿರಲಿಲ್ಲ ಕಮಲಾಕರನ್. ವಾತಾವರಣದಂತೆ ಅವರ ಮುಖದಲ್ಲೂ ಮೋಡಗಳು ಕವಿದಿದ್ದವು.

"ಸುಮ, ಏನು ವಿಶೇಷ?" ಆಗಾಗ ಪ್ರಶ್ನಿಸಿ ವಿಷಯವನ್ನು ಅರಿಯುತ್ತಿದ್ದರು.

ಸುಮ ಕೆನ್ನೆ ಕೆರೆದುಕೊಂಡಳು. ನೇರವಾಗಿ ವಿಷಯ ಹೇಳುವುದೇ ಸರಿಯೆನಿಸಿತು. ಮೆಲ್ಲಗೆ ವಿಷಯವನ್ನು ವಿವರಿಸಿದಳು. ಕಮಲಾಕರನ್ ಹುಬ್ಬುಗಳು ಮೇಲೇರಿದವು.

ನೀರಸ ನಗೆ ನಕ್ಕರು. ಮುಖ ಕೋಪದಿಂದ ಕೆಂಪಾಯಿತು. ಅವರ ಜೀವನದಲ್ಲಿ ನಡೆದುಹೋದ ಆಘಾತ ಕೆಚ್ಚೆದೆಯನ್ನು ದುರ್ಬಲಗೊಳಿಸಿತ್ತು.

"ಸುಮ, ನಿಂಗೆ ಏನನ್ನಿಸಿತು?" ತಡೆದು ಕೇಳಿದರು. ಅವಳ ಬುದ್ಧಿವಂತಿಕೆ ಪ್ರಾಮಾಣಿಕತೆಯನ್ನು ಪರೀಕ್ಷಿಸುವ ಘಟ್ಟವೇನೋ?

"ಅಷ್ಟು ಸಾಮಾನು ಖರ್ಚಾಗುವುದಕ್ಕೆ ಸಾಧ್ಯವೇ ಇಲ್ಲ. ಅವ್ರು ಪ್ರಾಮಾಣಿಕರಲ್ಲ ಅನಿಸುತ್ತೆ."

ಅವರ ತುಟಿಗಳ ಮೇಲೆ ಮೆಚ್ಚುಗೆಯ ನಗು ಅರಳಿತು. ಹಿಂದೆ ಇದೇ ಕೆಲಸಕ್ಕೆ ನೇಮಿಸಿಕೊಂಡವರು ಭಯದಿಂದಲೋ, ಇಲ್ಲ ಬೇರ್‍ಯಾವ ಕಾರಣದಿಂದಲೋ ಇವರ ಮುಂದೆ ಬಾಯಿ ಬಿಡುತ್ತಿರಲಿಲ್ಲ. ಇವರು ಅತ್ತ ಹೆಚ್ಚಿಗೆ ಗಮನ ಕೊಡದಿದ್ದರೂ ವಯಸ್ಸಾದ ಆಳು ಪೂವಯ್ಯ ಅವರ ಕಿವಿಯ ಮೇಲೆ ಹಾಕುತ್ತಿದ್ದ.

"ನೀನು ಸ್ವತಂತ್ರವಾಗಿಯೇ ಅವರನ್ನು ಪ್ರಶ್ನಿಸಬಹುದು! ಅಳುಕಬೇಕಾದ್ದಿಲ್ಲ!"

ಸುಮ, ಕಮಲಾಕರನ್ ಹಾದುಹೋದ ಪೊದರಿನ ಹಿಂದೆ ಸದ್ದಾಯಿತು. ಗರಕ್ಕನೇ ಹಿಂದಿರುಗಿ ನೋಡಿದಳು. ವ್ಯಕ್ತಿ ಸರಿದಂತಾಯಿತು. ಅವಳೆದೆ ಮೊದಲು ನಗಾರಿಯಂತೆ ಬಾರಿಸತೊಡಗಿದರೂ ಆಮೇಲೆ ಮೊದಲಿನ ಸ್ಥಿತಿಗೆ ಬಂತು. ಇಷ್ಟು ದಿನ ಅರಿವಿಗೆ ಬಾರದ ಒಂದು ಸಂಗತಿ ಅವಳು ಅರಿತಂತಾಯಿತು. ಕಮಲಾಕರನ್ ಬಗ್ಗೆ ದ್ವೇಷಭಾವನೆ ತಳೆದವರುಂಟು. ಇವರ ಚಲನವಲನಗಳನ್ನು ಸದಾ ಗಮನಿಸುತ್ತಲೇ ಇರುತ್ತಾರೆ.

"ಏನಾದ್ರೂ ಮಾತಾಡು" ಸುಮ್ಮನೆ ಪೆಚ್ಚಾಗಿ ನಕ್ಕಳು.

"ಪೊದರಿನ ಹಿಂದಿನಿಂದ ಸರಿದು ಹೋದ ವ್ಯಕ್ತಿ ಯಾರೆಂದು ನಂಗೆ ಗೊತ್ತು. ಭಯ ಬೇಡ." ಅವಳ ಕಣ್ಣುಗಳಲ್ಲಿ ಅಚ್ಚರಿ ಮಿನುಗಿತು. ಕಮಲಾಕರನ್ ಫಕಫಕನೇ ಜೋರಾಗಿ ನಕ್ಕರು.

"ಒಂದ್ಸಲ ಮೂರ್ಖನಾಗ್ಬಿಟ್ಟೇಂದ್ರೆ ಯಾವಾಗ್ಲೂ ಮೂರ್ಖನಾಗೋಕೆ ಸಾಧ್ಯವಿಲ್ಲ." ಅವರ ಕಣ್ಣಿನಲ್ಲಿ ಕೆಂಪು ಕಾಣಿಸಿಕೊಂಡಿತು. ಗತವನ್ನು ನೆನೆದು ಪರಿತಪಿಸುವವರಂತೆ ಕಂಡರು. ತಟ್ಟನೆ ಪ್ಯಾಂಟ್ ಜೇಬಿನಲ್ಲಿದ್ದ ಪಿಸ್ತೂಲನ್ನು ಹೊರಗೆಳೆದು. ಮತ್ತೆ ಒಳಕ್ಕೆ ನೂಕಿದರು.

"ಯಾಕೆ ಹೆದರಿಬಿಟ್ಯಾ? ಡೋಂಟ್‌ವರಿ" ಭುಜವನ್ನು ತಟ್ಟಿದರು.

ಕೋಣೆಗೆ ಬಂದ ಮೇಲೂ ಸುಮಳ ತಲೆ ಸಿಡಿಯುತ್ತಲೇ ಇತ್ತು. "ಹಲೋ ಮಿಸ್" ಬಾಗಿಲಿನಿಂದ ಒಳಬಂತು ಧ್ವನಿ. ಡಾಕ್ಟರ್ ಬಾಗಿಲಿನ ಹಿಡಿಯನ್ನು ಹಿಡಿದು ನಿಂತಿದ್ದರು.

"ಓಹ್... ಬನ್ನಿ... ಬನ್ನಿ" ಎಂದಳು. ಸಂಕೋಚಕ್ಕೆ ಆಸ್ಪದವಿರಲಿಲ್ಲ. ಕಮಲಾಕರನ್ ಆರೋಗ್ಯದ ಬಗ್ಗೆ ಪ್ರತಿನಿತ್ಯವೂ ಅವಳು ವಿಚಾರಿಸಬೇಕು.

"ಬನ್ನಿ... ಮೊದ್ಲು ಕೆಲಸ, ಆಮೇಲೆ ಮಾತು" ಡಾ॥ ನರಗುಂದ ತುಟಿಯಗಲಿಸಿ

ಆಕರ್ಷಕವಾಗಿ ನಕ್ಕರು. ಅವರ ಹಲ್ಲುಗಳೆಲ್ಲ ಮುತ್ತಿನ ಸಾಲುಗಳಂತೆ ಹೊಳೆದವು. ಇಬ್ಬರೂ ಜೊತೆಯಾಗಿಯೇ ಹೆಜ್ಜೆ ಹಾಕಿದರು. ಕೋಣೆಯ ಬಾಗಿಲನ್ನು ಮೆಲ್ಲಗೆ ಸರಿಸಿ ಒಳಹೊಕ್ಕರು.

"ಕಮಾನ್" ಕುಳಿತಲ್ಲಿಂದಲೇ ಬರಮಾಡಿಕೊಂಡರು.

"ಹೇಗಿದ್ದೀರಿ?" ಡಾ॥ ನರಗುಂದರ ಮೊದಲ ಪ್ರಶ್ನೆ, ದಿನವೂ ಕೇಳುವುದು ಇದನ್ನೇ.

"ಅದ್ನ ನೀವೇ ಹೇಳಿ" ಎದ್ದು ತಮಾಷೆಯಾಗಿ ಡಾಕ್ಟರ್ ಬೆನ್ನಿಗೊಂದು ಗುದ್ದಿದರು. ಅವರಿಗೆ ನಿಂತಲ್ಲೇ ಕುಸಿಯುವಂತಾಯಿತು. ಕಣ್ಣುಗುಡ್ಡೆಗಳು ಹೊರಳಾಡಿದವು. ಕಮಲಾಕರನ್‌ರ ಭೀಮಬಲದ ಪರಿಚಯವಾಯಿತು.

"ಹೇಗಿದ್ದೀನಿ ಡಾ॥ ನರಗುಂದ್!" ದೊಡ್ಡ ನಗೆ ನಕ್ಕರು.

ಸ್ವಲ್ಪ ಹೊತ್ತು ಸುಮ್ಮನೆ ಕುಳಿತ ಡಾಕ್ಟರ್ ಬೆನ್ನು ಸವರಿಕೊಳ್ಳುತ್ತಾ "ಜಸ್ಟ್ ಎ ಮಿನಿಟ್" ಸುಧಾರಿಸಿಕೊಳ್ಳಲು ಒಂದೆರಡು ನಿಮಿಷಗಳೇ ಹಿಡಿಸಿದವು.

ಸುಮಳ ಮುಖದ ತುಂಬ ನಗೆಮಲ್ಲಿಗೆ ಅರಳಿತು. ಬಾಯಿಗೆ ಕೈಯನ್ನು ಅಡ್ಡ ಹಿಡಿದು ನಗುವನ್ನು ತಡೆಯಲು ಪ್ರಯತ್ನಿಸುತ್ತಿದ್ದಳು. ಒಂದು ಕಡೆ ಡಾಕ್ಟರ್ ಬಗ್ಗೆ ಸಹಾನುಭೂತಿಯುಂಟಾಗುತ್ತಿತ್ತು.

"ಎಂಥ ಯುವಕರು ನೀವು...! ನಾಡು ನಿಮ್ಮಿಂದ ಬಹಳ ಬಯಸುತ್ತೆ" ತಟ್ಟನೆ ಸುಮ್ಮನಾಗಿಬಿಟ್ಟರು. ಅವರ ದಪ್ಪ ಚೂಪಾದ ಮೀಸೆಗಳು ನಿಗುರಿ ನಿಂತವು.

"ಮೊದ್ಲು ಸ್ವಲ್ಪ ಕುಡಿಯಲಿಕ್ಕೆ ಏನಾದ್ರೂ ತರ್ಸಿ ಮೇಡಮ್." ಸುಮಳ ಕಡೆಗೆ ತಿರುಗಿ ಹೇಳಿದರು. ಅವರು ಒಮ್ಮೊಮ್ಮೆ ಹಾಗೆ ಸಂಬೋಧಿಸುವುದೂ ಉಂಟು.

ಆಮೇಲೆ ಮೂವರೂ ಬಹಳ ಹೊತ್ತು ಮಾತಾಡುತ್ತ ಕೂತರು. ಪರೀಕ್ಷಿಸಿದ ಡಾ॥ ನರಗುಂದ ದಿನನಿತ್ಯಕ್ಕಿಂತ ಇಂದು ಕಮಲಾಕರನ್ ಮಾನಸಿಕವಾಗಿ ಆಯಾಸಗೊಂಡಿದ್ದಾರೆಂದಾಗ, ಸುಮಳ ಮುಖದಲ್ಲಿ ಗಾಬರಿ ಕಾಣಿಸಿಕೊಂಡಿತು. ಕಮಲಾಕರನ್ ಮಾತ್ರ ಹಗುರವಾಗಿ ನಕ್ಕುಬಿಟ್ಟರು. ಡಾಕ್ಟರ್‌ಗಳ ಪ್ರಕಾರ ಅವರ ಹೃದಯ ದುರ್ಬಲವೆಂದು ನಿರ್ಧಾರವಾದರೂ ಅವರ ಪ್ರಕಾರ ತಮ್ಮ ಹೃದಯ ಕಲ್ಲಿನಂಥಾದ್ದು; ಇಲ್ಲದಿದ್ದರೆ ಅಂದೇ ಒಡೆದು ಹೋಗುತ್ತಿತ್ತು...

ಅಂದು ಊಟದ ಮೇಜಿನ ಮುಂದೆ ಕಂಡ ವ್ಯಕ್ತಿ ಬರಲೋ ಬೇಡವೋ ಎನ್ನುವಂತೆ ಬಗ್ಗಿ ನೋಡಿದ. ಕಮಲಾಕರನ್ ಮುಖ ಗಡುಸಾಯಿತು. ತುಟಿಗಳು ಬಿಗಿದುಕೊಂಡವು. ಮೀಸೆಗಳು ನಿಮಿರಿ ನಿಂತವು. ಅಂತೂ ಒಳಕ್ಕೆ ಬಂದ. ತುಟಿಗಳ ನಡುವೆ ಪೆಚ್ಚುನಗೆ ಇಣುಕಿತು. ಅವರು ಗಮನಿಸದವರಂತೆ ಕುಳಿತರು.

"ಹೇಗಿದ್ದಾರೆ?" ಕುರ್ಚಿಯ ಮೇಲೆ ಕೂಡುತ್ತ ಪ್ರಶ್ನಿಸಿದರು. ಕಮಲಾಕರನ್ ಬಗ್ಗೆ ಯಾವ ಕಳಕಳಿಯೂ ಇದ್ದ ಹಾಗೆ ಕಾಣಲಿಲ್ಲ.

ಡಾ॥ ನರಗುಂದ್ ಬಾಯಿ ಬಿಡುವ ಮುನ್ನವೇ ಕಮಲಾಕರನ್ ಕುರ್ಚಿಯ ಹಿಡಿಯನ್ನು ಹಿಡಿದ ತಮ್ಮ ಕೈಗಳ ಮೇಲೆ ಶರೀರದ ಅರ್ಧ ಒತ್ತಡ ಹೇರುತ್ತಾ "ಓ.ಕೆ." ಎಂದರು. ಡಾಕ್ಟರ್ ಸುಮ್ಮನಾದರು. ಅವರಿಬ್ಬರ ಸಂಬಂಧದ ಬಗ್ಗೆ ಡಾಕ್ಟರ್‌ಗೆ ಅಷ್ಟಿಷ್ಟು ಗೊತ್ತು.

"ಕಮಲ, ಮಕ್ಳು ಬಂದಿದ್ದಾರೆ" ಅವರೇ ಹೇಳಿದರು. ಅದಕ್ಕೆ ಕಮಲಾಕರನ್ ಪ್ರತಿಕ್ರಿಯೆ ಸೊನ್ನೆ.

"ಸುಮ, ಈತ ನನ್ತಂಗಿ ಗಂಡ" ಗಂಭೀರವಾಗಿ ಪರಿಚಯಿಸಿದರು. ಅದರ ಅಗತ್ಯ ಅವರಿಗೆ ಕಾಣಿಸಿತು. ಸುಮ ಕೈಮುಗಿದ ಶಾಸ್ತ್ರ ಮಾಡಿದಳು.

"ಡಾಕ್ಟ್ರು ಇಲ್ಲೇ ಊಟ ಮಾಡ್ತಾರೆ" ಕಮಲಾಕರನ್ ಹೇಳಿದಾಗ ಸುಮ ಎದ್ದು ಹೊರಗೆ ಬಂದು, ಸ್ಟೋರ್ ಕಡೆಗೆ ನಡೆದಳು. ಬೀಗ ಹಾಕಿತ್ತು. ಅದರ ಕೀಲಿ ಕೈ ಇರುತ್ತಿದ್ದುದು ಅಡಿಗೆಯವರ ಹತ್ತಿರ ಇನ್ನು ಮೇಲೆ ಬದಲಾವಣೆ ಮಾಡಬೇಕೆನಿಸಿತು.

"ಅಡುಗೆಯವರನ್ನು ಕಳ್ಸಿ" ಆಳಿಗೆ ಹೇಳಿ ತನ್ನ ಕೋಣೆಗೆ ಬಂದಳು. ತಲೆ ಬಿಸಿಯಾಯಿತು. ವಯಸ್ಸಾದ ಕಮಲಾಕರನ್‌ಗೆ ಬಹಳ ಅಚ್ಚುಮೆಚ್ಚಾದ ಆಳು ಪೂವಯ್ಯ ಕಾಣಿಸಿಕೊಂಡ. ಏನೋ ಹೇಳಲು ಬಂದಿರುವುದಾಗಿ ಅವನ ಮುಖವೇ ಹೇಳುತ್ತಿತ್ತು. ಸುಮ ಸ್ವಲ್ಪ ಬಗ್ಗಿ "ಏನು ಪೂವಯ್ಯನೋರೇ?" ಎಂದಳು. ಆ ಮನೆಯಲ್ಲಿ ಪೂವಯ್ಯನಿಗೆ ವಿಶಿಷ್ಟವಾದ ಗೌರವ ಸಲ್ಲುತಿತ್ತು. ಕಮಲಾಕರನ್ ಕೂಡ ಆಳಿನಂತೆ ನೋಡದೇ ಆತ್ಮೀಯವಾಗಿ ನಡೆಸಿಕೊಳ್ಳುತ್ತಿದ್ದರು.

ಹೊರಗೆ ಹೋಗಿ ಅತ್ತಿತ್ತ ನೋಡಿ ಒಳಗೆ ಬಂದು ಬಾಗಿಲನ್ನು ಮೆಲ್ಲಗೆ ಮುಚ್ಚಿ ಹತ್ತಿರ ಬಂದು "ಅಮ್ಮ, ಈಗ ಸ್ವಲ್ಪ ಹುಷಾರಾಗಿರ್ಬೇಕೂ. ಚಿಕ್ಕಮ್ಮಣ್ಣಿ ಬಂದಾಗಲೆಲ್ಲ ಯಜಮಾನರ ಆರೋಗ್ಯ ಕೆಡುತ್ತೆ" ಸುಮಳ ಕಣ್ಣುಗಳಲ್ಲಿ ಭಯ ಮೂಡಿತು. ಗಂಟಲು ಒಣಗಿಹೋಯಿತು. ನಾಲಿಗೆಯಿಂದ ತುಟಿ ಸವರಿಕೊಂಡಳು.

"ಪೂವಯ್ಯ" ಕೋಮಲವಾದ ಸ್ತ್ರೀಯ ಧ್ವನಿ ದಡಬಡಿಸಿಕೊಂಡು ಹೊರಗೆ ಓಡಿದ.

ಅಡುಗೆಯವನ ಪ್ರಕಾರ ಸಾಮಾನನ್ನು ತರಿಸಿ ಹಾಕಿದರೂ ಸ್ಟೋರ್‌ನ ಕೀಯನ್ನು ತನ್ನ ಬ್ಯಾಗಿಗೆ ಸೇರಿಸಿದಳು. ದಿನಕ್ಕೆ ನಾಲ್ಕಾರು ಬಾರಿ ಯಾವುದಾದರೂ ನೆಪದಲ್ಲಿ ಅಡುಗೆಯ ಮನೆಗೆ ಹೋಗಿ ನಿಲ್ಲುತ್ತಿದ್ದಳು. ನಿಜವಾಗಿ ಪೋಲಾಗುವ ಆಹಾರ ಪದಾರ್ಥಗಳು ಅವಳ ಕಣ್ಣಿಗೆ ಬಿದ್ದವು. ಅವೆಲ್ಲ ಆಳುಗಳ ಒತ್ತಾಸೆಯಿಂದ ಅಡುಗೆಯವನ ಮನೆಗೆ ಹೋಗುತ್ತಿತ್ತು. ಅಗತ್ಯಕ್ಕಿಂತ ಹೆಚ್ಚಾಗಿ ಏನನ್ನೂ ಮಾಡಕೂಡದೆಂದು ಅಡುಗೆಯವನಿಗೆ ಎಚ್ಚರಿಕೆ ನೀಡಿದಳು. ಉರಿ ಕಣ್ಣುಗಳಿಂದ ಸುಮಳನ್ನು ನೋಡಿದ. ಎಷ್ಟು ದಿನ ನಡೆಯುತ್ತೋ ನೋಡೋಣ! ಎನ್ನುವ ತಾತ್ಸಾರ ಅವನಿಗಿದ್ದಂತೆ ಕಂಡಿತು.

"ಚಿಕ್ಕಮ್ಮಣ್ಣಿಯವರು ಕರೀತಾರೆ" ಲೆಕ್ಕದ ಪುಸ್ತಕ ತೆರೆದು ಕೂತಿದ್ದ ಸುಮಳಿಗೆ ಆಳು ಬಂದು ತಿಳಿಸಿದ. ಬಂದಾಗಿನಿಂದ ಆಜ್ಞೆಗಳನ್ನು ಮಾಡಿದ್ದಳೇ ವಿನಃ ಹೇಳಿ

ಕಳಿಸಿರಲಿಲ್ಲ. ತುಟಿಕಚ್ಚಿ ಗದ್ದದ ಮೇಲೆ ಕೈಯಿರಿಸಿ ಯೋಚಿಸಿದಳು. ಅಷ್ಟು ದೂರದಲ್ಲಿ ಕೂತಿದ್ದ ನಾಯಿ ಮೋತಿ ತಲೆಯನ್ನು ಅವಳ ಕೈಗೆ ಉಜ್ಜಿತು. ಮೃದುವಾಗಿ ತಲೆ ಸವರಿದಳು.

"ಇಲ್ಲೇ ಇರು ಬರ್ತೀನಿ" ಸಾಧ್ಯವಿಲ್ಲವೆನ್ನುವಂತೆ ಅವಳ ಉದ್ದಕ್ಕೂ ಹಾರಿತು. ಅವಳು ಹೊರಟಾಗ ಅವಳ ಹಿಂದೆ ನಡೆಯಿತು.

ಬಂದ ಹೊಸದರಲ್ಲಿ ಆ ನಾಯಿಯನ್ನು ನೋಡಿದರೆ ನಿಂತಲ್ಲೇ ನಡುಗಿ ಬಿಡುತ್ತಿದ್ದಳು. ಎತ್ತರದ ಮಜಬೂತಾದ ಆಲ್ಸೇಷಿಯನ್ ನಾಯಿ. ಅದು ಕೇಳುತ್ತಿದ್ದುದು ಕಮಲಾಕರನ್ ಮಾತು ಮಾತ್ರ. ಆ ಮನೆಯ ಆಳುಕಾಳುಗಳು ಕೂಡ ಅದಕ್ಕೆ ಹೆದರುತ್ತಿದ್ದರು.

"ಏನೋ ಹೇಳಿಕಳ್ಸಿದ್ದಿರಂತೆ!" ಕುರ್ಚಿಯ ಮೇಲೆ ಹಾಕಿದ್ದ ಮೆತ್ತಗೆ ಅಂಟಿಕೊಂಡಂತೆ ಕೂತಿದ್ದ ಕಮಲೆಯ ಕಣ್ಣುಗಳು ಕೆಂಪಾಗಾಗಿದ್ದವು. ನಿಂತಲ್ಲೇ ಸುಟ್ಟು ಬಿಡುವಂತೆ ನೋಡಿದಳು.

"ನೀನೇನು ಈ ಮನೆ ಯಜಮಾನೀಂತ ತಿಳ್ಕೊಂಡಿದ್ದೀಯಾ?"

"ಇಲ್ಲ. ಆದರೆ ನನಗೆ ವಹಿಸಿದ ಕೆಲಸವನ್ನು ಪ್ರಾಮಾಣಿಕವಾಗಿ ಮಾಡ್ತಾ ಇದ್ದೀನಿ" ಸಮಧಾನವಾಗಿಯೇ ಉತ್ತರ ಕೊಟ್ಟಳು. ಕಮಲ ಧಿಮಾಕಿನ ಹೆಣ್ಣೆಂದು ಅರ್ಥಮಾಡಿಕೊಂಡಿದ್ದಳು.

"ಇದೇನೂ ದರಿದ್ರದ ಮನೆಯಲ್ಲ." ನೇರವಾಗಿ ಮುಖವೆತ್ತಿ ಕಮಲೆಯ ಕಣ್ಣುಗಳಲ್ಲಿ ಕಣ್ಣಿಟ್ಟು ನೋಡಿದಳು. ಅಸಹನೆಯ ಕಿಡಿಗಳು ಹೊತ್ತಿಕೊಂಡು ಉರಿಯುತ್ತಿದ್ದವು. ಕಾರಣ ಅಷ್ಟಿಷ್ಟು ಗೊತ್ತಿದ್ದರೂ ತೋರ್ಪಡಿಸಿಕೊಳ್ಳುವುದು ಅವಳಿಷ್ಟವಿಲ್ಲ.

"ಎಷ್ಟು ಬೇಕೋ ಅಷ್ಟನ್ನು ಮಾಡೂಂತ ಆರ್ಡರ್ ಮಾಡಿದ್ದೀಯಂತಲ್ಲ!" ಹೌದೆನ್ನುವಂತೆ ತಲೆಯಾಡಿಸಿದಳು. ಅಳುಕಿರಲಿಲ್ಲ. ಅಂಜಿಕೆ ಇರಲಿಲ್ಲ. ಭಯಪಡ ಬೇಕಾಗಿಯೇ ಇರಲಿಲ್ಲ.

"ನಿಂಗೆ ಅದೆಲ್ಲ ಬೇಡ. ಸ್ಟೋರ್ ಬೀಗದ ಕೈ ಅಡ್ಗೆಯವನ ಕೈಗೆ ಕೊಡು."

"ದಯವಿಟ್ಟು ಕ್ಷಮ್ಸಿ. ಕೊಡೋಕಾಗೋಲ್ಲ. ನಿಮ್ಗೇನಾದ್ರೂ ಕೊರತೆಯಾದ್ರೆ ನನ್ನತ್ರ ಹೇಳಿ" ಅಷ್ಟು ಹೇಳಿ ಹೊರಬಂದುಬಿಟ್ಟಳು. ಅಷ್ಟು ದೊಡ್ಡ ಮನೆಯಲ್ಲಿ ಕಮಲೆಯ ಸಿಡುಗುಟ್ಟುವಿಕೆ ಎಲ್ಲಿಯೋ ಅಡಗಿಹೋಯಿತು.

ಕಮಲೆ ವರ್ಷದಲ್ಲಿ ಆರು ತಿಂಗಳು ಇಲ್ಲೇ ಇರುತ್ತಿದ್ದರು. ಕಮಲಾಕರನ್ ಉದಾಸೀನತೆಗೆ ಅವರೇನೂ ಸಂಕೋಚಗೊಂಡವರಲ್ಲ ಒಂದಲ್ಲ ಒಂದು ವಿಧದಲ್ಲಿ ಇಲ್ಲೇ ಊಟ ಮಾಡುತ್ತಿದ್ದರು. ಕಮಲಾಕರನ್ ಹೃದಯದ ತೊಂದರೆಗೆ ಒಳಗಾದ ಮೇಲೆ ಇವೆಲ್ಲವನ್ನು ತಲೆಗೆ ಹಚ್ಚಿಕೊಳ್ಳುತ್ತಿರಲಿಲ್ಲ. ಎಲ್ಲರು ತಮ್ಮ ತಮ್ಮ ಲಾಭಗಳನ್ನು ಕಂಡುಕೊಂಡಿದ್ದರು. ಯಾವ ವಿಷಯಗಳೂ ಕಮಲಾಕರನ್‌ವರೆಗೆ ಹೋಗುತ್ತಿರಲಿಲ್ಲ.

ಎದುರಿಗೆ ಬಂದ ಅಡುಗೆಯ ನಾಯರ್ ಪಕ್ಕಕ್ಕೆ ಸರಿದ. ಹೆಚ್ಚು ದಿನ ಅವನನ್ನು ಇರಿಸಿಕೊಳ್ಳುವುದು ಸುಮಳಿಗೆ ಸರಿದೋರಲಿಲ್ಲ. ಉಪಾಯವಾಗಿಯೇ ಅವನನ್ನು ತೊಲಗಿಸಬೇಕೆಂದುಕೊಂಡಳು. ತಟ್ಟನೆ ನಿಂತು "ಸ್ವಲ್ಪ ಬನ್ನಿ" ಎಂದಳು.

"ಚಿಕ್ಕಮ್ಮಣ್ಣಿಯವ್ರಿಗೆ ಏನು ಕೊರತೆ ಮಾಡಿದ್ರಿ?" ಅವನೆಡೆ ತಿರುಗದೇ ಪ್ರಶ್ನಿಸಿದಳು. ಅವನ ಮುಖ ನೋಡಲೇ ಅವಳಿಗಿಷ್ಟವಿಲ್ಲ.

"ನಮ್ಗೆ ಪ್ರಾಣಸಂಕಟ ಶುರುವಾಗಿದೆ. ಯಾವತ್ತೂ ಇಲ್ಲದ ಹಿಡಿತ. ಇದರಿಂದ ಪ್ರಯೋಜನವಿಲ್ಲ. ಅಸಮಾಧಾನ ಕೋಪವಷ್ಟೆ!" ಸುಮಳ ಮೂಗಿನ ತುದಿ ಕೆಂಪಾಯಿತು. ಸಮಾಧಾನ ಕುಸಿಯಿತು.

"ಮೊದ್ಲು ನನ್ನ ಪ್ರಶ್ನೆಗೆ ಉತ್ತರ ಹೇಳಿ" ವಾರೆಗಣ್ಣಿಂದ ನೋಡಿದಳು. ಅವನು ತಲೆ ಕೆರೆದುಕೊಳ್ಳುತ್ತಿದ್ದ. ಸಮಾಧಾನ ಅವನ ಹತ್ತಿರವಿಲ್ಲ. ಸೇರುಗಟ್ಟಲೇ ತುಪ್ಪವನ್ನು ಹೊರಗೆ ಒಯ್ದದ್ದು ಕಣ್ಣಾರೆ ನೋಡಿದ್ದಳು. ಇದಕ್ಕೆಲ್ಲ ಮನೆಯ ಹೆಣ್ಣುಮಗಳ ಪೂರ್ಣ ಸಹಕಾರ! ಮೋತಿ "ಬೌವ್.... ಬೌವ್..." ಎಂದು ನೆಗೆದಾಡಿತು. ಅಡಿಗೆಯವನ ಕಡೆಗೆ ಕೆಕ್ಕರಿಸಿಕೊಂಡು ನೋಡಿತು. ಅದಕ್ಕೆ ಮೊದಲಿನಿಂದಲೂ ಅವನ ಮೇಲೆ ಕೋಪ.

"ನಡೀ ಮೋತಿ" ಸುಮ ಮುಂದಕ್ಕೆ ನಡೆದಳು.

ಸುಮ ಪೂವಯ್ಯನನ್ನು ಬಿಟ್ಟು ಎಲ್ಲರ ಅಸಹನೆಯನ್ನು ಎದುರಿಸಬೇಕಾಯ್ತು. ಆದರೂ... ಅವಳ ಧೈರ್ಯ ಕುಸಿಯಲಿಲ್ಲ.

* * *

ಬೆಳಗಿನ ವಾಕಿಂಗ್ ಹೋಗಿದ್ದ ಸುಮ. ಕಮಲಾಕರನ್ ಅರ್ಧದಲ್ಲಿಯೇ ಹಿಂತಿರುಗಿದರು. ಮೋತಿ ಅವರಿಗಿಂತ ಮೊದಲು ಬಂಗ್ಲೆಗೆ ಓಡಿ ಬಂತು. ಅದರ ಒಂದೇ ಸಮನೇ ಬೊಗಳುವಿಕೆಯನ್ನು ನೋಡಿ ಇಬ್ಬರೂ ಮೇಲೇರಿ ಹೋದರು. ಕಮಲಾಕರನ್ ಅವರ ಹಾಸಿಗೆ ದಿಂಬೆಲ್ಲ ಅಸ್ತವ್ಯಸ್ತವಾಗಿತ್ತು. ಬೀರು, ಲಾಕರ್ ಎಲ್ಲಾ ತೆರೆದು ಬಿದ್ದಿದ್ದವು. ಕಮಲೆ, ಅವಳ ಗಂಡನನ್ನು ಅಡ್ಡ ಹಾಕಿ ಮೋತಿ ಬೊಗಳುತ್ತಿತ್ತು. ಅವರ ಮುಖಗಳು ಬಿಳುಪೇರಿ ಹೋಗಿದ್ದವು.

"ಮೋತಿ... ಇಲ್ಬಾ" ಕಮಲಾಕರನ್ ಕರೆ ಸಿಡಿಲೆರಗಿದಂತಾಯಿತು. ಮೊತಿ ಬಂದು ಅವರ ಉದ್ದಕ್ಕೂ ನೆಗೆದು ತನ್ನದೇ ವಿನಯವನ್ನು ಪ್ರದರ್ಶಿಸಿತು. ಮಾತು ಬಾರದ ಪ್ರಾಣಿ ತನ್ನ ಕಣ್ಣಲ್ಲೇ ನೂರು ಹೇಳಿದಂತೆ ಕಾಣಿಸಿತು.

ಅದರ ಕುತ್ತಿಗೆಯನ್ನು ಪ್ರೀತಿಯಿಂದ ಸವರಿದ ಕಮಲಾಕರನ್ ಮೋತಿಗೆ ಹೊರಗೆ ಹೋಗುವಂತೆ ಸನ್ನೆ ಮಾಡಿ ಅವರ ಕಡೆಗೆ ತಿರುಗಿದರು.

"ಸಿಕ್ತಾ?" ಎಂದು ಪ್ರಶ್ನಿಸಿದರು. ಅವರ ಮುಖಗಳು ಮತ್ತಷ್ಟು ಬಿಳುಪೇರಿದವು. ತಡಬಡಿಸಿದರು.

"ಇಷ್ಟು ಆತುರಪಟ್ಟರೇ ಹೇಗೆ? ನಾನೆಲ್ಲಾದ್ರೂ ಬೇರೆ ಕಡೆ ಹೋದಾಗ ಪ್ರಯತ್ನಿಸಬೇಕಾಗಿತ್ತು!" ಮಾತು ಕಟುವಾಗಿತ್ತು.

"ಅಣ್ಣ, ನೀನೂ ತಪ್ಪು ತಿಳ್ಕೊಂಡುಬಿಟ್ಟಿದ್ದೀಯಾ. ನಾವು ನಿನ್ನ ಮಾತಾಡ್ಸೊ ಸಲುವಾಗಿ ಬಂದಿದ್ದು. ಹಾಳು ಮೋತಿ ಎಗರಾಡಿ..." ಕಮಲೆ ಉಗುಳು ನುಂಗಿದಳು. ಕಮಲಾಕರನ್ ದೃಷ್ಟಿ ಮೇಜಿನ ಲಾಕರ್, ತೆರೆದ ಬೀರು, ಅಸ್ತವ್ಯಸ್ತವಾದ ಹಾಸಿಗೆ, ದಿಂಬುಗಳಿಂದ ಹಾದು ನೇರವಾಗಿ ಅವರಿಬ್ಬರನ್ನೂ ಸಮೀಪಿಸಿತು. 'ಇದಕ್ಕೇನು ಹೇಳುವಿರಿ?' ಎಂದು ಪ್ರಶ್ನಿಸುವಂತಿತ್ತು.

"ಭಾವ...." ಕಮಲೆಯ ಗಂಡ ಬಾಯಿ ತೆರೆದ. ಕಮಲಾಕರನ್ ಅಸಹ್ಯದಿಂದ ಮುಖ ತಿರುವಿದರು. ಹೊರಗೆ ಹೋಗುವಂತೆ ಕೈಯಿಂದ ಸನ್ನೆ ಮಾಡಿ ಕುಸಿದು ಕುಳಿತರು. ಕಣ್ಣು ಮುಚ್ಚಿ ಸೋಫಾಗೆ ಒರಗಿದರು. ಅಂದು... ಕೂಡ ಅವರು ಹೀಗೆಯೇ ಹೋಗಿದ್ದರು. ಹಣೆಯ ಮೇಲಿನ ಗೆರೆಗಳು ಆಳವಾದವು. ಮುಖದಲ್ಲಿ ನೋವು ಮಿನುಗಿತು.

ಗಾಬರಿಯಿಂದ ಸುಮಳ ಕಣ್ಣುಗಳು ಅತ್ತಿತ್ತ ಚಲಿಸಿದವು. ಅವಳಿಗೆ ವಿವರಣೆ ಬೇಕಿರಲಿಲ್ಲ. ಟವೆಲಿನಿಂದ ಹಣೆಯ ಮೇಲಿನ ಬೆವರನ್ನೊರೆಸಿದಳು.

"ಸಮಾಧಾನ ಮಾಡ್ಕೊಳ್ಳಿ" ಅವಳ ಗಂಟಲು ನಡುಗಿತು. ಮೆಲ್ಲನೆ ಕಣ್ಣು ತೆರೆದು ಕಮಲಾಕರನ್ ಮುಗುಳ್ನಕ್ಕರು.

ಸೋಫಾಗೆ ಕೈಯೂರಿ ಎದ್ದುನಿಂತು "ಡಾ॥ ನರಗುಂದ್‌ರ ಪ್ರಕಾರ ನನ್ನೆದೆ ದುರ್ಬಲವಲ್ಲ" ತಟ್ಟಿ ಹೇಳಿದರು. ಒಳಗಿನ ತಳಮಳ ಸತ್ತಿರಲಿಲ್ಲ. ಹೃದಯ ವೇದನೆಯಿಂದ ಹೊರಳಾಡುತ್ತಿತ್ತು. ಸಂತೈಸಬೇಕಾದ ಜೀವ ದಿಗಂತದ ಆಚೆ ನಿಂತು ನಿಸ್ಸಹಾಯಕವಾಗಿ ನೋಡುತ್ತಿತ್ತು.

ಕಾಫಿ ತಂದಿಟ್ಟ ಅಡುಗೆಯವನು ತಲೆ ಎತ್ತದೆ ಹೊರಗೆ ಹೋದ. ಅವನ ಕೈಗಳು ಲಘುವಾಗಿ ಕಂಪಿಸುತ್ತಿದ್ದವು. ಇದನ್ನು ಸುಮ ಗಮನಿಸದೇ ಇರಲಿಲ್ಲ. ಇವರೆಲ್ಲ ಸಹಾಯಕರಾಗಿ ಕಂಡರು. ಎಲ್ಲಾ ಗೋಜಲು ಗೋಜಲಾಗಿ ಕಂಡಿತು.

ಕಾಫಿ ಬಟ್ಟಲನ್ನು ಕೈಗೆತ್ತಿಕೊಂಡು ಕಮಲಾಕರನ್ "ತಗೋ ಸುಮ ಕಾಫೀ" ಎಂದರು ಹಗುರವಾಗಿ. ಅವರೇನು ಎದೆಗುಂದಿದಂತೆ ಕಾಣಲಿಲ್ಲ. ಎಷ್ಟೋ ಘಟನೆಗಳ ಮಧ್ಯೆ ಇದೂ ಒಂದೆಂದೂ ಭಾವಿಸಿದರೇನೋ?!

ಕಾಫಿಯ ಒಂದೊಂದು ಗುಟುಕು ಗಂಟಲಲ್ಲಿ ಇಳಿಯಲೂ ಸುಮಳಿಗೆ ಕಷ್ಟವಾಯಿತು. ಬಲವಂತವಾಗಿಯೇ ಗುಟುಕರಿಸಿದಳು. ಭಯ ಅವಳನ್ನು ಆವರಿಸಿತ್ತು ಈ ವಾತಾವರಣದ ಮಧ್ಯೆ ಸಮಾಧಾನದ ಜೀವನ ಕಷ್ಟವೆನಿಸಿತು.

"ನಾಲ್ಕಾರು ದಿನ ಕಲ್ಕತ್ತೆಗೆ ಹೋಗ್ಬರ್ತೀನಿ ಶಾಂತಿನಿಕೇತನಕ್ಕೆ ಆಗಾಗ ಹೋಗಿ ಬರದಿದ್ರೆ ನನ್ನ ಮನಸ್ಸಿನ ಶಾಂತೀನೇ ಹಾಳಾಗುತ್ತೆ" ಎತ್ತಲೋ ನೋಡುತ್ತ ಹೇಳಿದರು.

ಭಯದಿಂದ ಸುಮಳ ಮನ ಹೊಯ್ದಾಡಿತು. ಇನ್ನೂ ಅನುಭವ ಸಾಲದ ಅವಳು ಸಮಸ್ತ ಜವಾಬ್ದಾರಿಗಳನ್ನು ಹೊರಬೇಕಾಗುತ್ತಿತ್ತು. ಎದೆ ಅಳುಕಿತು.

"ಪೂವಯ್ಯ ಇದ್ದಾನೆ. ಭಯ ಬೇಡ, ಸದ್ಯಕ್ಕೆ ಅವ್ರು ಹೊರಟರೆ ಇತ್ತ ತಲೆ ಹಾಕಲು ಬಹಳ ದಿನಗಳೇ ಬೇಕಾಗುತ್ತೆ" ತಂಗಿ, ಭಾವನನ್ನು ಉದ್ದೇಶಿಸಿ ಆಡಿದ ಮಾತೆಂದು ಸುಮಳಿಗೆ ಅರ್ಥವಾಯಿತು. ಆದರೂ ಧೈರ್ಯ ತುಂಬಿ ಬರಲಿಲ್ಲ.

ಮನಸ್ಸಿಗೆ ಬಂದ ಕೂಡಲೇ ಕಮಲಾಕರನ್ ಹೊರಟುಬಿಡುವವರೇ. ಅವರು ಶಾಂತಿನಿಕೇತನವನ್ನು ಪ್ರೀತಿಸುವಷ್ಟು ಬೇರೆ ಯಾವುದನ್ನೂ ಪ್ರೀತಿಸಲಾರರೇನೋ. ಸಂಜೆಯ ವೇಳೆಗೆ ಹೊರಟೇಬಿಟ್ಟರು. ಅವರನ್ನು ಬೀಳ್ಕೊಟ್ಟು ಬಂದು ಸುಮ ಮಂಕಾಗಿ ಕುಳಿತಳು. ಬಂಗ್ಲೆಯೆಲ್ಲ ಬಣಗುಟ್ಟುತ್ತಿತ್ತು.

"ಹಲೋ... ಮಿಸ್" ತಲೆ ಮೇಲೆತ್ತಿದಳು. ಡಾ॥ ನರಗುಂದ್ ಬಾಗಿಲಲ್ಲಿ ನಿಂತಿದ್ದರು. ಇವರು ತುಂಬ ಚೆನ್ನಾಗಿ ನಗಬಲ್ಲರೆಂದು ಅವಳಿಗೆ ಇಂದೇ ಗೊತ್ತಾಗಿದ್ದು.

"ಹಲೋ..." ಎಂದಳು. ಅಷ್ಟೇನೂ ಆಸಕ್ತಿ ತೋರಲಿಲ್ಲ. ಆ ಮನುಷ್ಯ ಬಂದಿದ್ದು ಅವಳಿಗೇನು ಸರಿತೋರಲಿಲ್ಲ. ಕೋಣೆಯೊಳಕ್ಕೆ ಆಹ್ವಾನಿಸುವ ಮನಸ್ಸು ಕೂಡ ಬರಲಿಲ್ಲ. ತಾನೇ ಎದ್ದುಹೋದಳು.

"ಕೋಣೆಯೊಳಗೆ ಕೂತರೆ ಉಸಿರುಗಟ್ಟೋ ವಾತಾವರಣ" ತಾನು ಆಹ್ವಾನಿಸದಿದ್ದಕ್ಕೆ ಉಪಾಯವಾಗಿ ಸಮಜಾಯಿಷಿ ಹೇಳಿದಳು.

"ಕಮಾನ್.... ಹೊರಗೆ ಕೂಡೋಣ" ಅವಳ ಮನಃಸ್ಥಿತಿಯನ್ನು ಗಮನಿಸದಂತೆ ಉತ್ಸಾಹದಿಂದ ಹೇಳಿದರು. ಇಬ್ಬರೂ ಬಂದು ಲಾನ್ ಮೇಲೆ ಹಾಕಿದ್ದ ಬೆತ್ತದ ಕುರ್ಚಿಗಳ ಮೇಲೆ ಕುಳಿತರು. ಏನು ಮಾತನಾಡಬೇಕೆಂದು ತೋರದ ಸುಮ ಮೌನವಾಗಿ ಕೂತಳು. ಕತ್ತಲು ಪೂರ್ಣವಾಗಿ ಆವರಿಸತೊಡಗಿತು. ಜೀರುಂಡೆಗಳ ಸದ್ದು ಅಸಾಧ್ಯವಾಗಿತ್ತು.

"ತುಂಬ ಬೇಸ್ರ, ಕೆಲಸ ಬಿಟ್ಹೋಗೋ ಉದ್ದೇಶವಿದೆ." ತಲೆ ಎತ್ತಿ ಅವನೆಡೆ ನೋಡಿದಳು. ಚಟುವಟಿಕೆಯಿಂದ ಇರಬೇಕಾದ ವಯಸ್ಸಿನಲ್ಲಿ ಕೆಲಸವಿಲ್ಲದೆ ಕೊಳೆಯುವುದು ಕಷ್ಟವೆನಿಸಿತು. ಕಮಲಾಕರನ್ ದೇಹಸ್ಥಿತಿ ಪರೀಕ್ಷಿಸುವ ಸಲುವಾಗಿ ನೇಮಿತನಾಗಿದ್ದ; ಹಿರಿಯ ಹೃದಯ ತಜ್ಞರು ಸಲಹೆ ನೀಡಿದ್ದರು. ಕೆಲವೊಮ್ಮೆ ಅವರ ಜೀವ ಇಷ್ಟೊಂದು ಅಮೂಲ್ಯವೇ! ಎಂದೂ ಬೇಸರಿಸುತ್ತಿದ್ದ.

"ಯಾಕೆ?" ಅರಿಯದವಳಂತೆ ಪ್ರಶ್ನಿಸಿದಳು..

"ಇಲ್ಲಿ ಲೈಫ್ ಇಲ್ಲ" ಸುಮ ಮತ್ತೇನೂ ಕೇಳಲು ಹೋಗಲಿಲ್ಲ. ಕಮಲಾಕರನ್ ಒಮ್ಮೆ ಹೇಳಿದ್ದರು – ಮಲೆನಾಡಿನ ಈ ಹಳ್ಳಿಗಳಲ್ಲಿ ಜನಗಳು ಅನಾರೋಗ್ಯದಿಂದ ಬಹಳಷ್ಟು ಬಳಲುತ್ತ ಇದ್ದಾರೆ. ಹತ್ತಿರದಲ್ಲಿರೋ ಯಾವುದಾದರೂ ಹಳ್ಳಿಯಲ್ಲಿ ಸಣ್ಣದಾಗಿ ಒಂದು ಕ್ಲಿನಿಕ್ ಓಪನ್ ಮಾಡು. ಅದರಿಂದ ಆ ಜನಕ್ಕೂ ಬಹಳಷ್ಟು ಉಪಕಾರವಾಗುತ್ತೆ. ನಿನ್ನ ವೇಳೆಯೂ ಅಪವ್ಯಯವಾಗಲ್ಲ. ಹಣದ ಬಗ್ಗೆ ಯೋಚಿಸ್ಬೇಡ. ನಾನು ಕೊಡ್ತೀನೀಂತ

ಬಹಳಷ್ಟು ಹೇಳಿದೆ. ಆ ಮನುಷ್ಯನಿಗೆ ಉತ್ಸಾಹವಿಲ್ಲ. ವಿಶೇಷ ಪರಿಣತಿ ಪಡೆದ ಡಾ॥ ನರಗುಂದ್‌ರ ಕಾಲ ಅಪವ್ಯಯವಾಗೋದು ನಂಗಿಷ್ಟವಿಲ್ಲ.

"ಬೇರೆ ಎಲ್ಲಾದ್ರೂ ಪ್ರಯತ್ನ ನಡ್ಸಿದ್ದೀರಾ?"

"ಈ ದೇಶದಲ್ಲಿ ನಮ್ಮಂಥವರಿಗೆ ಪ್ರೋತ್ಸಾಹವಿಲ್ಲ. ವಿದೇಶದಲ್ಲಿ ಹೋಗಿ ನೆಲೆಸಿಬಿಡುವ ಯೋಚ್ನೆ ಇದೆ. ನೀವು ಇಲ್ಲಿಗೆ ಕೆಲಸಕ್ಕೆ ಯಾಕೆ ಬಂದ್ರಿ?"

ಸುಮಳ ಹುಬ್ಬುಗಳು ಮೇಲೇರಿದವು. ಬೇಸರವಾಯಿತು. ಈ ಮನುಷ್ಯನಿಗ್ಯಾಕೆ ಎಂದುಕೊಳ್ಳದಿರಲಿಲ್ಲ. ಸರಿಯಾಗಿ ಉತ್ತರ ಹೇಳುವುದು ಕಷ್ಟವೆನಿಸಿತು.

"ನಿಮ್ಗೆ ಇಲ್ಲಿನ ಸಮಾಚಾರ ಗೊತ್ತಿಲ್ಲ. ಕೆಟ್ಟ ಧೈರ್ಯ ಮಾಡಿ ಇಲ್ಲಿರಬೇಕಷ್ಟೆ ಕಮಲಾಕರನ್ ಹೆಂಡ್ತಿ...." ಅತ್ತಿತ್ತ ನೋಡಿ ತುಸು ಬಗ್ಗಿ ಪಿಸುಗುಟ್ಟಿದರು. ಅಚಲಳಾಗಿ ಕೂತಿದ್ದಳು ಸುಮ.

"ವಿಷ ಹಾಕಿ ಅವರ ಹೆಂಡ್ತೀನ ಕಮಲಾಕರನ್ ಸಾಯ್ಸಿದ್ದಾರೆ. ಎಲ್ಲರಗೂ ಗೊತ್ತು ವಿಷ್ಯ. ಇದ್ದೊಬ್ಬ ಮಗನನ್ನು ಕೂಡ ಇಂಗ್ಲೆಂಡ್‌ನಲ್ಲಿ ಬಿಟ್ಟಿದ್ದಾರೆ. ನೋಡೋರ ಕಣ್ಣಿಗೆ ದೊಡ್ಡ ಮನುಷ್ಯ!" ಡಾ॥ ನರಗುಂದ್‌ರ ಧ್ವನಿಯಲ್ಲಿ ತಾತ್ಸಾರ ಮಿನುಗಿತು.

ಸುಮಳ ಕಣ್ಣು ರೆಪ್ಪೆಗಳು ಪಟಪಟನೆ ಬಡಿದುಕೊಂಡು ಕಣ್ಣುಗಳಲ್ಲಿ ಭಯ ಮಿನುಗಿ ಮಾಯವಾಯಿತು. ಕಮಲಾಕರನ್ ಮೇಲೆ ಇಂತಹ ಆರೋಪ ಒಪ್ಪಿಕೊಳ್ಳಲು ಅವಳ ಮನ ಸಿದ್ಧವಾಗಲಿಲ್ಲ. ಡಾ॥ ನರಗುಂದ್ ಬಾಯಲ್ಲಿ ಆ ಮಾತು ಕೇಳಿ ಅವಳಿಗೆ ಆಶ್ಚರ್ಯವಾಯಿತು.

"ಯಾವಾಗಲಾದರೊಮ್ಮೆ ವೀಣಾವಾದನ ಕೇಳಿಸುತ್ತೆ. ಇದು ಬೇರೆಯವರ ಮಾತಲ್ಲ. ಸ್ವತಃ ನಾನು ಕೇಳಿದ್ದೀನಿ. ಕಮಲಾಕರನ್‌ರವರ ಹೆಂಡ್ತಿ ಭಾರತಿಯವರ ಪ್ರೇತದ ವಾದನ. ವೈಜ್ಞಾನಿಕವಾಗಿ ಇದನ್ನು ಒಪ್ಪದಿದ್ದರೂ... ಒಪ್ಪಲೇಬೇಕಾಗಿದೆ." ಸುಮಳ ಎದೆಯ ಬಡಿತ ನಾಲ್ಕರಷ್ಟು ಹೆಚ್ಚಾಯಿತು. ಇದಿಷ್ಟು ಅವಳ ಪಾಲಿಗೆ ಹೊಸ ವಿಷಯಗಳು. ಅವರ ಹೆಂಡತಿ ಚಿಕ್ಕ ವಯಸ್ಸಿನಲ್ಲಿಯೇ ಸತ್ತ ವಿಷಯವನ್ನು ಪೂವಯ್ಯನ ಬಾಯಿಂದ ಕೇಳಿದ್ದಳು. ಸಹಾನುಭೂತಿಯುಂಟಾಗಿತ್ತು.

"ಆದಷ್ಟು ಬೇಗ ಇಲ್ಲಿಂದ ಹೊರಟ್ಹೋಗೋದು ಒಳ್ಳೇದು ಇದನ್ನೆಲ್ಲ ಯೋಚಿಸಿದ್ರೆ ಸಭ್ಯತೆಯ ಮುಸುಕಿನಲ್ಲಿ ಜೀವಿಸುತ್ತಿರುವ ಕಮಲಾಕರನ್ ಕೆಟ್ಟ ಮನುಷ್ಯ. ಸ್ವಂತ ತಂಗಿಯನ್ನು ಕೂಡ ಮನೆಯಿಂದ ಹೊರಗೆ ಹಾಕಿದ್ದಾರೆ."

ಇದಿಷ್ಟು ಕೇಳಿದರೂ ಅವಳಿಗೆ ಕಮಲಾಕರನ್ ಬಗ್ಗೆ ಕೆಟ್ಟ ಭಾವ ಉದಯಿಸಲಿಲ್ಲ. ಕಿವಿಗಿಂತ ಕಣ್ಣನ್ನು ನಂಬಬಹುದೆಂಬ ಅವಳ ವಾದವನ್ನೇ ವಿವೇಚನೆಯಿಂದ ಒರೆಹಚ್ಚುವುದು ಅಗತ್ಯವೆನಿಸಿತು.

"ಆರ್ಥಿಕತೆಯ ಸಮತೋಲನ ಸಾಧಿಸಲು ನನ್ಗೆ ಉದ್ಯೋಗ ಅಗತ್ಯವಾಗಿ ಕಂಡಿತು. ಬೇರೆ ಕಡೆಗೆ ಸಿಕ್ಕಿದ್ರೆ ಧೈರ್ಯವಾಗಿ ಬಿಡಬಹ್ದು. ಅದುವರೆಗೂ ಇಲ್ಲಿರಲೇಬೇಕು."

ಅಡಿಗೆ ನಾಯರ್ ಬಂದು ಹಲ್ಲು ಕಿಸಿಯುತ್ತ ಎದುರು ನಿಂತ. ಅವನ ಮುಖ ನೋಡಬೇಕೆನಿಸಲಿಲ್ಲ. ನೋಡಿದರೂ ನೋಡದಂತೆ ಕುಳಿತಳು.

"ಅಡ್ಗೆ ಏನು ಮಾಡ್ಲಿ?" ಕೈ ಕೈ ಹೊಸೆದ.

"ಏನೂ ಬೇಡ. ಮಧ್ಯಾಹ್ನದ ಅಡ್ಗೆ ಉಳಿದಿದ್ರೆ ಅದೇ ಸಾಕು."

"ಅಂಥ ಗ್ರಹಚಾರ ನಿಮ್ಗೇನು ಬಂದಿದೆ!" ದಢಾರನೇ ಮೇಲಕ್ಕೆದ್ದಳು. ದುರುಗುಟ್ಟಿಕೊಂಡು ಅವನೆಡೆ ನೋಡುತ್ತ "ಅನ್ನವಿಟ್ಟ ದಣಿಗೆ ದ್ರೋಹ ಬಗೆಯೋದು ಒಳ್ಳೆ ಲಕ್ಷಣವಲ್ಲ. ಪ್ರಾಮಾಣಿಕವಾಗಿ ಕೆಲಸ ಮಾಡೋದನ್ನ ಕಲಿಯಿರಿ. ಬರ್ತೀನಿ ಡಾಕ್ಟ್ರೇ" ಅಲ್ಲಿ ನಿಲ್ಲದೆ ಹೊರಟುಬಿಟ್ಟಳು.

ಮೋತಿಗೆ ಊಟ ಹಾಕುತ್ತಿದ್ದ ಪೂವಯ್ಯ ಸುಮಳನ್ನು ನೋಡಿ ಎದ್ದು ಬಂದ. ಅವನ ಸೊಂಟ ಬಾಗಿತ್ತು. ಆದರೂ ಕೆಲಸದಲ್ಲಿ ಚುರುಕು, ಪ್ರಾಮಾಣಿಕತೆಯನ್ನು ಒತ್ತಿ ಹೇಳುವ ಕಣ್ಣುಗಳು, ನಂಬಬಹುದಾದಂಥ ವ್ಯಕ್ತಿ.

"ಮೋತಿ ಒಳಗೆ ನಡಿ" ಎಂದು ತಲೆ ಸವರಿ ಹೇಳಿದಳು. ಮೋತಿ ಬಾಲ ಆಡಿಸುತ್ತ ಒಳಗೆ ನಡೆಯಿತು. ಡಾ॥ ನರಗುಂದ್ ಹೇಳಿದ ಮಾತುಗಳು ಒಳಗೇ ಕುಟುಕುತ್ತಿತ್ತು. ತನಗೇಕೆ? ಅಂದುಕೊಂಡರೂ ಕುತೂಹಲವನ್ನು ಮೆಟ್ಟಲಾರದಾದಳು. ಕೇಳಲಾ.... ಬೇಡವಾ... ಎಂದು ಯೋಚಿಸಿದಳು.

"ಏನಮ್ಮಣ್ಣಿ?" ಎಂದಾಗ "ಏನಿಲ್ಲ" ಎಂದು ತಡವರಿಸಿದಳು. ಸುಯ್ಯೆಂದು ಗಾಳಿ ಬೀಸಿದಾಗ ಬೆಚ್ಚಿಬಿದ್ದಳು. ಮೈ ಮೃದುವಾಗಿ ಕಂಪಿಸಿತು. ನಿಲ್ಲಲಾರದೆ ಒಳಬಂದಳು. ಇಷ್ಟು ದಿನ ನಿರಾತಂಕವಾಗಿದ್ದಳು. ಈಗ... ಡಾಕ್ಟರನ್ನು ಮನಸ್ಸಿನಲ್ಲಿಯೇ ಶಪಿಸಿದಳು.

ಅವಳನ್ನೇ ಹಿಂಬಾಲಿಸಿಕೊಂಡು ಬಂದ ಪೂವಯ್ಯ ಮತ್ತೆ "ಏನಾದ್ರೂ ಕೇಳಬೇಕಾಗಿತ್ತೆ ಅಮ್ಮಣ್ಣಿ?" ಅವಳ ಮನವನ್ನು ಓದಿದವನಂತೆ ಕೇಳಿದ. ಏನೂ ಇಲ್ಲವೆನ್ನುವಂತೆ ತಲೆಯಾಡಿಸಿದಳು. ಆಮೇಲೆ ನಿಮಿಷಗಳು ಯುಗಗಳಾದವು. ಎರಡೇ ದಿನಗಳಲ್ಲಿ ಕಮಲಾಕರನ್ ಹಿಂದಿರುಗಿದರು. ಅವರ ಮುಖದ ಮೇಲೆ ಅಪೂರ್ವ ಶಾಂತಿ ನೆಲೆಸಿದಂತೆ ಕಂಡಿತು.

"ಹುಷಾರಿಲ್ವಾ, ಸುಮ?" ಮುಖ ನೋಡಿದ ಕೂಡಲೇ ತಟ್ಟನೆ ಪ್ರಶ್ನಿಸಿದರು. ಅವರು ಸುಮಳಿಗಾಗಿ ಬೇಗ ಹಿಂದಿರುಗಿದ್ದರು. ಅಂದು ನಡೆದು ಹೋದ ಆಘಾತ ಇನ್ನೂ ಅವರೆದೆಯಲ್ಲಿ ಹಸಿರಾಗಿತ್ತು. ಮತ್ತೆ ಅದರ ಪುನಾರಾವರ್ತನೆಯಾಗಕೂಡದು.

"ಏನಿಲ್ಲ, ಹುಷಾರಾಗಿದ್ದೀನಿ" ಮುಖ ಕೆಳಕ್ಕೆ ಹಾಕಿದಳು.

ಕಮಲಾಕರನ್‌ರ ಮನ ಹೊಯ್ದಾಡಿತು. ಒಂದು ಗಳಿಗೆ ಯೋಚಿಸಿದರು. ಇಲ್ಲಿ ಬಂದು ನಿಂತ ಆ ಹುಡುಗಿಗೆ ಎಲ್ಲಾ ಗೋಜಲು ಗೋಜಲಾಗಿ ಕಾಣಬಹುದು ಭಯವಿಹ್ವಲಳನ್ನಾಗಿ ಮಾಡಬಹುದು. ವಿಷಯ ತಿಳಿಸುವುದು ಒಳಿತೆಂದುಕೊಂಡರು.

"ಪೂವಯ್ಯ, ಆ ಕೋಣೆ ಬೀಗ ತೆಗಿ" ನಿಂತಲ್ಲೇ ಆಜ್ಞಾಪಿಸಿದರು. ಸೊಂಟದಲ್ಲಿನ

ಬೀಗದ ಕೈ ಹಿಡಿದು ಪೂವಯ್ಯ ಮೇಲೇರಿ ಹೋದ. ಕಮಲಾಕರನ್, ಸುಮಳಿಗೆ ಬರುವಂತೆ ಸನ್ನೆ ಮಾಡಿ ಮೇಲೆ ಹೊರಟರು. ಮೂರು ಕೋಣೆಗಳನ್ನು ಹಿಂದಕ್ಕೆ ಹಾಕಿ ಮುಂದೆ ನಡೆದರು. ಪಕ್ಕದ ವಿಶಾಲವಾದ ಹಜಾರ ದಾಟಿ ಒಂದು ಕೋಣೆಯ ಮುಂದೆ ಬಂದು ನಿಂತರು. ಪೂವಯ್ಯ ಬೀಗವನ್ನು ತೆರೆದು ಒಳ ನಡೆದ. ಕಿಟಕಿಗಳನ್ನು ತೆರೆದ ಸದ್ದು ಕೇಳಿ ಕಮಲಾಕರನ್ ಅತ್ತ ನಡೆದರು. ಒಳಗೆ ಅಡಿಯಿಟ್ಟರು. ಒಂದು ಕ್ಷಣ ನಿಂತುಬಿಟ್ಟರು. ವೇದನೆಯಿಂದ ಅವರ ಮುಖ ಹಿಂಡಿತು. ಭಾರವಾದ ಉಸಿರನ್ನು ಬಿಟ್ಟು ಒಳ ನಡೆದರು.

ವಿಶಾಲವಾದ ಕೋಣೆ. ಗಾಳಿಗೆ ಕಿಟಕಿಯ ಪರದೆಗಳು ಅಲುಗಾಡುತ್ತಿದ್ದವು. ಮಲೆನಾಡಿನ ಬೆಟ್ಟ ಕಾಡುಗಳ ಜಲವರ್ಣ ಚಿತ್ರಗಳು ಗೋಡೆಗಳ ಮೇಲೆ ಜೀವಂತವಾಗಿ ವಿರಾಜಿಸುತ್ತಿದ್ದವು. ಸುಮಳ ನೋಟ ಒಂದೆಡೆ ನಿಂತಿತು. ವೀಣೆ ಹಿಡಿದು ಕುಳಿತ ಸುಂದರ ಯುವತಿಯ ದೊಡ್ಡ ತೈಲಚಿತ್ರ. ಕೃತಕತೆ ಇರಲಿಲ್ಲ. ಮುಖದ ಮೇಲೆ ಸಾತ್ವಿಕತೆ – ಅಪೂರ್ವ ಚೆಲುವು–ಅನಂತ ಶಾಂತಿಯ ಪ್ರತೀಕ. ಅವಳ ದೃಷ್ಟಿ ಅಲ್ಲಿಂದ ಸರಿಯಲೇ ಇಲ್ಲ. ಅನುಭವಿ ಚಿತ್ರಕಾರನ ಕುಂಚದಿಂದ ಸೃಷ್ಟಿಯಾದ ಚಿತ್ರ ಜೀವಂತವಾಗಿತ್ತು. ತುಟಿಗಳ ಮೇಲಿನ ನಗು ಮಾಸಿರಲಿಲ್ಲ. ನೀಳ ಬೆರಳುಗಳು ವೀಣೆಯ ತಂತಿಯ ಮೇಲೆ ಆಡುತ್ತಿದ್ದಂತೆ ಕಾಣಿಸುತ್ತಿತ್ತು.

"ವಂಡರ್‌ಫುಲ್..." ಮೈಮರೆತು ಉದ್ಗರಿಸಿದಳು. ದೃಷ್ಟಿ ಕೆಳ ಸರಿಯಿತು. ಅದೇ... ವೀಣೆ... ಮೇಲಕ್ಕೂ ಕೆಳಕ್ಕೂ ನೋಡಿದಳು... ಅದೇ ವೀಣೆ. ಆದರೆ... ಯುವತಿ! ಮೆಲ್ಲಗೆ ಕಮಲಾಕರನ್ ಕಡೆಗೆ ತಿರುಗಿದಳು. ನಿಶ್ಚೇಷ್ಟಿತ ಭಾವದಿಂದ ಮುಖ ಕೆಳಗೆ ಮಾಡಿ ಕೂತಿದ್ದರು. ನಿರಾಶೆಯ ನೋವು ಮುಖದಲ್ಲಿ ಕಾಣುತ್ತಿತ್ತು. ಅಂದರೆ... ಆ ಯುವತಿ ಕಮಲಾಕರನ್ ಅವರ ಮಡದಿ... ಅಚ್ಚರಿಯಿಂದ ನೋಡಿದಳು. ಅಬ್ಬ... ಅಂತಹ ಅಪರೂಪದ ಸೌಂದರ್ಯ! ಚಿತ್ರಿಸಿದ... ಚಿತ್ರಕಾರ ಅವಳ ದೃಷ್ಟಿ ಪಕ್ಕಕ್ಕೆ ಹರಿದು ನಿಂತಿತು. ದೊಡ್ಡ ಕ್ಯಾನ್‌ವಾಸ್, ಸ್ಟಾಂಡ್, ಬಣ್ಣದ ಪೆಟ್ಟಿಗೆ, ಪೆನ್ಸಿಲ್, ಕುಂಚಚಿತ್ರ ಬೇರೆಲ್ಲಿಯೂ ಚಿತ್ರಿಸಲ್ಪಟ್ಟಿಲ್ಲ. ಚಿತ್ರಕಾರ ಇಲ್ಲೇ ಕೂತು ತನ್ಮಯತೆಯಿಂದ ಚಿತ್ರಿಸಿದ್ದಾನೆ. ಗೋಡೆಯ ಮೇಲಿನ ತೈಲಚಿತ್ರ ಅವಳನ್ನು ಆಕರ್ಷಿಸಿತು. ಸಮೀಪಕ್ಕೆ ಹೋಗಿ ನಿಂತಳು 'ಭಾರತಿ... ಸುಮಧುರ ಭಾರತಿ' ಚಿತ್ರದ ಕೊನೆಯಲ್ಲಿದ್ದ ಅಕ್ಷರಗಳಿವು. ಕಡೆದ ಬೊಂಬೆಯಂತೆ ನಿಂತಳು.

ಗೋಡೆಯ ಮೇಲಿದ್ದ ಜಲವರ್ಣದ ಚಿತ್ರಗಳನ್ನು ದೃಷ್ಟಿಸಿದಳು. ಎಲ್ಲಾ ಚಿತ್ರಗಳು ವರ್ಣ, ರೇಖೆ ಮತ್ತು ರಾಶಿ ವಿನ್ಯಾಸಗಳಲ್ಲಿ ಸಾಂಗತ್ಯ ಸಾಧಿಸಿದ್ದವು. ಸೃಷ್ಟಿಶಕ್ತಿ ಬದುಕಿತ್ತು. ಸತ್ತಿರಲಿಲ್ಲ.

ತೆಳು ರೇಶಿಮೆ ವಸ್ತ್ರದಿಂದ ಹೊದಿಸಲ್ಪಟ್ಟ ವೀಣೆ ತುಂಬು ಗಾಂಭೀರ್ಯದಿಂದ ಪವಡಿಸಿತ್ತು. ಅನಾಥಪ್ರಜ್ಞೆ ಕಾಡುತ್ತಿರುವಂತೆ ಕಂಡಿತು. ಸುಮಳ ಕಣ್ಣಾಲಿಗಲು ತುಂಬಿ ಬಂದವು. ಗೋಡೆಯ ಮೇಲಿನ ಚಿತ್ರ ಮುಸುಕು ಮುಸುಕಾಗಿ ಕಾಣಿಸಿತು. 'ಎಷ್ಟು

ಚೆನ್ನಾಗಿದೆ! ಇದೆಂತಹ ಅದ್ಭುತ ಚಿತ್ರ!' ಎಂದುಕೊಂಡಳು.

ಸುಮ ಎಷ್ಟೋ ಬಾರಿ ಚಿತ್ರಸಂಗ್ರಹಾಲಯ, ಚಿತ್ರ ಪ್ರದರ್ಶನಗಳಿಗೆ ಭೇಟಿಕೊಟ್ಟಿದ್ದಳು. ಕಲೆಯ ಮೂಲ ಕಲ್ಪನೆಗಳ ಬಗೆಗೆ ಕೆಲವು ಪುಸ್ತಕಗಳನ್ನು ಓದಿದ್ದಳು. ಎಷ್ಟೋ ಬಾರಿ ಗೆಳೆಯರ ಬಳಿ ಪ್ರದರ್ಶನದ ಚಿತ್ರಗಳ ಬಗೆಗೆ ಚರ್ಚೆಯನ್ನೂ ನಡೆಸಿದ್ದಳು. ಕುಂಚ ಹಿಡಿಯುವ ವ್ಯಕ್ತಿಯ ಬಗ್ಗೆ ಅಪಾರ ಅಭಿಮಾನ.

"ಕಲಾವಿದರು ಎಲ್ಲಿ?" ತಿರುಗಿ ಪ್ರಶ್ನಿಸಿದಳು.

"ದುರದೃಷ್ಟವಂತೆ" ಭಾರವಾದ ನಿಟ್ಟುಸಿರು ಹೊರಹೊಮ್ಮಿತು ಕಮಲಾಕರನ್ ರವರಿಂದ ಕುರ್ಚಿಯ ಹಿಡಿಯನ್ನು ಭದ್ರವಾಗಿ ಹಿಡಿದಿದ್ದವರು ಎದ್ದು ವೀಣೆಯ ಬಳಿ ಹೋಗಿ ಕುಳಿತರು. ಮೃದುವಾಗಿ ಕೈಯಾಡಿಸಿದರು. ತಮ್ಮ ತಲೆಯನ್ನು ಅದರ ಮೇಲಿಟ್ಟರು. ಪ್ರಿಯತಮೆಯ ಮೃದು ತೊಡೆಯ ಮೇಲಿಟ್ಟ ಅನುಭವವಾಯಿತು. ತಲೆ ಎತ್ತಿ ನೋಟವನ್ನು ಮೇಲೆ ಹರಿಸಿದರು. 'ಭಾರತಿ.... ಸುಮಧುರ ಭಾರತಿ....' ನೋವಿನ ಅಲೆಯಲ್ಲಿ ತೇಲಿಬಂತು ಮಧುರ ಶೃತಿ.

ಕೋಣೆಯಿಂದ ಹೊರಗೆ ಬಂದುಬಿಟ್ಟಳು ಸುಮ. ಅವರ ನಡುವಿನ ಪ್ರೀತಿ ಇನ್ನೂ ಜೀವಂತವಾಗಿತ್ತು. ಏಕಾಂತಕ್ಕೆ ಭಂಗ ತರಬಾರದೆಂದು ಹೊರಬಂದಿದ್ದಳು. 'ಸುಮಧುರ ಭಾರತಿ... ಸುಮಧುರ ಭಾರತಿ...' ಮೆಲುವಾಗಿ ಉಚ್ಚರಿಸಿದಳು. ನಿಲ್ಲಲಾರದೆ ತನ್ನ ಕೋಣೆಗೆ ಬಂದಳು. ಸ್ನಾನ ಮುಗಿಸಿ ಒಂದೆಡೆ ಕುಳಿತಳು. ಮನ ಭಾರವಾಗಿತ್ತು. ಅಷ್ಟು ಪ್ರೀತಿಸುವ ಕಮಲಾಕರನ್ ಮಡದಿಯ ಸಾವಿಗೆ ಕಾರಣನಾಗಲು ಸಾಧ್ಯವೇ? ನೊಂದ ಜೀವಿಗೆ ಎಂಥಾ ಆರೋಪ?

"ಅಮ್ಮ, ಉಪಹಾರಕ್ಕೆ ಬನ್ನಿ" ತಲೆ ಎತ್ತದೆಯೇ 'ಸರಿ'ಯೆನ್ನುವಂತೆ ತಲೆಯಾಡಿಸಿದಳು.

ಡೈನಿಂಗ್ ಟೇಬಲ್‌ನ ಮುಂದೆ ಕೂತಿದ್ದವರು ಕಮಲಾಕರನ್ ಮಾತ್ರ. ಮುಖದ ಮೇಲೆ ವೈರಾಗ್ಯಭಾವ ಮೂಡಿತ್ತು. ಆಮೇಲೆ ನಾಡಕರ್ಣಿಯವರು ಬಂದು ಕೂತರು.

ಬರೀ ಕಾಫಿ ಸೇವಿಸಿ ಮೇಲೆದ್ದರು. ನಾಡಕರ್ಣಿಯವರು ಏನೋ ಹೇಳಲು ಹೊರಟಾಗ ಸುಮ್ಮನಿರುವಂತೆ ಸನ್ನೆ ಮಾಡಿ ಎದ್ದು ಹೋಗಿಬಿಟ್ಟರು. ಗೊಣಗುಟ್ಟಿಕೊಂಡು ಸುಮ್ಮನಾದರು.

"ಕಂಟ್ರಾಕ್ಟ್‌ದಾರರಿಗೆ ಹಣವನ್ನು ಅಕೌಂಟ್‌ಗೆ ಸೇರಿಸಲು ಹೇಳಿದ್ರಂತೆ" ಹೌದೆನ್ನುವಂತೆ ತಲೆಯಾಡಿಸಿದಳು. ನಾಡಕರ್ಣಿಯವರ ಬಗ್ಗೆ ಇತ್ತೀಚೆಗೆ ಅಲ್ಪಸ್ವಲ್ಪ ತಿಳಿದುಕೊಂಡಿದ್ದಳು. ಪ್ರತಿಯೊಂದರಲ್ಲೂ ಕಮೀಷನ್ ಪಡೆಯುತ್ತಿದ್ದರು. ಹತ್ತಾರು ಲಾರಿ ಹಣ್ಣು ಸರಬರಾಜು ಆದರೆ ಕೇವಲ ನಾಲ್ಕಾರೆಂದು ಹೇಳುತ್ತಿದ್ದರು. ಹಿಂದಿನ ಕಮೀಷನ್ ಪಡೆದು ಕಡಿಮೆ ಬೆಲೆಗೆ ಮಾರಾಟ ಮಾಡುತ್ತಿದ್ದರು. ಅವರಿಂದ ಪಡೆದ ಹಣಕ್ಕೂ ಹತ್ತಾರು ಸಬೂಬು. ಇವೆಲ್ಲ ಅವರ ತಂತ್ರಗಳು. ಇದರಲ್ಲಿ ಕಮಲೆಯ ಗಂಡನಿಗೂ ಪಾಲು ಹೋಗುತ್ತಿತ್ತು. ಅಲ್ಪಸ್ವಲ್ಪ ಗೊತ್ತಿದ್ರು ಕಮಲಾಕರನ್ ತಲೆ

ಕೆಡಿಸಿಕೊಳ್ಳುತ್ತಿರಲಿಲ್ಲ. ಯಾಕೆಂದು ಯಾರಿಗೂ ಗೊತ್ತಿಲ್ಲ!

"ಆ ಕೆಲ್ಸವೆಲ್ಲಾ ಇನ್ಮೇಲೆ ನೇರವಾಗಿ ಯಜಮಾನ್ರೇ ನೋಡ್ತಾರಂತೆ. ಈ ಜಂಜಾಟದಲ್ಲಿ ಕೂದಲೆಲ್ಲ ಬೆಳ್ಳಗಾಗಿದೆ. ಪೂರ್ತಿ ಉದುರಿ ಹೋಗೋದ್ಬೇಡ." ಬಿಟ್ಟ ಬಾಯಿ ಬಿಟ್ಟುಕೊಂಡೇ ಕೂತುಬಿಟ್ಟರು ನಾಡಕರ್ಣಿ. "ಹೆಣ್ಣೂಂತ ಸುಮ್ಮನಿದ್ದುದೇ ತಪ್ಪಾಯಿತು. ಮೊದ್ಲೇ ಬುಕ್ ಮಾಡ್ಕೋಬೇಕಾಗಿತ್ತು!" ನೆರೆತ ಹುಲ್ಲಿನಂಥ ಕೂದಲಲ್ಲಿ ಕೈಯಾಡಿಸಿದರು.

ಜೀಪ್ ರೆಡಿಯಾಗಿತ್ತು. ಕಮಲಾಕರನ್ ಇವಳಿಗಾಗಿ ಕಾಯುತ್ತಿದ್ದರು. ಇತ್ತೀಚೆಗೆ ನಿರಾತಂಕವಾಗಿದ್ದರು. ಉದಾಸೀನವಾಗಿದ್ದರೂ ನಾಡಕರ್ಣಿಯವರ ಕೊರೆತ. ಆಳುಗಳು ತಾಪತ್ರಯ, 'ಹಾಗಾಯ್ತು-ಹೀಗಾಯ್ತು', ಅಂತ ಒಂದಿಲ್ಲೊಂದು ತಾಪತ್ರಯಗಳನ್ನು ಸಿದ್ಧಪಡಿಸಿ ಅವರ ಮುಂದಿಡುತ್ತಿದ್ದರು. ಈಗೆಲ್ಲ ಸುಮಳೇ ನೋಡಿಕೊಳ್ಳುತ್ತಿದ್ದಳು. ಕೃತಜ್ಞತೆಯಿಂದ ಅವಳ ಕಡೆಗೆ ನೋಡಿದರು.

"ಈ ಸಲ ಹಣ್ಣು ಹೇಗಿದೆ?"

"ಹೋದ್ವರ್ಷಕ್ಕಿಂತ ಚೆನ್ನಾಗಿದೇಂತ ಹೇಳ್ತಾರೆ" ಮನ ಪ್ರಸನ್ನವಾಯಿತು. ಮೂರು ತಿಂಗಳು ಜಾರಿದ್ದರೂ ಹತ್ತು ಪೈಸೆ ಅವರಿಂದ ಪಡೆದಿರಲಿಲ್ಲ. ಸ್ವಾಭಿಮಾನಿ ಹೆಣ್ಣು. ಆದಷ್ಟು ಬೇಗ ಸಾಲ ತೀರಿಸುವ ಉದ್ದೇಶ.

ಜೀಪಿನಿಂದ ಇಳಿದ ಕೂಡಲೇ ಲಾರಿಯವರು ಕೈಮುಗಿದು ಮಾತಿಗೆ ನಿಂತರು. ಸುಮ ಅವರಷ್ಟಕ್ಕೆ ಅವರನ್ನು ಬಿಟ್ಟು ತೋಟದೊಳಕ್ಕೆ ನಡೆದಳು. ನಿಮಿಷ ನಿಮಿಷಕ್ಕೂ ಸೂರ್ಯನ ಪ್ರಖರತೆ ಹೆಚ್ಚುತ್ತಿತ್ತು. ಕರೆದು ಆಳುಗಳನ್ನು ವಿಚಾರಿಸಿದಳು. ಅವರ ಉತ್ತರ ಸಮರ್ಪಕವಾಗಿತ್ತು. ಸಮಾಧಾನದ ಉಸಿರು ಬಿಟ್ಟು ಮರಕ್ಕೆ ಒರಗಿ ನಿಂತಳು.

"ಸುಮ..." ಬೆಚ್ಚಿಬಿದ್ದಳು. ಕಮಲಾಕರನ್ ದಾಪುಗಾಲು ಹಾಕುತ್ತ ಬರುತ್ತಿದ್ದರು. ಅವರ ಕೈಯಲ್ಲಿ ಬೆತ್ತದ ಲಾಠಿ ಇತ್ತು. ಲಾಠಿ ತಿರುಗಿಸುವುದರಲ್ಲಿ ನಿಪುಣರು.

ಇಬ್ಬರೂ ತೋಟದ ಮನೆಯ ಕಡೆ ನಡೆದರು. ದೂರಕ್ಕೆ ಪುಟ್ಟದಾಗಿ ಕಂಡರೂ ಮನೆ ವಿಶಾಲವಾಗಿತ್ತೆಂದೇ ಹೇಳಬಹುದು. ಯಾವಾಗಲಾದರೊಮ್ಮೆ ಕಮಲಾಕರನ್ ಅಲ್ಲಿ ಬಂದು ಉಳಿಯುತ್ತಿದ್ದರು. ಇದು ಅವರ ಕಾಲದಲ್ಲಿ ಕಟ್ಟಿದ್ದಲ್ಲ. ಅವರ ತಂದೆಯ ಕಾಲದಲ್ಲಿ ಆಗಿತ್ತು. ತಿಂಗಳಲ್ಲಿ ಇಪ್ಪತ್ತು ದಿನ ಅವರ ವಾಸ ಇಲ್ಲೇ. ಅದಕ್ಕೆ ಕಾರಣವೂ ಕಮಲಾಕರನ್‌ಗೆ ಗೊತ್ತುಂಟು. ಅಸಾಧ್ಯ ಸ್ತ್ರೀ ಚಪಲ. ಈ ಆಸುಪಾಸಿನ ಕೂಲಿ ಹೆಣ್ಣು ಆಳುಗಳೆಲ್ಲ ಅವರ ಕಾಮಕ್ಕೆ ತುತ್ತಾದವರೇ. ಬುದ್ಧಿ ಬಂದ ಮೇಲೆ ಕಮಲಾಕರನ್ ಕೂಡ ಅವರ ನಡತೆಯ ಬಗ್ಗೆ ರೋಸಿಹೋಗುತ್ತಿದ್ದರು.

ಮುಂದಿದ್ದ ಸಣ್ಣ ವರಾಂಡದ ಬೆತ್ತದ ಕುರ್ಚಿಯ ಮೇಲೆ ಕೂತ ಕಮಲಾಕರನ್, ಸುಮಳಿಗೆ ಕೂಡುವಂತೆ ಸನ್ನೆ ಮಾಡಿದರು. ಆಳು ಟೀ ತಂದಿಟ್ಟ ಇಬ್ಬರೂ ಬಟ್ಟಲುಗಳನ್ನು ಬರಿದು ಮಾಡಿದರು.

"ನನ್ನ ಜೀವನದ ಸತ್ಯಾಸತ್ಯತೆಗಳನ್ನು ಇದುವರೆಗೂ ಯಾರೊಂದಿಗೂ ಹೇಳೋ ಅವಕಾಶ ಸಿಕ್ಕಿರಲಿಲ್ಲ. ನಿಂಗೆ ಹೇಳಿಬಿಡೋಣ ಎನ್ನಿಸಿದೆ. ಅದಕ್ಕೆ ಕಾರಣವೂ ಉಂಟು" ತುಟಿಗಳ ಮೇಲೆ ತೆಳುವಾದ ನಗೆ ಅರಳಿತು.

"ಸುಮ, ನನಗೆ ಆಗ ಹದಿನಾಲ್ಕು ವರ್ಷ. ನೋಡೋಕೆ ತುಂಬ ಚೂಟಿಯಾಗಿದ್ದೆ. ಮಲೆನಾಡಿನ ಸೆರಗಿನಲ್ಲಿ ಬೆಳೆದ ನಾನು ಸಾಹಸಿಯಾಗಿದ್ದೆ. ಕಮಲೆ ನನಗಿಂತ ಮೂರು ವರ್ಷಗಳಷ್ಟು ಚಿಕ್ಕೋಳು. ಇದಿಷ್ಟರ ನಡುವೆ ನೋಡಿದ್ದೆಲ್ಲಾ ಗೀಚುವ ಅಭ್ಯಾಸವನ್ನು ಮೈಗೂಡಿಸಿಕೊಂಡಿದ್ದೆ." ಒಂದು ನಿಮಿಷ ಸುಮ್ಮನಾದರು. ಸುಮ ಗದ್ದಕ್ಕೆ ಕೈಯಾನಿಸಿ ಶ್ರದ್ಧೆಯಿಂದ ಕೇಳುತ್ತಿದ್ದಳು. ಮೇಲಕ್ಕೆ ಉಸಿರನ್ನು ಎಳೆದುಕೊಂಡ ಕಮಲಾಕರನ್ ಮತ್ತೆ ಪ್ರಾರಂಭಿಸಿದರು.

"ಅಪ್ಪ ಯಾವಾಗ್ಲೂ ಅವರ ಸುಖದ ಕಲ್ಪನೆಯಲ್ಲೇ ಇರುತ್ತಿದ್ದರು. ಅಮ್ಮನಿಗೆ ನನ್ನ ಕಲೆ ಬಗ್ಗೆ ಅಂತಹ ಆಸಕ್ತಿಯೇನೂ ಇರಲಿಲ್ಲ. ಕಮಲೆ ನಾನು ಬರೆದಿದ್ದನ್ನೆಲ್ಲ ಹಾಳುಮಾಡ್ತಾ ಇದ್ಲು. ಒಮ್ಮೆ ಬಂದ ನಂದಾಲಾಲ್‌ದಾಸರು ಗೆಳೆಯನ ಮಗನ ಉನ್ನತಿಯನ್ನು ಬಯಸಿ ಶಾಂತಿನಿಕೇತನದಲ್ಲಿ ಬಿಡುವಂತೆ ಸಲಹೆ ಮಾಡಿದರು. ಅಪ್ಪ ಸರಿಯೆಂದುಬಿಟ್ಟರು... ಶಾಂತಿನಿಕೇತನವೆಂಬ ಸಪ್ತಾಕ್ಷರ ನನ್ನ ನರನಾಡಿಗಳಿಗೆ ಚೈತನ್ಯವೆನ್ನಿಸಿತು. ಎರಡೇ ದಿನದಲ್ಲಿ ಅವರ ಜೊತೆ ಹೊರಟೆ. ಶಾಂತಿನಿಕೇತನದ ನಿಶ್ಶಬ್ದವಾದ ಪ್ರಶಾಂತ ವಾತಾವರಣದಲ್ಲಿ ನನ್ನನ್ನು ನಾನೇ ಮರೆತೆ ಅಲ್ಲಿ ವಿದ್ಯಾರ್ಥಿಗಳನ್ನು ಅಂಕೆ ಶಿಕ್ಷೆಗಳಿಗೆ ಒಳಪಡಿಸದೇ ತಮಗೆ ಕತ್ತಲು ಬೆಳಕು ಹಿತವೆಂದು ಕಂಡ ಎಡೆಯಲ್ಲಿ ಕುಳಿತು ಚಿತ್ರ ಬಿಡಿಸಬಹುದಿತ್ತು. ಕಲಾಭವನದ ಮೊಗಸಾಲೆಯಲ್ಲಿ ತೂಗು ಹಾಕಿದ..." ಒಂದು ಕ್ಷಣ ಮೈ ಮರೆತವರಂತೆ ಕಣ್ಣು ಮುಚ್ಚಿದರು. ಮತ್ತೆ "ನನ್ನ ಅಭ್ಯಾಸ ನಿರಾತಂಕವಾಗಿ ಸಾಗಿತು. ಅಲ್ಲಿದ್ದ ಐದು ವರ್ಷಗಳಲ್ಲಿ ನಾಲ್ಕಾರು ಬಾರಿ ಮಾತ್ರ ತಾಯಿ ತಂದೆಯವರನ್ನು ನೋಡುವ ಸಲುವಾಗಿ ಬಂದಿದ್ದೆ. ಆಗ ಒಂದು ವಿಷಯ ನನ್ನ ಗಮನಕ್ಕೆ ಬಂತು. ಸೋದರಮಾವ ಅಂದರೆ ತಾಯಿಯ ತಮ್ಮ ಇಲ್ಲೇ ಉಳಿದಿದ್ದ. ಅಷ್ಟಿಷ್ಟು ಅಧಿಕಾರವೂ ಅವನ ಕೈ ಸೇರಿತ್ತು. ಕಮಲೆ, ಅವನಲ್ಲಿ ಪ್ರೇಮದ ಮೊಳಕೆಯೊಡೆದಿತ್ತು. ಅದಕ್ಕೆ ತಾಯಿಯ ಪ್ರೋತ್ಸಾಹವೂ ಇತ್ತು." ಅವರ ಧ್ವನಿ ಭಾರವಾಯಿತು. ಹಿಂದಕ್ಕೆ ಒರಗಿ ಕುಳಿತರು.

"ಅಭ್ಯಾಸ ಮುಗಿದಿದ್ದರೂ ನಾನು ಆಗಾಗ ಹೋಗಿ ಶಾಂತಿನಿಕೇತನದಲ್ಲಿ ಉಳಿಯುತ್ತಿದ್ದೆ. ಒಂದು ಸಂಜೆ... ಆಹ್ಲಾದಕರವಾಗಿ ಗಾಳಿ ಬೀಸುತ್ತಿತ್ತು. ಪ್ರಕೃತಿಜನ್ಯವಾದ ಶಾಂತಿನಿಕೇತನ ಪೂರ್ವ ಋಷ್ಯಾಶ್ರಮದಂತೆ ಕಂಡಿತು. ಸುಶ್ರಾವ್ಯವಾದ ಧ್ವನಿಯಲ್ಲಿ ಹಾಡುಗಾರಿಕೆ ಹರಿದು ಬರುತ್ತಿತ್ತು. ಮೈಮರೆತು ನಿಂತೆ. ಎಷ್ಟೋ ಹೊತ್ತು ನನ್ನನ್ನು ನಾನೇ ಮರೆತೆ. ಮಧುರ ಕಂಠದ ತರುಣಿಯನ್ನು ನೋಡಬೇಕೆಂದು ಕುತೂಹಲ ಮೂಡಿತು. ಆ ದಿನ.... ಕಂಡ ಚಿತ್ರ ಇನ್ನೂ ನನ್ನ ಹೃದಯದಲ್ಲಿ ಜೀವಂತ. ಭಾರತಿಯದು ಎತ್ತರದ ನಿಲುವು, ನಿಲುವಿಗೆ ತಕ್ಕ ಗಾತ್ರ, ಚಿನ್ನದ ಬೊಂಬೆಯೇನೋ ಎನ್ನುವ ಭ್ರಮೆ ಹಿಡಿಸುವ ದೇಹಕಾಂತಿ ನೀಳವಾದ ಕೇಶರಾಶಿ. ತಿದ್ದಿ ಮಾಡಿಟ್ಟಂತಹ

ಕಣ್ಣು ಮೂಗು.... ಪ್ರಥಮ ದರ್ಶನದಲ್ಲಿಯೇ ನನ್ನ ಹೃದಯವನ್ನು ಆವರಿಸಿದಳು..." ಆ ದಿನದ ನೆನಪನ್ನು ಮಾಡಿಕೊಂಡರೇನೋ, ಅವರ ಮುಖದಲ್ಲಿ ಮಾರ್ದವತೆ ಮಿಂಚಿತು.

"ಅಂದು ಆದ ಪರಿಚಯ ಸ್ನೇಹ ಆತ್ಮೀಯತೆಗಿಂತ ಮುಂದುವರಿದು ಪ್ರಣಯಕ್ಕೆ ನಾಂದಿ ಹಾಡಿತು. ಅಮ್ಮ ಈಗಾಗಲೇ ಬೇರೆಯ ಸಂಬಂಧ ನೋಡಿಟ್ಟಿದ್ದಳು. ವಿಷಯ ತಿಳಿದ್ಮೇಲೆ ಹಾರಾಡಿದಳು. ಸಾಧ್ಯವೇ ಇಲ್ಲವೆಂದಳು. ನಾನು ಅಚಲನಾಗಿದ್ದೆ ಭಾರತಿಯನ್ನು ಬಿಟ್ಟು ನನ್ನ ಬದುಕು ಇರಲಿಲ್ಲ. ವೀಣೆ ಹಿಡಿದು ಕುಳಿತರೆ ಅವಳ್ಮುಂದೆ ಆರಾಧಕನಾಗಿ ಕುಳಿತುಬಿಡುತ್ತಿದ್ದೆ. ಮನಸ್ಸಿನಲ್ಲಿ ಸುಪ್ತವಾಗಿರುವ ಚೇತನಗಳನ್ನು ಹೊಡೆದೆಬ್ಬಿಸುತ್ತಿತ್ತು ಅವಳ ವದನ. ಹಾಡುತ್ತ ಕುಳಿತರೆ ಭಕ್ತನಾಗಿಬಿಡುತ್ತಿದ್ದೆ. ಸಂಗೀತದ ರಸಪ್ರಪಂಚದಲ್ಲಿ ನನ್ನ ಕುಂಚವನ್ನು ಕೂಡ ಮರೆತೆ. ಕಲೆಗಳಲ್ಲೆಲ್ಲ ಸಂಗೀತ ಪರಮೋತ್ಕೃಷ್ಟ ಕಲೆಯೆಂಬುದನ್ನು ಭಾರತಿ ಸಾಬೀತುಪಡಿಸಿದಳು... ಅಮ್ಮನ ತಕರಾರು ಜಾಸ್ತಿಯಾಯಿತು. ಬೆದರಿಕೆ ಹಾಕಿದಳು. ಜಗ್ಗಲಿಲ್ಲ, ಹುಲಿಯಂತೆ ಸಿಡಿದು ನಿಂತೆ. ಅವರೇ ಸೋತರು. ಭಾರತಿ ನನ್ನ ಕೈಹಿಡಿದು ಬಂದು ಮೈ, ಮನಗಳನ್ನು ತುಂಬಿದಳು. ಓಹ್..... ಎಂಥ... ಹಾಯಾದ ದಿನಗಳು...." ಕುತ್ತಿಗೆಯನ್ನು ಹಿಂದಕ್ಕೆ ವಾಲಿಸಿ ಕಣ್ಣು ಮುಚ್ಚಿದರು. ಮುಖದ ಮೇಲೆ ಅವ್ಯಕ್ತ ಭಾವನೆಗಳು ಮಿನುಗಿದವು.

"ನೀವ್.... ತುಂಬ ಆಯಾಸಗೊಂಡಿದ್ದೀರಿ" ಸಹಾನುಭೂತಿ ತುಳುಕಿತು ಸುಮಳ ಕಂಠದಲ್ಲಿ.

ಜೋರಾಗಿ ನಕ್ಕರು. ನಗುವಿನಲ್ಲಿ ನೋವು ಅಲೆಅಲೆಯಾಗಿ ಧುಮುಕಿತು. ಕಣ್ಣುಗಳಲ್ಲಿ ನೀರು ತುಂಬಿತು. ನಗುತ್ತಲೇ ಕಣ್ಣೊತ್ತಿಕೊಂಡು ಮೇಲಕ್ಕೆದ್ದರು.

"ನನ್ನ ಭಾರತಿ ತುಂಬ ಧಾರಾಳ. ಅವಳು ನೀಡಿದ ಸುಖ, ಪ್ರೀತಿಯಲ್ಲಿ ಇಡೀ ಜೀವನ ತೃಪ್ತನಾಗಿರಬಲ್ಲೆ. ನೆನಪು ಕಾಡುತ್ತೆ, ಕಣ್ಣು ನೋಡಲು ಬಯಸುತ್ತೆ. ಕಿವಿಗಳಿಗೆ ಇಂಪಾದ ಗಾನ ಬೇಕು. ಮಧುರ ಸ್ಪರ್ಶಸುಖವಿಲ್ಲದ ಅಂಗಾಂಗಗಳು ಚೇತನ ಕಳೆದುಕೊಂಡುಬಿಟ್ಟಿವೆ. ಆಹಾ... ಆಹಾ... ಹಾ ಹಾ" ನಗುವಿನಲ್ಲಿ ಅತ್ತರು. ಮನಸ್ಸಿನ ಸ್ತಿಮಿತ ಕಳೆದುಕೊಂಡವರಂತೆ ಕಂಡರು.

ಮೆಲ್ಲಗೆ ರಟ್ಟೆ ಹಿಡಿದು ಕರೆದೊಯ್ದು ಮಂಚದ ಮೇಲೆ ಮಲಗಿಸಿ, ಎದೆಯ ಮೇಲೆ ಮೃದುವಾಗಿ ನೀವಿದಳು. ತನ್ನ ಹ್ಯಾಂಡ್ ಬ್ಯಾಗ್‌ನಲ್ಲಿದ್ದ ಮಾತ್ರೆಯನ್ನು ಬಲವಂತವಾಗಿ ನುಂಗಿಸಿ ಮಲಗಿಸಿದಳು. ಅವರು ಪೂರ್ಣವಾಗಿ ನಿದ್ರಿಸಿದ ಮೇಲೆ ಹೊರಗೆದ್ದು ಬಂದಳು. ಇಷ್ಟೊಂದು ಶ್ರೀಮಂತ ಹೃದಯದ ವ್ಯಕ್ತಿಯ ಮನದಲ್ಲಿ ಎಷ್ಟೊಂದು ನೋವಿದೆ. ಈ ನೋವಿಗೆ ಪರಿಹಾರವೇ ಇಲ್ಲವೇ? ಅವರು ಮಗನನ್ನು ಯಾಕೆ ದೂರ ಇರಿಸಿದ್ದಾರೆ? ಮನ ಭಾರವಾಯಿತು. ಇಡೀ ತೋಟವನ್ನೆಲ್ಲ ಸುತ್ತಾಡಿ ಬಂದಳು. ತಟ್ಟನೆ ಅವಳಿಗೆ ಲಲಿತಳ ಜ್ಞಾಪಕ ಬಂತು. ಈಗ ಹೇಗಿದ್ದಾಳೋ? ನೋಡಬೇಕೆನಿಸಿತು. ಕನಸಿನ ಕಣ್ಣುಗಳ ಹೊಳಪನ್ನು ಕಾಣಬೇಕೆನಿಸಿತು. ಫಲವತ್ತಾದ

ತೋಟ. ಹೊಸ ದೃಶ್ಯವನ್ನು ನೋಡುವಂತೆ ಕಣ್ಣರಳಿಸಿ ಸಂಭ್ರಮಪಟ್ಟಳು. ಮಧ್ಯಾಹ್ನ ಎರಡರ ಹೊತ್ತಿಗೆ ಕಮಲಾಕರನ್ ಎದ್ದರು. ನಿದ್ದೆ ಮಾಡಿದ್ದರಿಂದ ಮನಸ್ಸು ಹಗುರವಾಗಿರಬಹುದು. ಆದರೆ ಮುಖದ ಮೇಲೆ ವೇದನೆಯ ಗೆರೆಗಳು ಸ್ಪಷ್ಟವಾಗಿದ್ದುವು.

"ಊಟ ರೆಡಿಯಾಗಿದೆ" ಸುಮ ಹೇಳಿದಳು. ಸ್ವಂತ ತಂದೆಯನ್ನು ಜೋಪಾನ ಮಾಡುವಂತೆ ಅವರನ್ನು ಜೋಪಾನ ಮಾಡುತ್ತಿದ್ದಳು. ಯಾವುದೋ ಅಂತಃಕರಣ ಅವಳನ್ನು ಬಂಧಿಸಿತ್ತು.

ಮೌನವಾಗಿ ಬಂದು ಊಟಕ್ಕೆ ಕೂತರು. ಮಾಡಿದ್ದು ಬಹಳ ಕಡಿಮೆ. ಹಣ್ಣು, ಹಾಲು ಕುಡಿದು ತಮ್ಮ ಊಟಕ್ಕೆ ಮುಕ್ತಾಯ ಹಾಡಿದರು. ವರಾಂಡದಲ್ಲಿ ಬೆತ್ತದ ಛೇರಿನ ಮೇಲೆ ಬಂದು ಕೂತರು. ನೆನಪಿನ ಸುಳಿಯನ್ನು ಕೆದಕಬೇಕಾಗಿರಲಿಲ್ಲ. ಎಲ್ಲಾ ಹಚ್ಚ ಹಸುರಾಗಿತ್ತು.

ಏನೋ ಹೇಳಲು ಹೊರಟ ಸುಮಳಿಗೆ ಸುಮ್ಮನಿರುವಂತೆ ಸನ್ನೆ ಮಾಡಿದ ಕಮಲಾಕರನ್ "ಎಲ್ಲಾ ಹೇಳಿಬಿಡಬೇಕೆನಿಸಿದೆ." ಸುಮಳ ತುಟಿಗಳು ಲಘುವಾಗಿ ಕಂಪಿಸಿದವು. ಉದ್ವೇಗ ಅವರ ಆರೋಗ್ಯಕ್ಕೆ ಒಳ್ಳೆಯದಲ್ಲ! ಹೇಗೆ ಹೇಳಲಿ? ಎಂದು ಪೇಚಾಡಿಕೊಂಡಳು.

"ನಮ್ಮಿಬ್ಬರ ಪ್ರೇಮ, ಪ್ರಣಯದ ಕತೆಯನ್ನು ಈ ಎಸ್ಟೇಟ್‌ನ ಮರ, ಗಿಡಗಳೆಲ್ಲ ಬಲ್ಲವು. ತಾಯಿಯ ಅಸಮಾಧಾನ ಗೊತ್ತಿದ್ದರೂ ತಲೆ ಕೆಡಿಸಿಕೊಳ್ಳಲಿಲ್ಲ. ಕಮಲೆಯ ಮದ್ವೆಯ ವಿಚಾರದಲ್ಲಿ ಅಮ್ಮ, ಅಪ್ಪನಿಗೆ ದೊಡ್ಡ ಜಗಳವೇ ಆಯ್ತು. ಕಡೆಗೆ ಅಮ್ಮನೇ ಗೆದ್ದಳು. ಅಪ್ಪನ ವೇಳೆಯೆಲ್ಲ ಈ ತೋಟದ ಮನೆಯಲ್ಲೇ ಕಳೆದು ಹೋಗುತ್ತಿತ್ತು. ನಾನಿಲ್ಲದ ಸಮಯದಲ್ಲಿ ಕಟು ಮಾತುಗಳಿಂದ ನನ್ನ ಭಾರತಿಯನ್ನು.... ನೋಯಿಸಿರಬೇಕು. ಬಾಯ್ಬಿಟ್ಟು ಹೇಳದಿದ್ದರೂ ಕನವರಿಕೆಯಲ್ಲಿ ಬಡಬಡಿಸುತ್ತಿದ್ದಳು. ಬಹಳ ದಿನಗಳ ಮೇಲೆ ಕುಂಚವಿಡಿದು ಕುಳಿತೆ. ಭಾರತಿಯೇ ಸ್ಟ್ಯಾಂಡಿಗೆ ಕ್ಯಾನ್ವಾಸನ್ನು ಪಿನ್ನುಗಳಿಂದ ಚುಚ್ಚಿ ಸರಿಪಡಿಸಿಕೊಟ್ಟಳು. ಒಂದು ಗಂಟೆಗೂ ಮಿಕ್ಕು ಅದರ ಮುಂದೆ ಕುಳಿತೆ. ಅಭ್ಯಸ್ತವಾದ ಬೆರಳುಗಳು ಗೆರೆ ಎಳೆಯಬಲ್ಲವಾಗಿದ್ದುವೇ ಹೊರತು ಸೃಷ್ಟಿಸಲು ಅಸಮರ್ಥವಾಗಿತ್ತು. ನೋವಿನಿಂದ ಮುಖ ತಗ್ಗಿಸಿದೆ. ಅದೆಂತಹ ನೋವು? ಚಿತ್ರವು ಅಸಫಲವಾದರೆ ಚಿತ್ರಕಾರ ಚೈತನ್ಯವನ್ನೇ ಕಳೆದುಕೊಂಡು ನಿರಾಶೆಯ ನೋವನ್ನು ಅನುಭವಿಸುತ್ತಾನೆ. ನನ್ನ ಮುಗ್ಧತೆಯನ್ನು ಹಾಳು ಮಾಡದಿರಲೆಂದೋ ಏನೋ ಭಾರತಿ ಇತ್ತ ಸುಳಿದಿರಲಿಲ್ಲ" ನೋವಿನ ನಿಟ್ಟುಸಿರು ಹೊರಹೊಮ್ಮಿತು.

"ನಾನೆದ್ದು ಹೊರಬಂದಾಗ ಮೌನವಾಗಿ ನಿಂತು ದೂರದ ದಿಗಂತವನ್ನು ದಿಟ್ಟಿಸುತ್ತಿದ್ದ ಭಾರತಿ ತಪಸ್ವಿನಿಯಂತೆ ಕಂಡಳು. ಹಚ್ಚ ಹಸುರಿನ ಹಿನ್ನೆಲೆಯಲ್ಲಿ ಶುಭ್ರವಸ್ತ್ರಧಾರಿಣಿಯಾಗಿದ್ದಳು. ಹಿಂದಿನಿಂದ ಅವಳನ್ನು ಬಳಸಿದೆ ಮೊದಲ ಬಾರಿ ಅವಳ ಕಣ್ಣಲ್ಲಿ ನೀರು ಕಂಡಾಗ ನನ್ನೆದೆ ಒಡೆದುಹೋಯಿತು. ತುಟಿಗಳಿಂದಲೇ ಕಣ್ಣೀರನ್ನು ತೊಡೆದು ಕಾರಣ ಕೇಳಿದೆ. ಬಾಯಿ ಬಿಡಲಿಲ್ಲ. ಆಗಾಗ

ಮ್ಲಾನವದನಳಾಗಿರುತ್ತಿದ್ದಳು. ಬಾಲುವನ್ನು ಹೊಟ್ಟೆಯಲ್ಲಿ ಹೊತ್ಮೇಲೆ ಅವಳ ಚೆಲುವು ದ್ವಿಗುಣವಾಯಿತು. ಜೀವಂತ ಸೌಂದರ್ಯದ ಪ್ರತಿಕೃತಿಯಂತೆ ಕಂಡಳು. ಸದಾ ಅವಳನ್ನೇ ನೋಡುವ ಹಂಬಲವಾಗುತ್ತಿತ್ತು. ಪ್ರಪಾತ, ಪರ್ವತ, ಬೆಟ್ಟಗುಡ್ಡ ಮತ್ತು ವನರಾಶಿಯನ್ನು ಚಿತ್ರಿಸಿದ್ದ ನನಗೆ ಭಾರತಿಯನ್ನು ಚಿತ್ರಿಸಬೇಕೆನಿಸಿತು. ಹೇಳಿದಾಗ ನಕ್ಕುಬಿಟ್ಟಳು. ವೀಣೆ ಹಿಡಿದು ಕುಳಿತ ಭಾರತಿಯ ಸ್ತ್ರೀರೂಪವನ್ನು ಸಾಕ್ಷಾತ್ಕಾರವಾಗಿ ಬಣ್ಣದಲ್ಲಿ ಚಿತ್ರಿಸಲು ನಿರ್ಧರಿಸಿದೆ. ಭಾರತಿ ಸಹಕಾರ ಸಿಕ್ಕಿ ಚಿತ್ರ ಪೂರ್ತಿಯಾದಾಗ ಅವಳಿಗಿಂತ ಹೆಚ್ಚಾಗಿ ನಾನೇ ಆಯಾಸಗೊಂಡಿದ್ದೆ. ಅಲ್ಲಲ್ಲಿ ಸೂಕ್ಷ್ಮವಾಗಿ ಅಂತಿಮ ಸ್ಪರ್ಶವನ್ನು ಕೊಟ್ಟು ನೋಡಿದೆ. ಉಲ್ಲಾಸವಾಗಿದ್ದ ಮನಕ್ಕೆ ತೃಪ್ತಿ ಸಿಕ್ಕಿತು. ಸಾರ್ಥಕತೆಯ ಭಾವ ಉಂಟಾಗಿತ್ತು. ಕಣ್ಣಲ್ಲಿ ಆನಂದ ಪ್ರಕಟಗೊಂಡು ಅಶ್ರುರೂಪದಲ್ಲಿ ತಟತಟನೆ ಕೆಳಕ್ಕೆ ಉದುರಿತು. ನನ್ನ ಹೆಗಲ ಮೇಲೆ ಭಾರತಿ ಕೈಯಿಟ್ಟಳು. ಹಿಂದಿರುಗಿ ನೋಡಿದ. ಅವಳ ಕಣ್ಣುಗಳಲ್ಲಿ ಸಂತೋಷ ಭಾವಗಳು ಉಕ್ಕುಕ್ಕಿ ಹರಿಯುತ್ತಿದ್ದವು. “ತುಂಬ ಆಯಾಸಗೊಂಡಿದ್ದೀರಿ” ಅವಳಿಗೆ ತಲೆಯನ್ನು ಒರಗಿಸಿದೆ. ಆ ಕ್ಷಣದ ಸುಖ.... ಆಮೇಲೆ ನಾನು ಕುಂಚವನ್ನೇ ಮುಟ್ಟಲಿಲ್ಲ. ಬಾಲಚಂದ್ರ ಹುಟ್ಟಿದ ಮೇಲೆ ಜೀವನಕ್ಕೆ ಒಂದು ಅರ್ಥ ಬಂದಿತ್ತು. ಭಾರತಿನ ತವರುಮನೆಗೂ ಕಳುಹಿಸಲಿಲ್ಲ. ಅಪ್ಪ ಈ ನಡುವೆ ಆಗಾಗ ಮನೆಗೆ ಬರುತ್ತಿದ್ದರು. ಮೊಮ್ಮಗನನ್ನು ಎತ್ತಿಕೊಂಡು ಮುದ್ದಾಡುತ್ತಿದ್ದರು. ಅಷ್ಟರಲ್ಲಿ... ರಾತ್ರಿಯ ಹೊತ್ತು ಕೆಟ್ಟ ಕನಸನ್ನು ಕಂಡವಳಂತೆ ಚೀರಿ ಎದ್ದುಬಿಡುತ್ತಿದ್ದಳು. ಬೆಳಗಿನವರೆಗೂ ನನ್ನ ತೋಳಸೆರೆಯಲ್ಲಿ ನಡುಗುತ್ತಲೇ ನಿದ್ರಿಸುತ್ತಿದ್ದಳು. ವಿಷಯವನ್ನು ಬಾಯಿ ಬಿಡದಿದ್ದರೂ ಅವಳ ಕಣ್ಣುಗಳಲ್ಲಿನ ಭಯವನ್ನು ಗುರ್ತಿಸಿದೆ. ಅಷ್ಟರಲ್ಲಿ... ಅಂದು ಬೆಳಗ್ಗೆ ಎದ್ದವನೇ ಎಸ್ಟೇಟ್‌ಗೆ ಬಂದೆ. ಕೂಲಿಯಾಳುಗಳಿಗೆ ಸರಿಯಾದ ಸೂಚನೆ ಕೊಟ್ಟು ಬಂಗ್ಲೆಗೆ ಹೊರಡಲು ಸಜ್ಜಾದೆ. “ಕಮಲ್....” ಗಾಬರಿಯಿಂದ ತಟ್ಟನೆ ತಲೆ ಎತ್ತಿದೆ. ಸುತ್ತಲೂ ದೃಷ್ಟಿಯನ್ನು ಹೊರಳಿಸಿದೆ. ನನ್ನ ಭಾರತಿಯ ಧ್ವನಿ... ಎದೆಯ ಬಡಿತ ಜಾಸ್ತಿಯಾಯಿತು. ನನ್ನ ಭಾರತಿ... ನನ್ನ ಸುಮಧುರ ಭಾರತಿ.... ಓಡಿ ಬಂದು ನನ್ನ ಕೈಯಲ್ಲಿ ವಾಲಿದಳು. ತೀರಾ ಬಳಲಿದ್ದಳು. ಮುಖದ ತುಂಬ ಬೆವರು... “ಭಾರತಿ... ಚಿನ್ನ... ಏನಾಯ್ತು?” ಅವಳಿಗೆ ತನ್ನ ಪರಿಸ್ಥಿತಿಯ ಅರಿವಾಗಿತ್ತು. ಪ್ರಯಾಸದಿಂದ ಮಾತಾಡಲು ಪ್ರಯತ್ನಿಸಿದಳು. “ನಾನು.... ತುಂಬ ಪ್ರೀತಿಸ್ತೀನಿ.” “ಅಯ್ಯೋ, ನಂಗೊತ್ತು ಚಿನ್ನ, ನಿಂಗ್ಯಾಕೆ ಬಂತು ಈ ಅನುಮಾನ” ಅವಳ ತಲೆಯನ್ನು ನನ್ನೆದೆಗೆ ಒತ್ತಿಕೊಂಡೆ. ಭೀತಿ ಆವರಿಸಿತು. ತುಟಿಗಳು ಅಲುಗಾಡಿದವು. ಕಿವಿಗಳು ಏನನ್ನೋ ಕೇಳಲು ತವಕಿಸಿದಂತೆ ಕಂಡಿತು. “ಭಾರತಿ... ಸುಮಧುರ ಭಾರತಿ” ಮುಖದ ತುಂಬ ಮುತ್ತಿನ ಮಳೆಗರೆದೆ. ಭಾರತಿ ತಲೆ ಪಕ್ಕಕ್ಕೆ ವಾಲಿತು. ವಿವೇಕ ಜಾಗೃತವಾಯಿತು. ನನ್ನಿನಿಯಳನ್ನು ಹೊತ್ತು ಜೀಪ್‌ನಲ್ಲಿ ಮಲಗಿಸಿ ಯಾವುದನ್ನೂ ಲೆಕ್ಕಿಸದೇ ವೇಗವಾಗಿ ಹೊರಟೆ ಪ್ರಯೋಜನವಾಗಲಿಲ್ಲ” ಅವರ ಗಂಟಲು ಗದ್ಗದವಾಯಿತು. ಮಾತಾಡಲೇ ಕಷ್ಟವಾಯಿತು. “ನನ್ನ ತೊರೆದು ಹೊರಟು ಹೋದ್ಳು, ಅವಳ ದೇಹದಲ್ಲಿ ತೀಕ್ಷ್ಣವಾದ ವಿಷ ಸೇರಿದೆಯೆಂದು ಡಾಕ್ಟರ್ ರಿಪೋರ್ಟ್ ಬಂತು.

ಹೌಹಾರಿದೆ. ಅನುಮಾನದಿಂದ ಎಲ್ಲರ ಕಡೆ ನೋಡಿದೆ. ಅಂದು ಎಲ್ಲರನ್ನೂ ನನ್ನ ಕೋಪಿಗೆ ಆಹುತಿ ಕೊಡುತ್ತಿದ್ದೆ. ಪರಾರಿಯಾದರು ನನ್ನ ದುಃಖದ ಆವೇಗವನ್ನು ಹುಚ್ಚಿಗೆ ಹೋಲಿಸಿದರು. ಅಪವಾದ ನನ್ಮೇಲೆ ಹೊರಿಸಿದರು. ಭಾರತಿಯ ಪ್ರೇತ ಬಂಗ್ಲೆಯಲ್ಲಿದೆಯೆಂದು ಹೆದರಿಸಿದರು. ಒಂದು ವರ್ಷಕ್ಕೆ ಅಮ್ಮ, ಅಪ್ಪ ಅನ್ನಿಸಿಕೊಂಡವರು ಸತ್ತರು. ಇದಕ್ಕೆ ಕಮಲೆ, ಅವಳ ಗಂಡ ಭಾರತಿಯ ಪ್ರೇತದ ಕಾಟವೆಂದು ಸುದ್ದಿ ಹರಡಿದರು. ಕಮಲೆಯ ಹೆಸರಿಗೆ ಬರೆದ ಆಸ್ತಿಯನ್ನು ಅವಳ ಗಂಡ ಕುದುರೆ ಜೂಜಿನಲ್ಲಿ ಕಳೆದುಬಿಟ್ಟ. ನಿರ್ಗತಿಕರಾಗಿ ಬಂದು ನಿಂತಾಗ ಹಾಳಾಗಲಿ ಅಂತ ನಾನೇ ಬಂಡವಾಳ ಕೊಟ್ಟು ವ್ಯಾಪಾರ ಮಾಡಲು ಹೇಳಿದೆ. ತಂಗಿ ಅನ್ನೋ ಅಂತಃಕರಣದಿಂದ ಅವರನ್ನು ಸೈರಿಸಬೇಕಾಗಿದೆ."

ಸುಮಳ ಮನ ಭಾರವಾಯಿತು. ತಲೆ ಕೆಳಗೆ ಹಾಕಿದಳು. ಸೋಜಿಗವಾಯಿತು. ಅಷ್ಟು ಪ್ರೀತಿಸುತ್ತಿದ್ದ ಮಡದಿಯನ್ನು ಕಳೆದುಕೊಂಡು ಬದುಕುತ್ತಿರುವುದು ಕಷ್ಟವೆಂದುಕೊಂಡಳು.

"ಯಾಕೆ, ಸುಮ್ನೆ ಕೂತ್ಬಿಟ್ಟೆ ಸುಮ? ನನ್ನ ಭಾರತಿ ಹೇಗೆ ಸತ್ತಳು ಅನ್ನೋದು ಇಂದಿಗೂ ರಹಸ್ಯವೇ! ವಿಷ್ಯ ಕಮಲೆಗೊಬ್ಬಳಿಗೆ ಗೊತ್ತಿರ್ಬೇಕು. ಅವಳನ್ನು ಮಾತಾಡಿಸಲೇ ಅಸಹ್ಯ!"

ನಾಲ್ಕಾರು ದಿನವಾದರೂ ಸುಮಳ ಮನದಿಂದ ಭಾರತಿ ದೂರ ಸರಿಯಲಿಲ್ಲ. ಎತ್ತ ನೋಡಿದರೂ ಭಾರತಿಯ ದೈನ್ಯ ಮುಖ ಕಂಡಂತಾಗುತ್ತಿತ್ತು. ವೀಣೆಯ ನಾದದ ಅಲೆಗಳು ಎಲ್ಲೆಲ್ಲಿಯೂ ಕೇಳಿದಂತಾಗುತ್ತಿತ್ತು. ಮನದ ಮೂಲೆಯಲ್ಲಿ ಒಮ್ಮೊಮ್ಮೆ ಭಯ ಮಿಂಚಿ ಆರಿ ಹೋಗುತ್ತಿತ್ತು. ಭಾರತೀಯ ಸಾವಿನಲ್ಲಿ ಕಮಲಾಕರನ್ ತಾಯಿ ತಂದೆಯರ ಕೈವಾಡವಿರಬಹುದು. ಆ ಕೊರಗೇ ಅವರನ್ನು ಆಹುತಿ ತೆಗೆದುಕೊಂಡಿರಬಹುದು. ಅಂದು ತಾನು ಹೇಳಿದ ವೀಣಾನದ ಕಲ್ಪನೆಯೋ.... ಭ್ರಾಂತಿಯೋ?! ಒಮ್ಮೊಮ್ಮೆ ಇದ್ದಕ್ಕಿದ್ದಂತೆ ಬೆಚ್ಚಿ ಬೀಳುತ್ತಿದ್ದಳು. ಕಾರಣ ಅವಳಿಗೇ ಅರಿವಾಗುತ್ತಿರಲಿಲ್ಲ.

ಈ ಸಲ ಶಾಂತಿನಿಕೇತನಕ್ಕೆ ಹೋದ ಕಮಲಾಕರನ್ ಹದಿನೈದು ದಿನ ಅಲ್ಲಿ ಉಳಿದರು. ಮೋತಿ, ಸದಾ ಸುಮಳ ಹಿಂದೆಯೇ ಸುತ್ತಾಡುತ್ತಿತ್ತು. ಹೊರಗೆ ಅವಳ ಮಂಚದ ಅಡಿಯಲ್ಲಿ ಮಲಗುತ್ತಿತ್ತು. ಪೂವಯ್ಯ ಸುಮಳ ಕೋಣೆಯ ಬಾಗಿಲ ಬಳಿ ಮಲಗುತ್ತಿದ್ದ. ಇದೆಲ್ಲ ಕಮಲಾಕರನ್‌ರವರ ಆದೇಶವಿರಬೇಕು.

ಲೆಕ್ಕದ ಪುಸ್ತಕ ಮುಂದಿಟ್ಟುಕೊಂಡು ಕೂತ ಸುಮ ಹುಬ್ಬೇರಿಸಿದಳು. ಲೆಕ್ಕದ ಪ್ರಕಾರ ನಾಡಕರ್ಣಿಯವರು ಹತ್ತು ಸಾವಿರದಷ್ಟು ಸುಳ್ಳು ಲೆಕ್ಕ ತೋರಿಸಿದ್ದರು. ಹೇಗೆ ಆಯ್ತು? ಮನುಷ್ಯರು ಚಾಣಾಕ್ಷರು! ಎಂದುಕೊಂಡಳು.

"ಪೂವಯ್ಯ, ಸ್ವಲ್ಪ ನಾಡಕರ್ಣಿಯವರ್‍ನ ಕರ್ಕೊಂಡ್ಬರ್ತೀಯಾ?" ಪೆನ್ಸಿಲ್‌ನ ಹಿಂಭಾಗದ ತುದಿಯಲ್ಲಿ ಗಲ್ಲಕ್ಕೆ ಒತ್ತಿಕೊಳ್ಳುತ್ತ ಕೆಳ ತುಟಿ ಕಚ್ಚಿ ಹೇಳಿದಳು.

"ಆಯ್ತು ಅಮ್ಮಣ್ಣಿ" ಎಂದು ಎರಡು ಹೆಜ್ಜೆ ಮುಂದೆ ಹೋದ ಪೂವಯ್ಯ ಹಿಂದಕ್ಕೆ ತಿರುಗಿ ಮತ್ತೆ ಬಂದು ತಲೆ ಕೆರೆದುಕೊಳ್ಳುತ್ತ ನಿಂತ. ಪ್ರಶ್ನಾರ್ಥಕವಾಗಿ ಅವನನ್ನು ನೋಡಿದಳು.

"ಏನಾದ್ರೂ ಹೆಚ್ಚು ಕಡಿಮೆ ಮಾಡವ್ರಾ?" ಸಣ್ಣನೆಯ ಧ್ವನಿಯಲ್ಲಿ ಕೇಳಿದ. ಇವನ ಹತ್ತಿರ ಹೇಳಬಹುದಾ... ಬೇಡವಾ! ಎಂದು ಕ್ಷಣ ಯೋಚಿಸಿದಳು. ಕಮಲಾಕರನ್‌ಗೂ, ಅವನಿಗೂ ಇದ್ದ ಆತ್ಮೀಯತೆಯನ್ನು ನೆನೆಪು ಮಾಡಿಕೊಂಡು "ಏನಿಲ್ಲ, ಸ್ವಲ್ಪ ಬರ್‍ಯೋದರಲ್ಲಿ ಹೆಚ್ಚು-ಕಮ್ಮಿ ಮಾಡಿದ್ದಾರೆ" ಮೆಲುವಾಗಿಯೇ ಹೇಳಿದಳು. ಯಾವ ಗೊಂದಲವೂ ಅವಳಿಗೆ ಬೇಕಿಲ್ಲ, ಹಾಗಂತ ಸುಮ್ಮನೆ ಕೂಡಲಾರಳು.

"ಚಿಕ್ಕಮ್ಮಣ್ಣಿಯವ್ರ ಯಜಮಾನರು ಬಂದಿದ್ರು" ತಟ್ಟನೆ ಬೆಚ್ಚಿಬಿಟ್ಟಳು.

ಆ ವ್ಯಕ್ತಿ ಅವಳ ಕಣ್ಣಿಗೆ ಬಿದ್ದಿರಲಿಲ್ಲ. ಇಷ್ಟು ದೊಡ್ಡ ಬಂಗ್ಲೆಯಲ್ಲಿ ಅದೇನು ಅಸಾಧಾರಣ ವಿಷಯವಲ್ಲ. ಆದರೂ.... ಕೈಯಲ್ಲಿದ್ದ ಪೆನ್ಸಿಲನ್ನು ಆಡಿಸಿದಳು. ಆ ಮಹಾಶಯ ಬರೋದಕ್ಕೂ, ಹತ್ತು ಸಾವಿರದಷ್ಟು ಹಣವನ್ನು ನಾಡಕರ್ಣಿ ಹೆಚ್ಚಾಗಿ ಬರೆಯುವುದಕ್ಕೂ ಏನಾದರೂ ಸಂಬಂಧವಿರಬೇಕು. ಇಲ್ಲದಿದ್ದರೆ ಪೂವಯ್ಯ ತಿಳಿಸುತ್ತಿರಲಿಲ್ಲ.

"ಯಾವಾಗ್ಬಂದ್ರು?" ಸಹಜವಾಗಿ ಕೇಳಿದಳು. ಅಡುಗೆಯವನ ಮೇಲೆ ಅವಳಿಗೆ ರೋಷ ಉಕ್ಕಿತು. ತಡೆ ಹಿಡಿದಳು.

"ಎರ್ಡು ದಿನ ಆಯ್ತು, ಆಯ್ಯನೋರು ಇಲ್ಲದಿದ್ರೆ ಎಲ್ಲರೂ ಸೇರ್ಕೊಂಡು ಲೂಟಿ ಮಾಡಿಬಿಡ್ತಾರೆ."

ಸುಮಳಿಗೆ ಕಸಿವಿಸಿಯಾಯಿತು. ಆತಂಕದಿಂದ ಅವಳೆದೆ ಹೊಡೆದುಕೊಂಡಿತು. ಮೇಜಿನ ಡ್ರಾಯರ್ ಬೀಗ ತೆಗೆದು ಬೀಗದ ಕೈಗೊಂಚಲನ್ನು ತೆಗೆದು ನೋಡಿದಳು. ಜವಾಬ್ದಾರಿಯ ಹೆಚ್ಚಳದಿಂದ ಕುಸಿಯುವಂತಾಯಿತು.

ಅದನ್ನು ಹ್ಯಾಂಡ್‌ಬ್ಯಾಗಿಗೆ ಸೇರಿಸಿ ಅತ್ತಿತ್ತ ನೋಡಿದಳು. ಮತ್ತೆ ತೆಗೆದಳು. ಗೋಡೆಯ ಬೀರು ಬಾಗಿಲನ್ನು ತೆಗೆದು ಅದರಲ್ಲಿದ್ದ ಸಣ್ಣ ಮರದ ಸಂದೂಕದಲ್ಲಿಟ್ಟು ಮೊದಲಿನಂತೆ ಮುಚ್ಚಿ ಬೀಗ ಹಾಕಿದಳು.

"ಕರೆದರಂತೆ" ನಾಡಕರ್ಣಿ ಕೋಣೆಯೊಳಕ್ಕೆ ತಲೆ ಹಾಕಿ ಮೆಲ್ಲನೆ ಬಾಗಿಲನ್ನು ಹಿಂದಕ್ಕೆ ದೂಡಿ ಒಳಗೆ ಬಂದರು. ಅವರ ಮುಖದಲ್ಲಿ ಎಂದಿಗಿಂತ ಹೆಚ್ಚಿನ ವಿನಯವಿತ್ತು. ಮನುಷ್ಯ ಆಷಾಢಭೂತಿಯ ಹಾಗೆ ಕಂಡ.

"ಕೂತ್ಕೊಂಡು, ಇದು ಸ್ವಲ್ಪ ನೋಡಿ" ಲೆಕ್ಕದ ಪುಸ್ತಕವನ್ನು ಅವರ ಮುಂದಿಟ್ಟಳು. ನಾಡಕರ್ಣಿಯವರ ಮುಖ ಬಿಳಿಚಿಕೊಂಡಿತು. ಇಂತಹ ಸುಳ್ಳು ಲೆಕ್ಕ ಬರೆಯುವುದು ಅವರಿಗೆ ಕರಗತವಾಗಿತ್ತು. ಕಮಲಾಕರನ್ ಅವೆಲ್ಲ ನೋಡಿ ತಲೆ ಕೆಡಿಸಿಕೊಳ್ಳುತ್ತಿರಲಿಲ್ಲ. ಹಿಂದಿನ ಇಬ್ಬರೂ ಮೇಲ್ವಿಚಾರಕರು ಇವರಿಗೆ ಶಾಮೀಲಾಗಿದ್ದರು. ಯಾವುದೂ

ಹೊರಗೆ ಬರುತ್ತಿರಲಿಲ್ಲ. ಸುಮ ಬಂದ ಮೇಲೆ ಬಹಳ ಹುಷಾರಾಗಿಯೇ ಇದ್ದರು. ಕಮಲೆಯ ಗಂಡನ ಜೊತೆಗೆ ಬಿದ್ದು ಕುದುರೆ ರೇಸ್‌ನ ಚಟಕ್ಕೆ ಬಿದ್ದಿದ್ದರು. ಇನ್ನೇನು ಬೆಂಗಳೂರಿನಲ್ಲಿ ಸೀಸನ್ ಪ್ರಾರಂಭವಾಗುವುದರಲ್ಲಿತ್ತು. ಏನಾದರೂ ಮಾಡಬೇಕಿತ್ತು.

"ಸರಿಯಾಗಿಯೇ ಇರಬೇಕಲ್ಲ!" ಆಶ್ಚರ್ಯ ನಟಿಸಿದರು.

"ಇಲ್ಲ, ಕೆಲಸ ಮಾಡಿದ ಕೂಲಿ ಆಳುಗಳ ಲೆಕ್ಕವಿದೆ. ನಮ್ಮಲ್ಲಿ ಗೈಮೆ ಮಾಡೋ ಹತ್ತು ಆಳುಗಳು ಜಾತ್ರೆಯ ಸಲುವಾಗಿ ನೆಂಟರ ಮನೆಗೆ ಹೋಗಿದ್ದಾರೆ. ಇದೆಲ್ಲ ತಿಳಿಯದ ವಿಷ್ಯವಲ್ಲ. ಮೇಸ್ತ್ರಿ ಕೈಯಲ್ಲಿ ನಾನೇ ಅವ್ರಿಗೆ ಕೂಲಿ ಕೊಡ್ಸೋ ಏರ್ಪಾಟು ಮಾಡ್ತೀನಿ. ವಯಸ್ಸಾಯ್ತು ನಿಮ್ಗೂ ವಿಶ್ರಾಂತಿ ಬೇಕು. ಈ ಸಲ ಯಜಮಾನ್ರು ಬಂದ ಕೂಡ್ಲೆ ಅದರ ವಿಷ್ಯ ಪ್ರಸ್ತಾಪ ಮಾಡ್ಬೇಕು" ಬೆರಗುಗಣ್ಣುಗಳಿಂದ ನಾಡಕರ್ಣಿ ಮೇಲಕ್ಕೂ ಕೆಳಕ್ಕೂ ನೋಡಿದ. ರೆಪ್ಪೆಗಳನ್ನು ಪಟಪಟನೆ ಬಡಿದ. ತನಗೇನು ವಿಶ್ರಾಂತಿ ತಗೊಳ್ಳುವಷ್ಟು ವಯಸ್ಸಾಗಿಲ್ಲ. 'ಎಲಾ ಹುಡುಗಿ! ನನ್ನ ಮನೆಗೆ ಕಳ್ಳಲು ಎಂಥ ಪ್ಲ್ಯಾನ್ ಹೂಡಿದ್ದಾಳೆ!'

"ಏನು ಮಾಡ್ತಾ ಇದ್ರೋ ಏನೋ! ತಿಂಡಿ ತಿಂದ್ರಾ? ನೀವು ತುಂಬ ಇಷ್ಟಪಡೋ ತಿಂಡೀನೇ ಮಾಡ್ಸಿದ್ದೀನಿ!" ತುಸು ನಕ್ಕಳು. ನಾಡಕರ್ಣಿಯವರ ಬಕಾಸುರ ಹೊಟ್ಟೆಯ ಪರಿಚಯ ಅವಳಿಗಿತ್ತು. ಊಟ, ತಿಂಡಿ ಎಲ್ಲಾ ಇಲ್ಲಿಯೇ ಆಗುತ್ತಿತ್ತು. ನಾಲ್ಕು ಜನರದ್ದನ್ನು ಒಬ್ಬರೇ ಹೊಡೆಯುತ್ತಿದ್ದರು. ಅದರ ಬಗ್ಗೆಯೇನೂ ತಲೆ ಕೆಡಿಸಿಕೊಳ್ಳುತ್ತಿರಲಿಲ್ಲ. ಆದರೆ.... ಸಂಜೆ ಅವರೆಂದೂ ಬರಿಗೈಯಲ್ಲಿ ಹೋಗುತ್ತಿರಲಿಲ್ಲ. ಅವರ ಖಾಕಿ ಚೀಲದಲ್ಲಿ ಬಹಳಷ್ಟು ಸಾಗಿ ಹೋಗುತ್ತಿತ್ತು. ಹತ್ತಾರು ವರ್ಷದಿಂದ ಕೆಲಸದಲ್ಲಿದ್ದ ಅವರ ಬಗ್ಗೆ ಕಮಲಾಕರನ್‌ಗೆ ಅಪನಂಬಿಕೆ ಬರುವಂತಿರಲಿಲ್ಲ. ಬೇರೆಯವರು ಬಾಯಿ ಬಿಡಲು ಸಾಧ್ಯವಿಲ್ಲ. ತಮಗೆ ಬೇಕಾದಷ್ಟು ಅವರು ಲಪಟಾಯಿಸುತ್ತಿದ್ದರು. ಪೂವಯ್ಯ ಎಂದಾದರೂ ದಣಿಗಳ ಕಿವಿಯಲ್ಲಿ ಸುದ್ದಿ ಹಾಕಿದರೆ ಉದಾಸೀನ ಮಾಡಿಬಿಡುತ್ತಿದ್ದರು. ಅಡುಗೆಯವನ ಮತ್ತು ನಾಡಕರ್ಣಿ ಸಾಗಾಣಿಕೆ ಈಗ ಸ್ವಲ್ಪ ಕಮ್ಮಿಯಾಗಿತ್ತು. ಅಗತ್ಯಕ್ಕಿಂತ ಹೆಚ್ಚಾಗಿ ಏನೂ ಮಾಡಬಾರದೆಂದು ಸುಮ ಆದೇಶವಿತ್ತಿದ್ದಳು. ಅದನ್ನು ಅಡುಗೆಯವನು ಕಮಲಾಕರನ್ ಮುಂದೆ ತೋಡಿಕೊಂಡಾಗ ಹಗುರವಾಗಿ ನಕ್ಕುಬಿಟ್ಟಿದ್ದರು.

"ಹೋಗಿ... ಹೋಗಿ..." ಎಂದಳು ಲೆಕ್ಕದ ಪುಸ್ತಕವನ್ನು ಹತ್ತಿರಕ್ಕೆ ಎಳೆದುಕೊಳ್ಳುತ್ತ. ಅವರ ಕಂದಿದ ಮುಖ ನೋಡಿ ಅವಳಿಗೆ ನಗು ತಡೆಯದಾಯಿತು.

ಇದ್ದಕ್ಕಿದ್ದಂತೆ ನಾಡಕರ್ಣಿಯವರ ಮೂಗಿನ ತುದಿ ಕೆಂಪಗಾಯಿತು. ಅವಮಾನಗೊಂಡವರಂತೆ ಭುಸುಗುಟ್ಟುತ್ತ "ನಂಗೆ ತುಂಬ ಅವಮಾನ ಮಾಡ್ತಾ ಇದ್ದೀರಿ. ನೀವ್ ಅನುಭವವಿಲ್ಲದವ್ರು. ಲೆಕ್ಕ ಬರ್ದು ಬರ್ದು ನನ್ನ ತಲೆ ಕೂದಲೆಲ್ಲಾ ಬೆಳ್ಳಗಾಗಿಹೋಗಿದೆ. ನಿಮ್ಮ ಕೆಲಸದ ವ್ಯಾಪ್ತಿಗೆ ನಾನು ಸೇರಿಕೊಂಡಿಲ್ಲ." ಮೊಣಕೈಯನ್ನು ಕುರ್ಚಿಯ ಮೇಲಿರಿಸಿ ಗಲ್ಲಕ್ಕೆ ಕೈಯೊತ್ತಿ ಕುಳಿತಳು. ಸಮಾಧಾನವಾಗಿದ್ದಳು. ಮಧ್ಯೆ ಮಾತನಾಡಲು ಅವಳಿಗೆ ಇಷ್ಟವಿರಲಿಲ್ಲ.

"......... ನೀವು ಎಷ್ಟು ದಿನ ಇರ್ತೀರೋ ನೋಡೇಬಿಡ್ತೀನಿ" ಕೆಂಗಣ್ಣು ಬಿಡುತ್ತಾ ಹೊರಗೆ ಹೋಗಿಬಿಟ್ಟರು.

ತಕ್ಷಣ ಕಮಲೆಯ ಗಂಡ ವಾಸುದೇವ್ ಒಳಗೆ ಬಂದ. ಬಟ್ಟೆಗಳು ಅಸ್ತವ್ಯಸ್ತವಾಗಿದ್ದವು. ವಾರೆಗಣ್ಣಿಂದ ನೋಡಿದರೂ ನೋಡದವಳಂತೆ ಪುಸ್ತಕವನ್ನು ನೋಡುತ್ತ ಕೂತಿದ್ದಳು.

"ಮೇಡಮ್.... ನನ್ಗೆ ಅರ್ಜೆಂಟಾಗಿ ಹತ್ತು ಸಾವಿರ ಬೇಕು." ಮೆಲ್ಲಗೆ ತಲೆ ಎತ್ತಿದಳು. ಕಣ್ಣು ಕೆಂಪಗೆ ಮಾಡಿ "ನೀವು ಯಾರು?" ಎಂದಳು. ಅವಳ ನೋಟದಲ್ಲಿ ಉದಾಸೀನತೆ ಇತ್ತು.

"ನಾನು ಯಾರೂಂತ ನಿಮ್ಗೇ ಗೊತ್ತಿಲ್ವೆ?" ಧ್ವನಿ ಒರಟಾಗಿತ್ತು.

"ನಂಗೆ ಗೊತ್ತೂ ಇಲ್ಲ. ತಿಳಿದುಕೊಳ್ಳೊ ಆಸಕ್ತೀನೂ ಇಲ್ಲ." ಪುಸ್ತಕ ಮುಚ್ಚಿ, ತೆರೆದು ಅನಾಥವಾಗಿ ಬಿದ್ದಿದ್ದ ಪೆನ್ನಿಗೆ ಕ್ಯಾಪ್ ಸಿಕ್ಕಿಸಿ ಪಕ್ಕಕ್ಕಿಟ್ಟು ಕುರ್ಚಿಗೆ ಮತ್ತಷ್ಟು ಒರಗಿದಳು.

"ನಾನು ಕಮಲಾಕರನ್ ಭಾವಮೈದ, ಅವರಮ್ಮನ ಸ್ವಂತ ತಮ್ಮ." ಅದರಲ್ಲಿ ಆಸಕ್ತಿ ಇಲ್ಲದವಳಂತೆ ಆಕಳಿಸಿ ಕಿಟಕಿ ಕಡೆಗೆ ನೋಡಿದಳು. 'ನೀವು ಯಾರಾದರೂ ಆಗಿರಿ, ನನಗೆ ಸಂಬಂಧವಿಲ್ಲ' ಎಂಬ ಭಾವ ಅವಳ ಮುಖದ ಮೇಲೆ ಪ್ರಕಟವಾಯಿತು.

"ನಂಗೀಗ ಹತ್ತು ಸಾವಿರ ರೂಪಾಯಿ ಬೇಕು." ಅಂದು ಕೋಣೆಯಲ್ಲಿ ಸಿಕ್ಕಿಬಿದ್ದು ಅವಳ ಮುಂದೆಯೇ ಅವಮಾನಿತನಾಗಿ ಹೊರಗೆ ಬಂದಿದ್ದ. ಹೊಟ್ಟೆಗೆ ಊಟವಿಲ್ಲದಿದ್ದರೂ ಪರವಾಗಿಲ್ಲ, ಕುದುರೆಯ ಬಾಲಕ್ಕೆ ಹಣ ಕಟ್ಟಬೇಕು. ಇಲ್ಲದಿದ್ರೆ ಅವನಿಗೆ ಹುಚ್ಚು ಹಿಡಿದಂತಾಗುತ್ತಿತ್ತು. ಹಿಂದೆ ಆಗಿದ್ದರೆ ನಾಡಕರ್ಣಿ ತಮ್ಮ ಕಮಿಷನ್ ಹಿಡಿದುಕೊಂಡು ಹಣ ಕೊಟ್ಟು ಕರುಣಾಜನಕವಾಗಿ ಅವನ ತೊಂದರೆಗಳನ್ನು ಕಮಲಾಕರನ್ ಮುಂದೆ ತೋಡಿಕೊಂಡು ಕಣ್ಣೀರಿಡುತ್ತಿದ್ದರು. ಆಗ ಕಮಲಾಕರನ್ ರೇಗಾಡಿದರೂ ಆಮೇಲೆ ಸುಮ್ಮನಾಗಿಬಿಡುತ್ತಿದ್ದರು. ಈಗ ಯಾವುದೂ ಸುಲಭವಾಗಿರಲಿಲ್ಲ.

"ಮಹಾಶಯರೇ, ನನ್ನನ್ನ ಏನೂಂತ ತಿಳಿದಿದ್ದೀರಿ. ನೀವು ಹೇಳೋ ಹತ್ತು ಸಾವಿರಾನ ಒಮ್ಮೆ ಕಣ್ಣಿಂದ ಕೂಡ ನೋಡೋ ಅವಕಾಶ ನಮ್ಮಂಥವರಿಗೆ ಕಡಿಮೆ." ತಟ್ಟನೆ ಎದ್ದು ಹೊರಗೆ ಬಂದಳು. ವಾಸುದೇವ್ ಹಲ್ಲು ಕಡಿಯುವುದು ಅವಳಿಗೆ ಕೇಳಿಸಿತು. ಭಯದಿಂದ ಎದೆ ಹೊಡೆದುಕೊಂಡರೂ ಮೇಲೆ ಉದಾಸೀನಳಾಗಿಯೇ ಕಂಡಳು.

ಮುಂದಿನ ಹಜಾರದಲ್ಲಿ ನಿಂತ ಸುಮ "ಮೋತಿ" ಎಂದು ಕೂಗಿದಳು. ಎಲ್ಲಿತ್ತೋ.... ಬಾಲವಾಡಿಸುತ್ತ ಓಡಿ ಬಂದು ಅವಳ ಬಳಿ ನಿಂತಿತು. ತಟ್ಟನೆ ನೋಡಿದರೇ ಎದೆ ಝಲ್ಲೆನ್ನಬೇಕು. ವ್ಯಾಘ್ರನನ್ನು ಕಂಡ ಹಾಗಿತ್ತು. ಯಜಮಾನನ ಬಳಿ ಎಷ್ಟು

ವಿಧೇಯತೆಯೋ.... ಬೇರೆಯವರನ್ನು ಒಂದೇ ನೆಗೆತಕ್ಕೆ ಹಾರಿಬಿಡುವುದು. ಬೇರೆಯವರು ಬಂದಾಗ ಸರಪಣಿಯಲ್ಲಿ ಬಿಗಿಯುತ್ತಿದ್ದರು. ಅಥವಾ ಕಮಲಾಕರನ್ ನೇರವಾಗಿ ಅವರ ಪರಿಚಯ ಮಾಡಿಸುತ್ತಿದ್ದರು. ಆಗ ಅವರ ಸುತ್ತಲೂ ಓಡಾಡಿ, ನೆಗೆದು, ಮೂಸಿ, ಬಾಲವಾಡಿಸಿ ತನ್ನ ಆತ್ಮೀಯತೆಯನ್ನು ವ್ಯಕ್ತಪಡಿಸುತ್ತಿತ್ತು. ವಾಸುದೇವ್ ಈ ಮನೆಗೆ ಅಪರಿಚಿತನಲ್ಲದಿದ್ದರೂ ಅವನ ಬಗ್ಗೆ ನಿಷ್ಠೆ ತೋರಲಾರದು. ಬೊಗುಳಿಯಾದರೂ ತನ್ನ ಕೋಪವನ್ನು ವ್ಯಕ್ತಪಡಿಸುತ್ತಿತ್ತು.

"ಚೆಕ್ ಕೊಡಿ. ಚೆಕ್ ಪವರ್ಸ್ ನಿಮ್ಗೇ ಕೊಟ್ಟಿದ್ದಾನೆ" ಹಿಂದಿನಿಂದ ಧ್ವನಿ ಕೇಳಿಸಿತು. ಹೇಗೆ ಈ ಮನುಷ್ಯನನ್ನು ನಿವಾರಿಸಿಕೊಳ್ಳಬೇಕೋ ಅವಳಿಗೆ ತಿಳಿಯಲಿಲ್ಲ. ಒಂದು ಕ್ಷಣ ಭಾರತೀಯ ಸಾವನ್ನು ನೆನೆದು ಭಯ ಆವರಿಸಿದರೂ ಅವಡುಗಚ್ಚಿದಳು. ಉದಾಸೀನ ನಟಿಸಿದಳು.

"ಕಮಲಾಕರನ್ ಬಂದ್ಮೇಲೆ ನಾನು ಹೇಳ್ತೀನಿ. ನಾನೀಗ ಬಹಳ ಹಣದ ಮುಗ್ಗಟ್ಟನ್ನು ಎದುರಿಸ್ತಾ ಇದ್ದೀನಿ. ಹಣ ಬೇಕೇಬೇಕು...." ಅವಳ ಸಹನೆ ಕುಸಿಯಿತು. ಕೆನ್ನೆಗೊಂದು ಬಿಗಿಯಬೇಕೆನ್ನುವಷ್ಟು ರೋಷ ಉಕ್ಕಿತು.

"ನೀವ್ ಸ್ವಲ್ಪ ಅರ್ಥಮಾಡ್ಕೊಳ್ಳಿ. ನನ್ಗೆ ಯಾವ ಚೆಕ್ ಪವರ್ಸ್ ಕೊಟ್ಟಿಲ್ಲ. ಕೊಟ್ಟಿದ್ರೂ ಸ್ವಂತದಲ್ಲದ ಹಣವನ್ನ ಅವರ ಮಾತಿಲ್ಲದೇ ಕೊಡೋಕೂ ಸಿದ್ಧವಾಗಿಲ್ಲ" ವಾಸುದೇವ್‌ಗೆ ಕೋಪ ಬಂದರೂ ಅವಡುಗಚ್ಚಿದ. ಎಷ್ಟೇ ಕುಟಿಲನಾಗಿದ್ದರೂ ಕೋವಿ ಹಿಡಿದ ಕಮಲಾಕರನ್‌ನ ಜ್ಞಾಪಿಸಿಕೊಂಡರೇ ನಡುಗಿಬಿಡುತ್ತಿದ್ದ. ಭಾರತಿ ಸತ್ತ ದಿನ ಇವನೇನಾದರೂ ಅವರ ಕಣ್ಣಿಗೆ ಬಿದ್ದಿದ್ದರೆ ವಿವೇಕವನ್ನೇ ಮರೆತು ಪರಲೋಕಕ್ಕೆ ಅಟ್ಟಿಬಿಡುತ್ತಿದ್ದರು. ಈಗ ಅಷ್ಟು ಕೋಪವಿಲ್ಲದಿದ್ದರೂ ಕಮಲಾಕರನ್ ಬಗ್ಗೆ ಒಂದು ನಿರ್ಧಾರಕ್ಕೆ ಬರುವುದು ಕಷ್ಟವಾಗಿತ್ತು.

ಮೋತಿ ಸುಮಳ ಕಾಲ ಬಳಿಯೇ ಕುಳಿತಿತ್ತು. ಅದರ ತೆರೆದ ಬಾಯನ್ನ ನೋಡಿದವನೇ ಮುಖ ತನ್ನ ಪಕ್ಕಕ್ಕೆ ತಿರುಗಿಸಿದ. ಕಾಲುಗಳು ಥರಥರನೇ ನಡುಗುತ್ತಿದ್ದವು. ಕಾಲುಗಳನ್ನು ಪ್ರಯಾಸದಿಂದ ಎಳೆದೆಳೆದು ಹಾಕುತ್ತ ಬಂಗ್ಲೆಯಿಂದ ಹೊರ ನಡೆದ. ಮೋತಿ ಬೊಗಳಿ ಅವನತ್ತ ನೋಡಿತು.

"ಯು ಆರ್ ಕ್ಲೆವರ್" ಎಂದು ಮೋತಿಯ ತಲೆ ಸವರಿ ತನ್ನ ಮೆಚ್ಚಿಗೆ ಸೂಚಿಸಿದಳು. ಮೋತಿ ನೆಗೆಯುತ್ತ ದೂರಕ್ಕೆ ಓಡಿತು. ಸೋಜಿಗದಿಂದ ಸುಮ ಅತ್ತ ನೋಡಿದಳು. ಬರುತ್ತಿದ್ದ ಕಾರ್‌ನ ಟಾಪ್‌ನ ಮೇಲೆ ನೆಗೆದಿತ್ತು ಮೋತಿ. ಸಮಾಧಾನದ ಉಸಿರು ಬಿಟ್ಟಳು.

ಕಮಲಾಕರನ್ ಇಳಿದ ಕೂಡಲೇ ಸುಮ ನಗುಮುಖದಿಂದ ವಿಷ್ ಮಾಡಿದಳು. ತನ್ನ ಕೈಯಲ್ಲಿದ್ದ ಚರ್ಮದ ಚೀಲವನ್ನು ಅವಳ ಕೈಗೆ ಬದಲಾಯಿಸುತ್ತ "ಹೇಗಿದ್ದಿ, ಸುಮ?" ಎಂದರು. ಆ ಮಾತಿನಲ್ಲಿ ಆತ್ಮೀಯತೆ ಇಣುಕುತ್ತಿತ್ತು.

"ಓ.ಕೆ." ಎಂದಳು.

ಮೋತಿ, ಕಮಲಾಕರನ್ ಭುಜದವರೆಗೆ ನೆಗೆದು ತನ್ನ ಪ್ರೀತಿಯನ್ನು ಪ್ರದರ್ಶಿಸಿತು.

"ಸಾಕು ಬಿಡೋ, ನಂಗೊತ್ತಪ್ಪ" ಅದರ ಕತ್ತನ್ನು ನೀವಿ ಸಮಾಧಾನಗೊಳಿಸಿದರು. ಅವರ ಸುತ್ತಲೂ ಕುಂಯ್‌ಗುಡುತ್ತ ಓಡಾಡಿತು. ಸುಮಳ ಕೈಯಲ್ಲಿದ್ದ ಚರ್ಮದ ಬ್ಯಾಗನ್ನು ನೆಗೆದು ಕಸಿದುಕೊಂಡು ಬಾಯಲ್ಲಿಡಿದು ಒಳಗೆ ಹೋಯಿತು. ಕಮಲಾಕರನ್ ಮೆಚ್ಚುಗೆಯಿಂದ ನಕ್ಕರು.

"ಆರೋಗ್ಯ ಹೇಗಿದೆ?" ಸುಮ ಕೇಳಿದಳು. ಈ ಸಲ ಅವರ ಜೊತೆಯಲ್ಲಿ ಡಾ॥ ನರಗುಂದ್ ಕೂಡ ಹೋಗಿದ್ದರು.

"ಓ.ಕೆ. ಗರ್ಲ್" ಮೀಸೆಗಳು ಕುಣಿದವು. ಕಣ್ಣಲ್ಲಿ ಮಿಂಚು ಮೂಡಿತು. ಭಾರತಿ ಬದುಕಿದ್ದಾಗ ಆ ಕಣ್ಣುಗಳೆಷ್ಟು ಆಕರ್ಷಕವಾಗಿದ್ದವೋ ಎಂದುಕೊಂಡಳು.

"ಡಾಕ್ಟರನ್ನು ಅರ್ಧ ದಾರಿಯಲ್ಲೇ ಇಳ್ಸಿಬಿಟ್ಟೆ" ನಕ್ಕರು. ಸುಮಳಿಗೆ ಅರ್ಥವಾಗಲಿಲ್ಲ. ಡಾ॥ ನರಗುಂದ್ ಬಹಳಷ್ಟು ಚಡಪಡಿಸುತ್ತಿದ್ದರು. ತಮ್ಮ ಪ್ರತಿಭೆಯ ಬಗ್ಗೆ ಅವರಿಗೆ ಅಪಾರವಾದ ನಂಬಿಕೆ. ಈ ನಾಡಿನಲ್ಲಿ ತಮ್ಮ ಪ್ರತಿಭೆಗೆ ತಕ್ಕ ಪುರಸ್ಕಾರ ಸಿಗುವುದು ಸಾಧ್ಯವೇ ಇಲ್ಲ ಎಂದು ವಿದೇಶದಲ್ಲಿ ನೆಲೆಸಿಬಿಡುವ ಯೋಜನೆಯ ಬಗ್ಗೆ ಎಷ್ಟೋ ಸಲ ಹೇಳಿದ್ದರು.

"ಇನ್ಮೇಲೆ ಡಾಕ್ಟರ್ ಅವಶ್ಯಕತೆ ಇಲ್ಲ ಅನ್ನಿಸುತ್ತೆ" ಮೆಲುವಾಗಿ ತಮಗೆ ತಾವೇ ಹೇಳಿಕೊಂಡ ಹಾಗೆ ಕಾಣಿಸಿತು. ಸ್ವಲ್ಪ ಉಲ್ಲಾಸವಾಗಿದ್ದ ಹಾಗೆ ಕಾಣಿಸಿದರು.

ಮರುದಿನ ಬೆಳಿಗ್ಗೆ ಬೆಳಗಿನ ವಾಕ್ ಹೊರಟಾಗ ಕಮಲಾಕರನ್‌ಗೆ ನಾಡಕರ್ಣಿ ಎದುರಾದರು. ಮೋತಿ ಜೊತೆ ಮಾತಾಡುತ್ತ ಹೊರಟಿದ್ದವರು ಮೆಲ್ಲಗೆ ಅವರ ಕಡೆ ನೋಡಿದರು.

"ಹೇಗಿದ್ದೀರಿ ನಾಡಕರ್ಣಿ?" ಅಭ್ಯಾಸ ಮೀಸೆಗಳ ಮೇಲೆ ಆಡಿತು.

ತುಟಿಗಳ ಮೇಲೆ ಗಂಭೀರತ್ವ ಮಿನುಗಿತು. ಕಣ್ಣುಗಳಲ್ಲಿ ಮೊದಲಿಗಿಂತ ಹೆಚ್ಚು ಬಿಳುಪಿದ್ದ ಹಾಗೆ ಕಂಡಿತು.

"ನಂಗೆ ಕೆಲ್ಸ ಮಾಡೋದೇ ಕಷ್ಟವಾಗಿದೆ. ಆ ಹುಡ್ಗಿಗೆ ವಯಸ್ಸು ಚಿಕ್ಕದು. ಅನುಭವ ಸಾಲದು. ಕಾಸು ಕಾಸಿಗೆ ಪರದಾಡ್ತಿರ್ಬೇಕು, ಪ್ರತಿಯೊಂದರಲ್ಲೂ ಅನುಮಾನ, ನಂಬಿಕೆ ಅನ್ನೋದೇ ಇಲ್ಲ."

"ಯಾರ ಬಗ್ಗೆ ನೀವ್ ಹೇಳ್ತಾ ಇರೋದು?"

"ಇನ್ಯಾರು? ಸುಮ..."

ಕಮಲಾಕರನ್ ಕಣ್ಣುಗಳು ಕೆಂಪಗಾದವು. ತೀಕ್ಷ್ಣವಾಗಿ ನಾಡಕರ್ಣಿ ಕಡೆ ನೋಡಿದರು. ಆತುರ ಬೇಡವೆನಿಸಿತು. ಹುಬ್ಬುಗಳನ್ನು ಮೇಲೆತ್ತಿ "ಏನು... ಮಾಡಿದ್ರು?"

ನಾಡಕರ್ಣಿ ತಡಬಡಿಸಿದರು. ಏನು ಹೇಳಬೇಕೆಂದು ತೋಚಲಿಲ್ಲ. ಮೆಲ್ಲಗೆ ಸಾವರಿಸಿಕೊಂಡು ದೀರ್ಘವಾಗಿ ಉಸಿರನ್ನು ಎಳೆದುಕೊಂಡರು. ಮೃದುವಾಗಿ ಕೆಮ್ಮಿ

ಗಂಟಲು ಸರಿಪಡಿಸಿಕೊಂಡರು.

"ಮನೆತನದ ರೀತಿ–ನೀತಿಗಳಿಗೆ ಅವಮರ್ಯಾದೆ ಮಾಡ್ತಾ ಇದ್ದಾಳೆ. ತಾನೇ ಈ ಮನೆಗೆ ಯಜಮಾನಿ ಅನ್ನೋ ತರಹ ನಡ್ಕೋತಾ ಇದ್ದಾಳೆ. ನಮ್ಮ ಸ್ಥಿತಿಗಳಂತೂ ಹೇಳೋದೇ ಬೇಡ. ನೀವ್ ಹೋದಾಗಿನಿಂದ ನಾನು ಈ ಮನೆಯಲ್ಲಿ ಒಂದ್ಲೋಟ ನೀರು ಕೂಡ ಕುಡಿದಿಲ್ಲ" ನಾಡಕರ್ಣಿಯವರ ಸೋತ ಮುಖ ನೋಡಿ ಕಮಲಾಕರನ್‌ಗೆ 'ಅಯ್ಯೋ' ಎನ್ನಿಸಿತು. ಸ್ವಲ್ಪ ಮುಜುಗರವೂ ಆಯಿತು. ಮುಖ ಚಿಕ್ಕದಾಯಿತು.

"ಅಷ್ಟೇ.... ಇನ್ನು ಏನಾದ್ರೂ ಇದ್ಯೋ!?"

"ಮ್.... ಮ್.... ಮ್...." ತಡವರಿಸಿದರು. ಅವರು ಏನನ್ನೋ ಹೇಳಬೇಕೆಂದು ಯೋಚಿಸಿಟ್ಟುಕೊಂಡಿದ್ದರು. ಅದೆಲ್ಲ ಮರೆತುಹೋಗಿತ್ತು. ಏನು ಹೇಳಿದ್ರೆ ಸರಿಹೋಗುತ್ತೆ?

"ನಾನು ವಿಚಾರಿಸ್ತೀನಿ ನಡೆಯಿರಿ." ಕಮಲಾಕರನ್ ಅವರನ್ನು ಹಿಂದೆ ಹಾಕುತ್ತ ಮುಂದೆ ಮುಂದೆ ನಡೆದರು. ಇವರ ಮಾತನ್ನ ಕಮಲಾಕರನ್ ನಂಬುವ ಸ್ಥಿತಿಯಲ್ಲಿರಲಿಲ್ಲ. ಆದರೆ... ನಾಡಕರ್ಣಿ ಬಗ್ಗೆ ಸಹಾನುಭೂತಿ ಇತ್ತು. ಏಳು ಮಕ್ಕಳ ತಂದೆ. ತಾಪತ್ರಯಗಳು ಅವುಗಳಿಗೆ ಅಂಟಿಕೊಂಡೇ ಬಂದಿದ್ದವು. ಹಾಗೆಂದೇ ಧಾರಾಳತನ ತೋರಿಸುತ್ತ ಬಂದಿದ್ದರು. ಆಗಾಗ ಸಾಲವಾಗಿ ಪಡೆದ ಹಣವನ್ನು ಹಿಂದಕ್ಕೆ ಪಡೆಯುವ ಪ್ರಯತ್ನ ಮಾಡಿರಲಿಲ್ಲ. ಔದಾರ್ಯ ಒಮ್ಮೊಮ್ಮೆ ಉರುಳಾಗುತ್ತಿತ್ತು.

ಉಪಾಹಾರದ ಮೇಜಿನ ಬಳಿ ಬಂದ ಕಮಲಾಕರನ್ ಸಹಜವಾಗಿ ನಡೆದುಕೊಳ್ಳಲಿಲ್ಲ. ಸುಮಳನ್ನು ಮಾತನಾಡಿಸುತ್ತಿದ್ದವರು ಇಂದು ಮಾತನಾಡಿಸುವುದಿರಲಿ, ಅವಳೆಡೆ ನೋಡಲೂ ಕೂಡ ಇಲ್ಲ. ಬೆಳಗಿನ ಕಾಫಿ ಕೊಡಲು ಹೋದ ಅಡುಗೆಯವನು ಬಹಳ ಹೊತ್ತು ಅಲ್ಲೇ ಉಳಿದಿದ್ದ. ಇದನ್ನು ಸುಮ ಬಲ್ಲಳು. ಕಸಿವಿಸಿಯಾಯಿತು. ತಿಂಡಿ ತಿನ್ನೋದು ಕೂಡ ಅವಳಿಂದಾಗಲಿಲ್ಲ. ತಟ್ಟೆಯಲ್ಲಿ ಕೈಯಾಡಿಸಿಸುತ್ತಿದ್ದವಳು ಕಮಲಾಕರನ್ ಎದ್ದ ಕೂಡಲೇ ತಾನೂ ಎದ್ದುಬಿಟ್ಟಳು. ಅಡುಗೆಯ ನಾಯರ್ ಮುಖದ ಮೇಲಿನ ಕುಹಕ ನಗು ಅವಳನ್ನು ಅಣಕಿಸಿತು ಸ್ವಾಭಿಮಾನ ಕುದಿಯಿತು. ಒರೆಯಿಂದ ಕಳಚಿದ ಕತ್ತಿಯಿಂದ ಸಾಲದ ಹೊರೆ ತಲೆಯ ಮೇಲೆ ನೇತಾಡುತ್ತಿತ್ತು. ಬಲವಂತದಿಂದ ನುಂಗಿದಳು.

"ಸುಮ, ಇಲ್ಬಾ" ಅಧಿಕಾರವಾಣಿ ಧ್ವನಿಯಲ್ಲಿ ಇಣಕಿತು.

ಕಮಲಾಕರನ್ ಮುಂದೆ ಹೋಗಿ ನಿಂತಳು. ಎಂದಿನಂತೆ ಸಹಜವಾಗಿರಲು ಅವಳಿಂದಾಗಲಿಲ್ಲ. ಬಿಗುವು ಮುಖವನ್ನು ಹೊತ್ತೇ ನಿಂತಳು. ಪ್ರಾಮಾಣಿಕತೆ, ಕರ್ತವ್ಯ ಅವಳನ್ನು ಅಣಕಿಸಿದಂತೆ ಕಂಡಿತು.

"ಪ್ರತಿಯೊಂದಕ್ಕೂ ಒಂದು ಪರಿಮಿತಿ ಇರುತ್ತೆ. ಅರಿತುಕೊಳ್ಳೋದು ಆರೋಗ್ಯವಾದ ಲಕ್ಷಣ."

ತುಟಿಗಳನ್ನು ಬಿಗಿದು ಹುಬ್ಬೇರಿಸಿ ಅವರತ್ತ ನೋಟ ಚೆಲ್ಲಿದಳು. ಕಹಿ ಉಗುಳನ್ನು ಬಲವಂತದಿಂದ ನುಂಗಿದಳು. ಕಮಲಾಕರನ್ ಅವಳನ್ನೇ ದಿಟ್ಟಿಸುತ್ತಿದ್ದರು. ತಲೆ ಕೆಳಗೆ

ಹಾಕಿದಳು. ಆದರೂ.... ಮಾತನಾಡದೆ ಇರಲು ಅವಳಿಂದ ಸಾಧ್ಯವಾಗಲಿಲ್ಲ.

"ನನ್ನ ಉದ್ಯೋಗದ ಪರಿಮಿತಿಯ ಬಗ್ಗೆ ನನ್ಗೆ ಅರಿವಿದೆ. ನಿಮ್ಮ ಮಾತಿನ ಅರ್ಥ ನಂಗಾಗಲಿಲ್ಲ."

ಗಂಟಲು ಸರಿಮಾಡಿಕೊಂಡ ಕಮಲಾಕರನ್ ತುಟಿಗಳ ಮೇಲೆ ನಗು ತುಳುಕಿತು. ಕೈ ಮೀಸೆಯ ಮೇಲಾಡಿತು. ಅವರ ಮೇಲೆ ಅವರಿಗೇ ಬಹಳ ಅಕ್ಕರೆಯಿರಬೇಕು. ಅವರ ಕಾಳಜಿ ನೋಡಿ ಸುಮ ಮನದಲ್ಲಿಯೇ ನಗುತ್ತಿದ್ದಳು. ಮೀಸೆಗಳ ಬಗ್ಗೆ ಮಾತಾಡುವಾಗ ಅವರ ಕಣ್ಣುಗಳಲ್ಲಿ ಅಭಿಮಾನ ತುಳುಕುತ್ತಿತ್ತು.

"ಭೇಷ್! ಈ ತರಹ ಸ್ವಭಾವಾನ ನಾನು ತುಂಬ ಲೈಕ್ ಮಾಡ್ತೀನಿ. ತಪ್ಪು ಮಾಡದಿರುವಾಗ ಅಳುಕಬಾರದು" ಮೆಚ್ಚಿ ನುಡಿದರು.

"ಕೂತ್ಕೊಳ್ಳಿ ಮೇಡಮ್" ನಕ್ಕುಬಿಟ್ಟರು.

ಧೈರ್ಯದಿಂದ ಸುಮ ತಲೆ ಎತ್ತಿ ಅವರೆಡೆ ನೋಡಿದಳು. ಗಡಸು ಮುಖಭಾವದ ಬದಲಾಗಿ ಸೌಮ್ಯತೆ ನೆಲೆಸಿತ್ತು. ತಲೆ ಕೆಡಿಸಿಕೊಳ್ಳದೆ ಕೂತಳು. ತಲೆ ತಿನ್ನುತ್ತಿದ್ದ ವಿಷಯವನ್ನು ಅವರ ಮುಂದಿಡಬೇಕಾಗಿತ್ತು.

"ನಿಮ್ಮ ಭಾವಮೈದ ಅವ್ರು ಬಂದಿದ್ದರು" ಕಮಲಾಕರನ್ ಕಣ್ಣುಗಳು ಕಿರಿದಾದವು ಹುಬ್ಬುಗಳು ಸಂಕುಚಿತಗೊಂಡವು. ಮುಂದಕ್ಕೆ ಬಾಗಿದರು.

"ನೆನ್ನೆ ನೀವ್ ಬರೋಕೆ ಮುನ್ನ ಹತ್ತು ಸಾವಿರ ರೂಪಾಯಿಗಳ ಅಗತ್ಯನ ಒತ್ತಿ ಹೇಳಿದರು..."

"ಕೊಡಲಿಲ್ಲ ತಾನೇ!" ಸುಮ ತಲೆಯಾಡಿಸಿದಾಗ ಹಿಂದಕ್ಕೆ ಒರಗಿ ಕುಳಿತರು ಮನದಲ್ಲೇ ಏನೋ ಗುಣಿಸಿ, ಭಾಗಿಸುವಂತೆ ಕಂಡರು.

ಹಲ್ಮುಡಿ ಕಚ್ಚಿ ಕೋಪದಿಂದ "ಕುದುರೆ ರೇಸ್ ಸೀಸನ್ ಶುರುವಾಗುತ್ತೆ. ಬಾಸ್ಟರ್ಡ್... ಪೂರ್ತಿ ಹಾಳಾದೆ." ಮುಖದಲ್ಲಿ ಕೋಪ ಉಕ್ಕಿತು. ಮೂಗಿನ ತುದಿ ಕೆಂಪಗಾಯಿತು. ಎರಡೂ ಕೈಗಳನ್ನೂ ಪ್ಯಾಂಟಿನ ಜೇಬುಗಳಲ್ಲಿ ತುರುಕಿ ಅತ್ತಿಂದಿತ್ತ ಓಡಾಡಿದರು.

"ಮತ್ತೇನು ಸಮಾಚಾರ?" ನೇರವಾಗಿ ಹೇಳಿಬಿಡುವುದು ಸುಮಳಿಗೆ ಒಳ್ಳೆಯದೆನಿಸಿತು. ಅವರಾಗಿ ಕೇಳದಿದ್ದರೆ ನಾಡಕರ್ಣಿಯವರ ವಿಷಯ ಹೇಳಲು ಅವಳು ಮುಂದಾಗುತ್ತಿರಲಿಲ್ಲ. ಮನುಷ್ಯನ ಯೋಗ್ಯತೆ ಗೊತ್ತಿದ್ದರೂ ಅವರ ಮೇಲಿನ ಜವಾಬ್ದಾರಿಗಳ ಅರಿವು ಅವಳಿಗಿತ್ತು. ಈ ಸಂಬಳದಲ್ಲಿ ಎಂಟು ಜೀವಗಳನ್ನು ಅವರು ಕಾಪಾಡಬೇಕಾಗಿತ್ತು. ಯೋಚಿಸುತ್ತ ನಿಂತಳು. ಕಡೆಗೆ ನಿರ್ಧಾರಕ್ಕೆ ಬಂದವಳಂತೆ ಆ ವಿಷಯವನ್ನು ಕೈಬಿಟ್ಟಳು. ಹಗುರವಾಗಿ "ಏನಿಲ್ಲ!" ಎಂದಳು. ಕಮಲಾಕರನ್ ಕಣ್ಣರಳಿಸಿ ನೋಡಿದರು. ಮೂಗುಜ್ಜಿದರು. ನಾಲಿಗೆಯಿಂದ ಮೇಲಿನ ತುಟಿ ಸವರಿಕೊಂಡರು.

"ಓ.ಕೆ" ಮೇಲಕ್ಕೆದ್ದರು. ಹುಡುಗರಂತೆ ಹಾರುತ್ತ ಮೆಟ್ಟಿಲು ಹತ್ತಿ ಮೇಲೇರಿದರು. ಸೋಜಿಗದ ಕಣ್ಣುಗಳಿಂದ ನೋಡುತ್ತ ನಿಂತಳು. ಈ ಉತ್ಸಾಹ, ಸಂತೋಷಕ್ಕೆ ಏನಾದರೂ

ಕಾರಣವಿರಬೇಕೆಂದುಕೊಂಡಳು. ಆಮೇಲೆ ಬೇಸರದಿಂದ ಕೋಣೆಗೆ ಬಂದು ಅಣ್ಣನಿಗೆ ಪತ್ರ ಬರೆಯಲು ಕುಳಿತಳು. ಅವನು ಆತಂಕಪಟ್ಟುಕೊಳ್ಳುವುದು ಅವಳಿಗೆ ಬೇಕಾಗಿರಲಿಲ್ಲ. ಅದಕ್ಕಾಗಿ ಸೂಕ್ಷ್ಮವಾಗಿ ತನಗಿಲ್ಲಿ ಬೇಸರವಾಗಿದೆ. ಪದೇ ಪದೇ ನಿಮ್ಮನ್ನು ನೋಡಬೇಕೆನಿಸುತ್ತದೆ. ಅಷ್ಟು ದೂರ ಬರೋಕೂ ಕಷ್ಟವೇ. ನನಗೆ ಅಲ್ಲೇ ಯಾವುದಾದರೂ ಕೆಲಸಕ್ಕೆ ಪ್ರಯತ್ನಪಡು. ಕೆಲಸ ಸಿಕ್ಕಿದರೆ ಕೂಡಲೇ ಹೊರಟುಬರುತ್ತೇನೆ. ಕಮಲಾಕರನ್ ದೊಡ್ಡ ಮನುಷ್ಯರು. ತಗಾದೆ ಮಾಡಲಾರರು. ಉಳಿದ ಅವರ ಹಣವನ್ನು ಆದಷ್ಟು ಬೇಗ ತೀರಿಸೋಣ. ಉಪಾಯವಾಗಿ ಪತ್ರ ಬರೆದುಮುಗಿಸಿದಳು. ವೀಣಾವಾದನದ ಅಲೆಗಳು ಮಧುರವಾಗಿ ತೇಲಿ ಬಂದವು. ಒಂದು ಕ್ಷಣ ಸುಮ್ಮನೆ ಕೂತುಬಿಟ್ಟಳು. ಅಂದು ಕೇಳಿದ ಗಾನದ ವೈಖರಿನೆ. ವೀಣೆಯ ನಾದದೊಂದಿಗೆ ಹಾಡು ಪ್ರಾರಂಭವಾಯಿತು. ಹಾಡುತ್ತಿದ್ದವನು ಕಲಾವಿದ, ನುಡಿಸುತ್ತಿರುವುದು ವೀಣೆ – ಎಷ್ಟೋ ಹೊತ್ತು ಸುಮ ತನ್ಮಯಳಾಗಿ ಕೂತುಬಿಟ್ಟಳು. ಕುಂಚ ಹಿಡಿಯುವ ಚಿತ್ರಕಾರನಿಗೆ ಗಾನದೇವಿ ಸಂಪೂರ್ಣಳಾಗಿ ಒಲಿದಿದ್ದಳು. ಮಧುರವಾದ ಗಾನದ ಅಲೆಗಳಲ್ಲಿ ಹಗುರವಾಗಿ ತೇಲುತ್ತಾ ಓಲಾಡಿದ ಅನುಭವವಾಗಿತ್ತು. ಮೆಲ್ಲನೆದ್ದು ಮೇಲೆ ನಡೆದಳು. ಕಲಾಮೂರ್ತಿಯ ರಸಾಸ್ವಾದನೆಗೆ ಭಂಗ ತಾರದೆ ಬಾಗಿಲ ಬಳಿಯಲ್ಲಿಯೇ ನಿಂತಳು. ಹಾಡು ನಿಂತಿತು. ವೀಣಾವಾದನ ನಿಲ್ಲಲಿಲ್ಲ. ಇಣಿಕಿ ನೋಡಿದಳು. ಚಂದ್ರನ ಉದಯದಿಂದ ಉಕ್ಕುವ ಜಲಧಿಯಂತೆ ವಾದನ ತರಂಗಗಳು ಉಕ್ಕುತ್ತಿದ್ದವು. ಕಮಲಾಕರನ್ ಕಣ್ಣು ಮುಚ್ಚಿದರು. ಕಣ್ಣೀರಿನ ಧಾರೆ ಚಿಮ್ಮುತ್ತಿತ್ತು. ಇದ್ದಕ್ಕಿದ್ದಂತೆ ವೀಣೆ ಭಾರಿಸುತ್ತಿದ್ದ ಕೈಗಳು ಸ್ತಬ್ಧವಾದವು. ವೀಣೆಯನ್ನು ಅಪ್ಪಿ ಅದರ ಮೇಲೆ ತಮ್ಮ ತಲೆಯನ್ನಿಟ್ಟು ವ್ಯಕ್ತಿತ್ವವನ್ನೇ ಮರೆತವರಂತೆ ಬಿಕ್ಕಿ ಬಿಕ್ಕಿ ಅತ್ತುಬಿಟ್ಟರು. ನಸುನಗು ಬೀರುತ್ತಾ ವೀಣೆ ಹಿಡಿದು ಕುಳಿತ ಭಾರತಿಯ ತೈಲಚಿತ್ರ ಧನ್ಯತೆಯಿಂದ ಬೀಗಿದಂತಾಯಿತು. ಅವಳ ದಾಂಪತ್ಯ ಸಾರ್ಥಕವಾಗಿತ್ತು. ಬಹಳ ಹೊತ್ತು ಕಮಲಾಕರನ್ ಅದೇ ಸ್ಥಿತಿಯಲ್ಲಿದ್ದರು.

ವೀಣಾವಾದನ ಕೇಳಿ ಉಕ್ಕಿದ ಹರ್ಷಕ್ಕೆ ಸುಮಳ ದೇಹವೆಲ್ಲ ಪುಳಕಿತವಾಯಿತು. ಎಲ್ಲರೂ ಹಾಸ್ಯ ಮಾಡುವ 'ವೀಣೆಯ ಹುಚ್ಚು ಅಯ್ಯಂಗಾರಿ' ಎನ್ನುತ್ತಿದ್ದ ಎದುರು ಮನೆ ತಾತ ಸುಮಳಲ್ಲಿ ಆಸಕ್ತಿ ಬೆಳೆಸಿ ಒಂದೆರಡು ವರ್ಷ ವೀಣೆ ಪಾಠ ಮಾಡಿದ್ದರು. ವಯಸ್ಸಾದ ವ್ಯಕ್ತಿ, ಬ್ರಹ್ಮಚಾರಿ–ತನ್ನ ಜೀವನವನ್ನೇ ಸಂಗೀತಕ್ಕೆ ಅರ್ಪಿಸಿಕೊಂಡುಬಿಟ್ಟಿದ್ದರು. ವೀಣೆಯನ್ನು ಒಂದು ವಸ್ತುವೆಂದು ತಿಳಿದಿರಲಿಲ್ಲ. ಎಷ್ಟೋ ಸಲ ಅದರೊಂದಿಗೆ ಮಾತಾಡುತ್ತ ಕೂತು ಬಿಡುತ್ತಿದ್ದರು. ಇದೇ ನೋಡುವವರಿಗೆ ತಮಾಷೆಯಾಗಿ ಕಂಡಿತು. 'ಹುಚ್ಚ' ಎನ್ನುವ ಪಟ್ಟ ಕಟ್ಟಿದ್ದರು. ಅವರು ಇದ್ಯಾವುದನ್ನೂ ಗಮನಿಸಲಿಲ್ಲ. ತಮ್ಮ ಜೀವನವನ್ನು ಅದರಲ್ಲಿಯೇ ಕಂಡುಕೊಂಡಿದ್ದರು. ಅಂದಿನ ದಿನಗಳನ್ನು ಜ್ಞಾಪಿಸಿಕೊಂಡಳು. ಅವರು ಹೇಳುತ್ತಿದ್ದ ಸರಸ್ವತಿ ಮೆಚ್ಚಿ ನುಡಿಸುವ ವೀಣೆ – 'ಶ್ರುತಿರ್ಮಾತಾ ಲಯಃ ಪಿತಾ' ಎಂಬಂತೆ ತಾಯಿ ತಂದೆಗಳೆನಿಸಿದ ಶ್ರುತಿ ಲಯಗಳನ್ನು ತನ್ನೊಳಗೆ ಅಳವಡಿಸಿಕೊಂಡು ಶುದ್ಧವಾಗಿ ಸ್ಪಷ್ಟವಾಗಿ ಇಂಪಾಗಿ ನುಡಿಸಬಲ್ಲ ಒಂದೇ

ಒಂದು ವಾದ್ಯ' – ಕಣ್ಣಲ್ಲಿ ಮಿಂಚು ಮಿಂಚಿ ಮಾಯವಾಯಿತು. ಅಂದೆಲ್ಲ ಆ ಗುಂಗಿನಿಂದ ಹೊರಬರಲಿಲ್ಲ.

* * *

ನಾಲ್ಕಾರು ದಿನ ರಜಾ ಪಡೆದು ಸುಮ ಬೆಂಗಳೂರಿಗೆ ಬಂದಳು. ಗೌರಿಹಬ್ಬಕ್ಕೆ ಖಂಡಿತ ಬರಬೇಕೆಂದು ತಾಯಿ ಒತ್ತಾಯದಿಂದ ಪತ್ರ ಬರೆಸಿದ್ದರು. ಅವಳಿಗೂ ಸ್ವಲ್ಪ ಈ ವಾತಾವರಣದಿಂದ ದೂರ ಹೋಗಬೇಕೆನಿಸಿತ್ತು. ಕಮಲಾಕರನ್ ಆರೋಗ್ಯ ಉತ್ತಮಗೊಂಡಿತ್ತು.

ಬಸ್ಸು ನಿಂತ ಕೂಡಲೇ ದೂರದಲ್ಲಿದ್ದ ಸುರೇಶ ಹತ್ತಿರ ಬಂದು ತಂಗಿಯ ಕೈಯಲ್ಲಿದ್ದ ಬ್ಯಾಗ್ ತೆಗೆದುಕೊಂಡ. ತಂಗಿಯನ್ನು ಪರಿಶೀಲನಾ ದೃಷ್ಟಿಯಲ್ಲಿ ನೋಡಿದ. ಅಂದಿಗೂ ಇಂದಿಗೂ ಯಾವ ವ್ಯತ್ಯಾಸವೂ ಇರಲಿಲ್ಲ. ಕಣ್ಣುಗಳಲ್ಲಿ ಮಾತ್ರ ಅನುಭವದಿಂದ ಕಂಡುಕೊಂಡ ಆಳವಾದ ವಿವೇಚನೆ ತುಂಬಿಕೊಂಡಿತ್ತು.

"ಹೇಗಿದ್ದಿ ಸುಮಿ?" ಎಂದು ಅವಳ ತಲೆಯ ಮೇಲೆ ಮೊಟಕಿದ. "ಚೆನ್ನಾಗಿದ್ದೀನಿ, ನೀನೂ..." ಮೇಲಿಂದ ಕೆಳಗಿನವರೆಗೂ ನೋಡಿದಳು. ಸ್ವಲ್ಪ ಮೈಕೈ ತುಂಬಿಕೊಂಡ ಹಾಗಿದ್ದ. "ನೀನೇ ಹೇಳು" ಎಂದವನೇ ಆಟೋಸ್ಟಾಂಡಿನತ್ತ ನಡೆದ.

"ಲಲಿತ ಹೇಗಿದ್ದಾಳೆ?" ಅವಳ ಕಡೆಗೆ ತಿರುಗಿ ವ್ಯಂಗ್ಯದಿಂದ ನಗುನಗುತ್ತ "ಚೆನ್ನಾಗಿದ್ದಾಳೆ" ಸುಮಳಿಗೆ ಸಮಾಧಾನವೆನಿಸಿತು. ಅವಳ ಮೇಲಿನ ಕೋಪವಿನ್ನೂ ಕಡಿಮೆಯಾಗಿಲ್ಲವೆಂದುಕೊಂಡಳು.

"ಆಗಾಗ ಬರ್ತಾಳೆ?" ಅವಳ ಮಾತಿಗೆ ಏನೂ ಹೇಳದ ಸುರೇಶ ಕ್ಯೂನಲ್ಲಿ ಹೊಗಿ ನಿಂತ.

ಇವರು ಮನೆಗೆ ಬಂದಾಗ ಬೀಗ ಎದುರುಗೊಂಡಿತು. ಆಶ್ಚರ್ಯದಿಂದ ಸುಮ ಅಣ್ಣನ ಕಡೆಗೆ ನೋಡಿದಳು ಅವನು ಬೀಗ ತೆರೆಯುವುದರಲ್ಲಿ ಮಗ್ನನಾಗಿದ್ದ.

"ಅಮ್ಮ ಎಲ್ಲಿ?" ವ್ಯಂಗ್ಯವಾಗಿ ನಕ್ಕ ಸುರೇಶ" ಮಗ್ಳ ಮನೆಗೆ ಹೋಗಿದ್ದಾರೆ." ಸುಮ ತಲೆ ಕೆರೆದುಕೊಂಡಳು. ಏನೋ ವಿಪರೀತ ನಡೆದಿದೆಯೆಂದು ಅವಳ ಮನ ಊಹಿಸಿತು.

"ಬಿಸಿ ನೀರಿದೆ, ಸ್ನಾನ ಮಾಡು. ಬಸ್ಸಿನ ಆಯಾಸ ಪರಿಹಾರವಾಗುತ್ತೆ" ಅಡುಗೆಯ ಮನೆ ಕಡೆಗೆ ಹೋಗುತ್ತ ಹೇಳಿದ. 'ಇವನ ಕೋಪ ಮುಗಿಲು ಮುಟ್ಟೋ ಹಾಗಿದೆಯಲ್ಲ!' ಎಂದುಕೊಂಡ ಸುಮ ಬಚ್ಚಲುಮನೆ ಕಡೆಗೆ ನಡೆದಳು.

ಮುಖ ತೊಳೆದು ಹೊರಗೆ ಬಂದಾಗ ಸುರೇಶ ವರಾಂಡದಲ್ಲಿ ನಿಂತು ಜಾಲರಿಯಿಂದ ಹೊರಗೆ ನೋಡುತ್ತಿದ್ದ. ಜೀವನವೇ ಬೇಸರವೆನಿಸಿತ್ತು. ಜನ್ಮ ಕೊಟ್ಟ ತಾಯಿ, ತಂದೆಯರ ಬಗ್ಗೆ ಪೂರ್ಣವಾಗಿ ಜುಗುಪ್ಸೆಗೊಂಡಿದ್ದ. ಸುಖವನ್ನು ಅರಸಿಕೊಂಡು ಹೋಗುವ ತಂದೆಯ ಬಗ್ಗೆಯಂತೂ ತೀರದ ಅಸಹ್ಯಭಾವ. ತಾಯಿ...

ಈಚೆಗೆ ಅವರ ಬಗ್ಗೆ ಕೂಡ ಬೇಸರಗೊಂಡಿದ್ದ.

ಮರಳುತ್ತಿದ್ದ ನೀರಿಗೆ ಕಾಫಿ ಪುಡಿ ಹಾಕಿ ತಾನೇ ಎರಡು ಕಪ್ ಕಾಫಿ ಮಾಡಿಕೊಂಡು ಬಂದಳು. ಮನೆಯಲ್ಲಿದ್ದ ನಿಶ್ಶಬ್ದ ಅವಳಿಗೆ ಬೇಸರವನ್ನುಂಟು ಮಾಡಿತ್ತು.

"ಅಮ್ಮ ಯಾವಾಗ ಬರ್ತಾಳೆ?" ಕಾಫಿ ಗುಟುಕರಿಸುತ್ತ, "ಗೊತ್ತಿಲ್ಲ, ಯಾವಾಗ ಬೇಕಾದ್ರೂ ಬರಬಹುದು. ಅಳಿಯನ ಕಾರಿದೆ. ಮಗ್ಳು ಸ್ಟೇರ್‌ವೀಲ್ ಹಿಡಿಯೋ ಅಷ್ಟು ಸಮರ್ಥಳಾಗಿದ್ದಾಳೆ." ಕಾಫಿ ಕುಡಿಯೋದು ಬಿಟ್ಟು ಬೆರಗುಗಣ್ಣುಗಳಿಂದ ಅಣ್ಣನನ್ನು ನೋಡಿದಳು. ತಾವು ಕೊಟ್ಟ ದುಡ್ಡಿಗೆ ಕಾರೇನಾದರೂ ಕೊಂಡರೇ? ದುಡ್ಡಿನ ಬೆಲೆ ಗೊತ್ತಿಲ್ವಾ? ಅವರಿಗ್ಯಾಕೆ ಕಾರು? ಎಂದು ಎರಡು ಮನದಲ್ಲಿ ಸುಳಿದಿದ್ದು!

ಅರೆ ನಕ್ಕು "ನಿಂಗ್ಯಾಕೆ ಕೋಪ? ತಂಗಿ ಕಾರಿನಲ್ಲಿ ಓಡಾಡೋದು ನೋಡಿ ಖುಷಿ ಪಡ್ಬೇಕು, ಅದ್ಬಿಟ್ಟು ಹಾರಾಡ್ತೀಯಲ್ಲ!" ಸುರೇಶ ದುರದುರನೆ ನೋಡಿದ. ಇಷ್ಟೆಲ್ಲ ಕೋಪಕ್ಕೆ ಸುಮಳಿಗೆ ಅರ್ಥವೇ ಸಿಗಲಿಲ್ಲ.

"ನಾನು ಮಧ್ಯಾಹ್ನ ಕೂಡ ಊಟ ಮಾಡಲಿಲ್ಲ. ಹೊಟ್ಟೆ ಹಸೀತಾ ಇದೆ" ಕಪ್‌ನ ಕೆಳಗಿಟ್ಟು ಬಟ್ಟೆ ಬದಲಾಯಿಸಲು ಹೋದ.

ಹಣೆ ಚಚ್ಚಿಕೊಂಡು ಅಡುಗೆ ಮನೆಗೆ ಬಂದು ಸುತ್ತಲೂ ಕಣ್ಣಾಡಿಸಿದಳು. ವ್ಯವಸ್ಥಿತ ಸ್ಥಿತಿಯಲ್ಲೇ ಇತ್ತು. ಮುಚ್ಚಿರಿಸಿದ್ದ ಅಡುಗೆಯನ್ನು ತೆರೆದು ನೋಡಿದಳು. ಮಾಡಿಟ್ಟ ಹಾಗೆಯೇ ಇತ್ತು. ಅವಳ ಹೊಟ್ಟೆಯಲ್ಲೂ ಹಸಿವು ಕಾಣಿಸಿಕೊಂಡಿತ್ತು. ಮಾರ್ಗ ಮಧ್ಯದಲ್ಲಿ ದೋಸೆ ತಿಂದು ಕಾಫಿ ಕುಡಿದಿದ್ದಳು. ಊಟ ಮಾಡುವ ಮನಸ್ಸಾಗಿರಲಿಲ್ಲ. ಅಲ್ಲಿನ ಊಟ ಒಗ್ಗಿರಲಿಲ್ಲ. ಬಲವಂತವಾಗಿ ಒಗ್ಗಿಸಿಕೊಂಡಿದ್ದಳು. ತಾಯಿ ಕೈನ ಅಡುಗೆಯನ್ನು ಉಣ್ಣಬೇಕೆಂದು ಕಾತರಿಸಿಕೊಂಡು ಬಂದಿದ್ದಳು.... ನಿರಾಶೆ ಕಾದಿತ್ತು. ಬೇಸರದಿಂದಲೇ ತಟ್ಟೆ ಹಾಕಿದಳು.

ಸುರೇಶ ಅಡುಗೆಯನ್ನು ಹತ್ತಿರದಲ್ಲಿಟ್ಟುಕೊಂಡು ತಟ್ಟೆಯ ಮುಂದೆ ಕೂತ. ಎರಡು ತಟ್ಟೆಗೂ ಅನ್ನ ಬಡಿಸಿದಳು. ಹುಳಿಯ ಬಟ್ಟಲ ಮೇಲಿನ ಮುಚ್ಚಳ ತೆರೆದಾಗ ಇಂಗು, ಕರಿಬೇವಿನ ಘಮಲು ಮೂಗಿಗೆ ಬಡಿಯಿತು. ಸೌಟು ಆಡಿಸಲೂ ಕೂಡ ಆಗದಷ್ಟು ಕೋಸಿನ ಹುಳಿ ಗಟ್ಟಿಯಾಗಿತ್ತು. ಅನ್ನದ ಮೇಲೆ ಹುಳಿ ಬಿದ್ದ ಕೂಡಲೇ ಹೊಟ್ಟೆಯಲ್ಲಿ ಹಸಿವಿನ ಭೂತ ಕುಣಿಯಿತು.

"ಹೇಗಿದೆ ಹುಳಿ? ನಾನೇ ಮಾಡಿದ್ದು" ಅನ್ನದಲ್ಲಿ ಹುಳಿಯನ್ನು ಕಲೆಸುತ್ತ ಕೇಳಿದ ಸುರೇಶ. "ಸ್ವಲ್ಪ ತಿನ್ನೋವರ್ಗೂ ತಡೀ" ಅದ್ನ ಕಲಸಿ ಬಾಯಿಗಿಟ್ಟ ಸುಮ "ವಾಹ್... ಏನು ರುಚಿಯಾಗಿದೆ! ಯಾವಾಗ ಕಲಿತೆ ಇಷ್ಟು ಚೆನ್ನಾಗಿ ಅಡುಗೆ ಮಾಡುವುದನ್ನು?" ಊಟದ ಮಧ್ಯೆ ಮಾತಾಡಿದ್ದು ಬಹಳ ಕಡಿಮೆ. ಇಬ್ಬರೂ ಪೂರ್ಣವಾಗಿ ಹೊಟ್ಟೆ ತುಂಬಿಸುವುದರ ಕಡೆ ಗಮನ ಕೊಟ್ಟರು.

ತಟ್ಟೆ ಎತ್ತಿ, ಅಡುಗೆ ಮುಚ್ಚಿಟ್ಟು ಹೊರಗೆ ಬಂದ ಸುಮಳಿಗೆ ಹೊಟ್ಟೆ ಭಾರದಿಂದ ತೂಕಡಿಕೆ ಬಂದಂತಾಯಿತು. ಆರಾಮಾಗಿ ನೆಲದ ಮೇಲೆ ಕೂತು ಗೋಡೆಗೆ ಒರಗಿ

ಕುಳಿತಳು.

ಅವಳು ತಂದಿದ್ದ ಕಿತ್ತಲೆ ಹಣ್ಣೊಂದನ್ನು ಅವಳಿಗೆ ನೀಡಿ ತಾನು ಮತ್ತೊಂದನ್ನು ಸುಲಿಯುತ್ತ ಕೂತ. ಮನಸ್ಸು ಗಾಢವಾದ ಯೋಚನೆಯಲ್ಲಿ ಮಗ್ನವಾಗಿತ್ತು. ತಳಮಳ ನಡೆದೇ ಇತ್ತು.

ಹಣ್ಣನ್ನು ಪಕ್ಕದಲ್ಲಿ ಉರುಳಿಸಿ "ನಂಗ್ಬೇಡಪ್ಪ" ಮಂಡಿಗೆ ಕೈ ಕೊಟ್ಟು ಗೋಡೆಯಿಂದ ಸ್ವಲ್ಪ ಮುಂದಕ್ಕೆ ಬಂದಳು. ಉಸಿರಾಡಲೇ ಕಷ್ಟವಾಯಿತು. ಊಟ ಜಾಸ್ತಿಯಾಗಿತ್ತು. ಓಡಾಡಿದರೆ ಸರಿಹೋಗಬಹುದೆಂದು ಮೇಲಕ್ಕೆ ಎದ್ದಳು. ಹಗುರವಾಗಿದ್ದ ಮೈ ಕೂಡ ಭಾರವೆನಿಸಿತು.

"ಊಟ ಜಾಸ್ತಿ ಆಗೋಯ್ತು. ನಿನ್ನ ಹುಳಿ ರುಚಿ...." ಉಸಿರನ್ನು ಮೇಲಕ್ಕೆಳೆದುಬಿಟ್ಟಳು. ಅವಳ ಕಷ್ಟ ನೋಡಿ ಸುರೇಶ ಪಕಪಕನೆ ನಕ್ಕ.

"ಸಾಕು ನಗು ನಿಲ್ಸು ಮಾರಾಯ!" ನಸು ಮುನಿಸು ತೋರಿಸಿದಳು. ಇಬ್ಬರೂ ಹೊರಗೆ ಬಂದು ನಿಂತರು. ಪೂರ್ಣವಾಗಿ ಕತ್ತಲು ಆವರಿಸತೊಡಗಿತು. ಗಾಳಿಯು ಕೂಡ ಬಿಸಿಯಾಗಿಯೇ ಇತ್ತು. ಕಮಲಾಕರನ್, ಬಂಗ್ಲೆಯ ನೆನಪಾದ ಕೂಡಲೇ ಮನಸ್ಸು ಮುದಗೊಂಡಿತು. ಬೀಸಿ ಬರುವ ಗಾಳಿ ಎಷ್ಟು ಚೆಂದ! ಪ್ರಕೃತಿಯ ರಮ್ಯ ತಾಣದಲ್ಲಿ ಗಂಟೆಗಳು ಕೂಡ ನಿಮಿಷಗಳೇ! ಎಷ್ಟೋ ಸಲ ಮರ ಗಿಡಗಳನ್ನು ನೋಡುತ್ತಲೇ ಗಂಟೆಗಳನ್ನು ಕಳೆದುಬಿಡುತ್ತಿದ್ದಳು. ಅದಕ್ಕೆ ಬದಲಾಗಿ ಅವಳು ಪಡೆಯುತ್ತಿದ್ದುದು ನವ ಚೈತನ್ಯ!

"ಅಮ್ಮ ಯಾವಾಗ ಹೋದದ್ದು?" ಬೀದಿಯ ತುದಿಯವರೆಗೂ ದೃಷ್ಟಿ ಹಾಯಿಸುತ್ತ ಕೇಳಿದಳು. ಅವಳಿಗೆ ಬುದ್ಧಿ ಬಂದಾಗಿನಿಂದ ಇದೇ ಮನೆಯಲ್ಲಿದ್ದಳು. ಬೇಸರವಾದಾಗಲೆಲ್ಲ ಈ ಹಾದಿ ನೋಡಿ ನೋಡಿ ಸೋತು ಹೋಗಿದ್ದಳು. ಈಗ ಅದು ನೋಡುವುದು ಬೇಸರವೆನಿಸಿದರೂ, ಹೊಸದನ್ನು ನೋಡುವಂತೆ ನೋಡಿದಳು.

"ಒಂದೆರಡು ದಿನಗಳಾಯ್ತು. ಆಗಾಗ ಹೋಗ್ತಾಬರ್ತಾ ಇರೋದರಿಂದ ನಿಖರವಾಗಿ ಹೇಳೋದು ಕಷ್ಟ ಮಗನ ಮನೆಗಿಂತ ಮಗಳ ಮನೇನೇ ಅವರ ಆಕರ್ಷಣೆಯ ಕೇಂದ್ರ ಬಿಂದು!" ಕಹಿಯನ್ನು ನುಂಗಿದವನಂತೆ ಮುಖ ಮಾಡಿ ನುಂಗಿದ.

ಕೆದಕಿ ಕೇಳಲು ಸುಮಳಿಗೆ ಇಷ್ಟವಾಗಲಿಲ್ಲ. ಅವಳ ದೃಷ್ಟಿ ಎದುರು ಮನೆಯ ಕಡೆಗೆ ಹರಿಯಿತು. ಹುಡುಗರು ಮಕ್ಕಳ ಗದ್ದಲವಿದ್ದ ಹಾಗೆ ಕಾಣಿಸಿತು. ವೀಣೆಯ ತಾತನನ್ನು ನೋಡಲು ಅವಳ ಮನಸ್ಸು ಹುಚ್ಚುಗೆದರಿ ಹಾರಾಡಿತು.

"ತಾತ ಹೇಗಿದ್ದಾರೆ?" ಒಂದು ಕ್ಷಣ ಯಾರು ಎನ್ನುವಂತೆ ಸುರೇಶ ನೋಡಿದರೂ ಆಮೇಲೆ ಉದಾಸೀನವಾಗಿ ನಕ್ಕು "ಹುಚ್ಚು ಅಯ್ಯಂಗಾರಿನ!" ಎಂದ. ಅವರ ಬಗ್ಗೆ ಅಷ್ಟು ಹಗುರವಾಗಿ ಮಾತಾಡಿದ್ದು ತಪ್ಪೆನಿಸಿತು. ಇವರೆಲ್ಲ ಸ್ವಲ್ಪ ಪ್ರೋತ್ಸಾಹ ಕೊಟ್ಟಿದ್ದರೂ ವೀಣಾವಾದನದಲ್ಲಿ ಪರಿಣತಿ ಪಡೆಯಬಹುದಾಗಿತ್ತು. ಎಲ್ಲರೂ ಅವಳನ್ನು ಹೆದರಿಸಿ ಬೆದರಿಸಿ ಅವರಲ್ಲಿಗೆ ಹೋಗದಂತೆ ತಡೆ ಹಾಕಿದ್ದರು. ಅವರ ದೌರ್ಬಲ್ಯ ಅರಿತ ತಂಗಿ.

ತಮ್ಮ ಮನೆಯಲ್ಲಿ ಸೇರಿಕೊಂಡು ಅವರನ್ನು ಮೂಲೆಗೆ ಒತ್ತರಿಸಿಬಿಟ್ಟಿದ್ದರು. ಅವರ ಹೆಸರಿನಲ್ಲಿದ್ದ ಆಸ್ತಿಯೆಲ್ಲ ಬಂದವರ ಕೈ ಸೇರಿಹೋಗಿತ್ತು. ಮುದುಕನಿಗೆ ಒಂದಿಷ್ಟು ಅನ್ನ ಕಾಣಿಸುತ್ತಿದ್ದರು.

"ಚೆನ್ನಾಗಿದ್ದಾರ?" ಅವರ ಮನೆಯತ್ತಲೇ ಆಸೆಯ ಕಣ್ಣುಗಳಿಂದ ನೋಡುತ್ತ ಕೇಳಿದಳು.

"ಯಾರಿಗ್ಗೊತ್ತು! ಅವ್ನ ಮುಖ ನೋಡಿ ಎಷ್ಟೋ ವರ್ಷ ಆಯ್ತು!"

ಸುಮ ಬೇಸರದಿಂದ ಮುಖ ಮದುಡಿದಳು. ಸಂಭ್ರಮದಿಂದ ಒಳಗೆ ಹೋಗಿ ಒಂದಾರು ಕಿತ್ತಲೆ ಹಣ್ಣುಗಳನ್ನು ಪ್ಲಾಸ್ಟಿಕ್ ಕವರಿಗೆ ಹಾಕ್ಕೊಂಡು ಚಪ್ಪಲಿ ಮೆಟ್ಟಿ "ಸ್ವಲ್ಪ ತಾತನ ನೋಡ್ಕೊಂಡ್ಬರ್ತೀನಿ" ಹೊರಟೇಬಿಟ್ಟಳು. ತಂಗಿಯ ಹುಚ್ಚಿಗೆ ಸುರೇಶ ಹಗುರವಾಗಿ ನಕ್ಕ.

"ಯಾರೂ..... ನೀಯಾ.... ವಾ.... ವಾ" ಎಂದರು. ಪಂಕಜಮ್ಮ ವೀಣೆಯ ತಾತನ ತಂಗಿ, ಒಂದೆರಡು ವರ್ಷದ ಹಿಂದೆ ಗಟ್ಟಿಮುಟ್ಟಾಗಿದ್ದವರು ಈಗ ಮೆತ್ತಗಾಗಿದ್ದರು.

"ತಾತ ಎಲ್ಲಿ?" ಅವಳ ಕಣ್ಣುಗಳು ಮುಂದಿನ ಕೋಣೆಯ ಕಡೆಗೆ ದೃಷ್ಟಿ ಹರಿಸಿದವು.

"ಅಯ್ಯೋ..... ಈಗ ಪೂರ್ತಿ ಹುಚ್ಚು. ಕೋಣೆಯಿಂದ ಹೊರ್ಗೆ ಬರೋಲ್ಲ. ಕರ್ಮ... ಸವೆಯಬೇಕಲ್ಲ. ಸಾಯಲೂ ಇಲ್ಲ ಬದುಕಲೂ ಇಲ್ಲ" ಜುಗುಪ್ಸೆಯಿಂದ ಆಡಿದರು.

"ನಾನು ನೊಡ್ಬೇಕು" ಅಂದಾಗ ಅವರು ಜೋರಾಗಿಯೇ ನಕ್ಕರು. ಹಿಂದೆ ಇದೇ ಹುಡುಗಿ ಬಂದು ವೀಣೆ ಕಲಿಯುತ್ತಿದ್ದ ವಿಷಯ ಅವರಿಗೆ ಗೊತ್ತುಂಟು. 'ತೀರಾ ಹುಚ್ಚು.... ಕಳ್ಸಬೇಡಿ' ಎಂದು ಅವಳ ತಾಯಿಗೆ ಎಷ್ಟೋ ಸಲ ಹೇಳಿದ್ದರು. ಹಟ ಮಾಡಿ ಬಂದು ಒಂದೆರಡು ಮೂರು ವರ್ಷ ಕಲಿತಿದ್ದಳು. ಶಿಷ್ಯಳು ಬರದ ದಿನ ಅಯ್ಯಂಗಾರಿ ಅರಸಿಕೊಂಡು ಹೋಗುತ್ತಿದ್ದರು.

"ನೋಡು..." ಎಂದವರು ಅಲ್ಲಿಂದ ಒಂದಿಂಚು ಕೂಡ ಅಲುಗಾಡಲಿಲ್ಲ. ಯಾವ ವ್ಯಕ್ತಿಯ ಮನೆಯಲ್ಲಿ ಪಟ್ಟಾಗಿ ಬಂದು ತಳವೂರಿದ್ದರೋ ಆ ಪುಣ್ಯಾತ್ಮನ ಬಗ್ಗೆ ತಿರಸ್ಕಾರ.

ಕೋಣೆಯ ಬಾಗಿಲಿಗೆ ಹೊರಗಿನಿಂದ ಚಿಲಕ ಹಾಕಿದ್ದರು. ಮೆಲ್ಲಗೆ ತೆಗೆದು ಬಾಗಿಲನ್ನು ಹಿಂದಕ್ಕೆ ದೂಡಿದಳು. 'ಕಿರ್' ಎಂದು ಶಬ್ದ ಮಾಡುತ್ತ ಸ್ವಲ್ಪ ಹಿಂದಕ್ಕೆ ಸರಿಯಿತು. ವೀಣೆಯ ತಾತ ವೀಣೆಯ ಮುಂದೆ ಕೂತು ತಮ್ಮ ಪಾಡಿಗೆ ತಾವೇ ಮಾತಾಡಿಕೊಳ್ಳುತ್ತಿದ್ದರು. ಮೆಲ್ಲಗೆ "ತಾತ" ಎಂದಳು. ಅವರು ಇವಳ ಕರೆ ಕೇಳದವರಂತಿದ್ದರು. ಮತ್ತೊಮ್ಮೆ ಕೂಗಿದಾಗ ಇವಳತ್ತ ತಿರುಗಿದರು. ಕಣ್ಣು ಕುಗ್ಗಿಸಿ ಯೋಚಿಸಿ ನೋಡಿದರು. ಮುಖ ಅರಳಿತು. ಕಣ್ಣುಗಳಲ್ಲಿ ವಿಲಕ್ಷಣ ಹರ್ಷ ಮಿನುಗಿ ಮಾಯವಾಯಿತು. ಪ್ರಯಾಸದಿಂದ ಮೇಲಕ್ಕೆದ್ದು ಅವಳೆಡೆ ಬರುತ್ತಾ "ನೀನು ಸುಮ

ಅಲ್ವಾ? ನನ್ನ ಕಣ್ಣು ಮೋಸ ಮಾಡಿದ್ರೂ ಮನಸು ಹೇಳುತ್ತೆ" ಹಲ್ಲಿಲ್ಲದ ಬಾಯಿ ನಕ್ಕಿತು.

ಸುಮಳ ಕಣ್ಣುಗಳಲ್ಲಿ ನೀರೂರಿತು. ವೀಣಾಪಾಣಿಯ ಪೂರ್ಣ ಅನುಗ್ರಹವನ್ನು ಪಡೆದುಕೊಂಡ ಈ ಮಹಾನುಭಾವನ ವಿದ್ವತ್ತನ್ನು ಜನ ಗುರ್ತಿಸಲಿಲ್ಲ. ಆತ್ಮ ಸಂತೋಷಕ್ಕಾಗಿ ಇದರ ಸಾಧನೆಗೆ ಕೈ ಹಾಕಿದರೇ ವಿನಹ ಪ್ರಚಾರಕ್ಕೆಂದೂ ಒತ್ತು ಕೊಡಲಿಲ್ಲ. ದುರದೃಷ್ಟ ಜನರದ್ದೇ. ಸುಮಳಿಗೆ ಒಬ್ಬ ಸಾಮಾನ್ಯ ಮನುಷ್ಯನನ್ನು ಕಂಡಂತಾಗಲಿಲ್ಲ. ಪರಿಪೂರ್ಣತೆ ಪಡೆದ ಒಬ್ಬ ಮಹಾನುಭಾವನನ್ನು ಕಂಡಂತಾಯಿತು. ಭಕ್ತಿಭಾವದಿಂದ ಅವರ ಕಾಲುಗಳಿಗೆರಗಿದಳು.

"ಏಳು ಮಗು" ಬಗ್ಗಿ ಎಬ್ಬಿಸಿದರು. ಅವಳ ಮುಖವನ್ನೇ ದಿಟ್ಟಿಸಿ ನೋಡಿದರು. ಅದು ಹುಚ್ಚನ ನೋಟವಂತೂ ಅಲ್ಲ... ಅಳೆದೂ ಸುರಿದೂ ನೋಡುವ ಹಾಗೆ ಕಂಡರು. ಮುಖದಲ್ಲಿ ಸಂತೋಷದ ವಿಲಕ್ಷಣ ಕಾಂತಿ ಹೊರಹೊಮ್ಮಿತು.

"ಬಾ.... ಕೂತ್ಕೊ" ಎಂದು ಅವಳನ್ನು ಕೂಡಿಸಿದರು. ಕೈಯಲ್ಲಿದ್ದ ಹಣ್ಣುಗಳು ಅಲ್ಲೇ ಉಳಿದವು. ವೀಣೆ ಹಿಡಿದು ಕುಳಿತ ಶಾರದೆಯ ದೊಡ್ಡ ಫೋಟೊ ಮುಂದೆ ಹಿತ್ತಾಳೆಯ ಎರಡು ದೀಪದ ಕಂಬಗಳಲ್ಲಿ ಸೊಡರು ಮಿಣುಕು ಮಿಣುಕಾಗಿ ಉರಿಯುತ್ತಿತ್ತು. ದೇವಿಯ ಮುಖದ ಮೇಲೆ ಧನ್ಯತೆಯ ಭಾವವಿತ್ತು. ವಿವಿಧ ರೂಪಗಳಲ್ಲಿ ವಿವಿಧ ನಾಮಗಳಲ್ಲಿ ಎಲ್ಲೆಡೆಯೂ ಭಕ್ತರನ್ನು ಕಾಯುವ ಲಾವಣ್ಯಮಯಿ ವೀಣಾಪಾಣಿಯಾಗಿ ಗಾನಸುಧೆಯನ್ನು ಹರಿಸುತ್ತಿದ್ದಳು. ಹಿತ್ತಾಳೆಯ ಸೊಡರುಗಳು ಎಣ್ಣೆಯ ಕಮಟದಿಂದ ಕಪ್ಪಾಗಿ ಹೋಗಿತ್ತು. ಇಲ್ಲಿ ಭಕ್ತನ ನಿಸ್ಸಹಾಯಕತೆ ಎದ್ದು ತೋರುತ್ತಿತ್ತು. ಕಾಂಪೌಂಡಿನಲ್ಲಿ ಬಿಡುತ್ತಿದ್ದ ಎಲ್ಲಾ ತರಹದ ಹೂಗಳು ಫೋಟೊ ಮುಂದೆ ಕುಪ್ಪೆಯಾಗಿ ಬಿದ್ದಿದ್ದವು.

ಸ್ಫೂರ್ತಿಗೊಂಡವರಂತೆ ವೀಣೆಯನ್ನು ನುಡಿಸತೊಡಗಿದರು. ಹೊರಗಿನಿಂದ ಬಂದ ಸಣ್ಣ ಹುಡುಗಿ ಇರಿಯುವ ನೋಟ ಬೀರುತ್ತಾ ಬಾಗಿಲನ್ನು ಧಡಾರನೆ ಮುಚ್ಚಿಕೊಂಡು ಹೋದಳು. ಅವರಿಗೆ ಅದರ ಅರಿವಿದ್ದ ಹಾಗೆ ಕಾಣಲಿಲ್ಲ. ಎಷ್ಟೋ ಹೊತ್ತು ತನ್ಮಯತೆಯಿಂದ ನುಡಿಸುತ್ತಿದ್ದರು. ಸುಮಳ ಕಣ್ಣುಗಳಲ್ಲಿ ಆನಂದಭಾಷ್ಪಗಳು ಸುರಿದವು. ಈ ದೈವೀ ವಿದ್ವತ್ ಸಂಪತ್ತು ಹೀಗೆಯೇ ಕರಗಿಹೋಗುತ್ತಲ್ಲ! 'ಅಯ್ಯೋ' ಎಂದು ಮರುಗಿದಳು.

ದಢಾರನೆ ಬಾಗಿಲನ್ನು ಹಿಂದಕ್ಕೆ ತಳ್ಳಿದ ಸಣ್ಣ ಹುಡುಗ "ನಿಮ್ಮಣ್ಣ ಕರೀತಾರೆ" ಹೇಳಿ ಅಲ್ಲೇ ನಿಂತ. ಒಲ್ಲದ ಮನಸ್ಸಿನಿಂದಲೇ ಮೇಲಕ್ಕೆದ್ದು ಹಣ್ಣುಗಳನ್ನು ಸನಿಹದಲ್ಲಿಟ್ಟು ಹೊರಗೆ ಬಂದು ಬಿಟ್ಟಳು. ಎಷ್ಟೋ ಹೊತ್ತಿನವರೆಗೂ ಕಾಂಪೌಂಡಿನಲ್ಲಿ ನಿಂತ ಸುಮಳ ಕಿವಿಗಳಿಗೆ ಮಧುರ ವಾದನ ಕೇಳಿಸುತ್ತಲೇ ಇತ್ತು. ಸುರೇಶ ರೇಗಿ ಒಳಗೆ ಕರೆದೊಯ್ದಾಗ ಮೂಕಳಾಗಿಬಿಟ್ಟಿದ್ದಳು.

ಎಂದಿನ ವೇಳೆಗೆ ಎಚ್ಚರವಾದರೂ ಸುಮ ಮಲಗಿಯೇ ಇದ್ದಳು. ಮೇಲೇಳಲು ಉತ್ಸಾಹವಿರಲಿಲ್ಲ. ದುಗುಡ ಮನಸ್ಸನ್ನು ಆವರಿಸಿತ್ತು. ಅತ್ತಿತ್ತ ಹೊರಳಾಡುತ್ತಲೇ ಇದ್ದಳು.

ಸುರೇಶ ಎದ್ದಾಗ ಮಲಗಲು ಮನಸ್ಸು ಬರಲಿಲ್ಲ. ಯೋಚನಾ ಸರಪಣಿ ಬಿಚ್ಚಿಕೊಂಡಿತು. ಇವನೊಬ್ಬನೇ ಇಷ್ಟೊಂದು ತಾಪತ್ರಯ ಪಡಬೇಕಾದರೆ ಬಲವಾದ ಕಾರಣವೇ ಇರಬೇಕು. ಯೋಚಿಸಿದಷ್ಟೂ ಸಿಕ್ಕು ಸಿಕ್ಕಾಯಿತು. ಹೊದ್ದಿಕೆ ಸರಿಸಿ ಎದ್ದು ಕೂತಳು.

"ಏಯ್.... ಸುಮ, ಬೇಕಾದ್ರೆ ಇನ್ನು ಸ್ವಲ್ಪ ಹೊತ್ತು ಮಲ್ಕೋ" ಎಂದ ಕೊಡದಲ್ಲಿ ನೀರು ತುಂಬಿಕೊಂಡು ಅಡಿಗೆಯ ಮನೆ ಕಡೆಗೆ ಹೋಗುತ್ತ.

ಮೇಲೆದ್ದ ಸುಮ ಹಾಸಿಗೆ ಸುತ್ತಿಟ್ಟು ಬಚ್ಚಲುಮನೆಗೆ ಹೋಗಿ ಬಂದಳು. ತೊಳೆದ ಮುಖವನ್ನು ಟವಲಿನಿಂದ ಒರೆಸುತ್ತ ಅಡುಗೆಮನೆ ಬಾಗಿಲಿಗೆ ಬಂದಳು. ಸುರೇಶ ಬೀದಿ ಬಾಗಿಲು ಗುಡಿಸಿ ನೀರು ಹಾಕಿ ಒಳಬರುತ್ತಿದ್ದ.

"ಇದು ಬಹಳ ಅನ್ಯಾಯ ಕಣೋ!" ಸುರೇಶ ಗಹಗಹಿಸಿ ನಕ್ಕ.

"ನೀವೆಲ್ಲ ಹೀಗ್ಹೇಳಿಯೇ..... ಗಂಡಸ್ರು ಪರಕೆ ಮುಟ್ಟೋದು ಅವಮಾನ ಅನ್ನೋ ತೀರ್ಮಾನಕ್ಕೆ ಬಂದಿದ್ದಾರೆ" ಬಕೆಟ್‌ನ ಬಚ್ಚಲುಮನೆಯಲ್ಲಿಟ್ಟು ಬಾಗಿಲ ಮೇಲೆ ಹಾಕಿದ್ದ ಟವಲಿನಿಂದ ಕೈಯೊರೆಸುತ್ತ ಅಡುಗೆಮನೆಗೆ ಬಂದ. ಹಚ್ಚಿದ ಸೀಮೆಎಣ್ಣೆಯ ಸ್ಟೌವ್ ಉರಿಯುತ್ತಿತ್ತು. ಮರೆವಿಗೆ ಗೊಣಗಾಡುತ್ತಲೇ ಒಂದೂವರೆ ಲೋಟ ನೀರು ಸುರಿದು ಕಾಫಿಯ ಪಾತ್ರೆಯನ್ನು ಸ್ಟೌವ್ ಮೇಲಿರಿಸಿದ.

"ಫಸ್ಟ್‌ಕ್ಲಾಸ್ ಕಾಫಿ ಮಾಡ್ತೀನಿ" ಕಾಫಿಪುಡಿ, ಸಕ್ಕರೆ ಡಬ್ಬವನ್ನು ಮುಂದಿರಿಸಿಕೊಂಡ. ಹಿಂದಿ ಹಾಡನ್ನು ಸ್ವಲ್ಪ ಜೋರಾಗಿಯೇ ಹಾಡುತ್ತ ಕಾಫಿ ಮಾಡಿ ಮುಗಿಸಿದ.

"ಬಾ, ಹೊರ್ಗೆ ಕುಡಿಯೋಣ." ಎರಡು ಲೋಟ ಕಾಫಿಯನ್ನು ತಾನೇ ಹೊತ್ತು ಹೊರ ನಡೆದ.

"ಸುಮಿ, ಬೇಗ ರೆಡಿಯಾಗು. ನಾನು ನಿನ್ನ ಲಲಿತನ ಮನೆ ಹತ್ರ ಬಿಟ್ಟು ಆಫೀಸಿಗೆ ಹೋಗ್ತೀನಿ. ಬರೋವಾಗ ಹಾಗೇ ಬರ್ತೀನಿ, ಬಂದ್ಬಿಡು." ಕುಡಿದ ಕಾಫಿಯ ಲೋಟವನ್ನು ಎತ್ತಿಕೊಂಡು ಒಳಗೆ ಹೋದ.

ಇವಳು ಸ್ನಾನ ಮಾಡೋ ಹೊತ್ತಿಗೆ ಉಪ್ಪಿಟ್ಟು ಕೆದಕಿ ಇಟ್ಟಿದ್ದ. ಸುಮನೇ ಎರಡು ತಟ್ಟೆಗೇ ಹಾಕ್ಕೊಂಡು ಬಂದಳು. ಇಬ್ಬರು ತಿಂದು ಮುಗಿಸಿದರು. ಸುರೇಶ ಆಫೀಸ್‌ನಲ್ಲಿ ನಡೆದ ಜೋಕ್‌ಗಳನ್ನು ಹೇಳಿ ನಗಿಸುತ್ತಿದ್ದನೇ ವಿನಹ ಮನೆಯವರ ವಿಷಯಗಳನ್ನು ಎತ್ತಲೇ ಇಲ್ಲ. ಅವನಿಗೆ ಬೇಸರಪಡಿಸಲು ಇಚ್ಛಿಸದ ಸುಮ ತೆಪ್ಪಗಿದ್ದಳು.

"ರೆಡಿನಾ...." ಎಂದು ಪ್ಯಾಂಟ್ ಏರಿಸುತ್ತ ಹೊರಗೆ ಬಂದ ಸುರೇಶ, ಅವಳು ರೆಡಿಯಾದುದನ್ನು ನೋಡಿ ಮತ್ತೊಮ್ಮೆ ಕನ್ನಡಿಯ ಮುಂದೆ ಹೋಗಿ ನಿಂತು ಕೂದಲಲ್ಲಿ ಬಾಚಣಿಗೆಯಾಡಿಸಿ ಕಾಲರ್ ಸರಿ ಮಾಡಿಕೊಂಡು ಹೊರಗೆ ಬಂದ. ಕಿತ್ತುಹೋದ ಷೂನ ಅತ್ತ ಒಗೆದು ಚಪ್ಪಲಿ ಮೆಟ್ಟಿ ಹೊರಟು ನಿಂತ.

"ನೀನು ಮಧ್ಯಾಹ್ನ ಅಲ್ಲಿಗೆ ಊಟಕ್ಕೆ ಬರ್ತೀಯಾ?" ಬೀಗ ಹಾಕುತ್ತಿದ್ದವನು

ತಲೆ ಎತ್ತದೇ ಇಲ್ಲವೆಂದು ಅಲುಗಾಡಿಸಿದ.

"ಇದೇ ಲಲ್ತಾ ಮನೆ" ಎನ್ನುತ್ತ ಆಟೋದಿಂದ ಇಳಿದ ಸುರೇಶ. ಸುಮಳ ಕಣ್ಣುಗಳಲ್ಲಿ ಅಚ್ಚರಿ ಮಿನುಗಿತು. ಪವಾಡವೇ ನಡೆದು ಹೋಗಿದೆಯೆನ್ನುವಷ್ಟರ ಮಟ್ಟಿಗೆ ಆಶ್ಚರ್ಯಗೊಂಡಿದ್ದಳು. ಮಧ್ಯಮ ದರ್ಜೆಯವರು ವಾಸಿಸಬಹುದಾದಂಥ ಮನೆ ಅದಲ್ಲ. ದೊಡ್ಡ ಕಾಂಪೌಂಡ್, ಅಂದವಾದ ಸಣ್ಣ ಬಂಗ್ಲೆ. ತಲೆ ಕೆರೆದುಕೊಂಡಳು.

"ಸುಮ ನೀನ್ಹೋಗು. ನಾನು ಸಂಜೆ ಬರ್ತೀನಿ" ಸುರೇಶ ಕೈಯಾಡಿಸಿ ನಡೆದೇ ಹೊರಟ. ಅಳುಕುತ್ತಲೇ ಗೇಟು ಸರಿಸಿ ಒಳಕ್ಕೆ ನಡೆದಳು. ಅವಳ ಪಾಲಿಗೆ ಇದು ನಂಬಲಸಾಧ್ಯವಾದ ವಿಷಯ.

ಬಾಗಿಲಲ್ಲೇ ನಿಂತು ಕರೆಗಂಟೆ ಒತ್ತಿದಳು. ಬಾಗಿಲು ತೆರೆದೇ ಇದ್ದರೂ ಒಳ ಹೋಗಲು ಅಂಜಿಕೆ.

"ಬಾರೇ...." ಪರಿಚಿತ ಧ್ವನಿ. ಅತ್ತ ತಿರುಗಿದಳು. ಮ್ಯಾಕ್ಸಿ ತೊಟ್ಟು ಕೋಣೆಯ ಬಾಗಿಲಿನಲ್ಲಿ ನಿಂತಿದ್ದಳು ಲಲಿತ. ರೆಪ್ಪೆಗಳನ್ನು ಪಟಪಟನೆ ಬಡಿದು ನೋಡಿದಳು. ಲಲಿತಳಲ್ಲಿ ಇಷ್ಟೊಂದು ಮಾರ್ಪಾಟು!

"ಬಾ ಒಳ್ಗೆ" ಮೆಲ್ಲನೇ ಒಳಗಡಿಯಿಟ್ಟು ಬಂದಳು. ಸ್ವಲ್ಪ ಸುಧಾರಿಸ್ಕೊಬೇಕಾಗಿತ್ತು. ಕೊಟ್ಟ ಇಪ್ಪತ್ತು ಸಾವಿರ ಇಷ್ಟೊಂದು ಮಾರ್ಪಾಟು ತರಲು ಸಾಧ್ಯವೇ?

"ಯಾವಾಗ್ಬಂದೆ?" ಪ್ರಶ್ನೆ ನೇರವಾಗಿತ್ತು. ಧ್ವನಿಯು ಬದಲಾಗಿತ್ತು. ಮಾತಾಡುವುದರಲ್ಲಿ ಏನೋ ಗತ್ತು ಇತ್ತು.

"ನೆನ್ನೆ ಸಂಜೆ ಬಂದೆ" ಎಂಜಲು ನುಂಗಿದಳು. ಲಲಿತಳ ಅಲಂಕಾರ ಅತಿಯಾಗಿತ್ತು. ತುಟಿಯ ಬಣ್ಣ ಒಡೆದು ಕಾಣುತ್ತಿತ್ತು. ನಿಂತ ಠೀವಿ ಅವಳಿಗೆ ಹಿಡಿಸಲಿಲ್ಲ.

"ಅಮ್ಮ ಎಲ್ಲಿ?" ಕೈಯೊರೆಸಿಕೊಳ್ಳುತ್ತ ಕಲ್ಯಾಣಮ್ಮನವರು ಅಡುಗೆಮನೆಯಿಂದ ಬಂದರು. ಮಗಳನ್ನು ನೋಡಿದ ಕೂಡಲೇ ಅವರ ಕಣ್ಣುಗಳು ಅರಳಿದವು. "ಯಾವಾಗ ಬಂದ್ಯೆ?" ಸುಮಳಿಗೆ ಉತ್ಸಾಹ ಮೂಡಿಬರಲಿಲ್ಲ. ಸಪ್ಪಗೆ ಕೇಳಿಯೂ ಕೇಳಿಸದಂತೆ ಮೆಲ್ಲಗೆ "ನೆನ್ನೆ ಬಂದೆ" ಎನ್ನುತ್ತ ಟೀಪಾಯಿ ಮೇಲಿದ್ದ ಪತ್ರಿಕೆಯನ್ನು ತೆಗೆದು ಮುಖಕ್ಕೆ ಅಡ್ಡಲಾಗಿರಿಸಿಕೊಂಡಳು. ಅವಳಿಗೆ ಅರಿವಾದಂತೆ ಬೇಸರ ಇಣಕಿತು.

"ಲೋ.... ಅರವಿಂದ" ಕಲ್ಯಾಣಮ್ಮನ ಕೂಗು ಸುಮಳಿಗೆ ಅರ್ಥವಾಯಿತು. ಅವಳಿಗೆ ಈಗೇನು ಬೇಕಿರಲಿಲ್ಲ. ಅವಳ ಆಸಕ್ತಿ, ಅತ್ಮೀಯತೆ ಕುಗ್ಗಿಹೋಗಿತ್ತು. ಯಾಕೆ..?

"ಅಮ್ಮ ತಿಂಡಿ ತಿನ್ಕೊಂಡು ಬಂದಿದ್ದೀನಿ. ಈಗೇನು ಬೇಡ" ಪತ್ರಿಕೆಯನ್ನು ಟೀಪಾಯಿ ಮೇಲೆ ಸಭ್ಯತೆಯನ್ನು ಮರೆತು ಎಸೆದಳು. ಯಾಕೆ....!

"ನೀನ್ಯಾಕೆ ಇಲ್ಲಿದ್ದೀಯಾ?" ಧ್ವನಿ ಕಟುವಾಗಿಯೇ ಇತ್ತು. ತಾಯಿಯ ಬಗ್ಗೆ ರೋಷ ಉಕ್ಕಿತ್ತು. ಮಗಳೆಂಬ ಅಂತಃಕರಣ ಇರಬೇಕಾದುದು ಸಹಜವೇ. ಆದರೆ ತಮ್ಮನ್ನಷ್ಟು ಕಾಡಿಸಿದ ಅಳಿಯನ ಮನೆಯಲ್ಲಿರಬೇಕಾದ ಅಗತ್ಯವೇನು?

"ಎಂಥ ಪ್ರಶ್ನೆ ಕೇಳ್ತೀಯಾ? ಮಗ್ಳ ಮನೆಯಲ್ಲಿರೋಕೆ ಕಾರಣ ಹೇಳ್ಬೇಕಾ?"

ಹೊರಗಡೆ ಕಾರಿನ ಹಾರ್ನ್ ಸದ್ದು ಕೇಳಿಸಿತು. ಲಲಿತ ನೆಗೆಯುತ್ತಲೇ ಹೊರಗೆ ನಡೆದಳು. ಪ್ರಶ್ನಾರ್ಥಕವಾಗಿ ಸುಮ ತಾಯಿಯ ಕಡೆ ನೋಡಿದಳು.

"ನಿಮ್ಮ ಭಾವನ ಆಫೀಸರ್.... ಆಗಾಗ ಬರ್ತಾ ಇರ್ತಾರೆ" ತಕ್ಷಣ ಉಗುಳು ನುಂಗಿದಳು.

ಬರುವಾಗ ಲಲಿತ ಒಬ್ಬಳೇ ಬರಲಿಲ್ಲ. ಅವಳ ಜೊತೆ ಎತ್ತರದ ದಢೂತಿ ಆಸಾಮಿ ಇದ್ದ. ಮನುಷ್ಯ ಐವತ್ತನ್ನು ಸಮೀಪಿಸಿದರೂ ಮೂವತ್ತೈದನ್ನು ಮೀರದವನಂತೆ ಕಾಣುತ್ತಿದ್ದ. ಕಣ್ಣುಗಳು ಮಾದಕತೆ, ಮುಖದಲ್ಲಿ ತಾನೊಬ್ಬ ದೊಡ್ಡ ಅಧಿಕಾರಿಯೆಂಬ ಗತ್ತು. ಸುಮ ತುಟಿ ಕಚ್ಚಿ ಕೂತಳು. ಕಲ್ಯಾಣಮ್ಮ ಸೆರಗು ಸರಿಪಡಿಸಿಕೊಂಡು ಅಡುಗೆಮನೆ ಕಡೆ ಹೊರಟರು.

"ಇವ್ಳು ನನ್ತಂಗಿ" ಕಹಿಯನ್ನು ನುಂಗಿ ಎದ್ದು ಎರಡು ಕೈ ಜೋಡಿಸಿ ತುಟಿಗಳ ಮೇಲೆ ನಗುವನ್ನು ಚಿಮುಕಿಸಿದಳು.

"ಓಹ್.... ಶರತ್ ಹೇಳಿದ್ದು..." ಹೌದೆನ್ನುವಂತೆ ತಲೆಯಾಡಿಸಿದಳು ಲಲಿತ. ವೈಯಾರದಿಂದ ತುಟಿ ಕೊಂಕಿಸಿ "ಬನ್ನಿ" ಎಂದು ಮುಂದೆ ನಡೆದಳು. ಟಕಟಕ ಬೂಟಿನ ಸದ್ದು ನಿಂತಾಗಲೇ ಸುಮ ವಾಸ್ತವ ಪ್ರಪಂಚಕ್ಕೆ ಮರಳಿದ್ದು. ತಲೆ ಜುಮ್ಮೆಂದಿತು. ನಗು, ಮಾತು ಅಲೆ ಅಲೆಯಾಗಿ ತೇಲಿ ಬರುತ್ತಿತ್ತು. ಸುರೇಶನ ಕೋಪ, ಶ್ರೀಮಂತಿಕೆಯ ಜೀವನಕ್ಕೆ ಅರ್ಥ ಸಿಕ್ಕಿತು. ಉಸಿರುಗಟ್ಟಿದಂತಾಯಿತು. ಎದ್ದು ಬಂದು ಹೊರಗೆ ನಿಂತಳು. ಮೇಲೆ ನೋಡಲು ಎಲ್ಲವೂ ಚೆಂದವೇ ಅದರ ಹಿಂದಿನ ಕತೆ...

"ಅಮ್ಮಾವರೇ... ಒಳ್ಗೆ ಬರ್ಬೇಕಂತೆ" ಅತ್ತ ತಿರುಗಿಯೂ ನೋಡಲಿಲ್ಲ ಬೇಸರದಿಂದಲೇ ಡ್ರಾಯಿಂಗ್ ರೂಮಿನಲ್ಲಿ ಹೋಗಿ ಯಾವುದೋ ವಾರಪತ್ರಿಕೆಯಲ್ಲಿ ಮುಖ ತೂರಿಸಿ ಕುಳಿತಳು.

"ಸುಮ...." ಶರತ್ ಧ್ವನಿ ಅವಳನ್ನು ಎಚ್ಚರಿಸಿತು. ಇದುವರೆಗಿನ ಅಸಮಾಧಾನ ಈಗ ಅಸಹ್ಯವನ್ನು ಹುಟ್ಟಿಸಿತು. ಭಾವನ ದುಡ್ಡಿನ ಆಸೆಗೆ ರೋಸಿ ಹೋಗಿದ್ದಳು. ಇಂದು ಹಣಕ್ಕಾಗಿ ಏನು ಬೇಕಾದರೂ ಮಾಡಬಲ್ಲ ಧೂರ್ತ ವ್ಯಕ್ತಿಯೆಂಬ ತೀರ್ಮಾನಕ್ಕೆ ಬಂದಿದ್ದಳು.

"ಲಿಲ್ಲಿ.... ಎಸ್ಟೇಟ್ ಹವಾ ನಿನ್ನ ಚೆಲುವಿಗೆ ಮೆರಗನ್ನ ಕೊಟ್ಟಿದೆ" ಕೆನ್ನೆಗೆ ಅಪ್ಪಳಿಸುವ ಮನಸ್ಸಾಯಿತು. ಹಿಂದೆ ಈ ಮಾತನ್ನು ಆಡಿದ್ದರೆ ನಕ್ಕು ಸುಮ್ಮನಾಗಿ ಬಿಡುತ್ತಿದ್ದಳು. ಈಗ ಕೋಪದಿಂದ ಮುಖ ಕೆಂಪಗಾಯಿತು.

"ಏನಿಲ್ಲಬಿಡಿ" ಹಗುರವಾಗಿಯೇ ಆಡಿದಳು.

"ನಾನೇ ನಿಂಗೆ ಪತ್ರ ಬರೀಬೇಕೂಂತಿದ್ದೆ. ನೀನೇ ಬಂದೆ. ಇನ್ಮೇಲೆ ಅಲ್ಲಿಗೆ ಹೋಗಬೇಕಾದ ಅವಶ್ಯಕತೆ ಇಲ್ಲ. ನಮ್ಮ ಬಾಸ್ ನಿನ್ಗೂ ಕೆಲಸ ಕೊಡಲು

ಒಪ್ಪಿಕೊಂಡಿದ್ದಾರೆ" ಸಾಧನೆಯ ನಗು ನಕ್ಕ.

ಚಂದವಾದ ಮುಖದ ಹಿಂದೆ ಎಷ್ಟೊಂದು ಹೊಲಸು ತುಂಬಿದೆ. ಅಸಹ್ಯಿಸಿಕೊಂಡಳು. ಅಷ್ಟರಲ್ಲಿ ಲಲಿತ ಕೂಗಿದ್ದರಿಂದ ಶರತ್ ಹೊರಗೆ ಹೋದ. ಸಮಾಧಾನದ ಉಸಿರು ಬಿಟ್ಟಳು. ಸಂಜೆಯವರೆಗೂ ಕೂಡ ಇರುವುದು ಕಷ್ಟವೆನಿಸಿತು. ತಕ್ಷಣ ಹೊರಟು ಬಿಡಬೇಕೆಂದುಕೊಂಡಳು. ನೇರವಾಗಿ ಅಡುಗೆ ಮನೆಗೆ ಬಂದಳು. ತಾಯಿ ಸುಮ್ಮನೆ ನಿಂತು ಅಡುಗೆಯವಳಿಗೆ ಆದೇಶ ನೀಡುತ್ತಿದ್ದಳು.

"ಅಮ್ಮ ನೀನೇನು ಬರ್ತೀಯೋ... ಇಲ್ಲ ಇಲ್ಲೇ ಇರ್ತೀಯೋ!?" ಸರಕ್ಕನೆ ತಿರುಗಿದ ಕಲ್ಯಾಣಮ್ಮ ಬೆರಗುಗಣ್ಣುಗಳಿಂದ ಮಗಳನ್ನು ನೋಡಿದರು. ಮೊದ್ದು ಹುಡುಗಿ ಎಂದುಕೊಂಡರು.

"ಎಲ್ಲಿಗೆ? ಲಲ್ತನ ಅದೃಷ್ಟ ಚೆನ್ನಾಗಿತ್ತು. ಗಂಡನಿಗೆ ಕೆಲಸ ಪ್ರಮೋಷನ್ ಎಲ್ಲಾ ಸಿಕ್ತು. ಅಳಿಯಂದ್ರು ನಿಂಗೂ ಕೆಲ್ಸ ಕೊಡಿಸ್ತಾರಂತೆ. ವಯಸ್ಸಿಗೆ ಬಂದ ಹೆಣ್ಣುಮಗುವನ್ನು ಅಷ್ಟು ದೂರ ಕಳಿಸಿದ್ರೆ...."

ಸುಮ ಸೆಟೆದು ನಿಂತಳು. ಲಲಿತಳ ನಿರಾಶೆಯ ಜೀವನವನ್ನು ಕಂಡು ಆ ಕೆಲಸಕ್ಕೆ ಜೋತುಬಿದ್ದಿದ್ದಳು. ಅಷ್ಟು ದೂರ ಹೋಗಿ ಇರುವುದು ಅವಳಿಗೂ ಇಷ್ಟವಿಲ್ಲ. ಇತ್ತ ಎಲ್ಲಾದರೂ ನೌಕರಿ ಸಿಕ್ಕಿದರೆ ಬಿಟ್ಟು ಬರುವವಳೇ... ಸುರೇಶ ಪ್ರಯತ್ನಪಡುತ್ತಲೇ ಇದ್ದ.

"ಏನೂ ತಪ್ಪಿಲ್ಲ. ನಾನು ಮನೆಗೆ ಹೋಗ್ತೀನಿ. ನೀನೂ ಬರ್ತೀಯ?" ಮಗಳನ್ನು ಅಡಿಯಿಂದ ಮುಡಿಯುವರೆಗೂ ನೋಡಿದರು. ಲಲಿತಳ ನಡವಳಿಕೆ ಅವರಿಗೂ ಸರಿಹೋಗದು. ತಪ್ಪಿನ ಹಾದಿಯಲ್ಲಿ ಹೋಗುತ್ತಾ ಇದ್ದರೆ ಕಟ್ಟಿಕೊಂಡ ಗಂಡ ಸುಮ್ಮನಿರುತ್ತಿದ್ದನೇ?

"ಯಾಕೆ ಹಾಗಾಡ್ತೀ? ಸರ್ಯಾಗಿ ಲಲಿತನ ಜೊತೆ ಮಾತಾಡಿಲ್ಲ. ಆಗ್ಲೇ ಹೋಗ್ತೀನಿ ಅನ್ನೋ ರಾಗ ಎಳಿತಿದ್ದೀಯಲ್ಲ. ರಕ್ತಸಂಬಂಧವೇ ಮರ್ತುಕೊಂಡಿದ್ದಾನೆ ಸುರೇಶ. ಲಲ್ತಳಿಗೆ ಮೂರು ತಿಂಗ್ಳು – ಅವಳೊಬ್ಬಳನ್ನೇ ಬಿಟ್ಟು ಹೇಗೆ ಬರ್ಲಿ?"

ವಿವೇಚನೆ ಹೊಯ್ದಾಡಿತು. ತಾನೇನಾದರೂ ತಪ್ಪಾಗಿ ಯೋಚಿಸಿದೀನಾ? ಹೌದು... ತಾನು ಕೂಡ ಒಂಟಿಯಾಗಿ ಹೋಗಿ ಅಲ್ಲಿ ಉಳಿದಿದ್ದೇನೆ. ಹೆಂಗಸರಿಲ್ಲದ ಮನೆ. ಕಮಲಾಕರನ್ ಶ್ರೀಮಂತ ವಿಧುರ. ತನ್ನ... ಅವರ ಸಂಬಂಧದ ಬಗ್ಗೆ ನೂರಾರು ಕತೆಗಳನ್ನು ಕಟ್ಟಬಹುದಲ್ಲ. ಎಷ್ಟೋ ಸಲ ಅವರ ಕೋಣೆಗೆ ಹೋಗಿ ಮಾತ್ರೆ ನುಂಗಿಸಿ ಬಂದದ್ದುಂಟು. ಎಷ್ಟೋ ಸಲ ಅವರ ಜೊತೆ ಕೆಲಸ ವಿಷಯಗಳ ಬಗ್ಗೆ ಚರ್ಚೆ ನಡೆಸಿದ್ದುಂಟು. ಕಮಲಾಕರನ್ ಅವರದು ಮೇರು ಪರ್ವತದಂಥ ಗಂಭೀರವಾದ ವ್ಯಕ್ತಿತ್ವ. ಗೌರವದಿಂದ ತಲೆದೂಗಿದಳು.

ಎಷ್ಟೇ ಸಮಾಧಾನ ಮಾಡಿಕೊಂಡರೂ ಅಕ್ಕ, ಭಾವನೊಂದಿಗೆ ಮೊದಲಿನ ಹಾಗೆ ನಡೆದುಕೊಳ್ಳಲು ಆಗಲಿಲ್ಲ. ಅಕ್ಕನ ಅತ್ತೆಯೂ ಇರಲಿಲ್ಲ. ಎಲ್ಲಾ ರೀತಿಯಿಂದಲೂ

ಲಲಿತ ಸುಖಿಯಾಗೇ ಕಂಡಳು. ಮನದ ಕೊರತೆ ಮಾತ್ರ ನಿಲ್ಲಲಿಲ್ಲ.

ಗೇಟಿನಲ್ಲಿ ನಿಂತೇ ಸುರೇಶ ಕೂಗಿಕೊಂಡ. ಅವನಿಗೆ ಒಳಗೆ ಬರುವ ಮನಸ್ಸಿರಲಿಲ್ಲ. ಕಲ್ಯಾಣಮ್ಮ ಹೋಗಿ ಮಗನನ್ನು ಒಳಕ್ಕೆ ಬರುವಂತೆ ಬಲವಂತ ಮಾಡಿದರು. ಜಪ್ಪಯ್ಯ ಅಂದರೂ ಜಗ್ಗಲಿಲ್ಲ. ಹೊರಟು ನಿಂತ ಸುಮಳಿಗೆ 'ನೀನ್ಯಾಕೆ ನನ್ನನ್ನು ಹಬ್ಬಕ್ಕೆ ಬರಬೇಕೆಂದು ಒತ್ತಾಯ ಮಾಡಿ ಕಾಗದ ಬರೆಸಿದೆ?' ಎಂದು ಕೇಳುವ ಮನಸ್ಸಾದರೂ ಕೇಳಲಿಲ್ಲ. ಉತ್ಸಾಹದಿಂದಿದ್ದ ಲಲಿತ ತಕ್ಷಣ ಮಂಕಾದಳು. ಮುಖದ ಮೇಲೆ ವಿಲಕ್ಷಣ ಅಪರಾಧ ಭಾವ ಸುಳಿಯಿತು.

"ಅಮ್ಮ ಏನ್ಹೇಳಿದ್ಲು!" ಸುರೇಶ ಪ್ರಶ್ನಿಸಿದಾಗ ಸುಮಳಿಗೆ ಉತ್ತರಿಸಲು ಕಷ್ಟವಾಯಿತು. 'ಸದ್ಯಕ್ಕೆ ಸುರೇಶ ಕೂಡ ಬಂದು ಇಲ್ಲೇ ಇರಲಿ. ಅಷ್ಟಿಷ್ಟು ಖರ್ಚು ಕಮ್ಮಿಯಾಗುತ್ತೆ. ನಾಲ್ಕು ಕಾಸು ಉಳಿಯುತ್ತೆ. ಲಲಿತನ ನೋಡ್ಕೊಂಡ ಹಾಗೇನೂ ಆಗುತ್ತೆ' ಎಂದಿದ್ದರು. ಆ ವಿಷಯವನ್ನು ಒತ್ತಿ ಇವನ ಮುಂದೆ ಹೇಳುವ ಧೈರ್ಯ ಅವಳಿಗಿಲ್ಲ.

"ಅಮ್ಮ ಬರ್ತೀನೀಂದ್ರು, ನಾನೇ ಬೇಡವೆಂದೆ. ಅವಳು ಇರೋ ಸ್ಥಿತಿಯಲ್ಲಿ ಬಿಟ್ಟು ಬರೋದು ಕಷ್ಟ!" ಸುರೇಶ ಜೋರಾಗಿ ನಕ್ಕುಬಿಟ್ಟ. ಮತ್ತೇನೂ ಹೇಳಲು ಹೋಗಲಿಲ್ಲ.

ಎರಡು ದಿನ ಇರುವ ಹೊತ್ತಿಗೇ ಸುಮಳಿಗೆ ಸಾಕು ಸಾಕಾಯಿತು. ಅಲ್ಲಿನ ಜೀವನದೊಂದಿಗೆ ಬೆರೆತುಹೋದವಳಿಗೆ ಇಲ್ಲಿ ದಿನಗಳನ್ನು ದೂಡಲೇ ಕಷ್ಟವಾಯಿತು. ಒಂದೆರಡು ನೆಪಗಳನ್ನು ಮುಂದುಮಾಡಿ ಹೊರಟು ನಿಂತಳು.

"ನಾನು ರಜ ಹಾಕ್ಬರ್ತೀನಿ" ಸುರೇಶ ಹೇಳಿದ. ರಜ ಸಿಗದ ಕಾರಣ ತಂಗಿಯನ್ನು ಕಳುಹಿಸಿಕೊಟ್ಟ. ಕಮಲಾಕರನ್ ಬಗ್ಗೆ ಮಾತ್ರ ಒಂದು ಸಡಿಲವಾದ ಮಾತು ಕೂಡ ಆಡುತ್ತಿರಲಿಲ್ಲ.

ಬಸ್ಸು ಮಾರ್ಗ ಮಧ್ಯದಲ್ಲಿ ಕೆಟ್ಟು ತಲುಪುವ ವೇಳೆಗೆ ರಾತ್ರಿಯೇ ಆಗಿತ್ತು. ಮನಸ್ಸನ್ನು ಭಯ ಆವರಿಸಿತು. ಇಕ್ಕೆಡೆಯಲ್ಲಿ ಎದ್ದು ನಿಂತ ದಟ್ಟವಾದ ಗಿಡ. ಪೊದರುಗಳು. ಜೀರುಂಡೆಗಳ ಸದ್ದು ಮತ್ತಷ್ಟು ಭಯವನ್ನು ಹೆಚ್ಚಿಸುತ್ತಿತ್ತು. ಗಡಗುಟ್ಟಿಸುವ ಚಳಿ. ಬ್ಯಾಗ್‌ನಲ್ಲಿರೋ ಸ್ವೆಟರನ್ನು ಕೂಡ ಹೊರಗೆ ತೆಗೆಯಲು ಅಳುಕು. ಸೆರಗನ್ನು ಬಿಗಿಯಾಗಿ ಹೊದ್ದು ಬೇಗ ಹೆಜ್ಜೆ ಹಾಕಿದಳು. ಭಯಂಕರ ನೀರವ, ಕಾಲುಗಳನ್ನು ಮತ್ತಷ್ಟು ಚುರುಕುಗೊಳಿಸಿದಳು. ಯಾವುದೋ ಸದ್ದಿಗೆ ಬೆಚ್ಚಿದಳು. ಕಾಲುಗಳು ಮುಷ್ಕರ ಹೂಡಿ ನಿಂತವು. ಗೆಳತಿಯ ಮುಂದೆ ತನ್ನ ಧೈರ್ಯದ ಬಗ್ಗೆ ಕಾಲೇಜಿನಲ್ಲಿದ್ದಾಗ ಜಂಬ ಕೊಚ್ಚಿಕೊಳ್ಳುತ್ತಿದ್ದಳು. 'ಹೆಣ್ಣು ಅಬಲೆಯಲ್ಲ, ಎಂತಹ ಸಮಯದಲ್ಲಾದರೂ ತನ್ನನ್ನು ತಾನು ರಕ್ಷಿಸಿಕೊಳ್ಳಲು ಸಮರ್ಥಳು. ಅವಳೆಂದೂ ಭಯಕ್ಕೆ ದಾಸಳಾಗಬೇಕಾಗಿಲ್ಲ.' ಅದೆಲ್ಲ ನೆನೆಸಿಕೊಂಡಾಗ ತೆಳುವಾದ ನಗು ತುಟಿಗಳಲ್ಲಿ ಇಣುಕಿತು.

ಅವಳನ್ನು ಹಾದು ಮುಂದಕ್ಕೆ ಹೋದ ಜೀಪ್ ನಿಂತು ಹಿಂದಕ್ಕೆ ಬಂತು ಡ್ರೈವರ್ ಸೀಟಿನಲ್ಲಿ ವ್ಯಕ್ತಿ ಬಗ್ಗಿ "ನೀವು ಎಲ್ಲಿಗೆ ಹೋಗ್ಬೇಕೂ?" ಪ್ರಶ್ನೆ ಸಹಜವೇ

ಬಂಗ್ಲೆಯ ಸುತ್ತ ನಾಲ್ಕಾರು ಮಾರುಗಳ ಅಂತರದಲ್ಲಿ ಕೂಲಿಕಾರರ ಗುಡಿಸಿಲುಗಳಿದ್ದವು. ಬಂಗ್ಲೆಗೆ ತುಸು ಹತ್ತಿರದಲ್ಲೇ ಹತ್ತಾರು ಮನೆಗಳಿದ್ದವು. ಅವರೆಲ್ಲ ಕಮಲಾಕರನ್ ಕೈಕೆಳಗೆ ದುಡಿಯುತ್ತಿದ್ದವರು.

ಗಂಟಲಲ್ಲಿ ತೇವ ಒಣಗಿತು. ಎಲ್ಲೋ ಕೇಳಿದ ಧ್ವನಿ ಎನಿಸಿತು. ಯೋಚಿಸಲು ವೇಳೆ ಇರಲಿಲ್ಲ. ನಾಲಿಗೆಯಿಂದ ತುಟಿಯನ್ನು ಒದ್ದೆ ಮಾಡಿಕೊಂಡು "ಬಂಗ್ಲೆಗೆ" ಅಂದಳು. ಎಲ್ಲರೂ ಹಾಗೆಯೇ ಹೇಳುತ್ತಿದ್ದರು. ಮುಖ ಮುಸುಕು ಮುಸುಕಾಗಿ ಕಾಣಿಸುತ್ತಿತ್ತು. "ನಾನೂ ಅಲ್ಲಿಗೇ ಹತ್ತಿ" ಹತ್ತಲು ಸುಮಳ ಮನಸ್ಸು ಹಿಂದೆಗೆಯಿತು. "ಇಲ್ಲ, ನೀವ್ಹೋಗಿ" ಜೀಪ್ ಸದ್ದು ಮಾಡುತ್ತ ಹೊರಟೇಹೋಯಿತು. ಹಿಂಬದಿಯ ಕೆಂಪು ದೀಪ ಇವಳನ್ನು ಅಣಕಿಸಿದಂತೆ ಕಂಡಿತು. ಸೆರಗನ್ನು ಮತ್ತಷ್ಟು ಬಿಗಿಯಾಗಿ ಹೊದ್ದು ಹೆಜ್ಜೆಯನ್ನು ಚುರುಕುಗೊಳಿಸಿದಳು. ಬಂಗ್ಲೆ ಹತ್ತಿರವಾದಾಗ ಸಮಾಧಾನದ ಉಸಿರು ಬಿಟ್ಟಳು. ಮೋತಿಯ ಬೊಗಳುವಿಕೆ ಇವಳಿಗೆ ಕೇಳಿಸಿತು. ಆತ್ಮೀಯರ ಧ್ವನಿ ಕೇಳಿದಂತೆ ಮನಸ್ಸು ಮುದಗೊಂಡಿತು.

"ಮೋತಿ ಎಲ್ಲಿ ಹೋಗ್ತೀಯಾ?" ಕಮಲಾಕರನ್ ಧ್ವನಿ ನೀರವವನ್ನು ಸೀಳಿಕೊಂಡು ಬಂತು.

ಹತ್ತಿರಕ್ಕೆ ಬಂದ ಮೋತಿ ಎಗರಿ, ಮೂಸಿ ಅವಳ ಬ್ಯಾಗನ್ನು ಕಸಿದುಕೊಂಡು ದಣಿಗೆ ಸುದ್ದಿ ಮುಟ್ಟಿಸಲು ಓಡಿತು.

"ಯಾರ್ಗ್ಲೋ ಇದು?" ಬಾಗಿಲ ಬಳಿ ಬಂದಾಗ ಕಮಲಾಕರನ್ ಧ್ವನಿ ಅವಳ ಕಿವಿ ಮುಟ್ಟಿತು. ಮನಸ್ಸು ಪ್ರಫುಲ್ಲವಾಯಿತು. ಒಟ್ಟಿನಲ್ಲಿ ಆರೋಗ್ಯವಾಗಿದ್ದಾರೆ. ಮನಸ್ಸಿಗೆಷ್ಟೋ ಸಮಾಧಾನ.

"ಏನಮ್ಮ ಸುಮ! ಕಾಗ್ದನಾದ್ರೂ ಬರ್ದು ಬರೋ ವಿಷ್ಯ ತಿಳಿಸಬಾರದಿತ್ತಾ?... ಶ್ಚೂ.... ಶ್ಚೂ... ಎಂಥಾ ಕೆಲ್ಸವಾಯ್ತು!" ಕಳವಳ ವ್ಯಕ್ತಪಡಿಸಿದರು. ತಟ್ಟನೆ "ಪೂವಯ್ಯ, ಬಿಸಿಬಿಸಿ ಕಾಫಿ ತರೋಕ್ಹೇಳು" ಎಂದವರೇ "ಕೂತ್ಕೊ.... ಕೂತ್ಕೋ.... ಬೆಚ್ಚಗೆ ಬಟ್ಟೆ ತೊಟ್ಕೊಂಡಿಲ್ಲ" ಸುಮಳ ತುಟಿಗಳ ಮೇಲೆ ನಗು ಅರಳಿತು. ಹೃದಯ ತುಂಬಿ ಬಂತು. ಜನ್ಮ ಕೊಟ್ಟ ತಂದೆಯಲ್ಲೂ ಇಂತಹ ಅಕ್ಕರೆ ಕಂಡಿರಲಿಲ್ಲ.

ಕಮಲಾಕರನ್ ಜೋರಾಗಿ ನಕ್ಕರು. ಅವರ ನಗು ಅಲೆ ಅಲೆಯಾಗಿ ಗೋಡೆ ಗೋಡೆಗಳಲ್ಲೂ ಪ್ರತಿಧ್ವನಿಸಿತು. ಅಕ್ಕರೆಯ ಮೀಸೆಗಳು ಕುಣಿದವು.

"ನಿನ್ಗೆ ತುಂಬ ಆಶ್ಚರ್ಯವಾಗಿರ್ಬೇಕಲ್ಲ. ನನ್ಮಗ ಬಾಲಚಂದ್ರು" ಅವರ ಮುಖದ ಮೇಲಿನ ನಗುವಿನ್ನೂ ಮಾಸಿರಲಿಲ್ಲ. ಸುಮ ಎರಡು ಕೈ ಜೋಡಿಸಿ ತುಟಿಗಳ ಮೇಲೆ ಆತ್ಮೀಯ ನಗುವನ್ನೂ ತುಳುಕಿಸಿದಳು. ತುಟಿಗಳು ಅರಳಿದವು.

"ಇನ್ಮೇಲೆ..... ಹುಷಾರ್. ಸುಮ ಬಂದಿದ್ದಾಳೆ." ಹುಬ್ಬುಗಳನ್ನು ಮೇಲೇರಿಸಿ ತಮಾಷೆಯಾಗಿ, ಕಾಫಿ ತಂದ ಅಡಿಗೆಯವರಿಗೆ ಎಚ್ಚರಿಕೆಯನ್ನು ನೀಡಿದರು. ಅವನು ಕಾಫಿ ಅಲ್ಲಿಟ್ಟು ತಲೆ ಕೆರೆದುಕೊಳ್ಳುತ್ತ ಒಳಗೆ ಹೋದ. ಸುಮಳಿಗೆ ಬೇಸರವಾದರೂ

ಹಗುರವಾಗಿ ನಕ್ಕುಬಿಟ್ಟರು.

ಬಿಸಿ ಬಿಸಿ ಕಾಫಿ ಕುಡಿದ ಮೇಲೆ ಸುಮಳಿಗೆ ಹಾಯೆನಿಸಿತು. ಎದ್ದು ತನ್ನ ಕೋಣೆಯ ಕಡೆಗೆ ನಡೆದಳು. ಮೋತಿ ಅವಳಿಗೆ ಮುನ್ನವೇ ಕೋಣೆಯ ಬಳಿ ಹಾಜರಾಗಿತ್ತು.

"ಮೋತಿ, ಇಲ್ಬಾ" ಕಮಲಾಕರನ್ ಕರೆಗೆ ಬೇಸರಗೊಂಡಂತೆ ಮುಖ ಮುದುಡಿ ನಿಧಾನವಾಗಿ ಒಳಗೆ ಹೋಯಿತು.

ಸೀರೆ ಬದಲಾಯಿಸಿ ಸೋತವಳಂತೆ ಕುರ್ಚಿಯ ಮೇಲೆ ಕುಳಿತಳು. ಒರಗಿ ಒಂದು ಕ್ಷಣ ಕಣ್ಣು ಮುಚ್ಚಿದಳು. ಮೈ ಕೊರೆಯುವ ಚಳಿ. ಕೈ ಕಟ್ಟಿ ಮುದುಡಿ ಕುಳಿತಳು. ಕಾಲೆಲ್ಲ ಕೊರೆಯತೊಡಗಿತು. ಎದ್ದು ಹೋಗಿ ಹಾಸಿಗೆ ಸರಿಪಡಿಸಿದಳು. ಈಗಿನ ಸ್ಥಿತಿಯಲ್ಲಿ ಬೆಚ್ಚಗೆ ಹೊದ್ದು ಮಲಗುವುದು ಸರಿಯೆನಿಸಿತು.

"ಚಿಕ್ಕಮ್ಮಣ್ಣಿ.... ಊಟಕ್ಕೆ ಬರ್ಬೇಕಂತೆ" ಕೋಣೆಯೊಳಗೆ ಪೂವಯ್ಯನ ನೆರಳಾಡಿತು ಮಲಗಬೇಕೆನಿಸಿದರೂ ಹಾಗೆ ಮಾಡುವುದು ಸರಿ ಕಾಣಲಿಲ್ಲ. ಎದ್ದು ಪೂವಯ್ಯನನ್ನು ಹಿಂಬಾಲಿಸಿದಳು. ಮೇಜಿನ ಮುಂದೆ ತಂದೆ ಮಗ ಕೂತಿದ್ದರು. ಅನ್ನ, ಚಪಾತಿಯನ್ನು ಎರಡು ತಟ್ಟೆಗಳಿಗೆ ಮಾತ್ರ ಬಡಿಸಿದ್ದರು. ಬ್ರೆಡ್, ಬೆಣ್ಣೆ ಮಿಕ್ಕದ್ದೇನೋ ಅವಳಿಗೆ ಗೊತ್ತಾಗಲಿಲ್ಲ. ಫೋರ್ಕ್, ಚಾಕು, ಸ್ಪೂನ್‌ಗಳ ಸಹಾಯದಿಂದ ಬಾಲು ಊಟ ಪ್ರಾರಂಭವಾಗಿತ್ತು.

"ನಿನಗಾಗಿ ಇವತ್ತು ಅರ್ಧ ಗಂಟೆ ಮೊದ್ಲೇ ಊಟಕ್ಕೆ ಕೂಡಬೇಕಾಯ್ತು." ನಗು ಮುಖದ ಮೇಲೆಲ್ಲ ಕುಣಿದಾಡಿತು. ಈಗ ಕಮಲಾಕರನ್ ಹತ್ತು ವರ್ಷ ಚಿಕ್ಕವರಂತೆ ಕಂಡರು.

ಪಲ್ಯದಲ್ಲಿ ಚಪಾತಿ ಹೊರಳಿಸಿ ಬಾಯಿಗಿಟ್ಟಳು. ಹಲ್ಲೆಲ್ಲ ಝುಮ್ಮೆಂದಿತು. ಅದೆಂಥ ರುಚಿಯೋ ಅವಳಿಗೆ ಅರ್ಥವಾಗಲಿಲ್ಲ. ಬಾಯೆಲ್ಲ ಉರಿ ಉರಿಯೆನಿಸಿತು. ನುಂಗಲಾರದೆ ಒದ್ದಾಡಿದಳು. ಅದನ್ನು ಅಲ್ಲಿಗೇ ಬಿಟ್ಟಳು. ಸಾರಿನ ಜೊತೆ ಅನ್ನ ಕಲೆಸಿದಳು. ಬರಿ ಮೆಣಸಿನ ಖಾರ. ಮೆಲ್ಲಗೆ ಅಡಿಗೆಯವನ ಕಡೆಗೆ ದೃಷ್ಟಿ ಹೊರಳಿಸಿದಳು. ಅವನ ಮುಖದ ಮೇಲಿನ ವ್ಯಂಗ್ಯದ ನಗೆಯ ಗೆರೆಗಳನ್ನು ಕಾಣದಿರಲಾಗಲಿಲ್ಲ. ತುಟಿ ಕಚ್ಚಿ ಹಾಲನ್ನು ಅನ್ನಕ್ಕೆ ಸುರಿದುಕೊಂಡಳು.

"ಓಹ್.... ಸುಮ, ಇದೇನಿದು? ನಿನ್ನ ಗೈರುಹಾಜರಿಯಲ್ಲಿ ಎಲ್ಲಾ ಹದಗೆಟ್ಟು ಹೋಗಿದೆ" ಕೋಪದಿಂದ ಮುಂದಿದ್ದ ತಟ್ಟೆಯನ್ನು ದೂರಕ್ಕೆ ಸರಿಸಿದರು. ಮಗನಿಗೇನೋ ಹೇಳಿ ಮೇಲೆದ್ದರು. ವರಾಂಡದಲ್ಲಿ ಬಂದು ನಿಂತರು.

ಊಟದ ಶಾಸ್ತ್ರ ಮುಗಿಸಿದ ಸುಮ ವರಾಂಡಕ್ಕೆ ಬಂದಳು. ಕಮಲಾಕರನ್ ಆಕಾಶದಲ್ಲಿ ನಕ್ಷತ್ರಗಳನ್ನು ಎಣಿಸುವ ಹಾಗೆ ಕಂಡರು. ದೃಷ್ಟಿ ಆಕಾಶದಲ್ಲಿ ನೆಟ್ಟಿತ್ತು.

"ಆರೋಗ್ಯ ಹೇಗಿದೆ?" ಮೃದುವಾಗಿ ಪ್ರಶ್ನಿಸಿದಳು.

"ಓ.ಕೆ. ಸುಮ. ತುಂಬ.... ತುಂಬ.... ಆರೋಗ್ಯವಾಗಿದ್ದೀನಿ ನೀನು ಕಾಲಿಟ್ಟ ಗಳಿಗೆ ಒಳ್ಳೇದು ಸುಮ. ಮನಕ್ಕೆ ನೆಮ್ಮದಿ ಸಿಕ್ಕಿದೆ. ನನ್ನ ಆರೋಗ್ಯ ಎಷ್ಟೋ ಸುಧಾರಿಸಿದೆ. ಬಾಲು ಬಂದ್ಬಿಟ್ಟ...." ಗಂಟಲು ಹಿಡಿದಂತಾಯಿತು.

ತಟ್ಟನೆ ಅವಳತ್ತ ದೃಷ್ಟಿ ಹೊರಳಿಸಿ "ಅಲ್ಲೆಲ್ಲ ಹೇಗಿದ್ದಾರೆ? ನಿಮ್ಮಕ್ಕ ಚೆನ್ನಾಗಿದಾಳಾ?" ಕೇಳಿದರು. ಗಂಟಲು ಒತ್ತಿದಂತಾಯ್ತು. ಮಾತುಗಳು ಹೊರಳಿ ಹೊರಳಿ ಬಂದವು. "ಎಲ್ಲಾ ಚೆನ್ನಾಗಿದ್ದಾರೆ. ನಮ್ಮಕ್ಕ ತುಂಬ ಚೆನ್ನಾಗಿದ್ದಾಳೆ."

"ವೆರಿಗುಡ್. ಆಯಾಸವಾಗಿರ್ಬೇಕು ಹೋಗಿ ಮಲ್ಗು. ಗುಡ್ ನೈಟ್."

ಕೋಣೆಗೆ ಬಂದ ಸುಮಳಿಗೆ ಸುಸ್ತೆನಿಸಿತು. ಹೆಚ್ಚು ದಿನ ಇಲ್ಲಿ ಅವಳ ಅಗತ್ಯವಿದ್ದ ಹಾಗೆ ಕಾಣಲಿಲ್ಲ. ಹೃದಯ ರೋಗಿಯಾಗಿದ್ದ ಕಮಲಾಕರನ್ ಚೇತರಿಸಿಕೊಂಡಿದ್ದರು. ಮಗ ಬಂದಿದ್ದಾನೆ. ಎಲ್ಲಾ ನೋಡಿಕೊಳ್ಳುತ್ತಾನೆ. ಸಮಾಧಾನದ ಉಸಿರುಬಿಟ್ಟಳು. ಕಮಲಾಕರನ್‌ರವರ ಒಳ್ಳೆಯತನ, ಆತ್ಮೀಯತೆ ನೆನೆದು ಹೃದಯ ಭಾರವಾಯಿತು. ಅವರು ಮಾಡಿದ ಉಪಕಾರವನ್ನು ಜೀವನಪರ್ಯಂತ ನೆನೆಸಬೇಕಾಗಿತ್ತು. ಕನಸಿನಲ್ಲೂ ಕಾಣದ ಇಪ್ಪತ್ತು ಸಾವಿರದಷ್ಟು ಮೊತ್ತವನ್ನು ಕೈ ತುಂಬಿ ಕೊಟ್ಟಿದ್ದರು. ಹತ್ತು ತಿಂಗಳು ಕಳೆದು ಹೋಗಿತ್ತು. ಇನ್ನು ಹತ್ತು ತಿಂಗಳು ಕಳೆದರೆ ಅವರ ಸಾಲವನ್ನು ಪೂರ್ತಿಯಾಗಿ ತೀರಿಸಿಬಿಡಬಹುದು. ಈಗಲೇ ಯಾಕೆ ಯೋಚಿಸಿ ತಲೆ ಕೆಡಿಸಿಕೊಳ್ಳಬೇಕೆಂದುಕೊಂಡು ಹಾಸಿಗೆಯ ಮೇಲೆ ಉರುಳಿ ಬ್ಲ್ಯಾಂಕೆಟ್‌ನ ಕತ್ತಿನವರೆಗೂ ಎಳೆದುಕೊಂಡಳು ಬಹಳ ಬೇಗನೇ ನಿದ್ದೆ ಬಂದುಬಿಟ್ಟಿತು.

ಬೆಳಿಗ್ಗೆ ಎಂದಿನ ವೇಳೆಗೆ ಎದ್ದಳು. ಮನೆ ಪೂರ್ಣವಾಗಿ ನಿಶ್ಯಬ್ದವಾಗಿತ್ತು. ಬಾಗಿಲಲ್ಲಿ ಮಲಗಿದ್ದ ಪೂವಯ್ಯ ಮಾತ್ರ ಎದ್ದ.

"ಪೂವಯ್ಯ ಯಾರೂ ಎದ್ದಂಗೆ ಕಾಣೋಲ್ಲ. ಎಬ್ಬು" ವರಾಂಡ ಹಜಾರ ದಾಟಿಕೊಂಡು ಒಳಗೆ ಹೋದಳು.

"ರ್ರೀ ನಾಯರ್, ಏಳ್ರಿ."

ಧಡಕ್ಕನೆ ಮೇಲೆದ್ದ ಅಡುಗೆಯವನು ಕೆಳಗೂ ಮೇಲೂ ನೋಡಿದ. ಎಚ್ಚರಿಕೆ ನೀಡಿದ್ದರು ಕಮಲಾಕರನ್. 'ಸ್ವಲ್ಪ ಅವಿಧೇಯತೆ ಕಂಡರೂ ಮನೆಗೆ ಕಳುಹಿಸಿಬಿಡುವಂತೆ ಹೇಳಿದ್ದೀನಿ' ಎಂದು. ಅವನು ಕೆಲಸಕ್ಕೆ ಮುಂದಾದಾಗ ಸುಮ ಹೊರಗೆ ಬಂದಳು. ಆಳುಗಳು ಚಟುವಟಿಕೆಯಿಂದ ಕೆಲಸ ಮಾಡುತ್ತಿದ್ದರು. ಪೂವಯ್ಯ ಆಸನಗಳ ಮೇಲಿನ ಧೂಳನ್ನು ಕೆಡವುತ್ತಿದ್ದ. ಕಷ್ಟವಲ್ಲದ, ಆಯಾಸವಾಗದ ಕೆಲಸಗಳನ್ನು ಮಾತ್ರ ಮಾಡಬೇಕೆಂದು ಯಜಮಾನರು ಅವನಿಗೆ ಅಣತಿ ಇತ್ತಿದ್ದರು.

ಉದ್ದವಾದ ಬೆಚ್ಚನೆಯ ಕೋಟು ಧರಿಸಿದ ಕಮಲಾಕರನ್ ಕೈಯಲ್ಲಿ ಒಂದು ಬೆತ್ತವನ್ನು ಹಿಡಿದು ಹೊರಬಂದರು. ಸುಮಳ ಕಡೆಗೆ ನೋಡಿ ಕಣ್ಣರಳಿಸಿ "ಆಗ್ಲೇ ಡ್ಯೂಟಿ ಮೇಲೆ ರೆಡಿ!" ನಕ್ಕರು.

ನಾಯರ್ ತಂದ ಕಾಫಿ ಕುಡಿದ ಸುಮ, ಕಮಲಾಕರನ್ ಹೊರಗೆ ಹೊರಟರು. ಮೋತಿ ಹಿಂಬಾಲಿಸಿತು. ಬಂಗ್ಲೆಯ ದೊಡ್ಡ ಆವರಣವನ್ನು ದಾಟಿ ಬಸ್ಸಿನ ಹಾದಿಯಲ್ಲಿ ಹೊರಟರು. ಅವರು ಎಸ್ಟೇಟ್ ಕೆಲಸಗಾರರ ಬಗ್ಗೆ ಮಾತ್ರ ಮಾತಾಡುತ್ತಿದ್ದರು.

"ನಾಡಕರ್ಣಿಗೆ ನಿನ್ಮೇಲೆ ತುಂಬ ಕೋಪ. ಲೆಕ್ಕದ ಪುಸ್ತಕ ನನ್ಮುಂದೆ ಇಡೋಕೆ ಬಂದಾಗ ಸುಮ ನೋಡ್ತಾಳೆ ಅಂದೆ...." ಜೋರಾಗಿ ನಕ್ಕರು. "ಕೂದಲಷ್ಟೇ ಬಿಳಿಚಿಕೊಂಡಿತು ಅವರ ಮುಖ." ಇವರು ಬಂಗ್ಲೆಗೆ ಹಿಂದಿರುಗಿದಾಗ ಬಾಲುಗೆ ಇನ್ನೂ ಸುಪ್ರಭಾತವಾಗಿರಲಿಲ್ಲ. ಸರಿಯಾಗಿ ಅವನ ಸ್ವಭಾವ ಅರ್ಥವಾಗಿರದ ಕಾರಣ ಯಾರೂ ಟೀ ಕೊಡುವ ಗೋಜಿಗೆ ಹೋಗಿರಲಿಲ್ಲ.

"ನಿಮ್ಮ ಚಿಕ್ಕ ಧಣಿ ಎದ್ದಿಲ್ವಾ, ಪೂವಯ್ಯ?" ಕೈಯಲ್ಲಿದ್ದ ಬೆತ್ತವನ್ನು ಅವನ ಕೈಗೆ ಕೊಡುತ್ತ ಕೇಳಿದರು. ಇಲ್ಲವೆನ್ನುವಂತೆ ತಲೆಯಾಡಿಸಿದ. ಸುಮಳ ಮುಖ ನೋಡಿ ನಕ್ಕರು.

"ತೀರಾ ಭಿನ್ನವಾದ ವಾತಾವರಣದಲ್ಲಿ ಇವ್ನು ಬೆಳೆದಿದ್ದು. ಸ್ವಲ್ಪ ಕಾಲ ಶಾಂತಿನಿಕೇತನದಲ್ಲಿ ಬಿಡ್ಬೇಕೂ... ಆ ಗುರುಕುಲದಂಥ ದಿವ್ಯಸನ್ನಿಧಿಯಲ್ಲಿ ಖಂಡಿತಾ ಬದಲಾಗ್ತಾನೆ-ಬದಲಾಗಲೇಬೇಕು!" ತಮಗೆ ತಾವೇ ಹೇಳಿಕೊಂಡಂತಿತ್ತು.

"ನಮಸ್ಕಾರ" ಫೈಲನ್ನು ಕಂಕುಳಲ್ಲಿ ಇರಿಸಿಕೊಂಡ ನಾಡಕರ್ಣಿಯವರು ಅತಿ ವಿನಯ ತೋರಿಸಿದ್ದರು. ಕನ್ನಡಕದ ಹಿಂದಿನ ಕಣ್ಣುಗಳು ಅಸಹನೆಯಿಂದ ಸುಮಳ ಮೇಲೆ ಹರಿದಾಡಿದವು. ಇಷ್ಟು ಬೇಗ ಬಂದಿದ್ದು ಅವರಿಗೆ ಸರಿ ಕಾಣಲಿಲ್ಲ. ಒಂದಕ್ಕೆ ಎರಡರಷ್ಟು ಕೂಲಿಕಾರರನ್ನು ಲೆಕ್ಕಕ್ಕೆ ಸೇರಿಸಿ ಅಷ್ಟಿಷ್ಟು ಹಣಾನ ಕಿಸೆಗೆ ಸೇರಿಸಬಹುದಾಗಿತ್ತು. ಮೇಸ್ತ್ರಿ ಕೈಯಲ್ಲಿ ನಾಲ್ಕು ಕಾಸು ಹಾಕಿದ್ದರೆ ತೆಪ್ಪಗಿರುತ್ತಿದ್ದ. ಹಿಂದಿನಿಂದಲೂ ನಡೆದು ಬಂದಿದ್ದು. ಸುಮ ಬಂದ ಮೇಲೆ ಎಲ್ಲಕ್ಕೂ ಕಲ್ಲು ಬಿದ್ದಿತ್ತು. ತಲೆ ಕೆರೆದುಕೊಂಡಿತು. ಸುಮಳನ್ನು ಒಳಗೇ ಶಪಿಸಿಕೊಂಡರು.

"ರ್ರೀ.... ನಾಯರ್, ನೆನ್ನೆ ರಾತ್ರಿ ಮಾಡಿದ್ರಲ್ಲ ಅದೆಂಥ ಅಡ್ಗೆ? ಬಹಳ ಚೆನ್ನಾಗಿ ಮಾಡಿದ್ರಿ!" ನಾಯರ್ ಮುಖ ಮುಖ ನೋಡಿದರು. ಕೃತಜ್ಞತೆ ಇಲ್ಲದ ಮನುಷ್ಯ. ಅನ್ನವಿಡುವ ದಣಿಯ ಆರೋಗ್ಯವನ್ನು ಬಯಸಿ ಎಂದೂ ಅಡುಗೆ ಮಾಡಿದವನಲ್ಲ. ಅವರು ಊಟ ಮಾಡುತಿದ್ದುದ್ದೇ ಸ್ವಲ್ಪ. ಅಡುಗೆಯ ರುಚಿಯನ್ನು ಗುರ್ತಿಸಲಾರದಷ್ಟು ಅವರ ನಾಲಿಗೆ ಅಶಕ್ತವಾಗಿತ್ತೇನೋ. ಸೇರಿದಷ್ಟು ಊಟ ಮಾಡುತ್ತಿದ್ದರು. ಒಮ್ಮೊಮ್ಮೆ ರೇಗಾಡಿ ಎದ್ದು ಹೋಗುತ್ತಿದ್ದರು. ಪ್ರತಿಯೊಂದಕ್ಕೂ ಮೆಣಸನ್ನು ಧಾರಾಳವಾಗಿ ಸುರಿದುಬಿಡುತ್ತಿದ್ದ. ತಿಂದವರಿಗೆ ನಾಲಿಗೆಯಿಂದ ಎದೆ, ಹೊಟ್ಟೆಯವರೆಗೆ ಉರಿ ಏಳುತ್ತಿತ್ತು.

ಕಪ್ಪಗಿದ್ದ ನಾಯರ್ ಮುಖದಲ್ಲಿ ಕೆಂಪು ಕಾಣಿಸಿಕೊಂಡಿತು. ಹಿಟ್ಟು ಬಿಟ್ಟು ಮೇಲಕ್ಕೆ ಎದ್ದರು. ಸ್ಥೂಲ ಶರೀರ, ಬುಸುಗುಟ್ಟುತ್ತಿದ್ದರು.

"ನಾನು ಈ ಮನೆಯಲ್ಲಿ ಎಷ್ಟು ವರ್ಷದಿಂದ ಅಡ್ಗೇ ಮಾಡ್ತಾ ಇದ್ದೀನಿ ಗೊತ್ತೇನ್ರಿ?" ಸವಾಲು ಎಸೆಯುವಂತೆ ಕೇಳಿದ.

ಅವನ ಅಡುಗೆ ಸರಿ ಮಾಡಲು ಸುಮ ಬಂದ ದಿನದಿಂದಲೂ ಪ್ರಯತ್ನಿಸುತ್ತಿದ್ದಳು. ಅಲ್ಪ ಸ್ವಲ್ಪ ತಿದ್ದಿಕೊಂಡಿದ್ದ. ಪುನಃ ಮೊದಲಿನ ಸ್ಥಿತಿಗೇ ಬಂದಿದ್ದ. ನಾಡಕರ್ಣಿಯವರ ಕಣ್ಣಿಗೆ ಮಾತ್ರ ನಾಯರ್ ಅಡುಗೆಯ ಖಾರವನ್ನು ತಡೆಯುವ ಶಕ್ತಿ ಇತ್ತು. ಯಾವುದೂ ನೋಡದೇ ನಾಯಿಯ ಹಾಗೆ ಕಬಳಿಸಿಬಿಡುತ್ತಿದ್ದರು.

"ಅವೆಲ್ಲ ನಿಧಾನವಾಗಿ ಮಾತಾಡೋಣ, ಯದ್ವಾತದ್ವಾ ಮೆಣಸನ್ನು ಸುರಿಯಬೇಡಿ." ಬೇಸರದಿಂದಲೇ ಸುಮ ಹೊರಗೆ ಬಂದಳು. ನಾಡಕರ್ಣಿಯವರು ಮೇಲಕ್ಕೂ ಕೆಳಕ್ಕೂ ನೋಡುತ್ತ ಕೂತಿದ್ದರು. ಬಹಳವಾಗಿ ಯೋಚಿಸುವವರಂತೆ ಕಂಡರು.

"ಬಹಳ ಯೋಚ್ನೆ ಮಾಡ್ಡೋ ಹಾಗೆ ಕಾಣುತ್ತಲ್ಲ?" ಸುಮಳ ಮಾತಿಗೆ ಅವರು ಕಣ್ಣು ಕಣ್ಣು ಬಿಟ್ಟರು. ತಟ್ಟನೆ ಉತ್ತರಿಸುವುದು ಅವರಿಂದಾಗಲಿಲ್ಲ. "ಹಿ... ಹಿ.... ಹಿ.... ನೀವು ಬಂದಿದ್ದು ಒಳ್ಳೇದಾಯ್ತು. ನನ್ತಲೆ ಪೂರಾ ಕೆಟ್ಟುಹೋಗಿತ್ತು" ಎಂದರು.

ನನ್ನ ಮುಖ ನೋಡಿದ ಮೇಲೆ ನಿಮ್ಮ ತಲೆ ಪೂರ ಕೆಟ್ಟುಹೋಗಿದೆ! ಎಂದು ಹೇಳಬೇಕೆನಿಸಿದರೂ ಹೇಳದೇ ಸುಮ್ಮನಾದಳು. ಬಾಲು ಕೋಣೆಯಿಂದ ಒಂದೇ ಸಮನೆ ಕಾಲಿಂಗ್‌ಬೆಲ್ ಅರಚುತ್ತಿತ್ತು. ಕಿವಿ ಮುಚ್ಚಿಕೊಳ್ಳುವ ಹಾಗಾಯಿತು. ನಾಯರ್ ಟೀ ಹಿಡಿದು ಮೇಲಕ್ಕೆ ಓಡಿದ.

"ಚಿಕ್ಕರಾಯರದು ಒಂದು ತರಹ ಸಿಟ್ಟು.... ಅಬ್ಬಬ್ಬ...." ಅರ್ಥವಾಗದವಳಂತೆ ಪಿಳಿ ಪಿಳಿ ಕಣ್ಣುಗಳನ್ನು ಬಿಟ್ಟಳು. ಪಿಂಗಾಣಿ ಕಪ್, ಸಾಸರ್‌ನ ಶಬ್ದಕ್ಕೆ ಬೆಚ್ಚಿಬಿದ್ದಳು. ನಾಯರ್ ದಢದಢನೆ ಕೆಳಕ್ಕೆ ಬಂದರು. ಏದುಸಿರು ಬಿಡುತ್ತಿದ್ದರು. ಹಣೆಯ ಮೇಲಿನ ಬೆವರು ಕೆನ್ನೆ ಮೂಗುಗಳ ಮೇಲೆ ಹರಿಯುತ್ತಿತ್ತು. ಅವರದು ವಿಚಿತ್ರ ಪ್ರಕೃತಿ. ಚಳಿಗಾಲ, ಬೇಸಿಗೆಕಾಲವೆಂಬುದೇ ಇಲ್ಲ. ಸದಾ ಕಾಲವೂ ಬೆವರು ಸುರಿಸುತ್ತಲೇ ಕೆಲಸ ಮಾಡುತ್ತಿದ್ದರು.

"ಸಕ್ರೆ ಸರಿಯಿಲ್ವಂತೆ. ಅವ್ರಿಗೆ ಚಹಾ ಕಾಯಿಸೋಕೆ ನನ್ಕೈಲಾಗೋಲ್ಲ" ಹೆಗಲ ಮೇಲಿನ ಚೌಕದಿಂದ ಮುಖವನ್ನೊರಿಸಿಕೊಳ್ಳುತ್ತ ಹಣೆ ಗಟ್ಟಿಸಿಕೊಂಡರು.

ಸ್ನಾನ ಮುಗಿಸಿ ಹೊರಬಂದ ಕಮಲಾಕರನ್ ಕೆಂಪು ಕೆಂಪಾಗಿದ್ದರು. ಮಗ ಬಂದ ಎರಡು ದಿನದಲ್ಲಿಯೇ ಅವನ ಸ್ವಭಾವವನ್ನು ಸ್ವಲ್ಪಮಟ್ಟಿಗೆ ಅರ್ಥ ಮಾಡಿಕೊಂಡಿದ್ದರು. ವರ್ಷಕ್ಕೆ ಮೂರು ನಾಲ್ಕು ಬಾರಿ ಮಗನನ್ನು ನೋಡುವ ಸಲುವಾಗಿ ಹೋಗಿ ಅವನೊಟ್ಟಿಗೆ ಇದ್ದು ಬರುತ್ತಿದ್ದರು. ಆಗೆಲ್ಲ ಅವನ ತಪ್ಪುಗಳು ಕೂಡ ಒಪ್ಪಾಗಿಯೇ ಕಾಣುತ್ತಿದ್ದವು. ಮಮತೆಯ ಪೊರೆ ವಿವೇಚನೆಯ ಕಣ್ಣುಗಳಿಗೆ ಅಡ್ಡವಾಗಿತ್ತು.

"ಚಹಾ ಚೆನ್ನಾಗಿಲ್ವಂತೆ" ನಾಯರ್ ಉಸುರಿದರು. ಬಿಳಿಚಿಕೊಂಡ ಮುಖ ನೋಡಿ ಅವರನ್ನು ಬೈಯಲು ಮನಸ್ಸಾಗಲಿಲ್ಲ. ಒಳಗೇ ನುಂಗಿಕೊಂಡರು.

ಅವಳ ಕೆಲಸದ ವ್ಯಾಪ್ತಿಗೆ ಇದು ಬರುವುದೇನೋ ಎಂದು ಯೋಚಿಸಿದಳು. ಡಿಪಾರ್ಟ್‌ಮೆಂಟ್ ಗೈಡ್ ತೆರೆದು ಮುಂದಿಟ್ಟುಕೊಂಡರೂ ನಿರ್ಧಾರಕ್ಕೆ ಬರುವಂಥದ್ದಲ್ಲ

ಇದೇ ಪ್ರತ್ಯೇಕವಾದ ಡಿಪಾರ್ಟ್‌ಮೆಂಟ್–ತುಟಿ ಕಚ್ಚಿ ಯೋಚಿಸಿದಳು.

"ಎಂಥ ಚಹಾ ಮಾಡಿದ್ರಿ" ಸೋತವರಂತೆ ಕೇಳಿದರು ಕಮಲಾಕರನ್.

"ನಾನು ವಿಚಾರಿಸ್ತೀನಿ" ಎಂದವಳೇ "ನಡೆಯಿರಿ ನಾಯರ್" ಎಂದು ಅಡುಗೆ ಮನೆಯತ್ತ ನಡೆದಳು.

"ನೀವು ಮಾಡಿದ ಚಹಾ ಉಳಿದಿದೆಯೇನ್ರಿ." ಇಲ್ಲವೆನ್ನುವಂತೆ ನಾಯರ್ ತಲೆಯಾಡಿಸಿದರು. ಅವರ ಕಣ್ಣಲ್ಲಿ ನೀರೇ ಬಂದುಬಿಟ್ಟಿತ್ತು. ಪಂಚೆಯ ಕೊನೆಯಿಂದ ಕಣ್ಣೊರೆಸುತ್ತ "ಬರೀ ಇಂಗ್ಲೀಷ್ ಭಾಷೆಯೊಳ್ಗೆ ಬೈಯ್ತಾರ್ರಿ!" ಅವರ ಪರಿಸ್ಥಿತಿ ನೋಡಿ ಅಯ್ಯೋ ಎನಿಸಿತು.

"ನಾನು ಚಹಾ ಮಾಡಿಕೊಡ್ತೀನಿ, ನೀವ್ ಒಯ್ದು ಕೊಡಿ" ಚಹಾ ಮಾಡಲು ಮುಂದಾದಳು. ಸಕ್ಕರೆ, ಚಹಾ ಪುಡಿ, ಹಾಲು ಎಲ್ಲವನ್ನೂ ಮುಂದಿರಿಸಿಕೊಂಡಳು. ಯೋಚಿಸಿ ಯೋಚಿಸಿ ಹಾಕಿ ಬೆರೆಸಿ ತಾನೊಂದು ತೊಟ್ಟು ಕುಡಿದು ರುಚಿಯನ್ನು ಪರೀಕ್ಷಿಸಿದಳು ಪರವಾಗಿಲ್ಲವೆನಿಸಿತು.

"ಇದ್ನ ತಗೊಂಡ್ಹೋಗಿ ಕೊಡ್ರಿ" ಪೆಚ್ಚಾಗಿ ನಿಂತರು ನಾಯರ್. ಬಾಲಚಂದರ್ ಬಂದ ದಿನದಿಂದ ಚಹಾಕ್ಕಾಗಿಯೇ ಬೈಗುಳು ತಿಂದಿದ್ದರು. ಅವನ ಮುಂದೆ ಹೋಗಿ ನಿಲ್ಲುವ ಧೈರ್ಯವೇ ಅವರಿಗಿರಲಿಲ್ಲ.

"ಹೋಗಿ, ಪರ್ವಾಗಿಲ್ಲ. ಅವ್ರ ಕೆಲ್ಸಕ್ಕೆ ಬೇರೆಯವರ್ನ ಗೊತ್ತುಮಾಡೋಣ" ನಾಯರ್ ಮುಖದಲ್ಲಿ ಗೆಲುವು ಮೂಡಿತು. ಟೀ ಹೊತ್ತು ಮೇಲೆ ನಡೆದರು.

"ಎಸ್ಟೇಟ್‌ಗೆ ಹೋಗೋಣ್ವಾ?" ಕೂತಿದ್ದ ನಾಡಕರ್ಣಿಯವರನ್ನು ಪ್ರಶ್ನಿಸಿದರು.

"ಇನ್ನೂ..." ರಾಗ ಎಳೆದರು. "ಉಪಹಾರ ಆಗಿಲ್ಲ... ಮುಗ್ಸಿ... ಆಮೇಲೆ ಹೋಗೋಣ" ಮುಂದಕ್ಕೆ ಹೆಜ್ಜೆ ಹಾಕಿದಳು.

"ಮಿಸ್...." ತಡೆದು ನಿಲ್ಲಿಸಿತು ಮೆಲ್ಲಗೆ ಹಿಂದಕ್ಕೆ ತಿರುಗಿದಳು. ಬಾಲು ರಾತ್ರಿಯ ಉಡುಪಿನಲ್ಲಿಯೇ ಇದ್ದ. ಮುಖ ಗಂಭೀರವಾಗಿತ್ತು. ಕೋಪದಿಂದ ಕೆನ್ನೆಗಳು ಸೆಟೆದುಕೊಂಡಿದ್ದವು. ಮೆಲ್ಲಗೆ "ವಾಟ್... ಸರ್" ಎಂದಳು.

"ಚಹಾ, ಅಡ್ಗೆ ಒಂದೂ ಸರಿಯಿರೋಲ್ಲ" ಹುಬ್ಬುಗಳನ್ನು ಗಂಟಿಕ್ಕಿ ಹೇಳಿದ. ನಿನ್ನ ವ್ಯಾಪ್ತಿಗೆ ನನ್ನ ಕೆಲಸಾನೂ ಸೇರಿದೆ ಎಂದು ಒತ್ತಿ ಹೇಳಿದ ಹಾಗಾಯ್ತು.

"ಎಕ್ಸ್‌ಕ್ಯೂಸ್ ಮೀ.... ಮುಂದೆ ಹಾಗಾಗೋಲ್ಲ. ನಿಮ್ಮ ಅಡ್ಗೆಯ ರುಚಿ ಅವ್ರಿಗೆ ಹೊಸ್ದು.... ತಿಳ್ಸಿ ಹೇಳಿದ್ರೆ....!" ತಟ್ಟನೆ ಬಾಲು "ನಾನು ಅಡ್ಗೇ ಮಾಡೋದ್ನ ಕಲ್ತು ಅವ್ರಿಗೆ ಹೇಳಿಕೊಡ್ಬೇಕಾ?" ಭೇಷ್! ಈ ಗಂಡಿಗೆ ಮೂಗಿನ ಮೇಲೆ ಕೋಪ! ಏನು ಹೇಳಬೇಕೆಂದು ಅವಳಿಗೆ ತಟ್ಟನೆ ತೋಚಲಿಲ್ಲ.

"ನಾಯರ್‌ಗೆ ಹೇಳಿದ್ರೆ ಅರ್ಥವಾಗೋಲ್ಲ. ಇನ್ಮೇಲೆ ಸುಮ ಸರಿ ಮಾಡ್ತಾಳ್ಬಿಡು" ಕಮಲಾಕರನ್ ಹೇಳಿದಾಗ ಬಾಲು ನಕ್ಕು ಕೋಣೆಗೆ ಹೋದ.

ಕೋಣೆಗೆ ಬಂದ ಸುಮ ಸುಮ್ಮನೆ ಕೂತುಬಿಟ್ಟಳು. ಎಲ್ಲವನ್ನೂ ತಾನೊಬ್ಬಳೇ ಹೇಗಪ್ಪ ಪೂರೈಸುವುದು? ತಲೆಯ ಮೇಲೆ ಕೈಯಿಟ್ಟುಕೊಂಡು ಕೂತುಬಿಟ್ಟಳು. ಮೋತಿ ಬಂದು ಸೀರೆಯ ನೆರಿಗೆಗಳನ್ನು ಎಳೆದಾಗ ಅದನ್ನು ಸುಮ್ಮನಾಗಿಸಿ ಕಳಿಸಿ ರೆಡಿಯಾಗಿಯೇ ಹೊರಗೆ ಬಂದಳು.

"…. ಬಾ…. ಬಾ" ಕಮಲಾಕರನ್ ಕರೆದರು. 'ಆಗ್ಲೇ ಬೇಜಾರಾಗಿ ಬಿಟ್ಯಾ!' ಎಂದು ಕೇಳಿದಂತಿತ್ತು ಅವರ ಮುಖಭಾವ.

ಇವಳು ಹೋದ ಮೇಲೆ ಬಾಲು ಬಂದು ಕೂತ. ಬಿಳಿಯ ಪೈಜಾಮ, ಷರಟು ಧರಿಸಿದ್ದ. ತಲೆಯಿಂದ ಇನ್ನೂ ನೀರು ತೊಟ್ಟಿಕ್ಕುತ್ತಿತ್ತು. ಕಮಲಾಕರನ್ ಮುಖದ ಮೇಲೆ ಬೇಸರ ಮೂಡಿತ್ತು. ತಾನು ಲೆಕ್ಕವಿಡದೇ ಕಳುಹಿಸಿಕೊಟ್ಟ ಹಣ ಇವನನ್ನು ಈ ರೀತಿ ತಯಾರು ಮಾಡಿತಾ? ಎಷ್ಟೇ ಗೆಳೆಯರಾದರೂ ಮನೆಯವರಲ್ಲ. ಅವನನ್ನು ಅವನ ಪಾಡಿಗೆ ಬೆಳೆಯೋಕೆ ಬಿಟ್ಟರು!

"ಬಾಲು, ಇಂದೆಂಥ ಊಟ? ಅಲ್ಲಿನ ಹವಾಮಾನಕ್ಕೆ ಈ ಆಹಾರ ಒಗ್ಗಬಹುದು. ನೀನು ಇಲ್ಲೇ ಉಳಿಯಬೇಕಾದ್ರಿಂದ ಈ ಊಟನೇ ಅಭ್ಯಾಸ ಮಾಡ್ಕೋ."

ಬಾಲು ನಕ್ಕು ತಲೆಯಾಡಿಸಿದ. ಆಗಾಗ ಬರುತ್ತಿದ್ದ ತಂದೆಯ ಮೇಲೆ ಅಪಾರ ಮಮತೆ. ಪ್ರತಿ ಸಲ ಬಂದಾಗಲೂ ತಾನು ಜೊತೆಯಲ್ಲೇ ಬರುವುದಾಗಿ ದುಂಬಾಲು ಬೀಳುತ್ತಿದ್ದ. ಅವರಿಗೆ ಕರೆತರುವ ಇಷ್ಟವಿರಲಿಲ್ಲ. ಒಮ್ಮೊಮ್ಮೆ ಯಾವುದೋ ಭಯ ಅವರನ್ನು ಬೆಚ್ಚುವಂತೆ ಮಾಡುತ್ತಿತ್ತು.

ಯಜಮಾನರ ಕಣ್ಣು ಸನ್ನೆ ಅರಿತ ನಾಯರ್ ಒಂದು ಚಪಾತಿಯನ್ನು ಬಾಲುವಿನ ತಟ್ಟೆಗೆ ಹಾಕಿದರು. ನಡುಗುವ ಕೈಯಿಂದಲೇ ಒಂದು ಸ್ಪೂನ್ ಪಲ್ಯ ಬಡಿಸಿದರು. ತಟ್ಟೆ ಬಂದು ಎಲ್ಲಿ ಮುಖಕ್ಕೆ ಅಪ್ಪಳಿಸುತ್ತೋ ಅನ್ನೋ ಭಯ. ಬಹಳ ಭಯ-ಭಕ್ತಿಯಿಂದಲೇ ಮಾಡಿದ್ದರು. ಆದರೂ…. ಉಪ್ಪು ಸ್ವಲ್ಪ ಜಾಸ್ತಿಯಾಗಿತ್ತು. ವಾರೆಗಣ್ಣಿನಿಂದ ಸುಮ ಅವರ ಮುಖ ನೋಡಿ ತಲೆ ತಗ್ಗಿಸಿದಳು.

ನಾಡಕರ್ಣಿಯವರ ತಟ್ಟೆಗೆ ಚಪಾತಿಗಳು ಬೀಳುತ್ತಲೇ ಇದ್ದವು. ಕಬಳಿಸುತ್ತಲೇ ಇದ್ದರು. ಬಾಲುಗೆ ಅತ್ತ ಗಮನವಿರಲಿಲ್ಲ. ಬೇರೆಯವರಿಗೆ ಅದು ಅತಿಶಯವಲ್ಲ.

"ಡ್ಯಾಡಿ, ಚಿಕ್ಕಮಂಗ್ಳೂರಿಗೆ ಹೋಗ್ಬರೋಣ" ಮೇಲೆದ್ದ ಬಾಲು. ಆಂಗ್ಲ ದಾಟಿಯಲ್ಲಿ ಒತ್ತಿ ಆಡುವ ಕನ್ನಡ ಮಾತುಗಳು ಬಹಳ ತಮಾಷೆಯಾಗಿರುತ್ತಿದ್ದವು. ಅರ್ಥ ತಂದೆ-ಮಗನಿಗೆ ಮಾತ್ರ ಗೊತ್ತಿರಬೇಕು. ಅವರವರೇ ಏನೋ ಮಾತಾಡುತ್ತಿದ್ದರು ಸುಮ ಅಲ್ಲಿ ಜಾಗ ಖಾಲಿ ಮಾಡಿ ಹೊರಗೆ ಬಂದಳು.

"ಕರೀತಾರೆ" ಅಳು ಬಂದು ಹೇಳಿದಾಗ ಒಳಕ್ಕೆ ನಡೆದಳು. ಅಪ್ಪ ಮಗ ಗಂಭೀರವಾದ ಚರ್ಚೆಯಲ್ಲಿದ್ದಂತೆ ಕಂಡರು.

"ಸುಮ, ಸ್ವಲ್ಪ ಬಾರಮ್ಮ" ಬಾಯಿ ತುಂಬ ಕರೆದರು.

"ಇವ್ನ ಜೊತೆ ಚಿಕ್ಕಮಂಗ್ಳೂರಿಗೆ ಹೋಗ್ಬಿಟ್ಬಾ" ತುಟಿ ಕಚ್ಚಿ ತಲೆ ಕೆರೆದುಕೊಂಡಳು. ಕಮಲಾಕರನ್ ಜೊತೆ ನಾಲ್ಕಾರು ಬಾರಿ ಹೋಗಿದ್ದಳು. ತೀರಾ ಅವಶ್ಯಕವಾದ ವಸ್ತುಗಳನ್ನು ಕೊಳ್ಳಲು ಮತ್ತು ವ್ಯವಹಾರದ ಸಲುವಾಗಿ ಹೋಗಿದ್ದಳು. ಈಗ...?

ಇಷ್ಟವಿಲ್ಲವೆಂಬ ಸಂಗತಿಯನ್ನು ಕಮಲಾಕರನ್ ಅವಳ ಮುಖಭಾವದಿಂದಲೇ ಅರಿತರು. ನಾಡಕರ್ಣಿಯವರನ್ನು ಕಳಿಸುವುದು ಸೂಕ್ತವೆಂದುಕೊಂಡರು. ಮನುಷ್ಯ ಚಾಣಕ್ಷ, ಇವನ ದೌರ್ಬಲ್ಯವನ್ನು ಅರಿತು ಬಲೆಯಲ್ಲಿ ಕೆಡವಿಕೊಂಡರೆ! ಹಿಮ್ಮೆಟ್ಟಿದರು. ಇಷ್ಟು ದಿನ ಯಾವ ಭಯದಿಂದ ಮಗನನ್ನು ದೂರವಿಟ್ಟಿದ್ದರೋ... ಅದು ಹತ್ತಿರದಲ್ಲಿ ಬಂದು ಇಣುಕಿದರೆ!

"ನೀನು ರೆಡಿಯಾಗು.... ಸುಮ ಬರ್ತಾಳೆ."

ಸುಮಳಿಗೆ ಕಸಿವಿಸಿಯಾಯಿತು. ಚಿಕ್ಕಮಂಗ್ಳೂರಿಗೆ ಹೋಗಿ ಬರಲು ಜೊತೆಯಾದರೂ ಯಾಕೆ ಬೇಕು? ನಾಡಕರ್ಣಿಯವರನ್ನಾದರೂ ಕರೆದೊಯ್ಯ ಬೇಕಾಗಿತ್ತು. ಮಗನ ಜೊತೆ ಕಮಲಾಕರನ್ ಹೋಗಿ ಬರಬಹುದಿತ್ತು!

"ಸುಮ ಹೋಗ್ಬಾ..." ಸರಿಯೆನ್ನುವಂತೆ ತಲೆಯಾಡಿಸಿ ಬಿರಬರನೆ ಕೋಣೆಯ ಕಡೆ ನಡೆದಳು. ಬೇರೆ ಸೀರೆಯುಟ್ಟು ಕನ್ನಡಿಯ ಮುಂದೆ ಒಂದು ಕ್ಷಣ ನಿಂತು ಹೊರಗೆ ಬಂದಳು. ವರಾಂಡ ದಾಟಿ ಬಂಗ್ಲೆಯ ತಲೆಬಾಗಿಲನ್ನು ಹಾದು ಹೊರಗೆ ಹೋಗಿ ನಿಂತಳು. ಪೂವಯ್ಯ ನಿಂತು ಏನೋ ಅಣತಿ ನೀಡುತ್ತಿದ್ದ. ನೀರು ಹಾಯಿಸುತ್ತಿದ್ದ ಆಳು ಸುಮಳನ್ನು ನೋಡಿ ಕೆಲಸ ಚುರುಕುಗೊಳಿಸಿದ.

ಹತ್ತು ನಿಮಿಷಗಳ ನಂತರವೇ ಬಾಲು ಹೊರಗೆ ಬಂದದ್ದು. ಪೂಸಿಕೊಂಡಿದ್ದ ವಿದೇಶಿ ಪರಿಮಳ ಮೂಗಿಗೆ ಗಪ್ಪನೆ ಸೆಂಟ್ ಬಂದು ರಾಚಿತು. ಹಾಕಿದ್ದ ಷೂ ಫಳಫಳನೆ ಹೊಳೆಯುತ್ತಿತ್ತು. ಹಾರಿ ಜೀಪ್‌ನಲ್ಲಿ ಕುಳಿತ. ಅಸ್ತವ್ಯಸ್ತವಾಗಿ ಕಂಡ ಕೂದಲು ಒಪ್ಪವಾಗಿ ಕುಳಿತಿದ್ದವು. ಕಣ್ಣುಗಳನ್ನು ಕನ್ನಡಕ ಅಲಂಕರಿಸಿತು. ಚಿಗುರು ಮೀಸೆಗೆ ನವಶೋಭೆ ಬಂದಿತ್ತು.

"ಕಮಾನ್... ಮಿಸ್" ಅವಳತ್ತ ನೋಡದೆಯೇ ಆಹ್ವಾನಿಸಿದ. ಹತ್ತಿ ಕುಳಿತಳು ಸುಮ. ಕಮಲಾಕರನ್ ಸುಮಳ ಕಿವಿಯ ಬಳಿ ಬಗ್ಗಿ ಏನೋ ಹೇಳಿದರು, ತಲೆಯಾಡಿಸಿದಳು.

ಜೀಪ್ ಆಕಾಶಕ್ಕೆ ಹಾರಿದಂತೆ ವೇಗವಾಗಿ ಮುಂದಕ್ಕೆ ಹೋಯಿತು. ಭಯದಿಂದ ಬಾಯಿ ಬಿಡುವಂತಾಯಿತು. ಎತ್ತೆತ್ತಿ ಕುಕ್ಕಿದ ಅನುಭವವಾಯಿತು. ಎದೆ ಉದ್ವೇಗದಿಂದ ಏರಿಳಿಯತೊಡಗಿತು.

"ಸ್ಟಾಪ್ ಇಟ್" ಜೋರಾಗಿ ಚೀರಿದಳು. ಅಷ್ಟು ದೂರ ಹೋದ ಜೀಪ್ ತಟ್ಟನೆ ನಿಂತಿತು. ನಿಂತ ರಭಸಕ್ಕೆ ಸುಮ ಹಾರಿಬಿದ್ದಳು.

"ಈ ದಾರಿ ಅಷ್ಟೇನೂ ಚೆನ್ನಾಗಿಲ್ಲ. ನೀವು ಈ ವೇಗದಲ್ಲಿ ಹೋದರೆ ಚಿಕ್ಕಮಂಗ್ಳೂರು

ತಲುಪೋದು ಸಾಧ್ಯವೇ ಇಲ್ಲ!" ಭಯದಿಂದ ಅವಳ ಧ್ವನಿಯೇ ನಡುಗುತ್ತಿತ್ತು. ಪಕಪಕನೆ ಬಾಲು ನಕ್ಕ. ಅವನ ನಗು ಅಲೆಅಲೆಯಾಗಿ ಪ್ರಸರಿಸಿತು.

"ದಯವಿಟ್ಟು ನಿಧಾನವಾಗಿ ಜೀಪ್ ನಡ್ಸಿ. ಬದುಕಿನ್ನೂ ದೀರ್ಘವಾಗಿದೆ" ಸ್ವಲ್ಪ ಕಟುವಾಗಿಯೇ ಹೇಳಿದಳು.

"ಐ ಸೀ" ಜೀಪ್ ಮೊದಲಿನ ವೇಗದಲ್ಲೇ ಹೊರಟಿತು. ಅವನ ಉತ್ಸಾಹ ನಾಲ್ಕು ಪಟ್ಟು ಹೆಚ್ಚಾಗಿತ್ತು.

ಹಲ್ಲು ಕಚ್ಚಿ ಬಿಗಿಯಿಡಿದು ಕುಳಿತಳು. ಅಧೈರ್ಯ ಭೂತಾಕಾರವಾಗಿ ನಿಂತು ಅವಳನ್ನು ಕಾಡುತ್ತಿತ್ತು. ಪೂರ್ಣವಾಗಿ ಸೋತುಹೋದಳು. ಅವನ ಭುಜವನ್ನು ಎರಡು ಕೈಗಳಿಂದಲೂ ಹಿಡಿದುಕೊಂಡು "ದಯವಿಟ್ಟು ನಿಲ್ಸಿ, ಇಲ್ಲದಿದ್ದರೆ ಹಾರಿಬಿಡ್ತೀನಿ!" ಸ್ವರ ಕಂಪಿಸುತ್ತಿತ್ತು.

ತಟ್ಟನೇ ಬಾಲು ಬ್ರೇಕ್‌ನ ಮೇಲೆ ಕಾಲು ಒತ್ತಿದ. ಒಂದಿಂಚು ಹಾರಿಯೇ ನಿಂತಿತು. ಜೋರಾಗಿ ಚೀರಿದ ಸುಮ ನಿಸ್ತೇಜಳಾಗಿ ವಾಲಿದಳು. ಮುಖ ಬಿಳುಪೇರಿ ಹೋಗಿತ್ತು. ತಕ್ಷಣ ಬಾಲು ಗಾಬರಿಯಾದ. ತಂದೆ ಸುಮಳ ಬಗ್ಗೆ ಬಹಳ ಅಭಿಮಾನವಿರಿಸಿಕೊಂಡ ಸಂಗತಿ ಅವನಿಗೆ ಗೊತ್ತಿತ್ತು. ಸಮಯ ಸಿಕ್ಕಾಗೆಲ್ಲ ಅವಳ ಪ್ರಾಮಾಣಿಕತೆಯ ಗುಣಗಾನ ಮಾಡುತ್ತಿದ್ದರು.

ಭುಜವಿಡಿದು ಮೆಲ್ಲನೆ ಅಲುಗಾಡಿಸಿದ. ಹೆಣ್ಣಿನ ಸನಿಹ ಅವನಿಗೇನು ಹೊಸದಲ್ಲ. ಅವನು ಬೆಳೆದದ್ದೆಲ್ಲ ಪಾಶ್ಚಾತ್ಯ ನಾಡಿನಲ್ಲಿ. ಕೆಂಗೂದಲು, ಬಿಳಿಯ ವರ್ಣ, ನೀಲಿ ಕಣ್ಣುಗಳ ಪರಿಚಯ ಜಾಸ್ತಿ. ಆದರೆ ದಟ್ಟ ಕಪ್ಪು ಕೂದಲಿನ ರಾಶಿ, ವಿಶಾಲವಾದ ಹಣೆ, ಅದರಲ್ಲಿ ದುಂಡು ಕುಂಕುಮದ ಬೊಟ್ಟು, ತಿದ್ದಿ ತೀಡಬೇಕಾದ ಅವಶ್ಯಕತೆ ಇಲ್ಲದ ಮಾಟವಾದ ಹುಬ್ಬುಗಳು, ಪುಟ್ಟ ಬಾಯಿ, ದುಂಡಾದ ಕೆನ್ನೆಗಳು, ತುಂಬಿ ನಿಂತ ಯೌವನಶ್ರೀ–ಕ್ಷಣಕಾಲ ಅವನನ್ನು ಮೈ ಮರೆಯುವಂತೆ ಮಾಡಿತು.

"ಸುಮ.... ಸುಮ...." ಅಲುಗಾಡಿಸಿದ. ಗಾಬರಿಯಿಂದ ಕಣ್ಣು ತೆರೆದ ಸುಮ ಸುತ್ತಲೂ ನೋಟವನ್ನು ಚೆಲ್ಲಿದಳು. ಸುರಕ್ಷಿತವಾಗಿದ್ದಂತೆ ಕಂಡಿತು. ನಾಲಿಗೆಯಿಂದ ತುಟಿಯನ್ನು ಒದ್ದೆ ಮಾಡಿಕೊಂಡು ಸೆರಗನ್ನು ಸರಿಪಡಿಸಿಕೊಂಡು ಸರಿಯಾಗಿ ಕೂತಳು. ಅವನ ನೋಟ ಎದುರಿಸಲಾರದೆ ಕೆಳಗೆ ಹೋಗಿ ನಿಂತಳು. ಅವಳ ಮೈಯಿನ್ನೂ ನಡುಗುತ್ತಿತ್ತು. ಅತ್ತಿತ್ತ ನೋಡಿದಾಗ ಎದೆ ಹಾರಿತು. ಸ್ವಲ್ಪ ಹಿಡಿತ ತಪ್ಪಿದರೂ ಜೀಪ್ ಪೊದರು, ಮರ ಗಿಡಗಳ ಕಂದರದಲ್ಲಿ ಮುಳುಗಿಹೋಗುತ್ತಿತ್ತು.

ಮಡಚಿದ್ದ ಷರಟಿನ ತೋಳನ್ನು ಸರಿಮಾಡಿಕೊಳ್ಳುತ್ತ ಬಾಲು ಅವಳ ಬಳಿ ಬಂದ. ಅವಳ ಭಯ ಅವನಿಗೆ ತಮಾಷೆಯಾಗಿ ಕಂಡಿತು.

"ಭಾರತದ ಹೆಣ್ಣುಮಕ್ಕಳು ಇಷ್ಟೊಂದು ಹೆದರೋ ಸ್ವಭಾವದವ್ರಂತ ನನ್ಗೆ ಇವೊತ್ತೇ ಗೊತ್ತಾಗಿದ್ದು" ಅವನ ಮುಖದ ತುಂಬೆಲ್ಲ ನಗು ಚೆಲ್ಲಾಡಿತು.

ಅವನ ಕೆನ್ನೆಗೆರಡು ಹೊಡೆಯುವಷ್ಟು ರೋಷ ಉಕ್ಕಿತು. ಅವಳ ಕಣ್ಣಿನಿಂದ

ಸಿಡಿದ ರೋಷದ ಕಿಡಿ ಅವನಿಗೆ ತಗುಲಿತು. ಕಮಲಾಕರನ್ ಮುಖ ಎದುರಾದಾಗ ಗಂಭೀರಳಾದಳು.

"ಧೈರ್ಯ ಅಂದರೆ ಬಂಡೆಗೆ ತಲೆ ಜಜ್ಜೋದ?" ಮೆಲ್ಲಗೆ ಕುಟುಕಿದಳು. ಅವಳ ಮುಖವನ್ನೇ ನೋಡುತ್ತಿದ್ದ ಬಾಲು ನಸುನಕ್ಕ. "ಪ್ಲೀಸ್ ಕಮಾನ್. ಹೊತ್ತಾಗುತ್ತೆ" ಎಂದ.

"ಇಲ್ಲ, ವಾಪ್ಸು ಹೊರಟು ಹೋಗೋಣ" ಹೆದರಿದವನಂತೆ ಎದೆಯ ಮೇಲೆ ಕೈಯಿಟ್ಟುಕೊಂಡು ನಟಿಸುತ್ತಾ "ಸಾಧ್ಯವೇ ಇಲ್ಲ. ಹೋಗ್ಲೇ ಬೇಕು."

ಆಮೇಲೆ ಅಲ್ಲಿಂದ ಹೊರಡಬೇಕಾದರೆ ಅರ್ಧ ಗಂಟೆಯೇ ಆಯಿತು. ಬಾಲು ಉತ್ಸಾಹ ಹತ್ತಿಕ್ಕಿ ಬೇಸರದಿಂದಲೇ ನಿಧಾನವಾಗಿ ಜೀಪು ನಡೆಸುತ್ತಿದ್ದ. ಮುಖದ ಮೇಲಿನ ಭಾವಗಳು ಗಳಿಗೆಗೊಮ್ಮೆ ಬದಲಾಗುತ್ತಿತ್ತು.

ಕಮಲಾಕರನ್ ಆಗಾಗ್ಗೆ ಹೋಗುವ ದೊಡ್ಡ ಬಟ್ಟೆಯ ಅಂಗಡಿಯ ಮುಂದೆಯೇ ಜೀಪ್‌ನ ನಿಲ್ಲಿಸುವಂತೆ ಹೇಳಿದಳು. ಕಣ್ಣು ಕಿರಿದುಗೊಳಿಸಿ ಮುಖ ಸಿಂಡರಿಸಿಯೇ ಕೆಳಗಿಳಿದ.

ಅಂಗಡಿಯ ಯಜಮಾನ ಬಾಯಿ ಅಗಲಿಸಿ "ಬರ್ಬೇಕೂ ಬರ್ಬೇಕೂ..." ಎಂದು ಸ್ವಾಗತಿಸಿದ. ಬಾಲುನ ನೋಡಿದ ಕೂಡಲೇ ಕಮಲಾಕರನ್ ಅವರ ಮಗನೆಂದು ಸುಲಭವಾಗಿ ಗುರ್ತಿಸಿದ. ಸುಮ ಹೇಳಲು ಹೊರಟಾಗ "ಹೇಳಬೇಕಾದ್ದೇ.... ಇಲ್ಲ. ನಮ್ಮ ಕಮಲಾಕರನ್ ಅವರ ಸುಪುತ್ರ" ನಂತರ ಕಾಫಿಯ ಉಪಚಾರವಾಯಿತು.

ಸದ್ಯಕ್ಕೆ ಬಾಗಿಲು, ಕಿಟಕಿಯ ಪರದೆಗಳಿಗಾಗಿ ಇಡೀ ಅಂಗಡಿಯನ್ನೇ ಬಾಲು ಜಾಲಾಡಿಬಿಟ್ಟ. ಅವನಿಗೆ ಬೇಕಾದ ಬಣ್ಣಗಳೇ ಸಿಕ್ಕಲಿಲ್ಲ. ಕಡೆಗೆ ಅಂಗಡಿಯ ಯಜಮಾನ ತನ್ನ ನೆಂಟರ ಅಂಗಡಿಯಿಂದಲೂ ಬಟ್ಟೆಗಳನ್ನು ತರಿಸಿ ಹಾಕಿದ. ಸಾಧ್ಯವಿಲ್ಲವೆಂದು ಅರಿತ ಸುಮ ತಾನೇ ಒಂದೆರಡು ಬಣ್ಣಗಳನ್ನು ಆಯ್ಕೆ ಮಾಡಿ "ಇದು ತುಂಬ ಚೆನ್ನಾಗಿದೆ" ಎಂದಳು. ಬಟ್ಟೆಯನ್ನು ಕೈಯಲ್ಲಿ ಹಿಡಿದ ಬಾಲು "ಇದೇ.. ಇರಲಿ" ಎಂದ.

ಅಂಗಡಿಯ ಹುಡುಗ ಬಟ್ಟೆಯ ಬಂಡಲನ್ನು ತಂದು ಡಿಕ್ಕಿಯಲ್ಲಿಟ್ಟು ಸುಮ ಜೀಪ್ ಹತ್ತಿ ಕೂತು "ಇನ್ನೇನಾದ್ರೂ.... ಬೇಕಾಗಿತ್ತಾ?" ಸಂಕೋಚ ತಲೆಹಾಕಿತು. ಕಮಲಾಕರನ್ ಬಳಿ ವ್ಯವಹರಿಸುವಾಗ ಸುಮ ನಿರಾಳವಾಗಿರುತ್ತಿದ್ದಳು. ಆದರೆ... ಬಾಲು ಯುವಕ. ವ್ಯವಹರಿಸುವಾಗ ಸ್ವಲ್ಪ ಕಷ್ಟವಾಗುತ್ತಿತ್ತು.

ಜೀಪ್ ಸ್ಟಾರ್ಟ್ ಮಾಡುತ್ತ "ವೈನ್ ಷಾಪ್... ಬಾರ್.." ಎಂದ. ಸುಮ ಸುಸ್ತಾದವಳಂತೆ ಸೀಟಿಗೆ ಒರಗಿದಳು. ಕಮಲಾಕರನ್ ಹೆಂಡತಿಯನ್ನು ಕಳೆದುಕೊಂಡ ಮೇಲೆ ಕುಡಿತದ ಚಟಕ್ಕೆ ಬಿದ್ದಿದ್ದರು. ಆದರೆ ಮಿತಿ ಮೀರಿರಲಿಲ್ಲ. ಗೆಳೆಯರೊಂದಿಗೆ ಕಲೆತಾಗಲೇ ಅಥವಾ ತೀರಾ ಬೇಸರಗೊಂಡಾಗ ಮಿತವಾಗಿ ಕುಡಿಯುತ್ತಿದ್ದರು. ಹೃದಯರೋಗಿಯಾದ ಮೇಲೆ ಆದಷ್ಟು ನಿಲ್ಲಿಸೇಬಿಟ್ಟಿದ್ದರು.... ಅಪರೂಪವಾಗಿ ಕುಡಿದರೂ

ಕೋಣೆಯಿಂದ ಹೊರ ಬರುತ್ತಿರಲಿಲ್ಲ.

ಜೀಪ್ ನಿಂತಾಗ "ನೀವ್ ಹೋಗ್ಬನ್ನಿ... ನಾನು ಬರೋಲ್ಲ..." ಮುಖವನ್ನು ಬೇರೆಡೆ ತಿರುಗಿಸಿ ಕುಳಿತಳು. ಅವನು ಏನೋ ಹೇಳಿದ್ದನ್ನು ಕೇಳಿದರೂ ಕೇಳದ ಹಾಗೆ ಕುಳಿತಳು.

ನಿಸ್ಸಹಾಯಕತೆಯಿಂದ ಅಳು ಬರುವಂತಾಯಿತು. ಕಣ್ಣು ತುಂಬಿ ಬಂದವು. ಲಲಿತಳ ಸುಖಿ ಜೀವನ, ಕಣ್ಮುಂದೆ ತೇಲಿ ಬಂತು. ನನ್ನ ಈ ಸ್ಥಿತಿಗೆ ನೀನೇ ಕಾರಣ ಎಂದು ಮನದಲ್ಲಿಯೇ ದೂಷಿಸಿದಳು.

ಬಾಟಲುಗಳ ಸದ್ದು ಏನೊಂದಕ್ಕೂ ತಲೆ ಎತ್ತದೆ ಕೂತಳು. ಜೀಪ್ ಹೊರಟಾಗಲೇ ಅವಳಲ್ಲಿ ಚೇತರಿಕೆ ಕಂಡಿದ್ದು. ಎರಡು, ಮೂರು ಸಲ ಬಾಲು ವಾರೆಗಣ್ಣಿಂದ ಅವಳ ಕಡೆ ನೋಡಿದ. 'ಆಶ್ಚರ್ಯದ ಹುಡುಗಿ!' ಎಂದುಕೊಂಡ. ಅಲ್ಲಿನದನ್ನೇ ಸಂಸ್ಕರಿಸಿಕೊಂಡ ಬಾಲು ಮರುಕದ ನೋಟ ಬೀರಿ ಕೈಯಿಂದ ಅವಳ ಭುಜವನ್ನು ಮೆಲ್ಲಗೆ ಅಮುಕಿ "ಯಾಕೆ, ತುಂಬ ಅಪ್ಸೆಟ್ ಆಗ್ಬಿಟ್ಟಿದ್ದೀರಿ?" ಚೇಳು ಕುಟುಕಿದಂತೆ ಬೆಚ್ಚಿಬಿದ್ದಳು. ಕೈಯನ್ನು ದೂರಕ್ಕೆ ಸರಿಸಿ ಮುದುಡಿ ಕುಳಿತಳು. ಅವನ ನಗು ಗಾಳಿಯಲ್ಲಿ ತೇಲಿಹೋಯಿತು.

ಬಂಗ್ಲೆ ಮುಂದೆ ಜೀಪ್‌ನಿಂದ ಇಳಿದ ಕೂಡಲೇ ಎತ್ತರದ ಧ್ವನಿಯಲ್ಲಿ "ಪೂವಯ್ಯ ಚಿಕ್ಕ ಯಜಮಾನ್ರ" ಉಗುಳನ್ನು ನುಂಗಿ "ಜೀಪ್‌ನಲ್ಲಿರೋ ಸಾಮಾನ್ನ ಕೋಣೆಯಲ್ಲಿಸ್ಸು" ಮೆಲ್ಲಗೆ ಅಲ್ಲಿಂದ ಸರಿದಳು.

ಕೋಣೆಗೆ ಬಂದವಳೇ ಸುಸ್ತಾದವಳಂತೆ ಕೂತುಬಿಟ್ಟಳು. ತಲೆ ಸಿಡಿಯುತ್ತಿತ್ತು. ವೀಣೆಯ ನಾದ ಅಲೆಅಲೆಯಾಗಿ ಉಕ್ಕಿ ಎಲ್ಲಾ ಕಡೆಯೂ ಪಸರಿಸಿತು. ಹಾಯೆನಿಸಿತು. ಎದ್ದವಳೇ ಓಟದ ನಡಿಗೆಯಲ್ಲಿ ಓಡಿದಳು. ಕೋಣೆಯ ಬಳಿ ಬಂದ ಕಾಲುಗಳು ಮುಂದಕ್ಕೆ ಚಲಿಸಲಿಲ್ಲ. ಕಮಲಾಕರನ್ ತನ್ಮಯರಾಗಿ ವೀಣೆಯನ್ನು ನುಡಿಸುತ್ತಿದ್ದರು. ವೀಣೆಯನ್ನು ಹಿಡಿದು ಕೂತ ಭಾರತಿಯ ತೈಲಚಿತ್ರ ಪ್ರಸನ್ನವಾಗಿತ್ತು. ನಾದದಿಂದ ಹೊರಹೊಮ್ಮಿದ ಅಲೆಗಳ ಸ್ಪಂದನಗಳು ನಾಡಿಗಳನ್ನು ಮಿಡಿದು ಝೇಂಕರಿಸುತ್ತಿದ್ದವು. ಸದ್ದಾಗದಂತೆ ನಾಲ್ಕು ಹೆಜ್ಜೆ ಒಳನಡೆದು, ಬಳೆಯ ಸದ್ದಾಗಲೀ ನೆರಿಗೆಯ ಸದ್ದಾಗಲೀ ಅವರ ಏಕಾಗ್ರತೆಗೆ ಎಲ್ಲಿ ಭಂಗ ತರುತ್ತದೆಯೋ ಎಂದು ಭಯದಿಂದಲೇ ಮುದುಡಿ ಕುಳಿತಳು.

ವೀಣೆ ಹಿಡಿದು ಕುಳಿತ ಕಮಲಾಕರನ್ ಸಾಮಾನ್ಯ ವ್ಯಕ್ತಿಯಂತೆ ಕಾಣಲಿಲ್ಲ. ಅವರ ವಾದನ ವೈಖರಿ ಸಮತಟ್ಟಾದ ನೆಲದಲ್ಲಿ ವಸಂತ ಮಾಸದಲ್ಲಿ ಮಂದ ಮಾರುತದ ಸೊಂಪಿಗೆ ಮಾರುಹೋಗಿದ್ದ ಮೃದುಗಮನೆಯಾದ ತುಂಗೆಯ ವರ್ಷಾಕಾಲದಲ್ಲಿ ಭೋರ್ಗರೆದು ಗುಡುಗು ಮಿಂಚುಗಳ ಆರ್ಭಟಕ್ಕೆ ಪ್ರತಿಸ್ಪರ್ಧಿಯಾಗಿ ಹರಿದಂತೆ ಕಾಣುತ್ತಿತ್ತು.

ತಟ್ಟನೆ ಅವಳಿಗೆ 'ಹುಚ್ಚು ಅಯ್ಯಂಗಾರಿ' ಎಂದು ಕರೆಸಿಕೊಳ್ಳುತ್ತಿದ್ದ ಎದುರುಮನೆಯ

ತಾತನ ನೆನಪಾಯಿತು ಗಳಗಳನೆ ಅತ್ತುಬಿಟ್ಟಳು. ಬಾಯಿಗೆ ಕೈ ಅಡ್ಡ ಹಿಡಿದಳು. ತಟ್ಟನೆ ವಾದನ ನಿಂತಿತು. ಎದ್ದು ಬಂದ ಕಮಲಾಕರನ್ "ಸುಮ, ಯಾಕೆ?" ಎಂದರು. ಗಾಬರಿಯಿಂದ ಅವರ ಕಂಠದಲ್ಲಿ ಕಂಪನವಿತ್ತು. ಹೆಣ್ಣಿನ ಮುಖ ಕಂಡಾಗಲೆಲ್ಲಾ ಕೊನೆಯ ಗಳಿಗೆಯಲ್ಲಿ ತನ್ನೆಡೆಗೆ ಒರಗಿ ಬಿಕ್ಕಿದ ಮಡದಿಯ ಜ್ಞಾಪಕವೇ ಬರುತ್ತಿತ್ತು.

ಮುಂಗೈಯಿಂದ ಕಣ್ಣೀರು ತೊಡೆದುಕೊಂಡು ಸುಮ ಸಂಕೋಚದ ಮುದ್ದೆಯಾದಳು. ತನ್ನ ದುರ್ಬಲತೆಗಾಗಿ ನಾಚಿದಳು. "ಏನಿಲ್ಲ... ಏನಿಲ್ಲ..." ಎಂದರೂ ಅವರ ಮುಖದಲ್ಲಿನ ವಿಲಕ್ಷಣ ಭಯವನ್ನು ಗುರ್ತಿಸಿ ಮನಸ್ಸಿನ ಅಳಲನ್ನು ತೋಡಿಕೊಂಡಳು. ಅವರ ಕಣ್ಣುಗಳು ಮಿನುಗಿದವು. ಮನಸ್ಸು ಏನನ್ನೋ ಮೆಲುಕುಹಾಕಿತು. ಮುಖದ ಗಂಭೀರತೆ ಸಡಿಲವಾಯಿತು. ಮಂದಹಾಸ ಮಿನುಗಿತು. ಮೆಲ್ಲನೆ ಉಸುರಿದರು.

"ಸುಮ, ನೀನೂ ಈ ವೀಣೆಯಲ್ಲೇ ಅಭ್ಯಾಸ ಮಾಡು" ಸುಮಳ ಕಣ್ಣುಗಳಲ್ಲಿ ಭಯ ಕಾಣಿಸಿಕೊಂಡಿತು. ಅದು ಸ್ವಲ್ಪ ಸ್ವಲ್ಪ ಸರಿದು ತಿಳಿಗೊಳಗಳಾದವು. ಅಭಿಮಾನ ಬಾಯನ್ನು ಕಟ್ಟಿತು. ನೆನಪಿನಲ್ಲಿದ್ದ ಮಾತುಗಳು ನುಸುಳಿದವು. 'ಭಾರತಿಯದು ನಿಜವಾದ ಸಾವಲ್ಲ. ಬದುಕಿನ ಮೇಲೆ ಪ್ರಬಲವಾದ ಅಪೇಕ್ಷೆ ಇತ್ತು. ಈ ಬಂಗ್ಲೆಯಲ್ಲಿ ಅವಳ ಅತೃಪ್ತ ಆತ್ಮ ಇಂದಿಗೂ ಅಲೆದಾಡುತ್ತಲೇ ಇದೆ. ಜೀವನದ ಮಧುರ ಕ್ಷಣಗಳನ್ನು ಸವಿದ ಆ ಕೋಣೆಯನ್ನು ಬಿಟ್ಟು ಎಂದೂ ಅಲ್ಲಾಡದು. ರಾತ್ರಿಯ ವೇಳೆ ಕತ್ತಲೆ ಗರ್ಭ ಸೀಳಿಕೊಂಡು ಬರುವ ವೀಣಾವಾದನ ಭಾರತೀಯದೇ' ಅವರಿವರು ಹೇಳಿದ್ದು. ವಿದ್ಯಾವಂತರಾದ ಡಾ॥ ನರಗುಂದ ಇದನ್ನು ಪುಷ್ಟೀಕರಿಸಿದ್ದರು. ಕ್ಷಣಕಾಲ ಎದೆ ನಡುಗಿತು.

ಹಗುರವಾಗಿ ನಕ್ಕುಬಿಟ್ಟರು ಕಮಲಾಕರನ್ ಅವಳ ಕಣ್ಣುಗಳಲ್ಲಿನ ಭಯವನ್ನು ಗುರ್ತಿಸಿ ಮನಸ್ಸು ರೋದಿಸಿತು. ಬೇರೆಯವರ ಆಡಿಕೆ ನಿಜವಾಗಿದ್ದರೇ...! ಕಣ್ಣು ಮುಚ್ಚಿ ಭಾರತಿಯನ್ನು ಎದುರಿನಲ್ಲಿ ಕಂಡವರಂತೆ ಸುಖಿಸಿದರು. ಕೊರಳಿನ ನರಗಳು ಬಿಗಿದುಕೊಂಡವು. 'ಭಾರತಿ... ಸುಮಧುರ ಭಾರತಿ...' ತುಟಿಗಳು ಅಲುಗಾಡಿದವು. ಸುಂದರ ಹೃದಯದ ಸುಮಧುರ ಕಂಠದ ಭಾರತಿ–ಖಂಡಿತ ಸುಮಧುರ ಭಾರತಿಯೇ! ಅತ್ತ ತಿರುಗಿದರು. ವೀಣೆ ಮಲಗಿತ್ತು. ಗೆಳತಿಯನ್ನು ಕಳೆದುಕೊಂಡ ತಬ್ಬಲಿಯಂತೆ ಕಂಡಿತು. ಇಲ್ಲ... ಇಲ್ಲ ಕೈಯಿಂದ ಮುಖ ಮುಚ್ಚಿಕೊಂಡರು. ನನ್ನ ಭಾರತಿ ಬೇರೆಲ್ಲೂ ಹೋಗಿರಲು ಸಾಧ್ಯವಿಲ್ಲ. ಇಲ್ಲೇ ಇದ್ದಾಳೆ... ಇಲ್ಲೇ 'ಇದ್ದಾಳೆ' ತಲೆಯಲ್ಲಿ ಮಿಂಚು ಹೊಡೆಯಿತು. ಒಂದೇ ನಗೆತಕ್ಕೆ ವೀಣೆಯ ಬಳಿ ಹಾರಿದರು. ಅಪ್ಪಿ ಮುದ್ದಾಡಿದರು.

"ಡ್ಯಾಡಿ" ಧ್ವನಿಯಲ್ಲಿ ನೋವಿತ್ತು. ಸುಮ ಧ್ವನಿ ಬಂದತ್ತ ತಿರುಗಿದಳು. ಬಾಲು ನಿಂತಿದ್ದ ಮುಖದಲ್ಲಿ ವೇದನೆಯ ಕಾರ್ಮೋಡಗಳಿದ್ದವು. ಸಹಾನುಭೂತಿಯಿಂದ ನೋಡಿದಳು. ತಾಯಿಯನ್ನು ಕಂಡ ಜ್ಞಾಪಕ ಬಾಲುಗೆ ಇದೆಯೋ.... ಇಲ್ಲವೋ?

"ಬಾಲು...." ಎಂದು ತಮ್ಮ ನೀಳ ತೋಳುಗಳನ್ನು ಚಾಚಿದರು. ಮಗ ತಂದೆಯ

ತೋಳುಗಳಲ್ಲಿ ಸೇರಿಹೋದ. ಉದ್ವೇಗಗೊಂಡ ಕಮಲಾಕರನ್‌ರವರ ನೀಳ ಬೆರಳುಗಳು ಬಾಲುನ ಬೆನ್ನನ್ನು ಸವರುತ್ತಿತ್ತು. ಸುಮ ಹೊರಗೆ ಬಂದು ಕಣ್ಣೊರೆಸಿಕೊಂಡಳು.

* * *

ಇತ್ತೀಚೆಗೆ ನಾಡಕರ್ಣಿಯವರು ಅರ್ಥವಾಗದಂತೆ ತಪ್ಪು ತಪ್ಪು ಲೆಕ್ಕ ಬರೆಯಲು ಪ್ರಾರಂಭಿಸಿದ್ದರು. ಅದರ ಬಗ್ಗೆ ಕೇಳಿದಾಗ ಅವಳ ತಿಳುವಳಿಕೆಯನ್ನು ಅಪಹಾಸ್ಯ ಮಾಡುವಂತೆ ಮಾಡುತ್ತಿದ್ದರು. ಅಷ್ಟಿಷ್ಟು ಬಿಳುಪಿದ್ದ ಕೂದಲು ಪೂರ್ಣವಾಗಿ ಬೆಳ್ಳಗಾಗಿದ್ದವು. ಅಸಹನೆ ಸದಾ ಅವರ ಕಣ್ಣುಗಳಲ್ಲಿರುತ್ತಿದ್ದವು.

ಅಂದು ಕೂಲಿ ಆಳುಗಳಿಗೆಲ್ಲ ನಿಂತು ಮೇಸ್ತ್ರಿ ಕೈಯಿಂದ ಹಣ ಕೊಡಿಸಿದ್ದಳು. ಆಗ ನಾಡಕರ್ಣಿಯವರು ಎದುರಿನಲ್ಲೇ ಇದ್ದರು. ಲೆಕ್ಕದ ಪುಸ್ತಕ ಮುಂದಿರಿಸಿಕೊಂಡಾಗ ಕೂಲಿಯವರಿಗೆ ಸದಾ ಹಣ ಎಂದು ಬರೆದು ಸುಮಾರು ಮೂರು ನೂರು ರೂಪಾಯಿಗಳಷ್ಟು ಕಡಿಮೆ ಬರೆದಿದ್ದರು. ಪುಸ್ತಕವನ್ನು ರಪ್ಪನೆ ಮುಚ್ಚಿ ಎದ್ದು ನಿಂತಳು. ಕೆಳ ತುಟಿಯನ್ನು ಕಚ್ಚಿ ಕೋಪವನ್ನು ಒತ್ತಿ ಹಿಡಿದಳು. ಅತ್ತಿತ್ತ ಓಡಾಡಿದಳು. ಮನಸ್ಸಿನ ಸಮಾಧಾನವನ್ನೇ ಕಳೆದುಕೊಂಡವಳಂತೆ ಸಿಡಿಮಿಡಿಗುಟ್ಟಿದಳು. ಕೋಣೆಯಲ್ಲಿರಲಾಗದೆ ಹೊರಗೆ ಬಂದಳು. ಇಷ್ಟು ಹೊತ್ತಿನಲ್ಲಿ ಕಮಲಾಕರನ್ ವಿಶ್ರಾಂತಿ ಪಡೆಯುವ ಸಮಯ. ಬಾಲುಗೆ ತುಂಬ ಅನುಭವದ ಕೊರತೆ ಇತ್ತು. ಆದಷ್ಟು ಎಸ್ಟೇಟಿನ ವಹಿವಾಟಿನ ಕಡೆಗೆ ನಿಗಾ ಇಡಬೇಕೆಂದು ತಂದೆ ಮಗನಿಗೆ ಒತ್ತಿ ಹೇಳುತ್ತಿದ್ದರು.

ಮುಂದಿನ ಕಛೇರಿ ಕೋಣೆಗೆ ಬಂದಳು. ನಾಡಕರ್ಣಿಯವರು ಕುರ್ಚಿಯ ಮೇಲೆ ತಲೆಯಿಟ್ಟುಕೊಂಡು ಸಣ್ಣ ಗೊರಕೆ ತೆಗೆಯುತ್ತಿದ್ದರು. ಹಾಕಿಕೊಂಡ ಷರಟು ಕತ್ತಿನ ಬಳಿ ಹರಿದಿತ್ತು. ಕೋಟು ಕಮಟುಗಟ್ಟಿ ಅಲ್ಪಸ್ವಲ್ಪ ವಾಸನೆ ಬರುತ್ತಿತ್ತು. ಕೈ ತುಂಬ ಸಂಬಳ, ಊಟ ತಿಂಡಿಗಳ ಜೊತೆ ಬಟ್ಟೆ, ಬರೆ. ಇವರು ಮೂರು ಡಿಗ್ರಿ ತೆಗೆದುಕೊಂಡಿದ್ದರೂ ಇಷ್ಟೊಂದು ಸೌಲಭ್ಯ ದೊರೆಯುತ್ತಿರಲಿಲ್ಲ. ಯೋಗ್ಯ ರೀತಿಯಲ್ಲಿ ವಿವೇಕಯುತವಾಗಿ ನಡೆದುಕೊಂಡಿದ್ದರೆ ಸ್ವಲ್ಪ ಕಡಿಮೆ ಸಣ್ಣ ಕುಳವೆನಿಸಿಕೊಳ್ಳುತ್ತಿದ್ದರು. ಪ್ರತಿ ಬಾರಿಯೂ ಯಜಮಾನರ ಕಣ್ಣಿಗೆ ಮಣ್ಣೆರಚಿ ಒಂದೆರಡು ಚೀಲ ಕಾಫಿ ಬೀಜಗಳನ್ನಾದ್ರೂ ಸಾಗಿಸಿ ಮಾರಾಟ ಮಾಡುತ್ತಿದ್ದರು. ಸ್ವಲ್ಪ ಹಣ ಅವರಿವರಿಗೆ ಹಂಚಿ ಹೋದರೂ ಅರ್ಧದಷ್ಟಾದರೂ ಹಣ ಇವರ ಕೈ ಸೇರುತ್ತಿತ್ತು. ಕೆಲಸಕ್ಕೆ ಬಾರದ ಕೂಲಿಗಳ ಹೆಸರಿನಲ್ಲಿ ತಪ್ಪು ಲೆಕ್ಕ ಬರೆದು ಹಣವನ್ನು ಒಳಕ್ಕೆ ಹಾಕಿಕೊಳ್ಳುತ್ತಿದ್ದರು. ಅದೆಲ್ಲ ಅವರ ಸಂಸಾರಕ್ಕಾದರೂ ಸೇರುತ್ತಿದ್ದರೆ ಎಷ್ಟೋ ಚೆನ್ನಾಗಿತ್ತು. ಅವರಾದರೂ ನೆಮ್ಮದಿಯಾಗಿರುತ್ತಿದ್ದರು. ಆದರೆ ಅದು ನೇರವಾಗಿ ಹೋಗುತ್ತಿದ್ದುದು ಕುದುರೆಯ ಬಾಲಕ್ಕೆ. ಪ್ರತಿ ಬಾರಿಯೂ ಲಕ್ಷಾದೀಶನಾಗುವ ಹುಮ್ಮಸ್ಸನ್ನು ಹೊತ್ತುಕೊಂಡೇ ಹೋಗುತ್ತಿದ್ದರು. ಜೋಲುಮುಖ ಹಾಕಿಕೊಂಡು ಹಿಂದಿರುಗುವುದಂತೂ ತಪ್ಪಿರಲಿಲ್ಲ. ಅಸಹ್ಯದಿಂದ ನೋಡಿ ಮುಖವನ್ನು ಬೇರೆ ಕಡೆಗೆ ತಿರುಗಿಸಿಕೊಂಡಳು.

ಅವರಿಗೆ ಛೀಮಾರಿ ಹಾಕುವವರೆಗೂ ಅವಳಿಗೆ ಸಮಾಧಾನವಿರಲಿಲ್ಲ. ಇವರ

ತಪ್ಪಿನ ಲೆಕ್ಕದಿಂದ ಅವಳ ಪ್ರಾಮಾಣಿಕತೆಗೂ ಧಕ್ಕೆ ಬರುವ ಸಂಭವವಿತ್ತು. ಹೊರಗೆ ಬಂದಳು. ಮೋತಿ ಬಂದು ಅವಳ ಮೇಲೆ ಎಗರಿತು. ಬಗ್ಗಿ ಪ್ರೀತಿಯಿಂದ ಅದರ ತಲೆ ಸವರಿದಳು.

"ಮೋತಿ, ನೀನ್ಹೋಗಿ ನಾಡಕರ್ಣಿಯವ್ರನ್ನ ಎಬ್ಬಿಸಿಕೊಂಡು ಬರ್ತೀಯಾ?" ಅದರ ಮೈಯನ್ನು ಸವರುತ್ತ ಕೇಳಿದಳು. ಅವಳ ಮುಖ ನೋಡಿದ ಮೋತಿ ದೌಡಾಯಿಸಿತು. ಮನಸ್ಸಿನಲ್ಲೇ ನಗುತ್ತ ವರಾಂಡ ದಾಟಿ ದೊಡ್ಡ ಹಾಲ್‌ನೊಳಕ್ಕೆ ಬಂದಳು.

"ಬಿಡು.... ಬಿಡು...." ನಾಡಕರ್ಣಿಯವರ ಕಿರಿಚಲು ಧ್ವನಿಯ ಕೂಗಾಟ 'ಎಂಥಾ ಕೆಲಸವಾಯಿತು!' ಎಂದುಕೊಂಡಳು. ಸುಮ್ಮನೇ ಮಲಗಿದ್ದ ಕಮಲಾಕರನ್ ಎದ್ದು ಬಂದರು. ಸ್ಟಿರಿಯೋ ಆನ್ ಮಾಡಿ ಪಾಶ್ಚಾತ್ಯ ಸಂಗೀತ ಕೇಳುತ್ತ ಮೈಮರೆತಿದ್ದ ಬಾಲು ಕೂಡ ಗಾಬರಿಯಿಂದ ಹೊರಗೆ ಬಂದ.

ನಾಡಕರ್ಣಿಯವರ ಕಚ್ಚೆಯ ತುದಿಯನ್ನು ಮೋತಿ ಬಾಯಲ್ಲಿ ಹಿಡಿದಿತ್ತು. ಬಿಚ್ಚಿ ಹೋದ ಕಚ್ಚೆಯನ್ನು ಹಿಡಿದೇ ಅವರು ಕೂಗಾಡುತ್ತಿದ್ದರು. ಅವರ ಸ್ಥಿತಿಯನ್ನು ನೋಡಿ ಸುಮಳಿಗೆ ನಗು ತಡೆಯದಾಯಿತು. ನಾಲ್ಕು ಬೆರಳಲ್ಲಿ ಬಾಯನ್ನು ಒತ್ತಿ ಹಿಡಿದಳು. 'ಆಹಾಹಾ ಹಹಾ' ಬಾಲು ನಗೆ ಹಂತಹಂತವಾಗಿ ಏರಿತು. ಅದಕ್ಕೆ ಕಮಲಾಕರನ್ ನಗು ಕೂಡ ಸೇರಿತು. ಬಾಯ ಮೇಲಿಂದ ಕೈಬೆರಳು ಸಡಿಲಗೊಂಡಿತು. ಜೋರಾಗಿ ನಕ್ಕೇ ಬಿಟ್ಟಳು. ನಗುವಿನಲ್ಲಿ ಅವರ ಸ್ಥಿತಿಯ ಬಗ್ಗೆ ಯೋಚಿಸುವುದು ಯಾರಿಂದಲೂ ಆಗಲಿಲ್ಲ.

ಕಡೆಗೆ ಕಮಲಾಕರನ್ ನಗುತ್ತಲೇ "ಅಲ್ರೀ.... ಮಹರಾಯ್ರೇ! ನಮ್ಮ ಮೋತಿಗೆ ಏನು ಮಾಡಿದ್ರಿ? ಅದ್ನ ಎದುರು ಹಾಕ್ಕೊಂಡು ಯಾರು ಬದುಕೋಕೆ ಆಗುತ್ರೀ!" ಇನ್ನೂ ಮೋತಿ ಅವರ ಪಂಚೆಯ ಕಚ್ಚೆಯ ತುದಿಯನ್ನು ಬಾಯಲ್ಲಿಯೇ ಹಿಡಿದಿತ್ತು. ಕಮಲಾಕರನ್ ಮತ್ತು ಸುಮಳ ಕಡೆ ಬದಲಿಸಿ ಬದಲಿಸಿ ನೋಡುತ್ತಿತ್ತು.

"ಮೋತಿ ಬಾ ಇಲ್ಲಿ" ಎಂದಾಗ ಬಾಲು ಕಾಲಿನ ಬಳಿ ಹೋಗಿ ನಿಂತಿತು. ಬಾಲು ಪರಿಚಯ ಇತ್ತೀಚೆಗೆ ಗಾಢವಾಗಿತ್ತು. ಕಮಲಾಕರನ್ ಮಗನ ಪರಿಚಯವನ್ನು ದೀರ್ಘವಾಗಿ ಸ್ಪಷ್ಟವಾಗಿ ಮಾಡಿಕೊಟ್ಟಿದ್ದರು. ತನ್ನ ವಿಧೇಯತೆಯನ್ನು ಕಣ್ಣುಗಳಲ್ಲಿ ವ್ಯಕ್ತಪಡಿಸಿತ್ತು.

"ಏನಿದು, ಗಲಾಟೆ?" ಬಾಲು ಬಗ್ಗಿ ಅದರ ಕತ್ತನ್ನು ಸವರಿದ. ಅದರ ಕಣ್ಣುಗಳು ಸುಮಳನ್ನು ದಿಟ್ಟಿಸಿದವು. ಸುಮ ಕಣ್ಣಿನಲ್ಲೇ ಸನ್ನೆ ಮಾಡಿದಳು. ಅದು ಸುಮ್ಮನೆ ಬಾಲುವಿನ ಕಾಲಬುಡದಲ್ಲಿ ಮಲಗಿಬಿಟ್ಟಿತು. "ಯಾಕ್ರೀ? ಏನ್ಸಮಾಚಾರ?" ಕಮಲಾಕರನ್ ಕೂಡುತ್ತ ಪ್ರಶ್ನಿಸಿದರು. ತಮ್ಮ ಕಚ್ಚೆಯನ್ನು ಸರಿಯಾಗಿ ಬಿಗಿದುಕೊಂಡ ನಾಡಕರ್ಣಿಯವರು ಮೋತಿಯ ಕಡೆ ದುರದುರನೆ ನೋಡುತ್ತ ಅವರ ಬಳಿ ಬಂದು ನಿಂತರು. ಗಂಟಲಲ್ಲಿ ತೇವವೇ ಇರಲಿಲ್ಲ. ಎದೆ 'ಲಬ್-ಡಬ್ ಲಬ್-ಡಬ್' ಎಂದು

ಏರುಸ್ವರದಲ್ಲಿ ಬಡಿದುಕೊಳ್ಳುತ್ತಿತ್ತು.

"ಮೋತಿ ಹೊರಗಡೆ ಹೋಗು" ಅಧಿಕಾರವಾಣಿಯಿಂದ ಹೇಳಿದಳು. ಮೇಲೆದ್ದು ತನ್ನ ಅಸಮಾಧಾನ ಸೂಚಿಸಿದರೂ ಮೋತಿ ರಾಜಗಾಂಭೀರ್ಯದಿಂದ ಹೊರಗೆ ಹೋಯಿತು. 'ಅದು ನಾಯಿಯಲ್ಲ, ಹುಲಿ' ಎಂದು ಕೆಲವರು ಆಡಿಕೊಳ್ಳುತ್ತಿದ್ದರು. ಅದು ಸತ್ಯ ಸಂಗತಿಯೆಂದು ಮೋತಿ, ಎಷ್ಟೋ ಬಾರಿ ರುಜುವಾತು ಮಾಡಿಕೊಟ್ಟಿತ್ತು.

"ಕೂತ್ಕೊಳ್ಳಿ... ಕೂತ್ಕೊಳ್ಳಿ... ಯಾಕಷ್ಟು ಹೆದರುತ್ತೀರಾ? ನೆನ್ನೆ ಮೊನ್ನೆ ಬಂದ ಸುಮಳಿಗೆ ಅಚ್ಚುಮೆಚ್ಚು. ಬಾಲುನ ಕಂಡ್ರೆ ಅದಕ್ಕೆ ಎಷ್ಟೊಂದು ಪ್ರೀತಿ!... ನಿಮ್ಮೇಲೆ ಯಾಕೆ ಕಹಿ?" ನೋಟ ಅವರ ನಿಲುವನ್ನು ಅಳೆಯಿತು. ಪಾಪ ಏನು ಹೇಳಿಯಾರು!? ಪೆಚ್ಚು ಮುಖ ಹಾಕಿಕೊಂಡು ನಿಂತರು.

"ಸ್ವಲ್ಪ.... ಸ್ನೇಹ ಬೆಳ್ಸಿಕೊಳ್ಳಿ... ಇಲ್ಲದಿದ್ರೆ ಹುಷಾರು" ಅತ್ತಿತ್ತ ನೋಡಿ ತಮಾಷೆಯಾಗಿ ಹೇಳಿ ನಕ್ಕರು. ಅವರ ಗಮನ ಸುಮಳತ್ತ ಹರಿಯಿತು. ಸ್ವಲ್ಪ ಚಿಂತೆಯಲ್ಲಿದ್ದಂತೆ ಕಂಡಳು. ಕರುಣೆಯಿಂದ ಅವಳೆಡೆ ನೋಡಿದರು. ಇಪ್ಪತ್ತು ಸಾವಿರ ಬಿಟ್ಟು ಒಂದು ಪೈಸೆಯನ್ನು ಕೂಡ ಕೇಳಿ ಪಡೆದಿರಲಿಲ್ಲ. ಎಷ್ಟೋ ಸಲ ಅವರೇ ಆ ಸಂಗತಿ ಎತ್ತಿದರೂ ಅಗತ್ಯವಿಲ್ಲವೆಂದು ಜಾರಿಕೊಂಡು ಬಿಡುತ್ತಿದ್ದಳು. ಪ್ರತಿ ತಿಂಗಳು ಸುರೇಶನಿಂದ ಅವಳ ಖರ್ಚಿಗಾಗಿ ಹಣ ಬರುತ್ತಿತ್ತು. ಅದನ್ನು ಕೂಡ ಉಪಯೋಗಿಸಿದಂತೆ ಕಾಣಲಿಲ್ಲ.

"ವಾಸುದೇವರಾಯರು ಪತ್ರ ಬರೆದಿದ್ದರು." ಮೆಲ್ಲಗೆ ಕೂಡುತ್ತ ನುಡಿದರೂ ಕಮಲಾಕರನ್ ಕಣ್ಣುಗಳಲ್ಲಿ ಬೆಂಕಿಯ ಉಂಡೆಗಳು ಸಿಡಿದವು. ಕೋಪದಿಂದ ಮುಖ ಕೆಂಪಾಯಿತು. "ಅವ್ರು ನಿಮ್ಗೆ ಏನಾಗ್ಬೇಕೂ..." ಮೊನಚು ನೋಟ ಅವರನ್ನು ತಿವಿಯಿತು.

ಸುಧಾರಿಸಿದ ಅವರ ಆರೋಗ್ಯ ಕೆಡುವುದು ಸುಮಳಿಗೆ ಬೇಕಿರಲಿಲ್ಲ. ಉದ್ವೇಗವಂತೂ ಒಳ್ಳೆಯದಲ್ಲವೇ ಅಲ್ಲ ಎಂದು ತಿಳಿದು ಎಚ್ಚೆತ್ತಳು.

"ನಾಡಕರ್ಣಿಯವ್ರೆ, ದಯವಿಟ್ಟು ನಿಲ್ಸಿ. ವಿಷಯ ಏನಿದ್ರೂ ಚಿಕ್ಕ ಯಜಮಾನರಲ್ಲಿ ಮಾತಾಡಿ" ಕಮಲಾಕರನ್ ತಟ್ಟನೆ ಎದ್ದು ಹೋಗಿಬಿಟ್ಟರು.

ಅಕ್ವೇರಿಯಂನಲ್ಲಿದ್ದ ಮೀನುಗಳಿಗೆ ಆಹಾರ ಹಾಕುತ್ತ ಅದರ ಆಟ ನೋಡುತ್ತಿದ್ದ ಬಾಲು ಗಮನ ಇತ್ತ ಹರಿಯಿತು. ವಾರೆಗಣ್ಣಿಂದ ಇತ್ತ ನೋಡಿದ. ಕಮಲಾಕರನ್ ಒಮ್ಮೆ ವಾಸುದೇವ್ ಮತ್ತು ತಮ್ಮ ತಂಗಿಯ ಎಲ್ಲಾ ವಿಷಯವನ್ನು ತಿಳಿಸಿದ್ದರು.

"ಏನಂತ ಬರೆದಿದ್ರು?" ನಿಂತ ನಿಲುವನ್ನು ಬದಲಿಸದೆ ಗಡುಸಾಗಿ ಕೇಳಿದ. ವಾಸುದೇವ್ ಸುದ್ದಿ ಬಂದ ಕೂಡಲೇ ಅವನ ಮೈಯಲ್ಲಿ ಬೆಂಕಿ ಕಾಣಿಸಿಕೊಂಡಿತು. ಕಾಣದ ತಾಯಿಯ ಸಾವಿಗೆ ಕಾರಣರಾದ ವ್ಯಕ್ತಿಗಳ ಮೇಲೆ ಕ್ರೋಧ ಪ್ರಜ್ವಲಿಸಿತು. ಮುಷ್ಟಿ ಬಿಗಿಯಾಯಿತು.

"ಅದೇ.... ಅದೇ... ಮಾಮೂಲು ವಿಷ್ಯ!" ಕೊಡವಿಕೊಳ್ಳಲು ಪ್ರಯತ್ನಿಸಿದರು. ಈ ಮನುಷ್ಯನನ್ನು ಚೆನ್ನಾಗಿ ಅಭ್ಯಸಿಸಿರಲಿಲ್ಲ. ಮುಂದಿನ ಧಣಿಯ ವಿಶ್ವಾಸ

ಕೆಡಿಸಿಕೊಳ್ಳಲು ಇಷ್ಟವಿಲ್ಲ. ಕೈ ಕೈ ಹೊಸೆದರು. ಕಾಣದ ವಿಶ್ವಾಸ ನಟಿಸಿದರು.

"ನಿಮ್ಗೇ ಯಾಕ್ರಿ ಪತ್ರ ಬರೀತಾರೆ?" ನಿಂತು ತಮಾಷೆ ನೋಡುವುದು ಸುಮಳಿಗೆ ಇಷ್ಟವಿಲ್ಲ. ಹಾಗಂತ ಅಲ್ಲಿಂದ ಕದಲಲಾರಳು. ಕುಟಿಲತೆಗೆ ಹೆಸರಾದ ಮನುಷ್ಯ. ಇಲ್ಲದ್ದು ತುಂಬಿ ತಲೆ ಕೆಡಿಸಿ ಇಲ್ಲಿಂದ ಹೊತ್ತು ಹಾಕಿದರೆ ಕಷ್ಟಕ್ಕೆ ಬರುತ್ತೆ. ಈ ಮಹಾಶಯ ಇನ್ನೂ ವಿದೇಶದ ವ್ಯಾಮೋಹದಿಂದ ಕಳಚಿಕೊಂಡಿಲ್ಲ. ನೆಪ ಮಾಡಿಕೊಂಡು ಓಟ ಕಿತ್ತರೆ-ಕಮಲಾಕರನ್ ಉಳಿಯಬಲ್ಲರೇ? ಅವಳ ಹೃದಯ ಭಾರವಾಯಿತು. ಅವರ ಜೀವನ ಅಮೂಲ್ಯ ಬದುಕು ವಿಸ್ತಾರಗೊಳ್ಳಬೇಕು. ಎಷ್ಟೋ ಜನ ಕೃತಜ್ಞತೆಯ ಅನ್ನ ತಿಂದು ಬದುಕಿಯಾರು! ಧಾರಾಳ ಮನಸ್ಸಿನಿಂದ ಇಪ್ಪತ್ತು ಸಾವಿರ ನೀಡಿದ ಸಂದರ್ಭವನ್ನು ನೆನೆದಳು.

ಬಾಲುವಿನ ಸಮೀಪ ಹೋಗಿ ನಿಂತಳು. ತುಟಿಗಳು ಮೆಲ್ಲನೆ ಚಲಿಸಿದವು. ಪದಗಳು ಉರುಳಿ ಉರುಳಿ ಬಂದವು.

"ದಯವಿಟ್ಟು ನೀವು ಎಕ್ಸೈಟ್ ಆಗೋದು ಒಳ್ಳೇದಲ್ಲ. ನಿಮ್ಮ ತಂದೆಯವ್ರ ಆರೋಗ್ಯದ ವಿಷ್ಯ ನಿಮ್ಗೇ ಗೊತ್ತಿದೆ." ಬಾಲುವಿನ ಹುಬ್ಬುಗಳು ಮೇಲೇರಿದವು. ಕಣ್ಣುಗಳು ಕಿರಿದಾದವು. ಮುಖದಲ್ಲಿ ಆತಂಕ ಕಾಣಿಸಿಕೊಂಡಿತು. ನಾಡಕರ್ಣಿಯವರ ಕುಟಿಲ ನೋಟ ಎದುರಿಸುವುದು ಅವಳಿಗೆ ಬೇಕಿರಲಿಲ್ಲ. ಸರಸರನೆ ನಡೆದುಬಿಟ್ಟಳು.

ಅಂದು ರಾತ್ರಿಯೇ ಲಘುವಾದ ಹೃದಯಾಘಾತಕ್ಕೆ ತುತ್ತಾದರು ಕಮಲಾಕರನ್. ಸರಿಯಾದ ಸಮಯಕ್ಕೆ ವೈದ್ಯಕೀಯ ನೆರವು ಒದಗದಿದ್ದರೆ ಮೌನವಾಗಿ ನಡೆದುಬಿಡುತ್ತಿದ್ದರು.

ವಿದೇಶದಲ್ಲಿ ಹೃದಯದ ಕಾಯಿಲೆಗಳ ಬಗ್ಗೆ ವಿಶೇಷವಾಗಿ ಪರಿಣತಿ ಪಡೆದ ಡಾ॥ ಬಿ.ಪಿ. ರಾವ್‌ರವರ ಸುಸಜ್ಜಿತ ನರ್ಸಿಂಗ್ ಹೋಂನಲ್ಲಿ ಕಮಲಾಕರನ್ ಅವರನ್ನು ಅಡ್ಮಿಟ್ ಮಾಡಲಾಗಿತ್ತು. ಬಾಲುವಂತೂ ನಿಂತ ಕಡೆ ನಿಲ್ಲದೆ ತಾಳ್ಮೆ ಕಳೆದುಕೊಂಡ ಹುಡುಗನಂತೆ ಪರದಾಡುತ್ತಿದ್ದ. ಡಾಕ್ಟರ್ ಎಷ್ಟೇ ಹೇಳಿದರೂ ಅವನ ಪರದಾಟ ನಿಲ್ಲಲಿಲ್ಲ.

ಬಂಗ್ಲೆಯ ಆಳು ಕಾಳುಗಳಲ್ಲಿ ಪ್ರಮಾಣಿಕತೆಯ ತೀವ್ರವಾದ ಕೊರತೆ ಇತ್ತು ವಾಸುದೇವ್ ಎಲ್ಲರಿಗೂ ಕಾಸಿನ ರುಚಿ ತೋರಿಸಿ ಒಳಗೆ ಹಾಕಿಕೊಂಡಿದ್ದ. ಪೂವಯ್ಯ ಮಾತ್ರ ಧಣಿಗೆ ಪ್ರಾಣ ಕೊಡುವ ವ್ಯಕ್ತಿ. ಅವನ ಬಗ್ಗೆ ಎಲ್ಲರೂ ದ್ವೇಷ ಸಾಧಿಸುತ್ತಿದ್ದರು.

"ನೀವು ಬಂಗ್ಲೆಗೆ ವಾಪ್ಸಾಗಿ, ನಾನು ಇಲ್ಲಿರ್ತೀನಿ" ತಲೆ ಎತ್ತಿ ಅವಳೆಡೆ ದೃಷ್ಟಿಸಿದ. ಕೆಲಸಕ್ಕಾಗಿ ಬಂದ ಈ ಹೆಣ್ಣಿಗೆ ತಂದೆಯ ಬಗ್ಗೆ ಎಷ್ಟೊಂದು ವಿಶ್ವಾಸ! ಪ್ಯಾಂಟಿನ ಕಿಸೆಯಲ್ಲಿ ಕೈ ತುರುಕಿ ಮೊಂಡು ಹುಡುಗನಂತೆ "ನಾನ್ಹೋಗೋಲ್ಲ" ಎಂದ. ನಿಟ್ಟುಸಿರಿಟ್ಟು ಕಂಬಕ್ಕೆ ಒರಗಿ ನಿಂತಳು. ಬಹಳ ಹೊತ್ತು ನಿಂತೇ ಇದ್ದಳು. ಕಮಲಾಕರನ್ ಅವರ ಬಗ್ಗೆ ಭಯಪಡಬೇಡಿ ಎಂದಿದ್ದರು. 'ಒಂದೆರಡು ದಿನಗಳ ವಿಶ್ರಾಂತಿಯ ನಂತರ ಚೇತರಿಸ್ಕೊಂಡು ಬಿಡ್ತಾರೆ!' ಬಾಲುವಿನ ಬೆನ್ನು ತಟ್ಟಿ ಹೇಳಿದರು.

ಈವ್‌ನಿಂಗ್ ರೌಂಡ್ಸ್‌ಗೆ ಬಂದ ಡಾಕ್ಟರ್ ಮತ್ತೆ ನೋಡಿ "ಪ್ಲೀಸ್... ದಯವಿಟ್ಟು ನೀವ್ ಹೋಗಿ. ಇಲ್ಲಿರೋದ್ರಿಂದ ಏನೂ ಪ್ರಯೋಜನವಿಲ್ಲ. ನಾವ್ ಚೆನ್ನಾಗಿ ನೋಡ್ಕೋತೀವಿ."

ನರ್ಸಿಂಗ್ ಹೋಂನಿಂದ ಇಬ್ಬರೂ ಹೊರಬಂದರು. ರಾತ್ರಿ ಕೋಣೆ ಹಿಡಿದು ಇಲ್ಲೇ ಕಳೆಯುವುದಾ? ಬಂಗ್ಲೆಗೆ ಹಿಂದಿರುಗಿಬಿಡುವುದಾ? ಯೋಚಿಸಿ ತಲೆ ಕೆರೆದುಕೊಂಡ.

"ಸುಮ, ಈಗ ಏನ್ಮಾಡೋಣ?"

"ಬಂಗ್ಲೆಗೆ ಹೊರಟುಹೋಗೋಣ. ಅಲ್ಲಿ ಒಂದು ರಾತ್ರಿ ಇಲ್ಲದಿದ್ದರೆ ಬೇಕಾದಷ್ಟು ಅನಾಹುತ ನಡ್ದುಹೋಗುತ್ತೆ. ವಿಷ್ಯ ತಿಳ್ದು ವಾಸುದೇವ್ ಬಂದಿದ್ದರೂ ಹೆಚ್ಚಲ್ಲ" ಕಣ್ಣುಗಳಲ್ಲಿ ಭಯ ಇಣಿಕಿತು. ಒಮ್ಮೊಮ್ಮೆ ತನಗೇಕೆ ಹೆಚ್ಚಿನ ಉಸಾಬರಿ ಎಂದು ಯೋಚಿಸುತ್ತಿದ್ದಳು. ಆದರೂ.... ಅದೆಂತಹದ್ದೋ.... ಅಭಿಮಾನ... ಅಂತಃಕರಣ.

ಸರಿ... ಹೇಗೆ ಬಂದು ತಲುಪಿದರೋ ಗೊತ್ತಿಲ್ಲ. ಬಂಗ್ಲೆಯ ಎಲ್ಲಾ ಲೈಟುಗಳು ಉರಿಯುತ್ತಿದ್ದವು. ಮೋತಿ ಓಡಿ ಬಂದು ಸ್ವಾಗತಿಸಿ, ಸುತ್ತಲೂ ತಿರುಗಿ ಗುಂಯ್‌ಗುಟ್ಟಿತು. ತಲೆ ಮೇಲೆತ್ತಿ ಏನೋ ಹೇಳಿತು. ಮೌನವಾಗಿ ಕಣ್ಣೀರು ಸುರಿಸಿತು. ಸುಮಳ ಕಣ್ಣಲ್ಲಿ ನೀರೊಡೆಯಿತು. ಅದರ ಕೊರಳನ್ನು ತಬ್ಬಿ ಸಮಾಧಾನ ಮಾಡಿದಳು. ಬೆಳಗಿನಿಂದ ಆಹಾರ ಮುಟ್ಟಿರಲಿಲ್ಲ. ಮೌನವಾಗಿ ಕಣ್ಣೀರು ಸುರಿಸುತ್ತಾ ಕಮಲಾಕರನ್ ಕೋಣೆಯಲ್ಲಿ ಮಲಗಿಬಿಟ್ಟಿತ್ತು. ಹತ್ತಿರ ಹೋದರೆ ಕ್ರೋಧದಿಂದ ನೋಡುತ್ತಿತ್ತು.

"ಮೋತಿ, ನೀನು ಯಜಮನರ ಜೊತೆ ಹೋಗು" ತಲೆ ಸವರಿ ಹೇಳಿ ಒಳಕ್ಕೆ ಬಂದಳು. ನಾಡಕರ್ಣಿಯವರು, ನಾಯರ್, ಮಿಕ್ಕ ಇಬ್ಬರು ಆಳುಗಳು ಕೂತು ಮಾತಾಡುತ್ತಿದ್ದರು.

ಒಳಕ್ಕೆ ಬಂದ ಬಾಲು ಕೋಪದಿಂದ ಬೂಡ್ಸು ಕಾಲನ್ನು ನೆಲಕ್ಕೆ ಅಪ್ಪಳಿಸಿದ. ನಾಯರ್ ಎಗರಿಬಿದ್ದರೇ ನಾಡಕರ್ಣಿ ನಡುಗುತ್ತ ನಿಂತರು. ಮಿಕ್ಕಿಬ್ಬರು ಪಲಾಯನ ಮಾಡುವ ಆತುರದಲ್ಲಿದ್ದರು. ದಢದಢನೆ ಮೇಲೆ ಹತ್ತಿ ಹೋದ. ಉಡುಪು ಬದಲಾಯಿಸಿ ಮಂಚದ ಮೇಲೆ ಉರುಳಿದ. ತಂದೆಯ ದುರ್ಬಲ ಹೃದಯ ಇವೆಲ್ಲವನ್ನೂ ಹೇಗೆ ಸಹಿಸಿರಬಹುದು? ಒಂಟಿಯಾಗಿ ಕೆಟ್ಟ ಜನರ ಮಧ್ಯೆ ಹೇಗೆ ಬದುಕಿದರು? ಇದೆಲ್ಲವನ್ನು ಸಮರ್ಥವಾಗಿ ನಿರ್ವಹಿಸಲು ಪ್ರಾಮಾಣಿಕವಾದ ಹೆಣ್ಣನ್ನೇ ಹುಡುಕಿದರು! ಕಣ್ಣಿನ ಮುಂದೆ ಸುಮಳ ರೂಪು ಸುಳಿಯಿತು. ಮುಖದ ಮೇಲೆ ಮಂದಹಾಸ ಹಾದು ಹೋಯಿತು. ಕತ್ತು ಮುರಿದು ಸರಿಯಾಗಿ ಮಲಗಿದ.

ಹಾಲಿಗೆ ಬಂದ ಸುಮ ನಾಯರ್‌ನ ಉದ್ದೇಶಿಸಿ "ಪೂವಯ್ಯ ಎಲ್ಲಿ?" ಎಂದಳು.

"ಯಾವ್ದೋ ಲಾರಿಯಲ್ಲಿ ಯಜಮಾನ್ರ ನೋಡೋ ಸಲುವಾಗಿ ಹೋದ" ತಲೆ ಕೆರೆಯುತ್ತ ಹೇಳಿದರು. ಯಜಮಾನರು ಖಂಡಿತ ಉಳಿಯೋಲ್ಲ ಅನ್ನೋ ತೀರ್ಮಾನಕ್ಕೆ ಬಂದಿದ್ದರು. ಇವರು ಕೊಟ್ಟ ಹಣಕ್ಕೆ ಚಿಕ್ಕಮ್ಮಣ್ಣಿಯವರಿಂದ ಯಾವ ರಸೀದಿನೂ

ಪಡೆದಿಲ್ಲ. ಅವರು 'ಗೊಟಕ್' ಅಂದರೆ ವಾಸುದೇವ್ ಹೆಂಡತಿಯ ಜೊತೆ ಬಂದು ತಳವೂರುತ್ತಾರೆ. ಅರ್ಧವೇನು.... ಪೂರ್ತಿನೂ..... ಅವರದ್ದೇ...

"ಹೋಗಿ ಮಲಗಿಕೊಳ್ಳಿ" ಕಟುವಾಗಿಯೇ ಹೇಳಿದಳು. ಫ್ರಿಜ್‌ನಲ್ಲಿದ್ದ ಮೂಸಂಬಿ ಹಣ್ಣುಗಳನ್ನು ಹೊರತೆಗೆದು ಕ್ರಷರ್‌ನಿಂದ ರಸ ತೆಗೆದು ದೊಡ್ಡ ಗಾಜಿನ ಲೋಟಕ್ಕೆ ತುಂಬಿ ಕೊಂಡೊಯ್ಯುತ್ತಿದ್ದವಳು ಹಿಂದಕ್ಕೆ ಬಂದು ಗ್ಲೂಕೋಸ್ ಬೆರಸಿ ಮೇಲಕ್ಕೆ ಕೊಂಡೊಯ್ದಳು. ಕೋಣೆಯ ಬಾಗಿಲನ್ನು ಮೆಲ್ಲಗೆ ದೂಡಿದಳು. ಅಂಗಾತ ಮಲಗಿ ಬಾಲು ಛಾವಣಿ ನೋಡುತ್ತಿದ್ದ.

"ತಗೊಳ್ಳಿ" ಬಾಲು ಮೇಲೆದ್ದು ಕೂತ. ಆಕಾಶವೇ ತಲೆಯ ಮೇಲೆ ಬಿದ್ದವನಂತೆ ಕಂಗೆಟ್ಟು ಹೋಗಿದ್ದ. ಮೇಲೆದ್ದವನನ್ನು ಪ್ರಪಾತಕ್ಕೆ ಒಗೆದಂತಾಗಿತ್ತು. ಕಮಲಾಕರನ್ ಅವರ ಇಂಗ್ಲೆಂಡಿನ ಸ್ನೇಹಿತರ ಮನೆಯಲ್ಲಿ ಬಾಲು ಮಜವಾಗಿ ಬೆಳೆದಿದ್ದ. ಯಾವ ಜಂಜಾಟವೂ ಅವನನ್ನು ಮುಸುಕಿರಲಿಲ್ಲ. ಹಾಯಾಗಿದ್ದವು ಆ ದಿನಗಳು. ಈಗ....

"ಕುಡಿಯಿರಿ" ಅವಳ ದೃಷ್ಟಿ ಮೋತಿಯ ಕಡೆ ಹರಿಯಿತು. ಸ್ವಭಾವಕ್ಕೆ ವ್ಯತಿರಿಕ್ತವಾಗಿ ಬಾಲ ಮುದುರಿ ಮಲಗಿತ್ತು. ಲೋಕದ ಸಂಕಟವೆಲ್ಲ ಅದೇ ಅನುಭವಿಸುತ್ತಿದ್ದ ಹಾಗೆ ಕಂಡಿತು. ಹಣ್ಣಿನ ರಸದ ಲೋಟವನ್ನು ಬಾಲು ಕೈಗಿತ್ತು ಅದರ ಬಳಿ ಕೂತು ತಲೆ ಸವರಿ "ನಾಳೆ ಮೊದ್ಲು ಇದನ್ನು ಕರೆದೊಯ್ದು ಯಜಮಾನರ ಬಳಿ ಬಿಡ್ಬೇಕು..." ಧ್ವನಿಯಲ್ಲಿ ಆತಂಕವಿತ್ತು.

"ಮೂಸಂಬಿ ರಸ ಇಷ್ಟೊಂದು ರುಚಿ ಆಗಿರುತ್ತೇಂತ ಇವತ್ತೇ ನಂಗೆ ಗೊತ್ತಾದದ್ದು!" ಎಂದ ಹಣ್ಣಿನ ರಸ ಹೀರುತ್ತಾ ಬರೀ ವಿಸ್ಕಿ, ಬ್ರಾಂದಿ, ಬೀರು ಮಾತ್ರ ಕುಡಿಯುವ ಅಭ್ಯಾಸವಿದ್ದ ಅವನಿಗೆ ಹಣ್ಣಿನ ರಸದ ರುಚಿ ಹೇಗೆ ಗೊತ್ತಾದೀತು?

ಎದ್ದು ಬಾಗಿಲ ಕಡೆಗೆ ಹೊರಟಳು. "ಮೋತಿ ನೀನೂ ಇಲ್ಲೇ ಇರು" ಎಂದಳು. ಬಾಲು ಏನೋ ಹೇಳುವ ಮೊದಲೇ ಮೋತಿ ಕೋಣೆಯಿಂದ ಹೊರಗೆ ಹೋಯಿತು.

ಬಿಸ್ಕಟ್ ಪ್ಯಾಕೆಟ್ ಬಿಚ್ಚಿ ಅದರೆಡೆ ನೀಡಿದಳು. ಮೋತಿ ಮುಖವನ್ನು ಪಕ್ಕಕ್ಕೆ ತಿರುಗಿಸಿತು. ಎಷ್ಟೇ ಬಲವಂತ ಮಾಡಿದರೂ ಮುಟ್ಟಲಿಲ್ಲ. ಮನುಷ್ಯನಲ್ಲಿ ಇಲ್ಲದ ಪ್ರಾಮಾಣಿಕ ಅಂತಃಕರಣ, ಮಾತು ಬಾರದ ಮೂಕ ಜೀವಿಯಲ್ಲಿದೆಯಲ್ಲ! ವೇದನೆಯಿಂದ ಸುಮಳ ಎದೆ ಬಿರಿಯಿತು.

ಎಷ್ಟೇ ಹೊರಳಾಡಿದರೂ ರಾತ್ರಿಯೆಲ್ಲ ನಿದ್ದೆ ಬರಲಿಲ್ಲ. ಬೆಳಗಿನ ಜಾವಕ್ಕೆ ಸ್ವಲ್ಪ ನಿದ್ದೆ ಬಂದಾಗ ಮೋತಿ ಬೊಗಳುತ್ತಿತ್ತು. ಎದೆ ಢವಗುಟ್ಟಿತು. ನಿಧಾನವಾಗಿ ಎದ್ದು ಹೊರಬಂದಳು. ವಾಸುದೇವ್ ಹೆಂಡತಿಯ ಸಮೇತ ಬಾಡಿಗೆ ಟ್ಯಾಕ್ಸಿಯಿಂದ ಇಳಿಯುತ್ತಿದ್ದರು. ಸುಮಳ ಮುಖದಲ್ಲಿ ಮೋಡ ಕವಿಯಿತು. ಈಗ ಅವರು ಬಂದಿದ್ದು ಒಳಿತೆನಿಸಲಿಲ್ಲ. ಬಾಯಿ ಬಿಟ್ಟು ಹೇಗೆ ಹೇಳಲು ಸಾಧ್ಯ? ಮೆಲ್ಲಗೆ ಒಳಕ್ಕೆ ಸರಿದಳು.

ನಾಯರ್ ಬಾಯ್ತುಂಬ ಸ್ವಾಗತಿಸುತ್ತಿದ್ದರು. ಕಿವಿ ಮುಚ್ಚಿಕೊಂಡು ಕೂತಳು. ಬಾಲುವಿನ ಪ್ರತಿಕ್ರಿಯೆಗೆ ಕಾದು ನೋಡಬೇಕಾಗಿತ್ತು.

ಬಾಲು ಕೆಳಗೆ ಇಳಿದು ಬಂದಿರಬೇಕು. ನಾಯರ್ ಬಹಳ ಖುಷಿಯಿಂದ ಅವರ ಪರಿಚಯ ಮಾಡಿಕೊಡುತ್ತಿದ್ದ. ಕಾದು ಆಲಿಸಿದಳು. ಅವರಿಬ್ಬರೂ ಬಹಳ ಆತ್ಮೀಯತೆ ವ್ಯಕ್ತಪಡಿಸಿದರು. ಬಾಲು ಮಾತನಾಡಿದ ಹಾಗೆ ಕಾಣಲಿಲ್ಲ. ಹೆಜ್ಜೆ ಸದ್ದು ಕೋಣೆಯ ಬಳಿ ಸರಿದು ಬಂತು. "ಸುಮ" ಧ್ವನಿ ಗಡುಸಾಗೇ ಇತ್ತು. "ಅತಿಥಿಗಳಿಗೆ ಮೀಸಲಾದ ಕೋಣೆನ ಅವ್ರಿಗೆ ಕೊಡ್ಸಿ. ಕಾರಣವಿಲ್ದೆ ಒಳ್ಗೆ ಬರೋದ್ಬೇಡ" ಅವಾಕ್ಕಾಗಿ ನಿಂತಳು. ಮೌನವಾಗಿ ತಲೆಯಾಡಿಸಿದಳು. "ಬೇಗ ರೆಡಿಯಾಗಿ" ಮೋತಿಯೊಡನೆ ಸರಿದುಹೋದ.

ಸೋದರಳಿಯನ ಮಾತು ಕೇಳಿ ಗಂಡ ಹೆಂಡತಿ ಸುಸ್ತಾದರು. ವಾಸುದೇವ್ ಯೋಚಿಸುತ್ತ ಕೂತರೆ ಹೆಂಡತಿ ಮೆಲುಧ್ವನಿಯಲ್ಲಿ ಶಪಿಸುತ್ತಿದ್ದಳು. 'ತಮ್ಮ ಆಸ್ತಿಯೆಲ್ಲ ನುಂಗಿದ್ದಕ್ಕೆ ದೇವರು ಇಂಥಾ ಶಿಕ್ಷೆ ಕೊಡ್ತಾ ಇದ್ದಾನೆ, ಅನುಭವಿಸ್ಲಿ' ಸೋದರಿಕೆಯನ್ನು ಮರೆತು ಆಡಿದರು.

"ಅಣ್ಣನ್ನ ನೋಡ್ಬೇಕಾ?" ಬಲವಂತವಾಗಿ ಬಂದವರಂತೆ ಕೇಳಿದರು. ಮುಸಿಮುಸಿ ಅಳು... ಮಧ್ಯೆ ಮಧ್ಯೆ ಪಿಸುಗುಟ್ಟುವಿಕೆ ನಡೆದೇ ಇತ್ತು.

ಒಳಗೆ ಬಂದ ಸುಮ ಗಂಭೀರವಾಗಿ "ನಾಯರ್, ಆಳಿಗೆ ಹೇಳಿ ಇವ್ರ ಸಾಮಾನ್ನ ಹೊರಗಿನ ಅತಿಥಿಗಳ ಕೋಣೆಯಲ್ಲಿ ಇರ್ಸಬೇಕಂತೆ. ಚಿಕ್ಕ ಯಜಮಾನ್ರು ಹೇಳಿದಷ್ಟು ಮಾಡ್ಸಿ ಮಿಕ್ಕ ವಿಷ್ಯನ ಅವರ್ಹತ್ರ ಹೇಳಿ" ಅವರ ಕಡೆಗೆ ಕೂಡ ನೋಡದೆ ಹಿಂದಿರುಗಿದಳು.

ಬೆಳಗಿನ ಉಪಹಾರ ಮುಗಿಸಿಕೊಂಡು ಇವರು ಹೊರಟಾಗ ನಾಯರ್ ಕೈ ಹೊಸೆಯುತ್ತಾ "ಯಜಮಾನ್ರನ್ನ ನೋಡೋಕ್ ಬರ್ಬೇಕು, ಹೇಗಿದ್ದಾರೆ? ಅನ್ನವಿಡೋ ಧಣಿ ಹತ್ತಾರು ವರ್ಷ ಬದುಕಬೇಕು" ಕೋಟಿನ ಜೇಬಿನಲ್ಲಿದ್ದ ಕರ್ಚಿಫ್‌ನ ತೆಗೆದು ಕಣ್ಣೊರೆಸಿಕೊಂಡು ಅಳುವ ನಟನೆ ಮಾಡಿದರು.

ಸ್ಟೇರಿಂಗ್ ವೀಲ್ ಹಿಡಿದು ಬಾಲು "ಅವ್ರಿಗೇನೂ ಆಗಿಲ್ಲ. ಆರೋಗ್ಯವಾಗಿದ್ದಾರೆ. ಸದ್ಯಕ್ಕೆ ನಿಮ್ಮ ಆರೋಗ್ಯ ನೋಡ್ಕೊಳ್ಳಿ. ಬರ್ತೀರಾ...." ಎಂದ. ಅವರು ಬರುವುದಿಲ್ಲವೆಂದು ಸುಮಳಿಗೆ ಗೊತ್ತು. ಯಾರೂ ಇಲ್ಲದ ಸಮಯ ತಮಗೆ ಬೇಕಾಗಿದ್ದನ್ನು ಹುಡುಕಬಹುದು. ಮೋತಿ ಅವರಿಬ್ಬರ ನಡುವೆ ಕುಳಿತಿತ್ತು. ಬಗ್ಗಿ ಸುಮ ಅದರ ಕೆನ್ನೆಯ ಬಳಿ ಪಿಸುಗುಟ್ಟಿ ತಲೆ ಸವರಿದಳು. ತಟ್ಟನೆ ಧುಮುಕಿ ಬಂಗ್ಲೆಯಲ್ಲಿ ಮಾಯವಾಯಿತು. ನಾಡಕರ್ಣಿ ನೋಡುತ್ತಲೇ ಇದ್ದುಬಿಟ್ಟರು.

ಉತ್ತರಿಸಲು ನಾಡಕರ್ಣಿ ತಡವರಿಸಿದರು. ಅವರಿಗಾಗಿ ಕಾಯುಲಿಲ್ಲ. ಆತಂಕದಿಂದಲೇ ಧಾವಿಸಿದರು. ಕಮಲಾಕರನ್‌ರವರ ಹೃದಯದ ಬಡಿತ ವ್ಯವಸ್ಥಿತಗೊಂಡಿತ್ತು. ಗಂಟೆಗೊಮ್ಮೆ ಬಂದು ಡಾಕ್ಟರ್ ಅವರ ದೇಹಸ್ಥಿತಿಯನ್ನು ಪರೀಕ್ಷಿಸಿದರು. ಹೆಚ್ಚು ಕಡಿಮೆ ರಾತ್ರಿಯೆಲ್ಲ ಅವರ ಬಳಿಯಲ್ಲಿಯೇ ಇದ್ದರು. ಇವರ ಸ್ಥಿತಿ ಉತ್ತಮವೆಂದು ನಿರ್ಧರಿಸಿಕೊಂಡೇ ಮನೆಗೆ ಹೋಗಿದ್ದರು.

ಇವರು ಬಂದಾಗ ಅವರು ಪೆಥಿಡ್ರಿನ್ ಮಂಪರಿನಲ್ಲಿಯೇ ಇದ್ದರು. "ಡ್ಯಾಡಿ" ಎಂದಾಗ ಮೆಲ್ಲಗೆ ಕಣ್ಣು ತೆರೆದರು. ತೃಪ್ತಿಯ ಮುಖಭಾವದಿಂದ ಮಗನನ್ನು

ನೋಡಿದರು. ಅಲ್ಲಿಂದ ಸರಿದ ಅವರ ದೃಷ್ಟಿ ಸುಮಳ ಕಡೆ ಹರಿದು ಬಹಳ ಹೊತ್ತು ನಿಂತಿತು. ಡಾಕ್ಟರರ ಹೇಳಿಕೆಯಂತೆ ಪ್ರಾಣಾಪಾಯದಿಂದ ಪಾರಾಗಿದ್ದರು. ಸಮಾಧಾನದ ಉಸಿರುಬಿಟ್ಟಳು ಸುಮ.

ನರ್ಸ್‌ನ ಎಚ್ಚರಿಕೆಯನ್ನು ಅರಿತು ಹೊರಗೆ ಬಂದರು. ಮನದ ಆಂದೋಳನ ಸ್ವಲ್ಪಮಟ್ಟಿಗೆ ಕಡಿಮೆಯಾಗಿತ್ತು. ಹೋಟಲಲ್ಲಿ ತಿಂಡಿ ತಿಂದು ಮಧ್ಯಾಹ್ನದವರೆಗೂ ಅಡ್ಡಾಡಿ ಮತ್ತೊಮ್ಮೆ ಅವರ ದೇಹದ ಸ್ಥಿತಿ ನೋಡಿ ವಿಚಾರಿಸಿ ಹಿಂದಿರುಗಿದರು.

ಬಂಗ್ಲೆಯ ಮುಂದೆ ಇಳಿದ ಕೂಡಲೇ ಒಳಗಿನ ಗದ್ದಲ ಬೆಚ್ಚುವಂತೆ ಮಾಡಿತು. ಮಧ್ಯೆ ಮಧ್ಯೆ ಮೋತಿಯ ಬೊಗಳುವಿಕೆ. ಗಾಬರಿಯಿಂದ ಒಳಕ್ಕೆ ಓಡಿದರು. ಮೋತಿ ವಾಸುದೇವ್ ಮೇಲೆ ರೋಷದಿಂದ ಎಗರುತ್ತಿತ್ತು. ಕೈಗೆ ಸಿಕ್ಕಿದ ಸಾಧನಗಳಿಂದ ಮೋತಿಯನ್ನು ಥಳಿಸಲು ನಾಡಕರ್ಣಿ, ನಾಯರ್ ಸಿದ್ಧವಾಗಿದ್ದರು. ಆಳುಗಳು ದೂರದಿಂದಲೇ ಅದನ್ನು ಬೆದರಿಸುತ್ತಿದ್ದರು. ಹಣೆಯಿಂದ ಹರಿಯುತ್ತಿದ್ದ ರಕ್ತ ಮೋತಿಯ ಕಣ್ಣನ್ನೆಲ್ಲ ತೋಯಿಸಿತ್ತು.

"ಮೋತಿ..." ಗರ್ಜಿಸಿದ ಬಾಲು. ತಟ್ಟನೆ ಗುಂಯ್‌ಗುಡುತ್ತ ಬಂದ ಮೋತಿ ನಿಂತು ಬೊಗುಳಿ ಕಾಲಿನಡಿ ಮಲಗಿತ್ತು. ರಕ್ತ ಕಂಡ ಕೂಡಲೇ ಅವನೆದೆ ಧಸಕ್ಕೆಂದಿತು. ಕುಕ್ಕುರುಗಾಲಿನಲ್ಲಿ ಕೂತು ಗಾಯವನ್ನು ಪರೀಕ್ಷಿಸಿದ. ಅದು ನೋವಿನಿಂದ ನರಳಿತು. ಮುಷ್ಟಿ ಬಿಗಿಯಿತು. ರೋಷದಿಂದ ಮೇಲೆದ್ದ.

ವಾಸುದೇವ್ ಕಾಲು, ತೊಡೆಗಳ ಮೇಲೆ ಮಾತ್ರವಲ್ಲದೇ ಅವರ ಹೆಂಡತಿಯ ಕಾಲಿನ ಮೀನುಖಂಡವೇ ಕಿತ್ತು ಬಂದಿತ್ತು. ಪೆಚ್ಚು ಮೋರೆಯಲ್ಲಿ ನಿಂತಳು. ಉಡುಪು ಸರಿಸಿ ಕಡಿದ ಸ್ಥಳಗಳನ್ನು ತೋರಿಸಿದರು.

"ಇಲ್ಲಿ ನೋಡಪ್ಪ! ತವರುಮನೆಗೆ ಬಂದ ಹೆಣ್ಣುಮಗ್ಳಿಗೆ ಎಂಥಾ ಉಡುಗೊರೆ!" ಸೀರೆಯ ನೆರಿಗೆಗಳನ್ನು ಮೇಲೆತ್ತಿ ತೋರಿಸಿದರು. ಮಾಂಸವೇ ಕಿತ್ತುಬಂದಿತ್ತು. ಕೆಡುಕೆನ್ನಿಸಿತು. ಕೋಪದಿಂದ ನಾಯಿಯ ಕಡೆಗೆ ನೋಡಿದ.

"ಅದಕ್ಕೆ ಹುಚ್ಚು ಹಿಡಿದಿದೆ. ವಿಷ ಹಾಕ್ಸಬಿಡಿ" ನಾಯರ್ ಹೆದರಿದವನಂತೆ ಸಲಹೆ ಕೊಟ್ಟ ತಕ್ಷಣ ಏನು ಮಾಡಬೇಕೆಂದು ತೋಚಲಿಲ್ಲ. ತಂದೆ ಅವನಿಗೆ ಬರೆಯುತ್ತಿದ್ದ ಪತ್ರಗಳಲ್ಲಿ ಮೋತಿಯ ವಿಷಯವೇ ಅಧಿಕವಾಗಿರುತ್ತಿತ್ತು. "ಪ್ರಾಮಾಣಿಕ ಪ್ರೀತಿಯ ಏಕೈಕ ಸಂಗಾತಿ" ಎಂದು ವರ್ಣಿಸುತ್ತಿದ್ದರು.

"ನಾಯರ್, ಡ್ರೈವರ್ ಕರ್ಕೊಂಡು ತಕ್ಷಣ ಅವ್ರುಗಳನ್ನ ಚಿಕ್ಕಮಂಗ್ಳೂರಿಗೆ ಕರ್ಕೊಂಡ್ಹೋಗಿ" ಸಲಹೆ ಇತ್ತಳು. ಸುಮ. ನೋಟ ಮೋತಿಯ ಮೇಲೆ ಹರಿದಾಗ ಕಣ್ಣಲ್ಲಿ ನೀರೂರಿತು. ಹಿಂದಿನ ಘಟನೆಯ ಚಿತ್ರ ಮರುಕಳಿಸಿದಂತೆ ಕಂಡಿತು. ಅಭಿಮಾನದಿಂದ ಮೋತಿಯ ಕಡೆಗೆ ನೋಡಿದಳು.

"ಬಾ, ಮೋತಿ" ಅದನ್ನು ಎಬ್ಬಿಸಿಕೊಂಡು ತನ್ನ ಕೋಣೆಗೆ ಹೋದಳು. ಗಾಯವನ್ನು ಮೊದಲು ಡೆಟಾಲ್‌ನಿಂದ ಸ್ವಚ್ಛಗೊಳಿಸಿ ಬೋರಿಕ್ ಪೌಡರ್ ಹಾಕಿದಳು. ಗಾಯ

ಚಿಕ್ಕದಾಗಿದ್ದರೂ ರಕ್ತಸ್ರಾವ ಅಧಿಕವಾಗಿತ್ತು.

ನಾಯರ್ ಬಂದು ಬಾಗಿಲಿನಲ್ಲಿ ನಿಂತಾಗ ತನ್ನ ಬ್ಯಾಗಿನಿಂದ ಜಿಪ್ ಎಳೆದು ನೋಟುಗಳನ್ನು ಎಣಿಸಿಕೊಟ್ಟಳು. ಮತ್ತೆ "ನಾಯರ್, ಮೊದ್ಲು ಇಂಜಕ್ಷನ್ ಕೊಡ್ಸಿ ಡಾಕ್ಟ್ರು ಏನ್ಹೇಳ್ತಾರೇಂತ ಕೇಳು. ಹುಚ್ಚುನಾಯಿ ಅಲ್ಲಾಂತ ಹೇಳೋದು ಮರೀಬೇಡ. ಇನ್ನ ಒಂದೆರಡು ದಿನ ಯಜಮಾನರನ್ನ ಯಾರೂ ನೋಡೊ ಹಾಗಿಲ್ಲ." ಅಲ್ಲಿಗೆ ಹೋಗಬೇಡಿ ಅಂತ ಒತ್ತಿ ಹೇಳಿದಂತಾಯಿತು. ಅವನು ತಲೆಯಾಡಿಸಿ ಸರಿದು ಹೋದ. ಅವನು ತಲೆಯಾಡಿಸಿ ಸರಿದು ಹೋದ. ಅವನ ಸ್ಥಿತಿನ ನೋಡಿ ನೋವಾಗಿತ್ತು. ಆದರೆ... ಮೋತಿಯನ್ನು ದೂರಲು ಅವಳು ಸಿದ್ಧಳಿಲ್ಲ. ಕಾರಣವಿಲ್ಲದೆ ಯಾರ ಮೈಮೇಲೂ ಮೋತಿ ಬಾಯಿ ಹಾಕುತ್ತಿರಲಿಲ್ಲ. ಅಪರಿಚಿತರನ್ನು ಕಂಡಾಗ ಬೊಗಳುತ್ತಿತ್ತೇ ವಿನಹ ಕಚ್ಚಲೂ ಹೋಗುತ್ತಿರಲಿಲ್ಲ. ಅದರ ಮೈ ಸವರುತ್ತಲೇ ಕೂತಳು.

"ಎಂಥ ಅನಾಹುತ ಆಗಿದೆ! ದುಷ್ಟನಾಯಿನ ಮನೆಯಲ್ಲೇ ಇಟ್ಕೊಬಾರ್ದು" ಕಣ್ಣುಗಳು ಕೋಪದಿಂದ ಸಿಡಿದವು. ಬಾಲು ಬಂದು ಬಾಗಿಲ ಬಳಿ ನಿಂತಿದ್ದ.

"ತಪ್ಪು ತಿಳ್ಕೊಂಡಿದ್ದೀರಾ. ಮೋತಿ ಇಷ್ಟು ಅನಾಹುತ ಮಾಡಬೇಕಾದ್ರೆ ಪ್ರಬಲವಾದ ಕಾರಣವೇ ಇರ್ಬೇಕು! ಮೊದ್ಲು ಇದಕ್ಕೆ ಚಿಕಿತ್ಸೆ ಮಾಡ್ಸಬೇಕು" ಕರುಣೆಯಿಂದ ಮೋತಿಯನ್ನು ನೋಡಿದಳು. ಇದು ತಟಸ್ಥವಾಗಿ ಮಲಗಿತ್ತು.

"ಒಂದ್ನಿಮಿಷ ಬನ್ನಿ" ಸೆರಗನ್ನು ಸರಿಪಡಿಸಿಕೊಂಡು ಬೇಗಬೇಗನೆ ಮೆಟ್ಟಿಲನ್ನು ಏರಿ ಹೋದಳು. ಕೋಣೆಯ ಬಾಗಿಲನ್ನು ದೂಡಿದ ತಕ್ಷಣ ಬೆರಗಾಗಿ ನಿಂತಳು. ಆಳುಗಳಿಬ್ಬರು ನಡುಗುತ್ತ ನಿಂತರು. ಕೋಪದಿಂದ ಅವಳ ಮೈ ಉರಿದುಹೋಯಿತು.

"ಯಾರು ನಿಮ್ಮನ್ನು ಈ ಕೋಣೆಗೆ ಹೋಗೋಕೆ ಹೇಳಿದ್ರು?" ತಾಳ್ಮೆಯನ್ನು ಕಳೆದುಕೊಂಡು ಅಬ್ಬರಿಸಿದಳು. ಧ್ವನಿಯಲ್ಲಿ ಕಂಪನವಿತ್ತು.

"ಆ..... ಆ..... ಆ....." ತೊದಲಿದರು. ಅವಳಿಗೆ ಗೊತ್ತು. ನಾಡಕರ್ಣಿಯವರದು ಇದರಲ್ಲಿ ಪ್ರಮುಖ ಪಾತ್ರವಿದೆ. ಈ ಮನೆಯ ಚಿನ್ನ ವಾಸುದೇವ್‌ರವರ ಕೆಟ್ಟ ಹವ್ಯಾಸಕ್ಕೂ ಆಹುತಿಯಾಗಬೇಕಿತ್ತು. ಸ್ವಲ್ಪದರಲ್ಲಿಯೇ ತಪ್ಪಿಹೋಗಿತ್ತು.

"ಮೊದ್ಲು ಹೊರಗಡೆ ನಡೆಯಿರಿ." ಅವರ ಕಣ್ಣುಗಳು ಏನನ್ನೋ ತಡಕಾಡುತ್ತಲೇ ಇತ್ತು. ಬೀಗದ ಕೈಗೊಂಚಲನ್ನು ಅರಸಿಕೊಂಡು ತನ್ನ ಕೋಣೆಗೆ ಓಡಿದಳು. ಖಾಲಿ ಬಾಕ್ಸನ್ನು ಕಂಡಾಗ ಅವಳೆದೆ ಧಸಕ್ಕೆಂದಿತು. ಬವಳಿ ಬಂದಂತಾಯಿತು. ತಮ್ಮ ಆರೋಗ್ಯವನ್ನು ದೃಷ್ಟಿಯಲ್ಲಿಟ್ಟುಕೊಂಡೇ ಅವಳ ಕೈಗಿತ್ತಿದ್ದರು. ಸೋತವಳಂತೆ ತಲೆಯ ಮೇಲೆ ಕೈಹೊತ್ತು ಒಂದೆಡೆ ಕುಳಿತುಬಿಟ್ಟಳು. ಕೈಕಾಲುಗಳನ್ನು ತಮ್ಮ ಶಕ್ತಿಯನ್ನು ಕಳೆದುಕೊಂಡಿದ್ದವು. ಕಣ್ಣಿಂದ ಹರಿದ ಕಣ್ಣೀರು ಕೆನ್ನೆಯ ಮೇಲೆ ಉರುಳಿತು. 'ತನ್ನದು ಒಂದು ರೀತಿಯ ಕೆಟ್ಟ ಸಾಹಸವೇ ಎಂದುಕೊಂಡಳು. ಮೆಲ್ಲನೆದ್ದು ಕಾಲೆಳೆದುಕೊಂಡು ಮೋತಿಯ ಬಳಿ ಬಂದಳು. ಕ್ಷೀಣ ಸ್ವರದಲ್ಲಿ "ಮೋತಿ, ಬೀಗದ ಕೈಗೊಂಚಲು ನೋಡಿದ್ಯಾ?" ನಾಯಿ ಎಂಬುದನ್ನು ಮರೆತು ಪ್ರಶ್ನಿಸಿದಳು. 'ಏನೇನು ಅನಾಹುತ

ನಡೆಸಿಬಿಟ್ಟಿದ್ದಾರೆಯೋ?' ಎದೆ ಬೊಬ್ಬಿರಿಯುತ್ತಿತ್ತು.

ಮೋತಿ ಮೆಲ್ಲನೆದ್ದು ಹೊರಗೆ ನಡೆಯಿತು. ಮೆಟ್ಟಲುಗಳನ್ನು ಹತ್ತಿ ಮೇಲೆ ನಡೆಯಿತು. ಅದು ನಡೆದದ್ದು ಕಮಲಾಕರನ್‌ರವರ ಮೆಚ್ಚಿನ ಕೋಣೆಗೆ. ವೀಣೆಯ ಬಳಿ ಬೀಗದ ಗೊಂಚಲು ಬಿದ್ದಿತ್ತು. ಅದನ್ನು ರಕ್ಷಿಸಿ ತನ್ನ ಒಡತಿಗೆ ಒಪ್ಪಿಸಿದ ಧನ್ಯತೆ ಮೋತಿಯ ಮುಖದ ಮೇಲಿತ್ತು. "ಮೋತಿ" ಎಂದು ಅಪ್ಪಿ ಕಣ್ಣೀರು ಸುರಿಸುತ್ತಲೇ ಮುತ್ತಿಟ್ಟಳು. ಭಾರತಿಯವರ ತೈಲಚಿತ್ರದ ಮುಂದೆ ಕೈ ಜೋಡಿಸಿ ನಿಂತಳು.

ಬೀಗದ ಕೈಗೊಂಚಲನ್ನು ಕೈಯಲ್ಲಿಡಿದು ಹೊರಗೆ ಬಂದ ಸುಮ ಮೊದಲಿನ ಕೋಣೆಗೆ ಬಂದಳು. ಬಾಲು ಪ್ರತಿಯೊಂದನ್ನೂ ಪರೀಕ್ಷಿಸುತ್ತಿದ್ದ.

ಒಳಗೆ ಬಂದವಳೇ ಅವನ ಮುಂದಿಡಿದು "ತಗೊಳ್ಳಿ" ಎಂದಳು. ಬಾಲು ಮುಖ ಮುಖ ನೋಡಿದ. ಅವನಿಗೊಂದೂ ಅರ್ಥವಾಗಲಿಲ್ಲ. ಕೈ ಮುಂದೆ ಮಾಡದೆ ಸುಮ್ಮನೆ ನಿಂತ.

"ದಯವಿಟ್ಟು ತಗೊಂಡ್ಬಿಡಿ" ಬಾಲು ಕೈ ಮುಂದೆ ಮಾಡಿದ. ಅವನ ಕೈಯಲ್ಲಿಟ್ಟು ಕುರ್ಚಿಯ ಮೇಲೆ ಕುಸಿದಳು. ಅಂದು ಅನಾಯಾಸವಾಗಿ ಗಂಡ ಹೆಂಡತಿ ಕಮಲಾಕರನ್‌ಗೆ ಸಿಕ್ಕಿಬಿದ್ದ ಸಂಗತಿಯನ್ನು ಹೇಳಿದಳು. ಅವರ ಬಗ್ಗೆ ಸ್ವಲ್ಪ ಮಾತ್ರ ವಿವರಿಸಿದಳು.

"ಮೋತಿ ಇಲ್ಲಿ ಇಲ್ಲದಿದ್ರೆ ನಿಮ್ಗೆ ಸೇರಬೇಕಾದ ಸಂಪತ್ತೆಲ್ಲ ಲೂಟಿಯಾಗಿ ಹೋಗ್ತಾ ಇತ್ತು!"

ಇಬ್ಬರೂ ಕೀಲಿ ಕೈಯಿಂದ ಕಬ್ಬಿಣದ ಪೆಟ್ಟಿಗೆ ಬೀರು ತೆಗೆದು ಪರೀಕ್ಷಿಸಿದರು. ಎಲ್ಲಾ ಯಥಾಸ್ಥಾನದಲ್ಲಿತ್ತು. ಬಾಲುಗೇನೂ ಗೊತ್ತಿಲ್ಲ. ಆದರೆ ಸುಮಳಿಗೆ ಗೊತ್ತು. ಕಮಲಾಕರನ್ ತೆಗೆದು ತೋರಿಸಿ ಎಲ್ಲಾ ಮಾಹಿತಿಯನ್ನು ನೀಡಿದ್ದರು. ಪೂರ್ಣ ನಂಬಿಕೆ ಇರಿಸಿದ್ದರು ಸುಮಳ ಮೇಲೆ. ಒಮ್ಮೊಮ್ಮೆ ಯಾಕೆ? ಎಂದು ಪ್ರಶ್ನಿಸಿಕೊಂಡಿದ್ದರು.

ನಾಯರ್ ಮಾತ್ರ ಹಿಂದಿರುಗಿದರು. ಅವರಿಬ್ಬರೂ ಹಾಗೆಯೇ ಹಿಂದಿರುಗಿದ ವಿಷಯ ತಿಳಿಸಿದರು. ಅದಕ್ಕೆ ಹಲವಾರು ಕಾರಣಗಳಿದ್ದವು. ಯಾರೂ ತಲೆ ಕೆಡಿಸಿಕೊಳ್ಳಲು ಹೋಗಲಿಲ್ಲ. ಕಮಲಾಕರನ್‌ರವರ ಆರೋಗ್ಯದ ಹಿತದೃಷ್ಟಿಯಿಂದ ಇದೊಂದು ಸಮಾಧಾನಕರವಾದ ವಿಷಯವೇ.

* * *

ಬದುಕಿರುವವರೆಗೂ ಮನುಷ್ಯ ತನ್ನನ್ನು ಯಾರಾದರೂ ಪ್ರೀತಿಸಬೇಕೆಂದು ಬಯಸುತ್ತಾನೆ. ಹಾಗೆಯೇ ಕಮಲಾಕರನ್ ಅವರಲ್ಲಿ ಪ್ರೀತಿಯ ಬಯಕೆ ಮೂಡಿತು. ಪ್ರೀತಿ ಪಡೆಯಬಹುದಾದ ಏಕಮಾತ್ರ ವ್ಯಕ್ತಿ ಬಾಲು. ಅವನನ್ನು ತಮ್ಮಲ್ಲಿರಿಸಿಕೊಳ್ಳಲು ಅಂಜಿದರು. ಕೆಟ್ಟ ಕನಸು ಕಂಡ ಹಾಗೆ ಆಗಾಗ ಮನದಲ್ಲಿ ಭಯ ಆವರಿಸುತ್ತಿತ್ತು. ಒಂದೇ ವರ್ಷದಲ್ಲಿ ಮೂರು ದುರಂತಗಳನ್ನು ಒಟ್ಟಿಗೆ ಕಂಡು ಅವರ ಹೃದಯ ದುರ್ಬಲವಾಗಿತ್ತು. ಮೆಚ್ಚಿ ಪ್ರೀತಿಸಿ ಓಲೈಸಿದ ಮಡದಿ ಬಾಹುಗಳಲ್ಲಿಯೇ ಕೊನೆಯ

ಉಸಿರನ್ನು ಎಳೆದಿದ್ದಳು. ಆಮೇಲೆ ಒಂದು ರಾತ್ರಿಯೂ ಈ ಬಂಗ್ಲೆಯಲ್ಲಿ ನಿಶ್ಚಿತೆಯಿಂದ ಯಾರೂ ನಿದ್ದೆ ಮಾಡಲಿಲ್ಲ. ತಂದೆ ರಾತ್ರಿಯೆಲ್ಲ 'ಭಾರತಿ ಬಂದ್ಲು... ಭಾರತಿ ಬಂದ್ಲು!' ಎಂದು ಚೀರಾಡುತ್ತಲೇ ಪ್ರಾಣ ಬಿಟ್ಟಿದ್ದರು. ಭಯಗ್ರಸ್ತಳಾದ ಹೆಂಡತಿ, ಗಂಡನನ್ನು ಹಿಂಬಾಲಿಸಿದಳು... ಆಗ ಕಮಲಾಕರನ್ ಎಚ್ಚೆತ್ತರು. ಮತ್ತೊಂದು ದುರಂತ ನೋಡಲಾರದಷ್ಟು ಅವರ ಹೃದಯ ದುರ್ಬಲವಾಗಿತ್ತು. ಮಗನನ್ನು ವಿದೇಶದಲ್ಲಿದ್ದ ಗೆಳೆಯನ ಕೈಗೆ ಒಪ್ಪಿಸಿ ನಿಶ್ಚಿಂತರಾಗಿದ್ದರು.

ಈ ನಿಶ್ಚಿಂತೆ ಬಹಳ ದಿನಗಳ ತನಕ ಉಳಿಯಲಿಲ್ಲ. ತಂಗಿ, ಭಾವ ಒಂದಲ್ಲ ಒಂದು ತರಹ ಕಾಡತೊಡಗಿದರು. ಅರ್ಧ ಆಸ್ತಿಗೆ ಬೆಲೆ ಕಟ್ಟಿ ನಗದಾಗಿ ಹಣವನ್ನು ಕೊಟ್ಟು ದೂರ ಇರಿಸಿದರು. ಆ ಹಣ ಬಹಳ ಬೇಗ ಪೋಲಾಯಿತು. ಬರೋದು ಹೋಗೋದು ಇದ್ದೇ ಇತ್ತು. ಆಮೇಲೆ ಕೊಟ್ಟ ಹಣಕ್ಕೆ ಲೆಕ್ಕ ಇಡುವ ಗೋಜಿಗೆ ಹೋಗಲಿಲ್ಲ. ಬೇಕಾದಷ್ಟು ಮಾಡಿದ್ದರು. ಆದರೂ ಪ್ರಯೋಜನವಾಗಲಿಲ್ಲ. ಮೊದಲಿನ ಸ್ಥಿತಿಗಿಂತ ಕೆಳಗಿಳಿದರು. ಅವರ ಕಾರಸ್ಥಾನ, ಕುಟಿಲತೆ ಅವರಿಗೆ ಗೊತ್ತಿದ್ದುದೇ. ಯೋಚಿಸಿ ನಮ್ಮ ಆರೋಗ್ಯ ಹಾಳು ಮಾಡಿಕೊಳ್ಳಲು ಇಷ್ಟಪಡದೆ ಉದಾಸೀನ ಮಾಡಿದರು. ಮನೆಯಲ್ಲಿ ಪೂರ್ಣವಾಗಿ ಅವ್ಯವಸ್ಥೆ ಕಾಣಿಸಿಕೊಂಡಾಗ ಹೌಹಾರಿದರು. ಆಮೇಲೆ ಸುಧಾರಣೆ ಕಂಡಿದ್ದು ಸುಮ ಬಂದ ಮೇಲೆಯೇ.

ಸುಮ ಅವರ ಓದುವ ಕೋಣೆಗೆ ಬಂದಾಗ ಕಮಲಾಕರನ್ ಕೈಯಲ್ಲಿಡಿದ ಗ್ರಂಥದಲ್ಲಿ ವಿಲೀನರಾಗಿದ್ದರು. ರವೀಂದ್ರನಾಥ್ ಟ್ಯಾಗೋರರ ಗೀತಾಂಜಲಿ ಅವರ ಕೈಯ ಬಳಿ ಮಲಗಿತ್ತು. ತಲೆ ಎತ್ತಿ ಗೋಡೆಯ ಕಡೆ ನೋಡಿದಳು. ರವೀಂದ್ರನಾಥ್ ಟ್ಯಾಗೋರರ ಮೂರಡಿ ಎತ್ತರದ ತೈಲಚಿತ್ರ ಶಾಂತಿನಿವಾಸದಲ್ಲಿದ್ದ ಸಮಯದಲ್ಲಿ ಕಮಲಾಕರನ್ ಚಿತ್ರಿಸಿದ ಒಂದು ಮೇರು ಕಲಾಕೃತಿ. ಗಂಭೀರ ಮುಖಮುದ್ರೆಯಲ್ಲಿ ಎರಡು ಕೈಗಳನ್ನು ಹಿಂದಕ್ಕೆ ಕಟ್ಟಿ ನಿಂತ ಗುರುದೇವರ ಭಂಗಿ ಅಪರೂಪವಾಗಿತ್ತು. ಮನದಲ್ಲೇ ನಮಿಸಿದಳು.

ವಿದ್ಯೆಯ ಬೆಲೆ ವಿದ್ಯಾವಂತನಿಗೇ ಗೊತ್ತು. ಸೌಜನ್ಯವನ್ನು ಆಕರ್ಷಿಸುತ್ತದೆ. ಸುಮಳ ಕಣ್ಣಲ್ಲಿ ಹೊಳಪು ಮಿನುಗಿ ಮಾಯವಾಯಿತು.

"ಸುಮ, ಕೂತ್ಕೋ" ಗ್ರಂಥದಿಂದ ತಲೆ ಎತ್ತದೆ ಹೇಳಿದರು. ಬಳೆಯ ಕಿಣಿಕಿಣಿನಾದ ಸುಮಳ ಬರುವನ್ನು ಸಾರುತ್ತಿತ್ತು. ಒಂದೆಡೆ ಕೂತು ಸುತ್ತಲೂ ನೋಡತೊಡಗಿದಳು. ಪುಸ್ತಕ ಸಂಗ್ರಹ ದೊಡ್ಡದಾಗಿತ್ತು. ಕೆಲವು ಒಳ್ಳೆಯ ಪುಸ್ತಕಗಳನ್ನು ದೊರಕಿಸಿಕೊಳ್ಳಲು ತಾವು ಪಟ್ಟ ಪಾಡನ್ನು ತಮಾಷೆಯಾಗಿ ಬಣ್ಣಿಸುತ್ತಿದ್ದರು. ದಿನದಲ್ಲಿ ಕಡೇ ಪಕ್ಷ ಎರಡು ಮೂರು ಗಂಟೆಗಳಾದರೂ ಈ ಕೋಣೆಯಲ್ಲಿ ಕಳೆಯುತ್ತಿದ್ದರು. ಹಣದಲ್ಲಿ ಮಾತ್ರ ಶ್ರೀಮಂತರಲ್ಲ. ಹೃದಯದ ಶ್ರೀಮಂತಿಕೆಯನ್ನು ಪಡೆದಿದ್ದರು. ತಮ್ಮ ಮೆಚ್ಚಿನ ಸಾಹಿತಿಯೊಬ್ಬರು ಕಾಯಿಲೆ ಬಿದ್ದು ಆಸ್ಪತ್ರೆ ಸೇರಿದಾಗ, ಅವರ ಆರ್ಥಿಕ ಸ್ಥಿತಿಯನ್ನು ನೋಡಿ ಮರುಗಿ ಚಿಕಿತ್ಸಾ ವೆಚ್ಚವನ್ನೆಲ್ಲ ತಾವೇ ವಹಿಸಿಕೊಂಡರು. ಅಷ್ಟೇ ಅಲ್ಲ,

ಎರಡು ದಿನಕ್ಕೊಮ್ಮೆಯಾದರೂ ಹೋಗಿ ಅವರ ಯೋಗಕ್ಷೇಮ ವಿಚಾರಿಸಿಕೊಂಡು ಬರುತ್ತಿದ್ದರು.

ಕೈಯಲ್ಲಿದ್ದ ಗ್ರಂಥವನ್ನು ಮುಚ್ಚಿ ಟೇಬಲ್ಲಿನ ಮೇಲಿರಿಸಿ ಕನ್ನಡಕ ತೆಗೆದು ಅದರ ಪಕ್ಕ ಇರಿಸಿದರು. ಅವರ ಹೊರೆಮೀಸೆ, ಮುಖದಲ್ಲಿ ಕಾಣುವ ದರ್ಪ; ಮಿಲಿಟರಿ ಆಫೀಸರ್ ಎಂದು ಸಾರುತ್ತಿತ್ತೇ ವಿನಹ ಚಿತ್ರಕಾರನೆಂದಾಗಲಿ.... ಸಾಹಿತ್ಯಾಭಿಮಾನಿಯೆಂದಾಗಲಿ.... ವೀಣಾವಾದನ ಪಟುವೆಂದಾಗಲಿ ಗುರುತಿಸುವಂತಿರಲಿಲ್ಲ.

"ಡಾಕ್ಟರ್ ಪಥ್ಯದ ವಿಷ್ಯ ತಿಳಿಸಿದ್ದಾರೆ. ಉಪ್ಪು ಕಡಿಮೆ ಮಾಡ್ಬೇಕಂತೆ, ಫ್ಯಾಟ್ಸ್ ಪೂರ್ತಿಯಾಗಿ ಬಿಡ್ಬೇಕಂತೆ."

ಕಮಲಾಕರನ್ ಮುಖದ ಮೇಲೆ ಸಂತೃಪ್ತಿಯ ನಗೆ ಮಿನುಗಿತು. ಅಭಿಮಾನದಿಂದ ಸುಮಳ ಕಡೆ ನೋಡಿದರು. ಇಷ್ಟು ಎತ್ತರದ ಮಗಳು ತಮಗಿದ್ದಿದ್ದರೆ! ಕಣ್ಣು ಮಂಜಾಯಿತು. ಭಾರತಿ, ಬಾಲುಗೆ ಬಸುರಿಯಾದಾಗ ಹೆಣ್ಣುಮಗುವನ್ನೇ ಬಯಸಿದ್ದರು. ಗಂಡುಮಗುವನ್ನು ಎತ್ತಿಕೊಂಡು ನಿಂತ ಭಾರತಿ "ಇದು ತುಂಬ ಅನ್ಯಾಯ ಮುಂದಿನ್ಸಲ ಹೆಣ್ಣುಮಗುನೇ ಬೇಕು" ನಸುಮುನಿಸಿನಿಂದ ಹೇಳಿದ್ದರು. ಈ ಸನ್ನಿವೇಶ ಈಗಲೇ ನಡೆದಿದೆ ಎನ್ನುವಂತೆ ಅವರ ಮನದಲ್ಲಿ ಹಸುರಾಗಿಯೇ ಇತ್ತು.

ಅವರಿಗೆ ಕೊಡಬೇಕಾದ ಆಹಾರದ ಮೇಲೆ ಸುಮಳ ಪೂರ್ಣ ಹತೋಟಿ ಇತ್ತು. ಅವಳನ್ನು ಕೇಳದೆ ನಾಯರ್ ಏನೂ ಕೊಡುವ ಹಾಗಿರಲಿಲ್ಲ. ಆದರೆ... ಮತ್ತೆ ಮತ್ತೆ ಅವರ ಪಥ್ಯದ ವಿಚಾರವನ್ನು ನೆನಪಿಸುವುದನ್ನು ಅಭ್ಯಾಸ ಮಾಡಿಕೊಂಡಿದ್ದಳು.

ಅವರ ಮುಖವನ್ನೇ ದಿಟ್ಟಿಸುತ್ತ ಸುಮ "ಈ ದಿನ ಇನ್ನಷ್ಟು ಆರೋಗ್ಯವಾಗಿ ಕಾಣ್ತೀರಿ" ಎಂದಳು.

ಮೊದಲು ಜೋರಾಗಿ ನಕ್ಕರೂ ಆಮೇಲೆ ಕೆಮ್ಮಿ ಗಂಟಲು ಸರಿಪಡಿಸಿಕೊಂಡು "ನಗಬೇಕಾದ್ರೂ ನಿನ್ನ ಪರ್ಮಿಷನ್ ತಗೋಬೇಕೇನೋ..." ಸುಮ ಅರೆ ನಕ್ಕಳು, ಪೂರ್ತಿಯಾಗಿ ನಗುವುದು ಕೂಡ ಅವಳಿಂದಾಗಲಿಲ್ಲ.

ಚಿಕ್ಕಮಗಳೂರಿನಿಂದ ಬರೋ ಗೆಳೆಯರ ಜೊತೆ ಹರಟೆ ಸಾಗುತ್ತಿತ್ತು. ಹೆಚ್ಚು ಮಾತಾಡೋದು ಅವರ ಆರೋಗ್ಯಕ್ಕೆ ಒಳ್ಳೆಯದಲ್ಲವೆಂದು ಅವಳಿಗೆ ಗೊತ್ತುಂಟು. ಡಾಕ್ಟರಿಂದಲೇ ಹೇಳಿಸಿದ್ದಳು. ಬಾಲು ಮುಖಾಂತರ ಹೇಳಿಸಿದ್ದಳು. ಬರೋ ಗೆಳೆಯರಿಗೆ ಹೇಳ್ಳೋದು ಕಷ್ಟ ಇವರಾದರೂ ಅರ್ಥಮಾಡಿಕೊಳ್ಳಬೇಕಾಗಿತ್ತು. ತಮಗೆ ಅನಾರೋಗ್ಯ ಆಗಿತ್ತು ಎನ್ನುವ ಸಂಗತಿಯನ್ನೇ ಮರೆತು ಮಾತಾಡೋಕೆ ಶುರು ಮಾಡಿಬಿಡುತ್ತಿದ್ದರು. ಇದೊಂದು ತಲೆನೋವಾಗಿತ್ತು ಅವಳಿಗೆ.

"ನೀವ್ ತುಂಬ ಮಾತಾಡ್ತೀರಾ! ಮಾತಾಡಿ ಆಯಾಸ ಮಾಡ್ಕೋಬಾರ್ದು."

"ಸುಮ, ಒಳ್ಳೆ ಡಾಕ್ಟರ್ ತರಹ ಮಾತಾಡ್ತೀಯಾ!" ತಕ್ಷಣ ಅವರಿಗೆ ಡಾ॥ ನರಗುಂದರ ಜ್ಞಾಪಕ ಬಂತು. 'ಹುಚ್ಚು ಮನುಷ್ಯ' ಮನದಲ್ಲಿಯೇ ನಕ್ಕರು.

ಸುರೇಶ ಹೇಳಿದ ಮಾತು ತಕ್ಷಣ ಜ್ಞಾಪಕಕ್ಕೆ ಬಂತು – "ಹೇಗಾದ್ರೂ ಉಳಿದ ಹಣನ ಹೊಂದಿಸೋಣ. ಹೆಚ್ಚು ದಿನ ಅಲ್ಲಿ ಇರ್ಬೇಕಿಲ್ಲ!" ಎಂದಿದ್ದ. ಮನ ಒಂದು ಕ್ಷಣ ಹಗುರವಾದರೂ ಆಮೇಲೆ ಭಾರವಾಯಿತು. ಆತ್ಮೀಯ, ಅನುಬಂಧಗಳ ಸೇತುವೆ ಹೆಣೆದಿತ್ತು. ಆದರೂ ಅಷ್ಟೇನೂ ಕಷ್ಟವಲ್ಲ. ಬಹಳ ದಿನ ಉಳಿಯೋದು ಕಷ್ಟ.

ಹೊರಗಿನಿಂದ ಬಂದ ಮೋತಿ ಅಲ್ಲಿದ್ದ ಬೆತ್ತದ ಛೇರಿನ ಮೇಲೆ ಹಾರಿ ಕುಳಿತುಕೊಂಡಿತು. ನರ್ಸಿಂಗ್ ಹೋಂನಿಂದ ಮನೆಗೆ ಬಂದ ದಿನ ಕಮಲಾಕರನ್ ಅದನ್ನು ನೋಡಿ ಹೌಹಾರಿದ್ದರು. ಯಾರೋ ಹುಡುಗರು ಒಗೆದ ಕಲ್ಲು ಅದಕ್ಕೆ ಅಪ್ಪಳಿಸಿತೆಂದು ಸಬೂಬು ಹೇಳಿಯಾಗಿತ್ತು. ಆದರೂ ಅವರಿಗೆ ಸಮಾಧಾನವಿಲ್ಲ. ಕೋವಿಯನ್ನು ಎತ್ತಿಕೊಂಡು ಹೊರಟೇಬಿಟ್ಟರು. ಅವರನ್ನು ಸಮಾಧಾನ ಮಾಡುವ ವೇಳೆಗೆ ಬಾಲು ಸುಮಳಿಗೆ ಸಾಕುಸಾಕಾಗಿತ್ತು.

ಮನೆಲ್ಲಿದ್ದ ಇಬ್ಬರೂ ಆಳುಗಳನ್ನು ಎಸ್ಟೇಟ್ ಕೆಲಸಕ್ಕೆ ಕಳಿಸಿ ಪೂವಯ್ಯನ ಮಾತಿನಂತೆ ನಂಬಿಕಸ್ಥ ಆಳುಗಳನ್ನು ಮನೆಯ ಕೆಲಸಕ್ಕಾಗಿ ನೇಮಿಸಿಕೊಂಡಿದ್ದರು. ನಾಯರ್ ಮತ್ತು ನಾಡಕರ್ಣಿಗೆ ಬಾಯಿ ಬಿಡಬಾರದೆಂದು ಬಾಲು ಕಟ್ಟಪ್ಪಣೆ ಮಾಡಿದ್ದ.

"ಏನೂ ಮೋತಿ, ಎಲ್ಲಾ ಮುಗೀತಾ?" ಕಮಲಾಕರನ್ ಮಾತಾಡಿಸಿದ್ದೇ ತಡ, ಅವರ ಭುಜದ ಮೇಲಿನವರಿಗೂ ನೆಗೆದು ನಿಂತಿತು. ಗಾಯವಿದ್ದ ಜಾಗದಲ್ಲಿ ಸಣ್ಣ ಪ್ಲಾಸ್ಟರ್ ಇತ್ತು. ಮೆಲ್ಲಗೆ ಕೈಯಾಡಿಸಿದರು.

"ಸುಮ, ಇನ್ನು ನಮ್ಮ ಬಾಲುಗೆ ಮದ್ವೆ ಮಾಡಿಬಿಡೋದು ಒಳ್ಳೆಯದಲ್ವಾ!" ಅವಳಿಗೆ ನಗು ಬಂತು. 'ಇದು ತನ್ನ ಕೆಲಸದ ವ್ಯಾಪ್ತಿಗೆ ಸೇರಿದೆಯೇ?' ಯೋಚಿಸಿದಳು.

"ಏನೋ ಒಂದು ತರಹ ಭಯ" ಅಚ್ಚರಿಯಿಂದ ಅವರತ್ತ ನೋಡಿದಳು. 'ಇವರು ಕೂಡ....!' ಎಂಜಲು ನುಂಗಿದಳು.

"ನನ್ನ ಭಾರತಿ ಹೇಗೆ ಸತ್ತಳು ಅನ್ನೋದು ಇನ್ನೂ ರಹಸ್ಯವಾಗಿದೆ." ಹಣೆಯಲ್ಲಿನ ಸುಕ್ಕುಗಳು ಆಳಕ್ಕಿಳಿದವು.

"ಸದ್ಯಕ್ಕೆ ಅದೆಲ್ಲ ಜ್ಞಾಪಿಸಿಕೋಬೇಡಿ" ಮೇಲೆದ್ದು ನಿಂತು ಹೇಳಿದಳು. ಇನ್ನು ಇಲ್ಲಿ ಕೂತರೆ ನೆನಪಿಸಿಕೊಂಡು ಹೇಳುತ್ತ ಕೂಡುತ್ತಾರೆ. ಅದರಿಂದ ಯಾವ ಪ್ರಯೋಜನವೂ ಇಲ್ಲ.

"ನಡಿ" ಅವರು ಮೇಲಕ್ಕೆದ್ದರು. ಇಬ್ಬರೂ ಹೊರಗೆ ಬಂದರು. ಲಾನ್ ಮೇಲೆ ಕೂತಿದ್ದ ಬೆತ್ತದ ಕುರ್ಚಿಯ ಮೇಲೆ ಹೋಗಿ ಕಮಲಾಕರನ್ ಕುಳಿತರು. ಮೋತಿ ತಂದ ಚೆಂಡನ್ನು ದೂರಕ್ಕೆ ಎಸೆದು ನಿಂತಳು ಸುಮ. ತೋಳನಂತೆ ಹಾರಿ ಒಂದೇ ರಭಸಕ್ಕೆ ಚೆಂಡನ್ನು ಹೊತ್ತು ತರುತ್ತಿತ್ತು. ಎಸೆದು ಎಸೆದು ಬೇಸತ್ತ ಸುಮ ಅಲ್ಲಿ ಕೆಲಸ ಮಾಡುತ್ತಿದ್ದ ಆಳಿಗೆ ಕೂಗಿ ಹೇಳಿದಳು. ಮೋತಿ ಅವನನ್ನು ಚೆಂಡಿನ ಬಳಿಗೆ ಬರಗೊಡಲಿಲ್ಲ. ಪೇಚಾಟಕ್ಕಿಟ್ಟುಕೊಂಡಿತು.

"ಬಾಲು ಬರ್‍ತಾಯಿದ್ದಾನೇನೋ ನೋಡು" ಮೋತಿಗೆ ಹೇಳಿದರು. ಚೆಂಡನ್ನು ಅಲ್ಲೇ ಬಿಟ್ಟು ಓಡಿತು.

"ನಾಡಕರ್ಣಿ ಏನಾದ್ರೂ ಸರಿಹೋಗಿದ್ದಾರ್‍ಯೇ?" ಹೃದಯಾಘಾತಕ್ಕೆ ಒಳಗಾಗಿ ಚೇತರಿಸಿಕೊಂಡ ಮೇಲೆ ಇಂದೇ ಅವರು ಸಂಬಂಧಪಟ್ಟ ವಿಷಯಗಳ ಬಗ್ಗೆ ಪ್ರಶ್ನಿಸಿದ್ದು ಸುಮಳಿಗೆ ಗಂಟಲಲ್ಲಿ ಏನೋ ಸಿಕ್ಕಿಹಾಕಿಕೊಂಡ ಹಾಗಾಯಿತು. ಎಲ್ಲರ ಕ್ಷೇಮದ ದೃಷ್ಟಿಯಿಂದ ನಾಡಕರ್ಣಿಯವರನ್ನು ಸಹಾನುಭೂತಿ ತೋರಿಸದೆ ಕೆಲಸದಿಂದ ಹೊರಗೆ ಹಾಕಬೇಕಾಗಿತ್ತು. ಇವರು ಒಪ್ಪುವ ಬಗ್ಗೆ ಅನುಮಾನವಿತ್ತು. ಆ ಮನುಷ್ಯನ ಅನ್ನದ ಮೇಲೆ ಕಲ್ಲು ಹಾಕಿದ ಪಾಪ ತನಗೆ ಸುತ್ತಿಕೊಳ್ಳುತ್ತಲ್ಲ ಎನ್ನುವ ಭಯವೂ ಇತ್ತು.

"ವಯಸ್ಸಾಯ್ತು ವಿಶ್ರಾಂತಿಯ ಅಗತ್ಯವಿದೆ" ಅರ್ಥಗರ್ಭಿತವಾಗಿ ಹೇಳಿದಳು.

ಗದ್ದಕ್ಕೆ ಕೈಯಾನಿಸಿ ಕಮಲಾಕರನ್ ಯೋಚಿಸಿದರು. ಅವರ ಬಗ್ಗೆ ಅಲ್ಪಸ್ವಲ್ಪ ಗೊತ್ತುಂಟು ಪೂರ್ವವಾಗಿ ತಿಳಿದುಕೊಳ್ಳುವ ಪ್ರಯತ್ನ ಮಾಡಿರಲಿಲ್ಲ. ಸಹಾನುಭೂತಿ ಒಂದು ಕಡೆಯಾದರೆ ಮತ್ತೊಂದು ಕಡೆಗೆ ಉದಾಸೀನತೆ ಅಷ್ಟಲ್ಲದೇ ಇನ್ನಷ್ಟು ದಿನ ಬದುಕುವ ಛಲ.

"ಪಾಪದ ಮನುಷ್ಯ! ಮನೆ ತುಂಬ ಮಕ್ಳು" ಅವರ ಧ್ವನಿಯಲ್ಲಿ ಸಹಾನುಭೂತಿ ಇಣುಕಿತು. ಥಟ್ಟನೆ ಸುಮಳಿಗೆ ಕೋಪ ಬಂತು. ಅವರೇ ಕರುಣೆ ತೋರಿಸಬೇಕಾದರೆ ತನಗೇಕೆ ಇಲ್ಲದ ಉಸಾಬರಿ? ಏನಾದರೂ ಮಾಡಿಕೊಳ್ಳಲಿ!

"ಒಂದಿಷ್ಟು ದಿನ ಶಾಂತಿನಿಕೇತನಕ್ಕೆ ಹೋಗುವ ವಿಚಾರವಿದೆ." ಸುಮ ಮೊದಲು ಗಾಬರಿಯಾದರೂ ನಂತರ ಅವರ ಆರೋಗ್ಯ ಸುಧಾರಿಸುವುದಕ್ಕೆ ಆ ಪ್ರಶಾಂತ ಸ್ಥಳ ಯೋಗ್ಯವೆನಿಸಿತು. ಬಾಯಿ ಬಿಟ್ಟು ಆಡದಿದ್ದರೂ ಕಣ್ಣುಗಳು ಸಮ್ಮತದ ಪ್ರತಿಕ್ರಿಯೆಯನ್ನು ಸೂಚಿಸಿದವು.

ಒಂಟಿಯಾಗಂತೂ ಕಳುಹಿಸುವ ಸಾಧ್ಯತೆ ಕಡಿಮೆ. ಡಾ॥ ನರಗುಂದ್ ಕೆಲವು ಸಲ ಅವರೊಂದಿಗೆ ಹೋಗಿದ್ದರು. ಅಪ್ಪ ಮಗ ಹೊರಟರೇನೋ ಸರಿ, ಇಲ್ಲಿ ವಾಸುದೇವ್ ವಿಷಯ ತಿಳಿದ ಕೂಡಲೇ ಯಾವ ಕ್ಷಣದಲ್ಲಾದರೂ ಬರಬಹುದು. ಅವರ ಗಮನವೆಲ್ಲ ಅಕ್ಕನ ಅಮೂಲ್ಯ ಚಿನ್ನದ ಒಡವೆಗಳ ಮೇಲೆ. ಹೆಂಡತಿ ಪಾಲಿಗೆ ಬಂದದ್ದು ಸೇಟ್ ಅಂಗಡಿ ಸೇರಿ ವರ್ಷಗಳೇ ಉರುಳಿಹೋಗಿದ್ದವು.

ಪ್ರತಿರಾತ್ರಿಯೂ ದಿನಗಳನ್ನು ಲೆಕ್ಕ ಹಾಕುವುದು ಅವಳ ಕೆಲಸವಾಗಿತ್ತು. ಲಲಿತ ಕೂಡ ಕಾಗದ ಬರೆದಿದ್ದಳು. "ನಿಮ್ಮ ಭಾವ ಬೇಕಾದ್ರೆ ಇಲ್ಲೇ ಕೆಲ್ಸ ಕೊಡುಸ್ತಾರಂತೆ ಬಾಸ್ ಒಳ್ಳೆಯವ್ರು ಅಡ್ವಾನ್ಸಾಗಿ ಕೇಳಿದರೆ ಕೊಟ್ಟಾರು. ನೀನು ಬರೋ ವಿಷ್ಯ ಪತ್ರದ ಮುಖೇನ ತಿಳಿಸಿದರೇ ನಾನು ಎಲ್ಲಾ ಏರ್ಪಾಟು ಮಾಡ್ತೀನಿ" ತಕ್ಷಣ ಆ ಪತ್ರವನ್ನು ಚೂರು ಚೂರು ಮಾಡಿ ಗಾಳಿಗೆ ತೂರಿದ್ದಳು.

ಹೇಗಾದರೂ ಸುಖಿ ಜೀವನ ನಡೆಸಬೇಕೆಂಬ ಹಂಬಲ ಅವಳಿಗಿಲ್ಲ. ಅವೆಲ್ಲ ಬರೀ ಆಕರ್ಷಣೆಯಾಗಿ ಕಂಡಿತು. ಛಿ.... ಕೈ ಹಿಡಿದ ಮಾತ್ರಕ್ಕೆ ಗಂಡನ

ಕೈಬೊಂಬೆಯಾಗಬೇಕೆ? ಲಲಿತೆಗೆ ಸ್ವಲ್ಪವಾದರೂ ವಿವೇಕವಿಲ್ಲವೇ? ಅವನನ್ನು ಬಿಟ್ಟು ಬಂದ ಮಾತ್ರಕ್ಕೆ ಬದುಕಲೇ ಸಾಧ್ಯವಿಲ್ಲವೇ? ಶರತ್‌ನ ನೆನಪಾದ ಕೂಡಲೇ ಹಲ್ಲಿನ ನರಗಳೆಲ್ಲ ಬಿಗಿದುಕೊಂಡವು. ದುರಾಸೆ.... ಮನುಷ್ಯ ಮೃಗಕ್ಕಿಂತ ಕೀಳು... ಥೂ... ಮೈಯೆಲ್ಲ ಮುಜುಗರವೆನಿಸಿತು.

ರಾಜಗಾಂಭೀರ್ಯದಿಂದ ಜೀಪ್‌ನಲ್ಲಿ ಬಾಲು ಪಕ್ಕ ಕೂತು ಬಂದ ಮೋತಿ ಒಂದೇ ನೆಗೆತಕ್ಕೆ ಕೆಳಗೆ ಹಾರಿ ಕಮಲಾಕರನ್ ಅವರ ಬಳಿ ನಿಂತಿತು. ನಾಡಕರ್ಣಿಯವರು ಫೈಲು ಹಿಡಿದು ಮೆಲ್ಲಗೆ ಇಳಿದು ಬಂದರು.

ಬಾಯಿ ಬಿಟ್ಟು ಹಲ್ಲು ಗಿಂಜಿ ಸುಮಳ ಬಳಿ ಬಂದರು. ಮೆಲ್ಲಗೆ ಕಂಕುಳಿನಿಂದ ಫೈಲು ತೆಗೆದು "ಎಲ್ಲಾ ಸರ್ರ್ಯಾಗಿದೆ. ಹಣದ ಬಟವಾಡೆ ಆಯಿತು. ಇವತ್ತು ಕಾಫಿ ಹಣ್ಣು ಬಿಡಿಸೋಕೆ ಇನ್ನೂರು ಜನ ಕೂಲಿಯಾಳುಗಳು ಬಂದಿದ್ದರು" ಸುಮಳ ಮೂಗು ಕೆಂಪಾಯಿತು. ಥಟ್ಟನೆ ಆಡಿಬಿಟ್ಟಳು.

"ನಿಮ್ಗೇ ಗೊತ್ತಿಲ್ಲ. ನಾನು ಬೆಳಿಗ್ಗೆ ಬಂದಿದ್ದೆ. ಹಣ್ಣು ಬಿಡಿಸೋಕೆ ಬಂದಿದ್ದು ಬರೀ ನೂರೈವತ್ತು ಜನ." ಮಾತು ಈಚೆ ಬರದಿದ್ದರೂ ಅವರ ದವಡೆಗಳು ಮೇಲಕ್ಕೂ ಕೆಳಕ್ಕೂ ಆಡಿತು. ಮೇಸ್ತ್ರಿನ ಮನಸ್ಸಿನಲ್ಲಿಯೇ ಬೈಯ್ದುಕೊಂಡರು. ಸ್ವಲ್ಪ ಸುಳಿವು ಸೂಕ್ಷ್ಮ ಗೊತ್ತಾಗಿದ್ದಿದ್ರೆ.... ಕೈ ಕೈ ಹೊಸೆದರು.

ಕಣ್ಣು ಕಿರಿದುಗೊಳಿಸಿ ಮತ್ತೊಮ್ಮೆ ಪುಸ್ತಕದಲ್ಲಿ ಕಣ್ಣಾಡಿಸಿದರು. ಜಮಾಯಿಸಿದ ಹಣ ಒಳಗಿನ ಜೇಬಿನಲ್ಲಿ ಚುಚ್ಚುತ್ತಿತ್ತು. ಬಾಲು ಕಣ್ಣು ತಪ್ಪಿಸಿ ಮೇಸ್ತ್ರಿಗಷ್ಟು ತೆತ್ತು ಬಂದಿದ್ದರು.

"ಮರೆವು ಜಾಸ್ತಿಯಾಯ್ತು. ಮೊದಲಷ್ಟು ಚುರುಕಿಲ್ಲ. ಪೆದ್ದಾಗಿ ಅವನು ಕಳ್ಸಿದ ಕೂಲಿಯಾಳುಗಳಿಗೆಲ್ಲ ಬಟವಾಡೆ ಮಾಡಿಬಿಟ್ನಲ್ಲಾ!"

"ಮೇಸ್ತ್ರಿ ಬರಲಿ, ವಿಚಾರ್ಸೋಣ" ಮಾತು ಕಟುವಾಗಿತ್ತು. ಮನದ ಕಹಿಯೆಲ್ಲ ಬಾಯಿಗೆ ಬಂತು. ಬಲವಂತದಿಂದ ನುಂಗಿಕೊಂಡಳು. ಬಾಲು ಬೇಜಾವಾಬ್ದಾರಿಯ ಬಗ್ಗೆಯೂ ಕೋಪ ಬಂತು, ಆದರೆ... ಅದಕ್ಕೆ ಅರ್ಥವಿಲ್ಲವೆನಿಸಿತು.

ಅಂದೆಲ್ಲ ಅವಳ ಮನಸ್ಸಿಗೆ ನೆಮ್ಮದಿ ಇರಲಿಲ್ಲ. ತಲೆ ತಿನ್ನುವ ಈ ಯೋಚನೆಗಳಿಂದ ತನಗೇಕೆ ಮುಕ್ತಿ ಇಲ್ಲ? ಸಾಕಪ್ಪ..... ಸಾಕು.. ಎಂದುಕೊಂಡಳು.

ಈ ಸಲ ಪೂವಯ್ಯನನ್ನು ಮಾತ್ರ ಜೊತೆಯಲ್ಲಿ ಕರೆದುಕೊಂಡು ಕಮಲಾಕರನ್ ಶಾಂತಿನಿಕೇತನಕ್ಕೆ ಹೊರಟರು. ಬಾಲು ಬರುವೆನೆಂದಾಗ ಬೇಡವೆಂದರು.

"ರ್‍ರೀ... ಮೇಡಮ್" ಬಾಲು ಬಾಗಿಲನ್ನು ತಳ್ಳಿಕೊಂಡು ಒಳಗೆ ಬಂದ. ಕೋಪದಿಂದ ಅವನ ಮುಖವೆಲ್ಲ ಕೆಂಪಗಾಗಿತ್ತು. 'ಏನು' ಎನ್ನುವಂತೆ ತಲೆ ಎತ್ತ ನೋಡಿದಳು.

"ನಿಮ್ಮತ್ರ ಒಂದು ಮುಖ್ಯವಾದ ವಿಷ್ಯಾನ ಮಾತಾಡ್ಬೇಕು..." ಬಹಳ ಗಂಭೀರವಾಗಿ ಹೇಳಿದ.

"ಮಾತಾಡಿ...." ಸುಮಳ ಕಣ್ಣುಗಳಲ್ಲಿ ಭಯ ಆವರಿಸಿತು. ಇಲ್ಲಿರೋವರೆಗೂ ಭಯದಿಂದ ಮುಕ್ತಳಾಗಲು ಸಾಧ್ಯವಿಲ್ಲವೇನೋ!?"

"ನಿಮ್ಮ ಉದ್ಯೋಗದ ವ್ಯಾಪ್ತಿ ಎಷ್ಟು?"

ಸುಮಳ ಕಣ್ಣುಗಳು ಕಿರಿದಾದವು. ಈ ಪ್ರಶ್ನೆ ಕೇಳೋಕೆ ಕಾರಣವೇನು? ಎಷ್ಟೂಂತ ಹೇಳಬೇಕೋ ಅವಳಿಗೆ ತಿಳಿಯಲಿಲ್ಲ.

"ಡ್ಯಾಡಿಯ ಮೇಲ್ವಿಚಾರಣೆಯೊಳಗೊಂಡು ಈ ಬಂಗ್ಲೆಯ ಸಮಸ್ತ ಜವಾಬ್ದಾರಿಗಳ ಜೊತೆ ಎಸ್ಟೇಟಿನ ಕಾರುಬಾರು ಕೂಡ ನಿಮ್ಗೇ ಸೇರಿದೆಯಂತೆ, ಡ್ಯಾಡಿ ಹೇಳಿದ್ರು."

ಅದನ್ನು ಅಲ್ಲಗಳೆಯಲು ಸಾಧ್ಯವಿಲ್ಲ. ಈಗೇನು ತೊಡಕಾಗಿದೆ?

ಮೃದು ಸ್ವರದಲ್ಲಿ "ನಂಗೇನು ಅರ್ಥವಾಗಲಿಲ್ಲ!"

"ಮೋತಿ ಊಟ ಬಿಟ್ರೆ ವಿಚಾರಿಸ್ಕೋತೀರಿ, ನಾನು ನೆನ್ನೆಯೆಲ್ಲ ಊಟ ಮಾಡಿಲ್ಲ." ಬಾಲು ಮುಖದ ಮೇಲೆ ಮಂದಹಾಸ ಕಾಣಿಸಿಕೊಂಡಿತು. ಬಾಯಿಗೆ ಕೈ ಅಡ್ಡ ಹಿಡಿದು ನಕ್ಕಳು. ಏನೋ ಎಂದು ಹೆದರಿದ್ದವಳ ಮನ ಹಗುರವಾಯಿತು. ಅವಳ ನಗುವಿಗೆ ಬಾಲುವಿನ ನಗುವೂ ಸೇರಿತು. ಅಲೆಅಲೆಯಾಗಿ ಎಲ್ಲಾ ಕಡೆಯು ಹರಡಿಕೊಂಡಿತು.

ಆಫೀಸ್ ಕೋಣೆಯಲ್ಲಿ ಕುಳಿತಿದ್ದ ನಾಡಕರ್ಣಿಯವರು ಕಚ್ಚೆ ಸರಿಯಾಗಿ ಸಿಕ್ಕಿಸಿಕೊಂಡು ಹೊರಬಂದವರು ಅನುಮಾನಗೊಂಡರು. ಮೆಲ್ಲಗೆ ಸುಮಳ ಕೋಣೆಯ ಬಳಿ ಇಣುಕಿದರು. ನಿಜವಾಯಿತು. ಮನಸ್ಸು ಹುಳ್ಳಾಯಿತು. 'ಏನಾದರೂ ಮಸಲತ್ತು ಮಾಡಿ ಈ ಹುಡುಗಿಯನ್ನು ಜಾಗ ಬಿಡಿಸಬೇಕಲ್ಲ!'

ಎಲ್ಲಿಂದಲೋ ಬಂದ ಮೋತಿ ಅವರಿಗೆ ಎದುರಾಯಿತು ಕಚ್ಚೆಯ ಮೇಲೆ ಕೈಯಾಡಿಸಿ ಬಿಗಿಯಾಗಿದೆಯೆಂದು ದೃಢಪಡಿಸಿಕೊಂಡು ಪಂಚೆಯ ನೆರಿಗೆಗಳನ್ನು ಮೇಲೆತ್ತಿ ಹಿಡಿದು ಅದರ ಕಡೆಗೆ ನೋಡಲೋ ಬೇಡವೋ ಎಂದು ನೋಡಿದರು. ಒಳ್ಳೆ ಹಸಿದ ಹುಲಿ ನಿಂತ ಹಾಗೆ ನಿಂತಿತ್ತು. ಕಾಲುಗಳಲ್ಲಿ ನಡುಕ ಶುರುವಾಯಿತು. ಇಡೀ ನಾಯಿ ಸಂತತಿಗೆ ಮನದಲ್ಲಿಯೇ ಶಾಪ ಹಾಕಿದರು. ಮೆಲ್ಲಗೆ ಹಿಂದಕ್ಕೆ ಸರಿಯುವ ಪ್ರಯತ್ನ ಮಾಡಿದರು.

ತಲೆ ಎತ್ತಿ ಮೋತಿ ತೀಕ್ಷ್ಣವಾಗಿ ಅವರ ಕಡೆ ನೋಡಿತು. ನೋಟದಲ್ಲಿ ಸಿಟ್ಟಿತ್ತು. ಸಣ್ಣ ಸ್ವರದಲ್ಲಿ ಗುರುಗುಟ್ಟಿತು. ತಕ್ಷಣ ಸುಮ ಹೊರಗೆ ಬಂದಳು.

ಬಿಳಿಚಿಕೊಂಡ ನಾಡಕರ್ಣಿಯವರ ಮುಖ ಹುಳ್ಳಗಾಯಿತು. ಕಳ್ಳತನ ಮಾಡುವಾಗ ಸಿಕ್ಕಿ ಹಾಕಿಕೊಂಡವನ ಪರಿಸ್ಥಿತಿಯಾಗಿತ್ತು.

"ಏನು ನಾಡಕರ್ಣಿಯವ್ರೆ?" ಅವರ ಉದ್ದೇಶ ಅರ್ಥವಾದರೂ ಅರಿಯದವಳಂತೆ ಕೇಳಿದಳು. ಹೆಣ್ಣಿನ ಮೇಲೆ ಅಪವಾದ ಬರಲು ಪ್ರಬಲವಾದ ಕಾರಣಗಳು ಬೇಕಾಗಿಲ್ಲ...

"ನಿಮ್ಮತ್ರ ಸ್ವಲ್ಪ ಮಾತಾಡೋದಿತ್ತು" ತಲೆ ಕೆರೆದುಕೊಂಡರು.

"ಬನ್ನಿ" ಧ್ವನಿಯಲ್ಲಿ ನಡುಕವಿರಲಿಲ್ಲ.

ಅವಳನ್ನು ಹಿಂಬಾಲಿಸಿದರು. ಸೋಫಾದ ಸೀಟಿಗೆ ಒರಗಿ ಆರಾಮಾಗಿ ಪತ್ರಿಕೆ ನೋಡುತ್ತಿದ್ದ ಬಾಲು.

"ಕುತ್ಕೊಳ್ಳಿ..." ಸೋಫಾ ಹಿಡಿ ಹಿಡಿದು ನಿಂತಳು.

"ಏನ್ರೀ.... ಸಮಾಚಾರ?" ಪತ್ರಿಕೆಯಿಂದ ಕಣ್ಣು ತೆಗೆಯದೆ ಕಾಲಾಡಿಸುತ್ತ ಕೇಳಿದ. ಈ ರೀತಿಯ ಉದಾಸೀನ ನಾಡಕರ್ಣಿಯವರಿಗೆ ಹೊಸದೇ ಈ ವಿದೇಶಿ ಹುಡುಗನಿಗೆ ಸರಿಯಾಗಿ ಮದ್ದು ಮಾಡಬೇಕು! ಮನಸ್ಸಿನಲ್ಲಿಯೇ ಎಣಿಕೆ ಹಾಕಿದರು.

"ಒಂದು ವಿಷ್ಯ ಮಾತಾಡ್ಬೇಕಾಗಿತ್ತು. ನಾಲ್ಕಾರು ಬಾರಿ ಯಜಮಾನರಿಗೆ ನಿವೇದಿಸಿಕೊಂಡಿದ್ದೆ. ನನ್ಮಗಳು ಪಿ.ಯು.ಸಿ. ಪಾಸು ಮಾಡ್ಕೊಂಡು ಮನೆಯಲ್ಲೇ ಇದ್ದಾಳೆ. ಯಾವುದಾದ್ರೂ ಕೆಲ್ಸ ಕೊಟ್ರೆ..." ಸುಮಳ ಕಣ್ಣುಗಳು ಕೆಂಪಗಾದವು. ನಾಡಕರ್ಣಿ ಕುಟಿಲತೆಯಿಂದ ಯೋಚಿತ ಕಾರ್ಯಕ್ರಮವನ್ನು ಹಾಕಿಕೊಂಡಿರಬಹುದು ಅನ್ನಿಸಿತು.

"ಸದ್ಯಕ್ಕೆ ಯಾವ ಕೆಲ್ಸನೂ ಇಲ್ಲ. ಯಜಮಾನ್ರು ಬಂದ್ಮೇಲೆ ವಿಚಾರ್ಸಿ." ಈ ವಿಷಯ ತನಗೆ ಸಂಬಂಧವೇ ಇಲ್ಲವೆನ್ನುವಂತೆ ಪುಟಗಳನ್ನು ತಿರುವುತ್ತಿದ್ದ ಬಾಲು.

"ನಾಳೆಯಿಂದ ಬರ್ತಾಳೆ. ಯಜಮಾನ್ರು ಬಂದ್ಮೇಲೆ ಮಿಕ್ಕ ವಿಷ್ಯ ಮಾತಾಡೋಣ" ನಾಡಕರ್ಣಿಯವರು ನಡೆದೇಬಿಟ್ಟರು. ಅವರು ಹೋದತ್ತಲೇ ನೋಡುತ್ತ ನಿಂತಳು ಸುಮ.

"ಬೋರ್.... ಬನ್ರಿ ಮೇಲೆ ಹೋಗೋಣ" ಕೈಯಲ್ಲಿದ್ದ ಪತ್ರಿಕೆ ಎಸೆದ ಬಾಲು ಮೇಲಕ್ಕೆದ್ದ.

"ಎಸ್ಟೇಟೆಲ್ಲ ಸುತ್ತಾಡಿ ಬನ್ನಿ" ನಗುತ್ತ ಹೇಳಿದಳು.

ಒಂದು ಗಳಿಗೆ ಯೋಚಿಸಿದ ಬಾಲು "ನಡೆಯಿರಿ" ಎಂದ.

ಕಾಫಿ ಗಿಡಗಳಿಗೆ ರೋಗ ತಗಲುವ ಸೂಚನೆ ಕಂಡು ಬಂದಿದ್ದರಿಂದ ಔಷಧಿ ಹೊಡೆಯುತ್ತಿದ್ದರು. ಒಮ್ಮೆ ಹೋಗಿ ಬರುವುದು ಒಳ್ಳೆಯದೆನಿಸಿತು.

"ಆಯ್ತು...."

"ಕಮಾನ್...." ಬಾಲು ಎರಡೆರಡು ಮೆಟ್ಟಿಲನ್ನು ಒಮ್ಮೆಗೇ ಎಗರಿ ಮೇಲಿನ ತನ್ನ ಕೋಣೆಗೆ ನಡೆದ ಅವನು ಬರುವುದನ್ನೇ ಕಾಯುತ್ತ ಜೀಪಿನ ಬಳಿ ನಿಂತಳು.

ಹೊರಗೆ ಬಂದ ಬಾಲು ಒಂದೇ ನೆಗೆತಕ್ಕೆ ಜೀಪ್‌ನಲ್ಲಿ ಹಾರಿ ಕುಳಿತ. ಕಮಲಾಕರನ್ ಕೂಡ ಈ ವಯಸ್ಸಿನಲ್ಲಿ ಹೀಗೆಯೇ ಇದ್ದಿರಬೇಕು.

ವೇಗದಿಂದ ಹೊರಟಿತು. ಮರಗಳ ಕಡೆಯಿಂದ ರೊಯ್ಯನೆ ಗಾಳಿ ಬೀಸಿ ಬರುತ್ತಿತ್ತು. ಸುಮಳ ಮುಂಗೂದಲು ಮಾತ್ರವಲ್ಲದೆ ಸೆರಗು ಕೂಡ ಪತಾಕೆಯಂತೆ

ಹಾರಾಡತೊಡಗಿತು. ಅದನ್ನು ಅದುಮಿಡುವುದೇ ಕಷ್ಟವಾಯಿತು. ಒಮ್ಮೊಮ್ಮೆ ಅವಳ ಹಿಡಿತದಿಂದ ಪಾರಾಗಿ ಬಾಲುವಿನ ಭುಜ ಕೆನ್ನೆಯನ್ನು ಸವರುತ್ತಿತ್ತು. ಸಂಕೋಚದಿಂದ ಮುದುಡುವಂತಾಯಿತು. ಅವನ ತುಟಿಗಳ ಮೇಲೆ ನಗುವಿತ್ತು. ಕಮಲಾಕರನ್ ಮಗನಿಗೆ ಎಚ್ಚರಿಕೆಯನ್ನಿತ್ತಿದ್ದರು. ಬೆಳೆದ ವಾತಾವರಣದ ರೀತಿ–ನೀತಿಗಳಿಗೂ ಇಲ್ಲಿನ ಸಂಸ್ಕೃತಿಗೂ ಅಪಾರ ವ್ಯತ್ಯಾಸವಿದೆ. ಅಲ್ಲಿನ ಹೆಣ್ಣು ಜೊತೆ ನಡೆದುಕೊಂಡ ಹಾಗೆ ಸುಮಳ ಜೊತೆ ನಡೆದುಕೊಳ್ಳಬಾರದು ಎಂದು ಬಲವಾದ ತಾಕೀತು ಮಾಡಿದ್ದರು.

ಕೂಲಿಯಾಳುಗಳು ಕೆಲಸ ಮಾಡುತ್ತಿದ್ದ ಕಡೆಗೆ ಕಾರು ತಂದು ನಿಲ್ಲಿಸಿದ. ಸುಮ ಇಳಿದಳು. ಸೆರಗನ್ನು ಎಳೆದು ಬಿಗಿದು ಸೊಂಟಕ್ಕೆ ಸಿಕ್ಕಿಸಿದಳು. ರೋಡ್ ಎಂಜಿನ್ನಿನಂತಹ ಯಂತ್ರ ನಿಂತಿತ್ತು. ಅದರ ಮೇಲೆ ನಿಂತಿದ್ದ ಖಾಕಿ ಚಡ್ಡಿಯವ ಕೊಳವೆಗಳ ಮೂಲಕ ಗಿಡದ ಬುಡಗಳಿಗೆ ಔಷಧಿಯನ್ನು ಸಿಂಪಡಿಸುತ್ತಿದ್ದ. ಮೇಸ್ತ್ರಿ ಓಡೋಡಿ ಜೀಪ್‌ನ ಬಳಿ ಬಂದ. ಸುಮ ಮಾತಾಡಿ ಮತ್ತೆ ಜೀಪ್ ಹತ್ತಿದಳು. ಸಣ್ಣ ಮನೆಯಂಥ ಬಂಗ್ಲೆಯ ಬಳಿ ಬಂದು ಜೀಪ್ ನಿಂತಿತು. ಬಾಲು ಒಳಗೆ ಹೋದ. ಸುಮ ಅಡ್ಡಾಡುತ್ತ ದೂರ ನಡೆದಳು. ಬಹಳ ದೂರ ನಡೆದು ಹೋಗಿ ಒಂದು ಮರಕ್ಕೆ ಒರಗಿ ನಿಂತಳು. ಬಾಯಾರಿಕೆಯೆನಿಸಿತು. ಕಣಿವೆಯ ಕಡೆ ನೋಡಿದಳು. ಹಳ್ಳದ ನೀರಿನಲ್ಲಿ ಹೆಂಗಸರು ಪಾತ್ರೆ ತೊಳೆದು ಬಟ್ಟೆ ಬಡಿಯುತ್ತಿದ್ದರು. ಒಂದು ಗಳಿಗೆ ಮರಕ್ಕೆ ತಲೆಯಾಡಿಸಿ ಕಣ್ಣು ಮುಚ್ಚಿದಳು. ನೆನಪಿನಲ್ಲಿ ವೇದನೆ ಉಮ್ಮಳಿಸಿತು. ತನ್ನವರಿಂದ.... ದೂರ ಅಪ್ಪ, ಅಮ್ಮ, ಅಕ್ಕ, ಅಣ್ಣ ಎಲ್ಲರನ್ನು ನೆನಸಿಕೊಂಡಳು. ಅಳು ಉಕ್ಕಿ ಬಂತು. ತಡೆಯಲಾರದೆ ಮುಖ ಕಿವಿಚಿದಳು. ಎಲ್ಲರ ಮೇಲೂ ರೋಷ ಉಕ್ಕಿ ಬಂತು. ಅವರು ತನಗೇನೂ ಅಲ್ಲವೇ ಅಲ್ಲ! ಎಷ್ಟು ನಿರ್ದಯಿಗಳಾಗಿ ತನ್ನನ್ನು ಇಲ್ಲಿ ನಿಲ್ಲಿಸಿದ್ದಾರೆ. ಎದೆಯುಬ್ಬಿ ಬಂತು. ಕಣ್ಣೀರು ಕೆನ್ನೆಯ ಮೇಲೆ ಹರಿಯಿತು. ಕೈಯಿಂದ ತೊಡೆದುಕೊಂಡು ಹೆಜ್ಜೆಯ ಮೇಲೆ ಹೆಜ್ಜೆಯಿಡುವ ನಿಧಾನವಾಗಿ ನಡೆಯತೊಡಗಿದಳು. ತೋಟದ ಬಂಗ್ಲೆಯ ಬಳಿಗೆ ಬರುವ ವೇಳೆಗೆ ಅವಳಿಗೆ ಸಾಕಾಗಿಹೋಯಿತು.

"ಓಹ್... ಸುಮ, ಎಲ್ಲೋಗಿಬಿಟ್ರಿ!" ಬಾಲು ಉದ್ಗರಿಸಿದ. ಮೌನವಾಗಿ ಅರೆ ನಕ್ಕಳು. ಮಾತಾಡುವುದು ಅವಳಿಂದಾಗಲಿಲ್ಲ.

ಒಳಗೆ ಹೋಗಿ ಜಗ್‌ನಲ್ಲಿದ್ದ ನೀರನ್ನು ಲೋಟಕ್ಕೆ ಸುರಿದುಕೊಂಡು ಮೂರು ಲೋಟ ನೀರು ಕುಡಿದಳು. ಬಾಯಾರಿಕೆ ಸ್ವಲ್ಪ ಕಡಿಮೆಯಾಯಿತು.

"ತುಂಬ ಡಲ್ ಆಗಿ ಕಾಣ್ತೀರಿ" ಎಂದ ಬಾಲು ಅವಳನ್ನೇ ನೋಡುತ್ತ. "ಏನಿಲ್ಲ" ಎನ್ನುತ್ತ ಮೂಲೆಯಲ್ಲಿದ್ದ ಕುರ್ಚಿಯ ಮೇಲೆ ಕುಳಿತಳು.

ತಂದಿಟ್ಟ ಚಹಾವನ್ನು ಕುಡಿದು ಪಿಂಗಾಣಿ ಕಪ್ಪನ್ನು ಟೀಪಾಯಿ ಮೇಲಿಟ್ಟಳು. ಗಂಟಲಲ್ಲಿ ಸ್ವಲ್ಪ ಬಿಸಿ ಹೋದ ಮೇಲೆ ಪರ್ವಾಗಿಲ್ಲ ಎನ್ನಿಸಿತು.

"ಸುಮ, ಐಯಾಮ್ ಹೈಲಿ ಗ್ರೇಟ್‌ಫುಲ್ ಟು ಯು. ಡ್ಯಾಡಿನ ನೀವ್ ಅಂಡರ್‌ಸ್ಟಾಂಡ್ ಮಾಡ್ಕೊಂಡ್ಹಂಗೆ ಯಾರೂ ಮಾಡ್ಕೊಂಡಿಲ್ಲಾ." ಪೆಚ್ಚಾಗಿ ನಕ್ಕಳು

ಸುಮ.

ವರಾಂಡದಲ್ಲಿ ಕೂತಿದ್ದವಳ ಮೂಗಿಗೆ ಘಾಟಿನ ಕಂಪು ಬಡಿಯಿತು. ಸುತ್ತಲೂ ಕಣ್ಣಾಡಿಸಿದಳು. ನೋಡಲೊ ಬೇಡವೊ ಎನ್ನುವಂತೆ ಬಾಲುವಿನ ಕಡೆ ಪರಿಶೀಲನಾ ದೃಷ್ಟಿ ಬೀರಿದಳು. ನೋಟ ಕೆಳಗೆ ಮಾಡಿದಳು.

ಬಾಲುವಿನ ನೋಟ ಅವಳನ್ನು ಅಳೆಯಿತು. ಸಂಕೋಚ, ಲಜ್ಜೆ, ವಯ್ಯಾರ ಯಾವುದೂ ಇರಲಿಲ್ಲ. ಕೆಲವೊಮ್ಮೆ ಅವಳ ಧೀರ ನೋಟದೆದುರು ತಾನೇ ಅಧೀರನಾಗುತ್ತಿದ್ದ.

ಮೌನ..... ಮೌನ.... ಆದರೆ ಆ ಮೌನ ಇಬ್ಬರಿಗೂ ಹಿಂಸೆಯಾಯಿತು. ಬಾಲು ಆ ಭೀಕರ ಮೌನವನ್ನು ಭೇದಿಸಿ ಮಾತಿಗೆ ಪೀಠಿಕೆ ಹಾಕಿದ.

"ಸುಮ, ನಿಮ್ಮ ಬಗ್ಗೆ ನಂಗೇನೂ ತಿಳಿದಿಲ್ಲ. ನಿಮ್ಮ ತಾಯಿ ತಂದೆ ಒಂಟಿಯಾಗಿ ಇಲ್ಲಿ ಕಳ್ಸೋಕೆ ಒಪ್ಕೊಂಡ್ರ? ನಮ್ಮ ಫಾರಿನ್ ಅಂಕಲ್, ಇಲ್ಲಿನ ತಾಯಿ ತಂದೆಯರು ತಮ್ಮ ಹೆಣ್ಣು ಮಕ್ಕನ್ನ ಜೋಪಾನ ಮಾಡೋ ರೀತಿನ ಬಣ್ಣಿಸ್ತಾ ಇದ್ರು...."

ಯಾಕೋ ಅವಳಲ್ಲಿನ ಸಹನೆ ಕುಸಿಯಿತು. ಅಮ್ಮ, ಅಪ್ಪ, ಎಲ್ಲರ ಮುಖಗಳು ಕಣ್ಮುಂದೆ ಹಾದು ಹೋದವು. ತಲೆಯಲ್ಲಿನ ನರಗಳೆಲ್ಲ ಸಿಡಿದವು.

"ಎಕ್ಸ್‌ಕ್ಯೂಜ್ ಮಿ..... ದಟ್ ಈಸ್ ಪರ್ಸನಲ್.... ನನ್ನ ವೈಯಕ್ತಿಕ ವಿಚಾರ ನಿಮ್ಮಲ್ಲಿ ಚರ್ಚಿಸಲು ನಂಗಿಷ್ಟವಿಲ್ಲ!" ಸೋತವಳಂತೆ ಕುಳಿತಳು.

"ನಿಮ್ಮ ಮನಸ್ಸಿನ ಸಮಾಧಾನ ಕೆಟ್ಟಿದೆ" ಕೋಣೆಯೊಳಗೆ ಹೋದ ಬಾಲು ಒಂದು ಗಾಜಿನ ಗ್ಲಾಸ್ ತಂದು ಅವಳ ಮುಂದೆ ಹಿಡಿದ. ಅರ್ಧದಷ್ಟು ನಸುಕೆಂಪಿನ ದ್ರವದ ವಾಸನೆಗೆ ಮೂಗಿನ ಹೊಳ್ಳೆಗಳು ಅಮರಿದವು. ಬೆಚ್ಚಿಬಿದ್ದಳು. ಕಣ್ಣುಗಳಲ್ಲಿ ಭೀತಿ ಹೊಯ್ದಾಡಿದ್ದರೂ ಸೆಟೆದು ಕುಳಿತಳು.

ಅದೇನು ಬೆದರಿದಳೋ ಅವಳಿಗೇ ಗೊತ್ತಿಲ್ಲ. ಸರಸರನೆ ನಡೆದು ಬಂದು ಹೊರಗೆ ನಿಂತಳು.

* * *

ತೆಳ್ಳಗಿನ ಮೈಕಟ್ಟಿನ ನೀತಾ ಮರುದಿನ ತಂದೆಯ ಜೊತೆಯಲ್ಲಿ ಬಂಗ್ಲೆಗೆ ಬಂದಳು. ನಾಡಕರ್ಣಿಯವರು ನೇರವಾಗಿ ಮಗಳನ್ನು ಕರೆದುಕೊಂಡು ಬಾಲುವಿನ ಕೋಣೆಗೆ ಹೋದರು. ನಯವಿನಯದಿಂದ ತಮ್ಮ ಕಷ್ಟವನ್ನು ತೋಡಿಕೊಂಡರು. ಅವನ ಹತ್ತಿರ 'ಹೂ' ಎನಿಸಿಬಿಟ್ಟರು.

ಪೂವಯ್ಯ ಬಂದು ವಿಷಯ ತಿಳಿಸಿದಾಗ ಸುಮ ಶಿಲೆಯಾದಳು. ಮನಸ್ಸನ್ನು ಕಠಿಣ ಮಾಡಲು ಅವಳಿಂದಾಗಲಿಲ್ಲ. ಬಹಳ ತಪ್ಪಾಗಿ ಹೋಯಿತು. ಬಾಲುಗೆ ಖಂಡಿತ ವಿವೇಚನಾ ಪ್ರಜ್ಞೆ ಕಡಿಮೆ. ಈ ಮನೆಯಲ್ಲಿರುವ ಎಲ್ಲರನ್ನೂ ವಾಸುದೇವ್ ತಮ್ಮ ಬುಟ್ಟಿಯಲ್ಲಿರಿಸುವ ಪ್ರಯತ್ನ ಮಾಡಿದ್ದರು. ಈಗ ಅವಕಾಶ ತಾನೇ ತಾನಾಗಿ

ಒಲಿಯಿತು. ಎಷ್ಟೋ ಹೊತ್ತು ಸುಮ್ಮನೆ ಕೂತುಬಿಟ್ಟಳು. ಸುಳಿಯ ಮಧ್ಯೆ ಸಿಕ್ಕಿಕೊಂಡ ಅನುಭವವಾಯಿತು.

ಕೋಣೆಯ ಮುಂದೆ ಹಾದು ಹೋದ ನಾಡಕರ್ಣಿಯವರ ಮುಖದಲ್ಲಿ ವಿಜಯದ ನಗೆ ಇತ್ತು. ಇಂದಿನ ಅವರ ಕಣ್ಣುಗಳ ತೀಕ್ಷ್ಣತೆ ಅವಳನ್ನು ಕಕ್ಕಿತು. ಆ ಚಿಕ್ಕ ಕಣ್ಣುಗಳ ವಿಲಕ್ಷಣವಾದ ಕ್ರೂರತೆಯನ್ನು ಕಂಡು ಭಯ ಆವರಿಸಿತು. ಸಣಕಲು ದೇಹದ, ಬಿಳಿಯ ಹುಲ್ಲಿನಂಥ ಕೂದಲಿನ ಮನುಷ್ಯನ ಕಣ್ಣುಗಳಲ್ಲಿ ಇಷ್ಟೊಂದು ತೀಕ್ಷ್ಣತೆ ಇರಲು ಸಾಧ್ಯವೇ? ತುಟಿ ಕಚ್ಚಿ ಉದಾಸ ಮನೋಭಾವವನ್ನು ಪ್ರದರ್ಶಿಸಿದಳು.

"ಪೂವಯ್ಯ, ನಿನ್ನ ಕೆಲ್ಸನ ನೋಡ್ಕೋಗು" ಎಂದು ಹೇಳಿ ಹೊರಗೆದ್ದು ಬಂದಳು. ನಾಡಕರ್ಣಿಯವರಿಗೆ ಇನ್ನೂ ಸಹಾನುಭೂತಿ ತೋರಿಸಲೇಬಾರದು ಮತ್ತಷ್ಟು ಬಿಗಿ ಮುಷ್ಠಿಯಲ್ಲಿಡಿಯಬೇಕೆಂಬ ತೀರ್ಮಾನಕ್ಕೆ ಬಂದಳು. ಬೀಗದ ಕೈ ತಿರುಗಿಸುತ್ತ ಅವರ ಕೋಣೆಯ ಬಳಿ ಹೋಗಿ ನಿಂತಳು. ನೋಡಿದರೂ ನೋಡದವರಂತೆ ತಮ್ಮ ಕೆಲಸದಲ್ಲಿ ಮುಳುಗಿದ್ದರು.

"ನಾಡಕರ್ಣಿಯವ್ರೇ, ಮೇಸ್ತ್ರಿಗಳು ರಜಕ್ಕೆ ಹೋಗಿದ್ದಾರೆ–ನೀವ್ ಎಸ್ಟೇಟಿಗೆ ಹೋಗಿ ಕೂಲಿಗಳ ಮೇಲೆ ನಿಗಾ ಇಡೀ" ಒತ್ತಿ ಹೇಳಿದಳು.

ಸೆಟೆದು ಎದ್ದು ನಿಂತರು. ಧೈರ್ಯವಾಗಿ ಆಡಬೇಕೆಂದರೂ ಮಾತಗಳು ಹೊರಬರಲಿಲ್ಲ. ತಲೆ ಕೆರೆದುಕೊಂಡು ಕುರ್ಚಿಗೆ ಒರಗಿಸಿಟ್ಟ ಕೊಡೆಯನ್ನು ಹಿಡಿದು ಸರಸರನೆ ನಡೆದವರು ತಟ್ಟನೆ ನಿಂತರು. ಆದರೆ ಹಿಂದಿರುಗಲಿಲ್ಲ. ಬೀಸುಗಾಲು ಹಾಕುತ್ತ ನಡೆದರು.

ಸುಮ ದೊಡ್ಡ ಹಜಾರಕ್ಕೆ ಬಂದಾಗ ನೀತಾ ಸೆರಗು ಸಿಕ್ಕಿಸಿ ಉತ್ಸಾಹದಿಂದ ಓಡಾಡುತ್ತಿದ್ದಳು.

"ನಿಲ್ಲು" ಧ್ವನಿ ಗಡುಸಾಗಿತ್ತು.

ತಟ್ಟನೆ ನಿಂತ ನೀತಾಳ ಮುಖ ಪೆಚ್ಚಾಗಿತ್ತು. ಅರ್ಥವಿಲ್ಲದ ಕನಸುಗಳನ್ನು ಹೆಣೆಯುವ ಗುಂಪಿಗೆ ಸೇರಿದ ಯುವತಿ. ವಾಸ್ತವ ಜಗತ್ತನ್ನು ಮರೆತು ಸದಾ ಕಾರು ವಿಮಾನದಲ್ಲಿ ಓಡಾಡಿದಂತೆ ಕಲ್ಪನೆ ಮಾಡಿಕೊಂಡ ಕನಸ್ಸು ಕಾಣುವ ದುರ್ಬಲ ಜಾತಿಯ ಹೆಣ್ಣು.

"ಏನು ಕೆಲ್ಸ ಮಾಡ್ತೀಯಾ?" ಸುಮಳ ಧ್ವನಿ ಮೃದುವಾಯಿತು. ತನ್ನ ಹಾಗೆ ಪರಿಸ್ಥಿತಿಯ ಒತ್ತಡಕ್ಕೆ ಮಣಿದ ಹೆಣ್ಣಿರಬೇಕು! ಸಹಾನುಭೂತಿಯಿಂದ ಅವಳೆಡೆ ನೋಡಿದಳು. ಉಟ್ಟಿದ್ದು ಕೆಳದರ್ಜೆಯ ನೈಟಾನ್ ಸೀರೆ. ಬಡಕಲಾದ ಕೈಗಳು. ತೊಟ್ಟಿದ್ದ ಬಳೆಗಳು ಮುಂಗೈಗೆ ಏರುತ್ತಿದ್ದವು.

ತಟ್ಟನೆ ಸೆಟೆದು ನಿಂತಳು. ಒಂದು ತರಹ ಮುಖ ಮಾಡಿ "ಚಿಕ್ಕ ಯಜಮಾನ್ರು ಹೇಳಿದ ಕೆಲಸ." ಹಿಂದೆಗೆದಳು ಸುಮ. ಎಲ್ಲದರಲ್ಲಿಯೂ ನಾಡಕರ್ಣಿಯವರ ಮಗಳೇ ಎಂಬ ತೀರ್ಮಾನಕ್ಕೆ ಬಂದಳು.

"ಸರಿ ಹೋಗು."

ನಾಯರ್‌ಗೂ, ನಾಡಕರ್ಣಿಗೂ ಇತ್ತೀಚೆಗೆ ಸರಿ ಇರಲಿಲ್ಲ. ಮಾತುಕತೆ ಸರಿಯಿದ್ದರೂ ಹಿಂದಿನ ವಿಶ್ವಾಸ, ಆತ್ಮೀಯತೆ ಇದ್ದ ಹಾಗೆ ಕಾಣಲಿಲ್ಲ. ಒಂದೆರಡು ಸಲ ನಾಡಕರ್ಣಿಯ ಮೇಲೆಯೇ ದೂರಿದ್ದ. ಅಂದು ಮೌನವಾಗಿದ್ದು ಈ ಬೆಳವಣಿಗೆ ಒಳ್ಳೆಯದೆನಿಸಿತು.

ಡೈನಿಂಗ್ ಹಾಲಿನಲ್ಲಿ ಟೇಬಲಿನ ಮುಂದೆ ಹೋಗಿ ಕೂತಳು. ನಾಯರ್ ಬಂದು ಅತಿವಿನಯ ತೋರಿಸುತ್ತ ನಿಂತ.

"ಅಮ್ಮ ಉಪಹಾರ ತರ್ಲಾ" ಎಂದ ಕೈ ಕೈ ಹೊಸೆಯುತ್ತ.

"ಚಿಕ್ಕ ಯಜಮಾನ್ರು ಬರಲಿ. ಒಂದ್ಸಲ ಅವ್ರ ಕೋಣೆಗ್ಹೋಗಿ ವಿಚಾರಿಸ್ಕೊಂಡ್ಬಾ" ಒರಗಿ ಕೂತಳು. ಟೇಬಲಿನ ಮೇಲೆ ಮೊಣಕೈಯೂರಿ ಗದ್ದಕ್ಕೆ ಕೈಯಾನಿಸಿ ಕೂತಳು. ಬೇಸರದಿಂದ ಸಣ್ಣನೆಯ ಧ್ವನಿಯಲ್ಲಿ ಹಾಡು ಗುನುಗತೊಡಗಿದಳು.

"ಅಮ್ಮ," ಎಂದು ನಾಯರು ಪಿಸುಗುಟ್ಟಿದಾಗಲೇ ಅವಳು ದೃಷ್ಟಿ ಹೊರಳಿಸಿದ್ದು.

"ಗುಮಾಸ್ತರ ಮಗ್ಳೂ ಮೇಲಿನ ಕೋಣೆಯಲ್ಲಿದ್ಲು!"

ಉದಾಸೀನವಾಗಿ ಸುಮ "ಅವರದು ದಿನಾ ಕಂಪ್ಲೆಂಟು, ಆಳು ಕೋಣೇನ ಸರ‍್ಯಾಗಿ ಕ್ಲೀನ್ ಮಾಡೋಲ್ಲಾಂತ ಅದ್ಕೆ ನಾನೇ ಹೇಳಿದ್ದು" ಮೆತ್ತಗೆ ಅವರ ಬಾಯಿ ಮುಚ್ಚಿಸಿದಳು.

ಎಲ್ಲದರಲ್ಲೂ ಬೇಸರ. ಎದ್ದು ಹೋಗಲು ಕೂಡ ಬೇಸರ. ಏಕಾಂಗಿತನ ಅಸಹನೀಯವೆನಿಸಿತ್ತು. ಟೇಬಲ್ಲಿನ ಮೇಲೆ ತಲೆಯಿಟ್ಟಳು. ಕಾಲೇಜಿನಿಂದ ಬಿಸಿಲಿನಲ್ಲಿ ಮನೆಗೆ ನಡೆದು ಬಂದ ದಿನಗಳಲ್ಲಿ ತಾಯಿಯ ತೊಡೆಯ ಮೇಲೆ ತಲೆಯಿಟ್ಟುಕೊಂಡು ಮಲಗುತ್ತಿದ್ದಳು. ಆಗ ಅವರು ಹತ್ತಿ ಬಿಡಿಸುತ್ತಲೋ.... ಹತ್ತಿ ಹೊಸೆಯುತ್ತಲೋ... ಕೂತಿರುತ್ತಿದ್ದರು. ಪ್ರೀತಿಯಿಂದ ಕೂದಲಲ್ಲಿ ಕೈಯಾಡಿಸುತ್ತಿದ್ದರು. 'ಬಿಸಿಲಲ್ಲಿ ಬಂದು ಮುಖವೆಲ್ಲ ಕೆಂಪಗಾಗಿದೆ. ಒಂದು ಗಳಿಗೆ ಮಲ್ಗು' ಎಂದು ಕಕ್ಕುಲತೆಯಿಂದ ನುಡಿಯುತ್ತಿದ್ದರು. ಆ ಚೆಂದದ ದಿನಗಳು ಇನ್ನು ಬರಲಾರವೇನೋ? ಅವರ ಪ್ರೀತಿಯ ಮಹಾಪೂರವೆಲ್ಲ ದೊಡ್ಡ ಮಗಳ ಕಡೆಗೆ ಹರಿಯುತ್ತಿದೆ. ಅವಳ ಕ್ಷೇಮ ಚಿಂತನೆಗೆ ನಾನು ಬಲಿ! ನಿಟ್ಟುಸಿರು ಬಿಟ್ಟಳು.

ಘಾಟಾದ ಫಾರಿನ್ ಪರಿಮಳ ಬಾಲುವಿನ ಬರವನ್ನು ಸಾರಿತು. ಎದ್ದು ನಿಂತಳು. ಅವಳ ಪರಿಮಿತಿ ಅವಳಿಗೆ ಗೊತ್ತು ಅದನ್ನೆಂದೂ ದಾಟಿ ಅತಿಕ್ರಮಿಸಲಾರಳು.

"ನಿಮ್ಮ ಕೋಣೆ ಕಡೆಗೆ ಹೋಗಿ ಬಂದೆ" ಬಾಲು ಹೇಳಿದ. ಕಣ್ಣಿನಲ್ಲೇ ಕೃತಜ್ಞತೆ ಸೂಚಿಸಿದಳು.

ಕುರ್ಚಿಯನ್ನು ಶಬ್ದ ಮಾಡುತ್ತ ಹಿಂದಕ್ಕೆ ದೂಡಿ ಮತ್ತೆ ಎಳೆದುಕೊಂಡು ಕೂತು "ತುಂಬ ಬೇಸರಪಟ್ಟ ಹಾಗೆ ಕಾಣ್ತೀರಿ" ಅವಳ ಕಡೆಗೆ ನೋಡುತ್ತ ಪ್ರಶ್ನಿಸಿದ.

ಅವಳ ಬಗ್ಗೆ ಏನೋ ಒಂದು ರೀತಿಯ ಅಭಿಮಾನ. ಅಳತೆ ತಪ್ಪಿದ ಮಾತು ಎಂದೂ ಅವಳ ಬಾಯಿಂದ ಬರಲಾರದು. ಎಷ್ಟು ಬೇಕೋ ಅಷ್ಟೇ ಕೆಲವು ವೇಳೆ ನಿಜಸಂಗತಿಯನ್ನು ಕಟುವಾಗಿ ಆಡಿಬಿಡುತ್ತಿದ್ದಳು. ಅದರಲ್ಲಿ ತನ್ನ ಕರ್ತವ್ಯದ ಚಿಂತೆ ಇರುತ್ತಿತ್ತು.

ಬಿಸಿ ಬಿಸಿ ಇಡ್ಲಿಗಳು ತಟ್ಟೆಗೆ ಬಂದವು. ಚಟ್ನಿ, ತುಪ್ಪ ಇತ್ತು. ನಾಡಕರ್ಣಿಯವರ ಸೀಟ್ ಖಾಲಿಯಾಗಿತ್ತು. 'ಅಪ್ಪ ಮಗಳು ಕೂತು ಹೊಡೆಯುತ್ತಾರೇನೋ!' ಮನದಲ್ಲೇ ನಕ್ಕಳು.

"ಯಾಕೆ, ಒಬ್ರೇ ನಗ್ತೀರಿ, ನಂಗೂ ಸ್ವಲ್ಪ ಹೇಳಿ!" ಅವಳ ಮುಖದ ಮೇಲಿನ ನಗುವನ್ನು ಗುರ್ತಿಸಿ ಕೇಳಿದ. "ಏನಿಲ್ಲ, ಬಿಡಿ" ನಗುತ್ತಲೇ ಹೇಳಿದಳು.

ಇಡ್ಲಿಯನ್ನು ಮುರಿದು ಬಾಯಿಗಿಟ್ಟುಕೊಂಡ ಬಾಲು ಉದ್ಗರಿಸಿದ. "ವಂಡರ್‌ಫುಲ್... ತುಂಬ ಚೆನ್ನಾಗಿದೇರ್ರಿ" ಬಾಯಿ ಚಪ್ಪರಿಸುತ್ತ ಲೊಟ್ಟೆ ಹಾಕಿದ.

ಇಂಗ್ಲೆಂಡಿನಲ್ಲಿದ್ದಾಗ ಆಂಟಿ ಶೀಲ ಮಾಡುತ್ತಿದ್ದರು. ಇದರಷ್ಟು ರುಚಿಯಾಗಿ ರುತ್ತಿರಲಿಲ್ಲ. ಅವರಿಗೆ ಇದೆಲ್ಲ ಮಾಡಬೇಕೆಂದರೆ ಬೇಸರ. ಇಂಗ್ಲೆಂಡಿನ ಮಿತ್ರರು ಕಾಡಿ ಬೇಡಿ ಮಾಡಿಸಿಕೊಂಡು ತಿನ್ನುತ್ತಿದ್ದರು. ಅಲ್ಲಿದ್ದಾಗ ಇಲ್ಲಿನ ತಿನಿಸುಗಳನ್ನು ತಿನ್ನಲು ಆತುರಪಡುತ್ತಿರಲಿಲ್ಲ. ಅದಕ್ಕೆ ಕಾರಣ ಅವರ ಮನೆಯ ವಾತಾವರಣ. ಅಲ್ಲಿನ ಆಹಾರ ಪದ್ಧತಿಗಳನ್ನೇ ಅನುಸರಿಸುತ್ತಿದ್ದರು. ಬ್ರೆಡ್, ಮೊಟ್ಟೆ, ಚಿಕನ್ ನಿತ್ಯದ ಆಹಾರವಾಗಿತ್ತು. ಬಾಲು ಕೂಡ ಅದನ್ನೇ ಇಷ್ಟಪಡುತ್ತಿದ್ದ. ಆದರೆ ಕಮಲಾಕರನ್ ಕಟ್ಟಾ ಸಸ್ಯಾಹಾರಿಯಾಗಿದ್ದರು. ಗೆಳೆಯರ ಸಹವಾಸದಿಂದ ಅಪರೂಪಕ್ಕೆ ಮೊಟ್ಟೆ ಮಾತ್ರ ಅನಿವಾರ್ಯ ಸಂದರ್ಭದಲ್ಲಿ ತಿನ್ನಲು ಅಭ್ಯಾಸ ಮಾಡಿಕೊಂಡಿದ್ದರು.

ಪ್ರತಿದಿನ ಊಟಕ್ಕೆ ಕೂಡುವಾಗಲೆಲ್ಲ ಕಮಲಾಕರನ್ ಇಲ್ಲಿನ ಆಹಾರ ಪದಾರ್ಥಗಳನ್ನು ತಿನ್ನಲು ಅಭ್ಯಾಸ ಮಾಡಿಕೊಳ್ಳಬೇಕೆಂದು ಒತ್ತಾಯ ಮಾಡುತ್ತಿದ್ದರು. ಅಷ್ಟಿಷ್ಟು ಅಭ್ಯಾಸವಾಗಿತ್ತು.

ಬಾಲು ಮೂರು ಇಡ್ಲಿ ಮುಗಿಸಿದರೂ ಸುಮ ಪರಧ್ಯಾನವಾಗಿ ಕುಳಿತಿದ್ದಳೇ ವಿನಹ ಒಂದು ಇಡ್ಲಿಯನ್ನು ತಿಂದಿರಲಿಲ್ಲ. ಅವಳನ್ನು ನೋಡಿದ.

"ಯಾಕೆ ಮಿಸ್, ತುಂಬ ಯೋಚ್ನೆ ಮಾಡ್ತಾ ಇದ್ದೀರಲ್ಲ!" ಮೊದಲು ಪೆಚ್ಚಾದರೂ ಆಮೇಲೆ ಹಗುರವಾಗಿ ನಕ್ಕುಬಿಟ್ಟಳು. ಆಮೇಲೆ ಬೇಗಬೇಗ ಮುಗಿಸಿ ಮೇಲೆದ್ದಳು. ಬಳೆಯ ಸದ್ದು. ಅತ್ತ ತಿರುಗಿದಳು. ಬಾಗಿಲ ಪರದೆಯ ಹಿಂದೆ ನೀತಾಳ ನೆರಳಾಡಿತು. ಅಸಾಧ್ಯ ಹೆಣ್ಣೆಂದುಕೊಂಡಳು.

"ಕಾಫಿ ಬೋರ್ಡು ಮೀಟಿಂಗ್ ಇದೆಯಲ್ಲ. ಚಿಕ್ಕಮಗ್ಳೂರಿಗೆ ಹೋಗಿ ಬರ್ತೀರಾ?" ಮೊದಲು ಮೌನವಹಿಸಿದರೂ ಆಮೇಲೆ ತಲೆಯಾಡಿಸಿದ.

ಅವನು ರೆಡಿಯಾಗಿ ಹೊರಗೆ ಬಂದಾಗ, ಮನಸ್ಸು ತಾಳದಾಯಿತು. ಜೀಪ್‌ನ ಬಳಿ ಬಂದು "ಸ್ವಲ್ಪ ನಿಧಾನವಾಗಿ ಹೋಗಿ, ನಿಮ್ತಂದೆ ತುಂಬ ಭರವಸೆಯನ್ನಿಟ್ಟು

ಕೊಂಡಿದ್ದಾರೆ." ಅವಳ ಕಣ್ಣಲ್ಲಿ ಕಣ್ಣಿಟ್ಟು ನೋಡಿದ. ಯಾವುದೂ ಕಾಣುವುದು ಅವನಿಂದಾಗಲಿಲ್ಲ.

ಒಳಗೆ ಬಂದಾಗ ನಾಯರ್‌ಗೂ, ನಾಡಕರ್ಣಿಯವರಿಗೂ ದೊಡ್ಡ ಜಗಳವೇ ನಡೆಯುತ್ತಿತ್ತು. ಅವರ ಮಧ್ಯೆ ವಿರಸಕ್ಕೆ ಕಾರಣವೇನು? ಒಂದೂ ಹೊಳೆಯಲಿಲ್ಲ. ಅವರಾಗಿ ತನ್ನ ಬಳಿಗೆ ಬರಲೆಂದು ಸುಮ್ಮನಾದಳು.

ಅತ್ತಿತ್ತ ನೋಡಿದಳು. ಮೋತಿ ಇರಲಿಲ್ಲ. ಅದು ಈಗ ಒಬ್ಬ ಸಂಗಾತಿಯನ್ನು ಸಂಪಾದಿಸಿತ್ತು. ಕಂಟ್ರಾಕ್ಟರ್ ವಿಲಿಯಂ ಅದೇ ಜಾತಿಯ ಒಂದು ಹೆಣ್ಣು ನಾಯಿಯನ್ನು ತಂದಿದ್ದ. ಅದು ಹೇಗೆ ಇದರ ಕಣ್ಣಿಗೆ ಬಿತ್ತೋ ಅವೆರಡರಲ್ಲಿ ಅನ್ಯೋನ್ಯತೆ ಬೆಳೆದಿತ್ತು.

ನಾಯರ್ ದಾಪುಗಾಲು ಹಾಕುತ್ತ ಅವಳ ಮುಂದೆ ಬಂದು ನಿಂತ. ನಾಡಕರ್ಣಿಯವರ ಮೇಲೆ ಫೀರ್ಯಾದು ಕೊಡಲಿಕ್ಕೆಂದು ಅವಳಿಗೆ ಗೊತ್ತು. ಆದರೂ ಪ್ರಶ್ನಾರ್ಥಕವಾಗಿ ನೋಡಿದಳು.

"ಈ ಅಯ್ಯನಿಂದ ಬದುಕೋಕೆ ಆಗೋಲ್ಲ. ಡಬರಿ ಇಡ್ಲಿ ಅವ್ರಿಗೆ ಸಾಲಲಿಲ್ವಂತೆ!" ಡಬರಿ ಇಡ್ಲಿ ಖಾಲಿ ಮಾಡೋದು ಹೊಸ್ದಾ! ಎಂದು ಕೇಳಬೇಕೆನಿಸಿತು.

"ನೀವೇ ಹೇಳೀಮ್ಮ, ನಾನು ಯಜಮಾನ್ರಿಗೆ ಅಡಿಗೆಯವ್ನ ಇವ್ರಿಗೆ ಅಡಿಗೆಯವ್ನ!" ಮನದಲ್ಲಿಯೇ ಸುಮ ನಕ್ಕಳು. ಕಮಲಾಕರನ್‌ರವರ ಸಹಾನುಭೂತಿ ಇಷ್ಟರಮಟ್ಟಿಗೆ ನಾಡಕರ್ಣಿಯವರನ್ನು ಬೆಳೆಯುವಂತೆ ಮಾಡಿತ್ತು.

ಭಾರವಾದ ಉಸಿರು ಬಿಟ್ಟು ಕಿಟಕಿಯ ಬಳಿ ನಿಂತು ದೂರಕ್ಕೆ ದೃಷ್ಟಿಯನ್ನು ನೆಟ್ಟಳು.

"ಮೊದ್ಲೇ ಯೋಚಿಸಬೇಕಿದ್ದ ವಿಷ್ಯ. ನಾಳೆಯಿಂದ ಅವರ ಊಟ ತಿಂಡಿ ಮನೆಯಲ್ಲೇ ಅದಕ್ಕಾಗಿ ಬೇರೆ ಹಣ ಕೊಡ್ನೋ ಏರ್ಪಾಟು ಮಾಡ್ತೀನಿ." ಸುಮ ಇದೇ ಸಮಯಕ್ಕಾಗಿ ಬಹಳ ದಿನಗಳಿಂದ ಕಾದಿದ್ದಳು.

ಬಕಾಸುರನಂತೆ ತಿಂದು ದಣಿಗೆ ದ್ರೋಹ ಬಗೆಯೋ ಕ್ಷುದ್ರ ಹುಳುವಿನ ಬಗ್ಗೆ ಅಸಹ್ಯವಿತ್ತು. ಹೇಗಾದರೂ ಮನೆಯಿಂದ ಹೊರಗಿಡಬೇಕಾಗಿತ್ತು. ಅವರ ಕೆಲಸವನ್ನು ಸಾಕಷ್ಟು ಮೊಟಕುಗೊಳಿಸಿದ್ದಳು. ಎಂದಿನಂತೆ 'ಅಯ್ಯೋ ಪಾಪ' ಎಂದು ಯೋಚಿಸಲಿಲ್ಲ. ಬಾಲು, ಕಮಲಾಕರನ್‌ರವರ ಪ್ರತಿಕ್ರಿಯೆ ಹೇಗಿರಬಹುದು ಎಂದು ಕೂಡ ಯೋಚಿಸಲು ಹೋಗಲಿಲ್ಲ. ಕೆಟ್ಟ ಧೈರ್ಯ ಬಂದಿತ್ತು.

"ಅಷ್ಟು ಮಾಡಿ ಅಮ್ಮ" ನಿರಾಳವಾಗಿ ಉಸಿರಾಡಿದಂತೆ ನಟಿಸಿದ ನಾಯರ್ ಮುಖದ ಮೇಲೆ ಗೆಲುವು ವಿಜೃಂಭಿಸಿತು. ಭುಜದ ಮೇಲಿದ್ದ ಟವಲನ್ನು ಕೊಡವಿ ಹೆಗಲ ಮೇಲೆ ಹಾಕ್ಕೊಂಡು ಒಳಗೆ ಹೋದರು. ಮನದಲ್ಲೇ ನಕ್ಕು ಸುಮ್ಮನಾದಳು.

ಬೀಸುಗಾಲು ಹಾಕುತ್ತ ನಾಡಕರ್ಣಿಯವರು ಅವಳ ಮುಂದೆ ಬಂದು ನಿಂತರು. ಕೋಪ, ಅವಮಾನದಿಂದ ಮುಖ ವಿಕಾರವಾಗಿತ್ತು.

"ನಿಮ್ಮ ಮನೆಯೇನ್ರಿ?" ಸೆಟೆದು ಕೇಳಿದರು.

ತುಟಿ ಕಚ್ಚಿ ಇತ್ತ ತಿರುಗದೆ ಹಲ್ಲಿನಡಿಯಲ್ಲಿ "ಅಲ್ಲ" ಎಂದಳು.

"ಈ ಆಸ್ತಿ ಯಾರ್ದು?"

"ನಂಗಿಂತ ನಿಮ್ಗೇ ಚೆನ್ನಾಗಿ ಗೊತ್ತಿರಬೋದು."

"ನೀವೇ ಈ ಮನೆ ಹಕ್ಕುದಾರಳಂತೆ ಅಧಿಕಾರ ಚಲಾಯಿಸ್ತ ಇದ್ದೀರಿ" ಸುಮಳ ಕಣ್ಣುಗಳಲ್ಲಿ ಕೆಂಡದುಂಡೆಗಳು ಉರುಳಿದವು.

"ನಾನು ಹಕ್ಕುದಾರಳಲ್ಲ. ಅದ್ನ ಚಲಾಯಿಸೋಕೆ ಸಂಬ್ಳ ತಗೋತಾ ಇದ್ದೀನಿ. ನಿಮ್ಮೆಲ್ಲರನ್ನು ರಿಪೇರಿ ಮಾಡೋಕೆ ನನ್ನ ನೇಮಿಸಿಕೊಂಡಿರೋದು."

ನಾಡಕರ್ಣಿಯವರು ಒದರಹತ್ತಿದರು. ಕೇಳೋಷ್ಟು ಕೇಳಿದಳು. ತಾಳ್ಮೆ ಕುಸಿಯಿತು.

"ಶಟ್‌ಅಪ್...." ಅರಚಿದಳು.

"ನೀವ್ ಮೊದ್ಲು ಹೊರ್ಗಡೆ ಹೋಗಿ, ಇಲ್ಲದಿದ್ರೆ..." ಉಗುಳು ನುಂಗಿದಳು. ಆವೇಶದಿಂದ ಅವಳೆದೆ ಏರಿ ಇಳಿಯುತ್ತಿತ್ತು.

ಅವರು ಹೋದ ಎಷ್ಟೋ ಹೊತ್ತಿನವರೆಗೂ ತುಮುಲವನ್ನು ಅನುಭವಿಸಿದಳು. ಕೂತು ಯೋಚಿಸಿದಾಗ ದುಡುಕಿದೆನೇನೋ ಎಂದು ಭಯಪಡದಿರಲಿಲ್ಲ. ಆದರೂ... ತಾನು ಮಾಡಿದ್ದು ಸರಿಯೆಂದು ಅವಳ ವಿಶ್ವಾಸ. ಅದರ ಪರಿಣಾಮ ಏನಾದರೂ ಆಗಲಿ, ಕೈಗಳಲ್ಲಿದ್ದ ಸವೆದ ಚಿನ್ನದ ಬಳೆಗಳ ಕಡೆ ನೋಡಿದಳು. ಕತ್ತಿನಲ್ಲಿದ್ದ ಒಂದೆಳೆ ಸರವನ್ನು ಕೈಯಲ್ಲಿ ಹಿಡಿದೇ ನೋಡಿದಳು. ಮುತ್ತಿನ ವಾಲೆ, ವಾಚ್ ಎಷ್ಟು ಬೆಲೆ ಬಾಳಬಹುದು? ಲಲಿತಳಿಗೆ ಹಣ ಹೊಂದಿಸಬೇಕೆನ್ನುವ ಸಮಯದಲ್ಲಿ ಇದೆಲ್ಲ ಯೋಚನೆ ಮಾಡಿಯಾಗಿತ್ತು. ಏನು ಮಾಡಿದರೂ ಅಷ್ಟು ಹಣ ಹೊಂದಿಸುವುದಾಗುತ್ತಿರಲಿಲ್ಲ. 'ಛೆ!....' ಜಡೆಯನ್ನೆತ್ತಿ ಹಿಂದಕ್ಕೆ ಹಾಕಿಕೊಂಡು ಹೊರಗೆ ಬಂದು ನಿಂತಳು.

ಮತ್ತೆ ನಾಯರ್‌ನ ಕೂಗಿ "ಇವತ್ತು ಊಟ ಬಡ್ಸಿ ನಾಳೆಯಿಂದ ಊಟ ತಂದುಕೊಳ್ಳಲಿ?" ಎಂದು ಹೇಳಿದಳು.

ಸಂಜೆಯವರೆಗೆ ವೇಳೆ ಕಳೆಯುವ ವೇಳೆಗೆ ಅವಳಿಗೆ ಸಾಕುಸಾಕಾಯಿತು. ಪೂವಯನನ್ನು ಕರೆದುಕೊಂಡು ಮೆಟ್ಟಿಲು ಹತ್ತಿ ಮೇಲೆ ನಡೆದಳು. ಕೀಲಿ ಕೈಯಿಂದ ಬೀಗ ತೆರೆದು ಕದವನ್ನು ದೂಡಿದಳು. ಪವಿತ್ರ ಸ್ಥಳಕ್ಕೆ ಬಂದ ಅನುಭವವಾಯಿತು. ನಿಧಾನವಾಗಿ ಗೋಡೆಯ ಮೇಲೆ ತೂಗುತ್ತಿದ್ದ ಮಲೆನಾಡಿನ ರಮ್ಯ ಪ್ರಕೃತಿಯ ಚಿತ್ರವನ್ನು ವೀಕ್ಷಿಸಿದಳು. ಪ್ರಕೃತಿಯ ಋತುಚಕ್ರದ ವಿವಿಧ ಅವಸ್ಥೆಗಳು ಚಿತ್ರಿತವಾಗಿತ್ತು. ರೇಖಾವಿನ್ಯಾಸದಲ್ಲಿ ವರ್ಣ ಜೋಡಣೆಯ ಸರಳ ರಚನಾಕ್ರಮ ಅನುಸರಿಸಿದರೂ, ಚಿತ್ರಕಾರನ ಪ್ರತಿಭೆಯ ಶಕ್ತಿ ಎದ್ದು ಕಾಣುತ್ತಿತ್ತು. ಎಲ್ಲಾ ಗಹನವಾದ ಚಿತ್ರಗಳು.

ಭಾರತಿಯ ತೈಲಚಿತ್ರದ ಕಡೆ ಕಣ್ಣರಳಿಸಿ ನೋಡಿ "ಪೂವಯ್ಯ, ಅಮ್ಮ ಅವರನ್ನು ನೋಡಿದ್ಯಾ?" ಪೂವಯ್ಯನ ಮುಖದಲ್ಲಿ ವ್ಯಥೆ ತುಂಬಿತು. ಕಣ್ಣಂಚಿನಲ್ಲಿ ನೀರು

ಕಾಣಿಸಿಕೊಂಡಿತು.

"ನೋಡಿದ್ದೆ ಅಮ್ಮ" ಭಾರವಾದ ಧ್ವನಿ ಹೊರಹೊಮ್ಮಿತು.

"ತುಂಬ ಚೆನ್ನಾಗಿದ್ದರಲ್ವ?" ಸುಮಳ ಧ್ವನಿ ಭಾರವಾಯಿತು. ಅವರು ಸ್ವಾಭಾವಿಕ ಮರಣವನ್ನು ಅಪ್ಪಿದ್ದರೆ ಬಹುಶಃ ಇಷ್ಟು ದುಃಖವಾಗುತ್ತಿರಲಿಲ್ಲವೇನೋ!

ವೀಣೆಯ ಬಳಿ ಹೋಗಿ ಕುಳಿತಳು. ಕಲಾತಪಸ್ವಿಯ ಬೆರಳುಗಳಿಂದ ಮಿಡಿಯುತ್ತಿದ್ದ ನಾದತರಂಗಿಣಿ. ಕೈಯಿಂದ ಮುಟ್ಟಿ ನೋಡಿದಳು. ಈಗ ಭಾರತಿ ಪ್ರೇತ ರೂಪದಲ್ಲಿ ಬಂದು ನಿಂತರೂ ಅವಳು ಹೆದರುತ್ತಿರಲಿಲ್ಲ. ಬೆರಳಿನಿಂದ ತಂತಿಯನ್ನು ಮೀಟಿದಳು. ಹೊರಟ ನಾದ ಮೈಮರೆಸಿತು. ಪೂರ್ಣವಾಗಿ ಸೋತಳು. ಎದ್ದು ವೀಣೆಯನ್ನೆತ್ತಿ ತೊಡೆಯ ಮೇಲಿರಿಸಿಕೊಂಡಳು. ನುರಿತ ವಿದುಷಿಯ ಕೈಯಲ್ಲಿ ನಲಿಯುವಂತೆ ವೀಣೆ ಅವಳ ಕೈಯಲ್ಲಿ ನಲಿಯಿತು. ಪ್ರಕೃತಿಯ ವಿಶಾಲವಾದ ವಿಹಾರ ಕ್ಷೇತ್ರದಲ್ಲಿ ಸ್ವತಂತ್ರವಾಗಿ, ನಿಸ್ಸಂಕೋಚವಾಗಿ ರಮಿಸುವ ವಿಹಂಗಮದ ಹಕ್ಕಿಯಾದಳು.

ಪೂವಯ್ಯನ ತಲೆಯಲ್ಲಿ ಮಿಂಚು ಹೊಡೆಯಿತು. 'ಹೌದು... ಭಾರತಮ್ಮ ಹೀಗೇ ನುಡಿಸುತ್ತಿದ್ದರು!' ಕಣ್ಣರಳಿಸಿದ. ಕಿವಿಯರಳಿಸಿ ಬಿಟ್ಟ ಬಾಯಿ ಮುಚ್ಚದೆ ಹಾಗೇ ನಿಂತ. ಸಂತೋಷದಿಂದ ಕಣ್ಣೀರು ಬಂತು. ಬಿಕ್ಕಿ ಬಿಕ್ಕಿ ಅತ್ತ.

ಬೆಚ್ಚಿಬಿದ್ದವಳಂತೆ ವೀಣೆ ಬಿಟ್ಟು ಮೇಲೆದ್ದು ಬಂದಳು ಸುಮ. ಅವಳಲ್ಲಿ ಭಯ ಮೂಡಲಿಲ್ಲ. ವೀಣೆಗೆ ನಮಸ್ಕರಿಸಿ ಭಾರತೀಯ ತೈಲಚಿತ್ರಕ್ಕೆ ಕೈ ಮುಗಿದು ಅಷ್ಟು ದೂರ ಬಂದಳು. ಮನಸ್ಸಿಗೆ ಅವರ್ಣನೀಯವಾದ ಆನಂದವಾಗಿತ್ತು. ಸರಸ್ವತಿಯ ಮಂದಿರದಂತೆ ಕಂಡಿತು. ಇಲ್ಲಿ ಚಿತ್ರಕಲೆ, ಸಂಗೀತ ಕಲೆ ಜೀವಂತವಾಗಿತ್ತು. ತಾನೇ ದೇವರ ಮನೆಯಲ್ಲಿದ್ದ ದೊಡ್ಡ ಸೊಡರನ್ನು ತಂದು ಹಚ್ಚಿಟ್ಟಳು.

ಅವಳು ಕೋಣೆಗೆ ಹೋಗಲು ಬಂದಾಗ ತಂದೆ ಮಗನ ಗುಸಪಿಸ ನಡೆಯುತ್ತಿತ್ತು. 'ಚಿಕ್ಕ ಯಜಮಾನ್ರು ಮಧ್ಯಾಹ್ನದ ಊಟಕ್ಕೆ ಬರೋಲ್ಲ. ಬರೀ ಮೆಣಸಿನ ಸಾರು ಮಾಡಿ ಅನ್ನ ಮಾಡಿ' ಎಂದಿದ್ದಳು ನಾಯರ್‌ಗೆ. ಅವನು ಕುಣೀಯುತ್ತಲೇ ಹೋಗಿದ್ದ. ಬದ್ಧ ವೈರಿಯಾದ ನಾಡಕರ್ಣಿಗೆ ಎಲ್ಲಾ ವಿಧವಾದ ತೊಂದರೆಗಳನ್ನು ಕೊಡಲು ರೆಡಿಯಾಗಿದ್ದ. ಅವರಿಬ್ಬರ ನಡುವಿನ ವೈರಕ್ಕೆ ಕಾರಣ ಯಾರಿಗೂ ಗೊತ್ತಿಲ್ಲ. ಅದೆಂಥ ರಹಸ್ಯವೋ!!!

ಎಲ್ಲಾ ಕೋಣೆಗಳಲ್ಲೂ ಲೈಟುಗಳು ಬೆಳಗಿದವು. ಬಾಲು ದಾರಿ ಕಾಯ್ದಳು. ಗಂಟೆ ಒಂಭತ್ತು ತೋರಿದರೂ ಪತ್ತೆ ಇಲ್ಲ. ಭಯ ಅವಳನ್ನು ಆವರಿಸಿತು. ವಾಹನಗಳನ್ನು ಓಡಿಸುವ ರೀತಿಯನ್ನು ಕಂಡಿದ್ದಳು. ಅನುಭವಿಸಿದ್ದಳು. ತಲೆ ಮೇಲೆ ಕೈ ಇಟ್ಟುಕೊಂಡು ಕೂತುಬಿಟ್ಟಳು. ದಾರಿಯಲ್ಲಾಗುವ ಅನಾಹುತವನ್ನು ನೆನೆಸಿಕೊಂಡು ಬೆಚ್ಚಿಬೀಳುತ್ತಿದ್ದಳು. ನಾಯರ್, ಆಳುಗಳು ಮಲಗಿಬಿಟ್ಟರು. ಪೂವಯ್ಯ ಮಾತ್ರ ನಿದ್ರಿಸದೇ ಅವಳ ಹತ್ತಿರ ಕೂತಿದ್ದ. ಮೋತಿ ಬೆತ್ತದ ಛೇರ್‌ನ ಮೇಲೆ ಆಳೆತ್ತರ ಕೂತಿತ್ತು.

ಜೀಪ್ ಸದ್ದು ಕೇಳಿದಾಗ ಬೆಚ್ಚಿ ಮೇಲೆದ್ದಳು. ಪೂವಯ್ಯ ಬಾಗಿಲು ತೆರೆದು

ಹೊರಗೆ ಹೋಗಿ ನಿಂತ. ತಟ್ಟಾಡುತ್ತಲೇ ಇಳಿದ. ಇಷ್ಟು ದಿನ ಕಂಪನಿ ಇಲ್ಲದೆ ಅವನ ಕುಡಿತಕ್ಕೆ ವಿರಾಮ ಬಿದ್ದಿತ್ತು ಇಂದು ಸಾಕಷ್ಟು ಕುಡಿದಿದ್ದ. ತೂರಾಡುತ್ತಲೇ ಬಾಗಿಲ ಬಳಿ ಬಂದ. ಸುಮ ಹಿಂದಕ್ಕೆ ಸರಿದಳು. ಮೆಟ್ಟಿಲುಗಳನ್ನು ಹತ್ತಿ ಮೇಲೇರಲಾರದ ಸ್ಥಿತಿಯಲ್ಲಿದ್ದ.

"ಪೂವಯ್ಯ, ಸ್ವಲ್ಪ ಬಾ" ಇಬ್ಬರೂ ಆಸರೆ ನೀಡಿ ಮೆಲ್ಲಗೆ ಹತ್ತಿಸಿದರು. ಬಾಲುವಿನ ಪೂರ್ಣ ಭಾರ ತನ್ನ ಹೆಗಲಿನ ಮೇಲೆ ಬಿದ್ದಾಗ ಸುಮಳಿಗೆ ಕುಸಿಯುವಂತಾಗುತ್ತಿತ್ತು. ಆಳುಗಳನ್ನು ಎಬ್ಬಿಸಲು ಮನಸ್ಸಿಲ್ಲ. ಮಂಚದ ಮೇಲೆ ಮಲಗಿಸಿ ಸುಸ್ತಾದವಳಂತೆ ಹಿಂದಕ್ಕೆ ಬಂದಳು. ಪೂವಯ್ಯ ಷೂ ಕಳಚಿ ಹೊದ್ದಿಸಿ ಹೊರಬಂದ. ಕಣ್ಣಂಚಿನಲ್ಲಿ ನೀರಿತ್ತು.

ನಿದ್ದೆ ಬರುವುದೇ ಪ್ರಯಾಸವಾಯಿತು. ಈ ಸ್ಥಿತಿಯಲ್ಲಿ ಜೀಪನ್ನು ನಡೆಸಲು ಹೇಗೆ ಸಮರ್ಥನಾದ? ಕಾರಿಗಿಂತ ಜೀಪ್‌ನ ಇಷ್ಟಪಡುತ್ತಿದ್ದ. ಅದೇನು ಕಾರಣವೊ?!!

ನಸುಬೆಳಕಿನಲ್ಲಿಯೇ ಹೊರಗೆ ಬಂದ ಸುಮ ಬೇಸರದಿಂದ ಮರದ ಸಾಲನ್ನು ದಾಟಿ ಮುಂದಕ್ಕೆ ನಡೆದಳು. ಮೋತಿ ಹಿಂಬಾಲಿಸುತ್ತಿತ್ತು. ಬಹಳಷ್ಟು ಹೊತ್ತು ಮೌನದಿಂದ ನಿಂತುಬಿಟ್ಟಳು. ಅತ್ತ ದೃಷ್ಟಿ ಹೊರಳಿಸಿದಳು. ಹತ್ತಾರು ಅಡಿಗಳ ಅಂತರದಲ್ಲಿ ಅಚ್ಚ ಬಿಳಿಯ ಅಮೃತ ಶಿಲೆಯ ಹಾಸಿನಲ್ಲಿ ಬೃಂದಾವನ ಸಿದ್ಧವಾಗಿತ್ತು. ನಾಲ್ಕು ಕಡೆ ಕಮಾನುಗಳನ್ನು ನೆಟ್ಟಿದ್ದರು. ನಿತ್ಯಮಲ್ಲಿಗೆ ಬಳ್ಳಿ ಆವರಿಸಿಕೊಂಡಿತ್ತು. ಅವಳೆಂದೂ ಗಮನಿಸಿರಲಿಲ್ಲ ಅಚ್ಚರಿಯಿಂದ ಅತ್ತ ನಡೆದಳು. ಹತ್ತಿರಕ್ಕೆ ಹೋದಾಗ ಸುವಾಸನೆ ಬಡಿಯಿತು. ನಿತ್ಯಮಲ್ಲಿಗೆ ಹೂಗಳು ದಟ್ಟವಾಗಿ ಉದುರಿದ್ದವು. 'ಸುಮಧುರ ಭಾರತಿ' ಮಧ್ಯ ಭಾಗದಲ್ಲಿ ಸ್ಪಷ್ಟವಾಗಿ ಕಾಣುವಂತೆ ಕೆತ್ತಿದ್ದರು. ಸುಮಳಿಗೆ ಅರ್ಥವಾಯಿತು. ಕಮಾನಿಗೆ ಒರಗಿ ನಿಂತು ಸುತ್ತಲೂ ದಿಟ್ಟಿಸಿದಳು.

ಬಹಳ ಹೊತ್ತು ಅಲ್ಲೇ ನಿಂತಿದ್ದಳು. ಮೋತಿಗೆ ಅಪರಿಚಿತ ತಾಣದಂತೆ ಕಾಣಿಸಲಿಲ್ಲ. ಸುತ್ತಲೂ ತಿರುಗಿ ಹಣೆಯುಜ್ಜಿ ತನ್ನ ವಿಧೇಯತೆಯನ್ನು ವ್ಯಕ್ತಪಡಿಸಿತ್ತು.

ನಿಧಾನವಾಗಿ ಬಂಗ್ಲೆಯ ಕಡೆಗೆ ನಡೆದಳು. ಕೋಣೆಗೆ ಬಂದು ಸ್ನಾನ ಮುಗಿಸಿ ನೇರವಾಗಿ ಡೈನಿಂಗ್ ಹಾಲ್‌ನ ಕಡೆಗೆ ನಡೆದಳು. ನಾಡಕರ್ಣಿ, ನೀತಾ ಟೇಬಲ್ಲಿನ ಮೇಲೆ ಕೂತಿದ್ದರು. ಕಣ್ಣುಗಳು ಕೆಂಪಾಗಿದ್ದವು.

"ನೀತಾ" ಜೋರಾಗಿ ಅರಚಿದಳು. ಅವಳು ಉದಾಸೀನವಾಗಿ ಇವಳೆಡೆ ನೋಡಿ ಮುಖವನ್ನು ಅತ್ತ ತಿರುಗಿಸಿದಳು.

ನಾಡಕರ್ಣಿ ಇವಳ ಕಡೆಗೆ ಮುಖ ಕೂಡ ತಿರುಗಿಸದೆ "ನಾಯರ್, ಬೇಗ ತಗೊಂಡ್ಬನ್ನಿ" ಈ ಮನೆಗೆ ಬಂದಾಗಿನಿಂದ ನಾಡಕರ್ಣಿಯವರು ಇಂಥ ಉದಾಸೀನ ತೋರಿರಲಿಲ್ಲ.

"ನೆನ್ನೆನೇ.... ಹೇಳಿದ್ದೆನಲ್ಲ." ಇವಳ ಮಾತು ಪೂರ್ತಿ ಮಾಡುವುದಕ್ಕೆ ನಾಡಕರ್ಣಿ ಬಿಡಲಿಲ್ಲ. ವ್ಯಂಗ್ಯ ನಗೆ ಚೆಲ್ಲುತ್ತ "ಚಿಕ್ಕ ಯಜಮಾನ್ರು ಅಪ್ಪಣೆ ಕೊಟ್ಟಿದ್ದಾರೆ"

ಅಣಕಿಸುವಂತೆ ಹೇಳಿದ. ಟೇಬಲ್ಲಿನ ಮೇಲಿದ್ದ ಜಗ್ಗನ್ನು ಎತ್ತಿ ಅವರ ತಲೆ ಮೇಲೆ ಹೊಡೆಯಬೇಕೆನಿಸಿತು.

ದಢದಢನೇ ಮೆಟ್ಟಿಲು ಏರಿ ಮೇಲೆ ಹೋದಳು. ಬಿರುಸಾಗಿಯೇ ಬಾಗಿಲನ್ನು ತಳ್ಳಿದಳು. ಹಾಸಿಗೆಯ ಮೇಲೆ ಕೂತೇ ಬಾಲು ಬೆಳಗಿನ ಚಹಾ ಕುಡಿಯುತ್ತಿದ್ದ. ಮತ್ತಿನಿಂದ ಅವನ ಕಣ್ಣುಗಳು ಚೇತರಿಸಿಕೊಂಡಿರಲಿಲ್ಲ.

"ಗುಡ್ ಮಾರ್ನಿಂಗ್" ಉಸಿರು ಬಿಗಿ ಹಿಡಿದು ಹೇಳಿದಳು. ಬಾಗಿಲ ಹಿಡಿಯನ್ನು ಭದ್ರವಾಗಿ ಹಿಡಿದುಕೊಂಡಿದ್ದಳು.

"ನೀವ್..." ಉಗುಳು ನುಂಗಿದಳು. ಮಾತಿನಿಂದ ಅನಾಹುತವಾಗಬಾರದಲ್ಲ.

ಬಾಲು ಎದ್ದು ಸರಿಯಾಗಿ ಕೂತ. ಕಣ್ಣುಗಳಲ್ಲಿ ಅಸಹನೆ ಕುಣಿಯಿತು.

"ಸುಮ, ನಿಮಗೆ ಕೊಟ್ಟ ಅಧಿಕಾರನ ದುರುಪಯೋಗಪಡಿಸಿಕೊಳ್ತಾ ಇದ್ದೀರಿ. ನಾಡಕರ್ಣಿಯವರ ಮೇಲೆ ನಿಮ್ಮ ಅಧಿಕಾರವೇನು?" ಸುಮಳ ಕೈನ ಹಿಡಿತ ಬಲವಾಯಿತು.

"ನಿಮ್ಮನ್ನ ನೀವ್ ಅರಿತುಕೊಂಡು ನಡೆಯೋದು ಕಲಿಯಿರಿ. ಸಂಬಳ ಕೊಡೋದು ಯಜಮಾನಿಕೆ ನಡೆಸೋಕಲ್ಲ."

ಮುಖದ ತುಂಬ ಬೆವರಿನ ಹನಿಗಳು ಮೂಡಿದವು. ನಿಲ್ಲಲಾರದೇ ಹೋದಳು. ತಟ್ಟನೆ ಹಿಂದಿರುಗಿ ಮೆಟ್ಟಿಲು ಇಳಿದು ತನ್ನ ಕೋಣೆ ಸೇರಿದಳು. ನಾಡಕರ್ಣಿ, ನೀತಾ ತನ್ನ ಕಡೆಗೆ ನೋಡಿ ಪರಿಹಾಸ್ಯ ಮಾಡಿ ನಗುತ್ತಿರುವಂತೆ ಗೋಚರವಾಯಿತು. ಎರಡೂ ಕೈಗಳಿಂದ ಕಿವಿಗಳನ್ನು ಮುಚ್ಚಿಕೊಂಡಳು.

ಬೋಲ್ಟ್ ಬಿಗಿದು ಮೊದಲಿನ ಸ್ಥಳದಲ್ಲಿ ಬಂದು ಕುಳಿತಳು. ಎಷ್ಟೋ ಹೊತ್ತು ಕೂತೇ ಇದ್ದಳು. ಇದು ಸರಕಾರಿ ಚಾಕರಿಯಲ್ಲ. ಹಕ್ಕು ಬಾಧ್ಯತೆಗಳನ್ನು ಸಾಬೀತುಗೊಳಿಸಲು ಆತುರದ ತೀರ್ಮಾನಕ್ಕೆ ಮರುಗಿದಳು.

ತೀರಾ ಅಪಹಾಸ್ಯಕ್ಕೆ ಈಡಾಗಬಾರದಲ್ಲ! ಮುಖ ತೊಳೆದು ಹೊರಬಂದಳು. ನೀತಾ ತಿಂಡಿಯನ್ನು (ಬೆಳಗಿನ ಉಪಹಾರ) ಮೇಲಕ್ಕೆ ಒಯ್ಯುತ್ತಿದ್ದಳು. ನೋಡಿಯೂ ನೋಡದಂತೆ ಉಗ್ರಾಣದ ಕಡೆಗೆ ನಡೆದಳು. ನೋಡಿ ಮತ್ತೆ ಬೀಗ ಹಾಕಿ ನಾಯರ್ ಬಳಿ ಬಂದಳು.

"ಸಾಮಾನು ಏನಾದ್ರೂ ಬೇಕಾಗಿತ್ತ?" ಹೆಗಲ ಮೇಲಿದ್ದ ಟವಲಿನಿಂದ ಮುಖವನ್ನೊರೆಸುತ್ತ "ಸದ್ಯಕ್ಕೆ ಏನೂ ಬೇಡ" ಎಂದವರೇ ಮೆಲ್ಲಗೆ "ಚಿಕ್ಕ ಯಜಮಾನ್ರು...." ಮಧ್ಯದಲ್ಲೇ ತಡೆದ ಸುಮ ನಸುನಗುತ್ತ "ನಮಗ್ಯಾಕೆ? ಚಿಕ್ಕ ಯಜಮಾನ್ರು ಹೇಳಿದ ಮೇಲೆ ಮುಗ್ದು ಹೋಯ್ತು!" ಅವರ ಬಾಯನ್ನು ಮುಚ್ಚಿದ್ದಳು. ಉಪಹಾರ ಸ್ವೀಕರಿಸಿದ ಶಾಸ್ತ್ರ ಮಾಡಿ ನಾಯರ್‌ಗೆ ಸೂಚನೆಯಿತ್ತು ಹೊರಬಂದಳು.

ಮನೆಯಲ್ಲಿದ್ದ ಆಳನ್ನು ಕರೆದುಕೊಂಡು ಎಸ್ಟೇಟ್‌ಗೆ ನಡೆದೇ ಹೊರಟಳು.

ಏನೇ ಆಗಲಿ ಕಮಲಾಕರನ್ ಬರುವವರೆಗೂ ಅವಳಿಲ್ಲಿ ಉಳಿಯಬೇಕಾಗಿತ್ತು. ಆಮೇಲೆ ಹೇಗಾದರೂ ಹಣ ಹೊಂದಿಸಿ ಇಲ್ಲಿಂದ ಪಾರಾಗಬೇಕಾಗಿತ್ತು.

ಆಳುಗಳಿಗೆ ಸಲಹೆ, ಸೂಚನೆ ಕೊಡುತ್ತ ಸಂಜೆಯವರೆಗೂ ಅಲ್ಲೇ ಕಳೆದಳು. ಜೀವನದುದ್ದಕ್ಕೂ ಒಂದೊಂದು ರೀತಿಯ ಅನುಭವ ಸಹಜ. ತುಂಬಿ ನಿಂತ ಅನುಭವದಿಂದ ಚಿತ್ತ ಬಿರಿಯುತ್ತಿದೆ. ನಿರ್ಮಲ ತಾಣಗಳಲ್ಲಿ ಅವೆಲ್ಲವನ್ನು ಮೆಲ್ಲಮೆಲ್ಲಗೆ ಹರಿಯಬಿಟ್ಟು ಭಾರವಾದ ಮನವನ್ನು ಹಗುರ ಮಾಡಿಕೊಳ್ಳಬೇಕು. ಇದು ಬದುಕಿನ ನಿರಂತರ ಜಲಧಾರೆ ಲಲಿತ, ಶರತ್, ತಾಯಿ.... ಸುರೇಶ... ನೆನಪಿನಲ್ಲಿ ಎಲ್ಲರೂ ಸುಳಿದು ಹೋದರು. ವೈರಾಗ್ಯ ಆವರಿಸಿತು.

"ಸುಮ...." ನೆಲವನ್ನು ನೋಡುತ್ತಿದ್ದ ನೋಟವನ್ನು ಮೇಲೆತ್ತಿದಳು. ಎದುರಿಗೆ ಬಾಲು.

ಒರಟು ಧ್ವನಿ ಅವಳನ್ನು ಎಚ್ಚರಿಸಿತ್ತು. ಮುಖದಲ್ಲಿ ಎಷ್ಟೇ ಪ್ರಯಾಸಪಟ್ಟರೂ ಕಠಿಣತೆ ಮೂಡದಿರಲಿಲ್ಲ. ಸೆಟೆದು ನಿಂತಳು.

ಕೆಂಪಾದ ಮುಖದಿಂದ ವಾಚ್ ಕಟ್ಟಿದ ಮುಂಗೈಯನ್ನು ಅವಳ ಮುಂದೆ ಹಿಡಿದ. ಸುಮ ಹಗುರವಾಗಿ ನಕ್ಕುಬಿಟ್ಟಳು.

"ನನ್ನ ಕೈಯಲ್ಲೂ ವಾಚ್ ಇದೆ. ನಿಮ್ಮದರಷ್ಟು ಬೆಲೆ ಬಾಳದಿರಬಹುದು..." ಬಾಲು ಮುಖ ಕೋಪದಿಂದ ಕೆಂಪು ಕೆಂಪಗಾಯಿತು. ಮತ್ತೆ ಸೋಜಿಗ ಪಡದಿರಲಾಗಲಿಲ್ಲ. ಎಷ್ಟೊಂದು ಕೋಪ? ವಿನಯ, ವಿಧೇಯತೆಗಳು ಇವಳಿಗೆ ಹೇಳಿ ಮಾಡಿಸಿದ ಗುಣಗಳೇನೋ? ಅಬ್ಬ.... ನೀತಾ.... ಕೆಲವೇ ಗಂಟೆಗಳಲ್ಲಿ ತನ್ನ ಮೆಚ್ಚಿಗೆ ಗಳಿಸಲು ಎಷ್ಟೊಂದು ಪ್ರಯಾಸ ಪಡುತ್ತಾಳೆ! ಜೀಪ್ ಹತ್ತಿ ಹೊರಟೇಬಿಟ್ಟ.

ಮೇಸ್ತ್ರಿಯ ಜೊತೆ ಮಾತಾಡುತ್ತಲೇ ನಡೆದೇ ಬಂದು ಬಂಗ್ಲೆ ತಲುಪಿದಳು. ಪೂವಯ್ಯನ ಕಣ್ಣುಗಳಲ್ಲಿನ ಆತಂಕವನ್ನು ಗುರುತಿಸಿದಳು. ಅದಕ್ಕೆ ಅರ್ಥವಿಲ್ಲವೆನ್ನುವಂತೆ ತುಟಿಗಳ ಮೇಲೆ ನಗು ಅರಳಿಸಿದಳು.

ನೀತಾಳ ದೊಡ್ಡ ನಗು ಕಿವಿಗಳಿಗೆ ಬಂದು ಅಪ್ಪಳಿಸಿತು. ಉದಾಸೀನವಾಗಿ ಕೋಣೆಯ ಕಡೆಗೆ ನಡೆದಳು ನಾಡಕರ್ಣಿ ಒಂದೇ ದಿನದಲ್ಲಿ ಎಷ್ಟೊಂದು ಕಾರುಬಾರು ಮಾಡಿದ್ದಾರೆ. ಇದು ನಾಶದ ಸೂಚನೆಯೇ! ಎಂದುಕೊಂಡಳು.

ಬಿಸ್ಕತ್ ಪ್ಯಾಕೆಟ್ ಮುಂದಿಟ್ಟುಕೊಂಡು ಮೋತಿಗೆ ತಿನ್ನಿಸುತ್ತ ಕೂತಳು. ನಾಯರ್ ಧ್ವನಿ ಕೇಳಿದಾಗಲೇ ಅತ್ತ ಗಮನಹರಿಸಿದ್ದು.

"ಅಮ್ಮ ಊಟ ಮಾಡ್ಬನ್ನಿ, ಮಧ್ಯಾಹ್ನನೂ ಊಟಕ್ಕೆ ಬಂದಿಲ್ಲ."

"ಹಸಿವಿರಲಿಲ್ಲ. ಆಮೇಲೆ ಮಾಡ್ತೀನಿ" ತಲೆಯೆತ್ತದೇ ಹೇಳಿದಳು.

ದಢಾರನೆ ಕೋಣೆಯ ಬಾಗಿಲನ್ನು ತಳ್ಳಿಕೊಂಡು ಬಿರುಗಾಳಿಯಂತೆ ಬಾಲು ಒಳಕ್ಕೆ ಬಂದ. ಮುಖ ಕೋಪದ ನಟನೆ ಮಾಡುತ್ತಿದ್ದರೂ ಕಣ್ಣುಗಳಲ್ಲಿ ತುಂಟ

ನಗುವಿತ್ತು.

"ನಿರಶನ ವ್ರತ ಪ್ರಾರಂಭಿಸಿದ್ದೀರಾ!?" ಅರೆ ನಕ್ಕು ಸುಮ ಇಲ್ಲವೆಂದು ತಲೆಯಾಡಿಸಿದಳು. ಬಾಲುವಿನೊಡನೆ ಮಾತು ಬೇಡವೆನ್ನಿಸಿತ್ತು. ಅದನ್ನು ಬಾಯಿಬಿಟ್ಟು ಹೇಗೆ ಹೇಳಿಯಾಳು?

"ಅಲ್ಲರೀ.... ನಿಮ್ಗೇನು ಕರ್ಮ ಬಂದಿತ್ತು ನಡೆದು ಹೋಗೋಕೆ!" ನಕ್ಕ.

ಕಹಿಯನ್ನು ಮನದಲ್ಲಿಯೇ ನುಂಗಿದಳು ಸುಮ. ಮೇಲೆ ಆಡುವುದು ಬೇಕಾಗಿರಲಿಲ್ಲ. ಕಮಲಾಕರನ್‌ಗೆ ಎಲ್ಲಾ ಗೊತ್ತಿತ್ತು. ಅನುಭವ ಗಟ್ಟಿ ಮಾಡಿತ್ತು. ನಂಬಿ ಎಲ್ಲಾ ವಹಿಸಿಕೊಟ್ಟಿದ್ದರು. ಬಾಲು ಬಿಸಿರಕ್ತದ ತರುಣ. ದೂರದಲ್ಲಿ ಎಲ್ಲೋ ಇದ್ದು ಈಗ ಬಂದು ಯಜಮಾನಿಕೆ ವಹಿಸಿಕೊಂಡವನು. ಅಧಿಕಾರ, ಸಿಟ್ಟು ಸಹಜವೇ!

"ಮಾತು ಬರೋಲ್ವಾ? ಮಾತಾಡೋಕೆ ಇಷ್ಟವಿಲ್ವಾ?" ಗದರಿ ಕೇಳಿದಂತಿತ್ತು.

"ಎರಡೂ ಅಲ್ಲ. ಆಡೋಕೆ ಮಾತಿಲ್ಲ. ಈ ರೀತಿಯಲ್ಲಿ ನಾನು ನಿಮ್ಗೇ ಅಭಾರಿ. ನನ್ನ ಜವಾಬ್ದಾರಿಗಳ್ನ ಕಡಿಮೆ ಮಾಡ್ತಾ ಇದ್ದೀರಿ."

ತಲೆಗೆ ಕೆಲಸ ಕೊಡಬೇಕಾಯಿತು ಬಾಲು. ತಟ್ಟನೆ ಏನು ಹೇಳುವುದಕ್ಕೂ ಅವನಿಂದಾಗಲಿಲ್ಲ. ತಲೆ ಕೊಡವಿ ಮೇಲೆದ್ದು "ಊಟ ಮಾಡೋಣ ನಡೆಯಿರಿ."

ಮೌನವಾಗಿ ಮೇಲೆದ್ದು ಅವನನ್ನು ಹಿಂಬಾಲಿಸಿದಳು. ಆದಷ್ಟು ಇಲ್ಲಿನದೆಲ್ಲವನ್ನು ಉದಾಸೀನ ಮಾಡಬೇಕೆಂಬ ನಿರ್ಧಾರಕ್ಕೆ ಬಂದಿದ್ದಳು. ಊಟದ ಮೇಜಿನ ಮುಂದೆ ಇವರಿಬ್ಬರೇ. ನಾಡಕರ್ಣಿಯವರು ರಾತ್ರಿಯ ಊಟಕ್ಕೆ ಮನೆಗೇ ಹೋಗಿಬಿಡುತ್ತಿದ್ದರು. ಒಮ್ಮೊಮ್ಮೆ ಊಟ ಮುಗಿಸಿಕೊಂಡು ಉಳಿದು ಬಳಿದುದನ್ನು ಬಾಚಿಕೊಂಡೇ ಹೋಗುತ್ತಿದ್ದರು. ಇಂದು ಇರಲಿಲ್ಲ ಅಷ್ಟೆ.

ಮೌನವಾಗಿ ಊಟ ಸಾಗಿತು. ಬಾಲು ಒಂದೆರಡು ಸಲ ಮಾತಾಡಿಸಲು ಪ್ರಯತ್ನಪಟ್ಟ. ಚುಟುಕದಲ್ಲಿಯೇ ಮೊಟಕುಗೊಳಿಸಿದಳು.

ನಾಲ್ಕು ಹೆಜ್ಜೆ ಮುಂದೆ ಹೊರಟವಳು ನಿಂತು "ಬೆಳಗಿನ ಬ್ರೇಕ್‌ಫಾಸ್ಟಿಗೆ ಏನು ಮಾಡಿಸ್ಲಿ?" ಮೆಟ್ಟಿಲೇರುತ್ತಿದ್ದವನನ್ನು ಉದ್ದೇಶಿಸಿ ಕೇಳಿದಳು.

ನಿಂತು ಹಿಂದಿರುಗಿದ. ಛಲದ ಹುಡುಗಿಯಾಗಿ ಕಂಡಳು. ಇದುವರೆಗೂ ಈ ಪ್ರಶ್ನೆಯನ್ನು ಕೇಳಿರಲಿಲ್ಲ. ಪ್ರತಿಯೊಂದನ್ನೂ ತಾನೇ ಗ್ರಹಿಸಿಕೊಳ್ಳುತ್ತಿದ್ದಳು. ಸುಮ್ಮನೆ ನಿಂತ.

"ಆಮ್ಲೆಟ್ ಪಲಾವ್ ಮಾಡ್ಸಿ" ಅವನ ಮುಖದ ಮೇಲೆ ತುಂಟ ನಗುವಿತ್ತು.

ಕಕ್ಕಾಬಿಕ್ಕಿಯಾದಳು. ಆಮ್ಲೆಟ್ ಮಾಡಿಸಬಹುದಿತ್ತು. ಆದರೆ ನಿಂತು ಯೋಚಿಸಿದಳು.

"ನಿಮ್ಮ ಬ್ರೇಕ್‌ಫಾಸ್ಟ್ ನಾಳೆ ಬೆಳಿಗ್ಗೆ ಎಸ್ಟೇಟ್‌ನಲ್ಲಿರೋ ತೋಟದ ಮನೆಯಲ್ಲಿ" ಈಗ ಪೆಚ್ಚಾಗುತ್ತಾಳೆಂದು ಮುಖ ನೋಡುತ್ತ ನಿಂತವನು ಭಂಗಿತನಾಗಿದ್ದ.

"ಏನೂ ಬೇಡ" ಮೇಲೇರಿ ಹೋದ.

ಕಮಲಾಕರನ್ ಗೈರುಹಾಜರಿಯಲ್ಲಿ ಡ್ರಿಂಕ್ಸ್ ತಗೊಳ್ಳೋದನ್ನ ಬಾಲು ಹೆಚ್ಚು ಮಾಡಿದ್ದ. ನೀತಾ ಬಹಳಷ್ಟು ಮುಂದುವರಿದಿದ್ದಳು. ಸದಾ ಅವನ ಕೋಣೆಯಲ್ಲಿಯೇ ಹೋಗಿ ಕೂಡುತ್ತಿದ್ದಳು. ಇದಕ್ಕೆ ಅವರಪ್ಪನ ಪೂರ್ಣ ಪ್ರೋತ್ಸಾಹವಿತ್ತು. ತನ್ನ ಸ್ವಾರ್ಥಕ್ಕಾಗಿ ಮಗಳನ್ನು ಕೂಡ ಬಲಿ ಕೊಡಲು ಸಿದ್ಧನಾದ ಕೆಟ್ಟ ಮನುಷ್ಯ ನಾಡಕರ್ಣಿ. ಥೂ... ಅಸಹ್ಯಗೊಂಡಳು.

ಕೋಣೆಯಲ್ಲಿ ಕೂತ ಸುಮಳಿಗೆ ತಲೆ ಬಿಸಿಯಾಯಿತು. ಸಂಜೆಯಿಂದ ಒಂದೇ ಸಮನೆ ಫಾರಿನ್ ಮ್ಯೂಜಿಕ್ ಕೇಳಿ ಸುಸ್ತಾಗಿದ್ದಳು. ಸ್ಟೀರಿಯೋನ ಎತ್ತಿ ಕುಕ್ಕುವ ಮನಸ್ಸಾಗಿತ್ತು. ತಡೆಯಲಾರದೆ ಎದ್ದು ಹೊರಬಂದಳು. ಪೂವಯ್ಯ ಮಲಗಿದ್ದ. ದೊಡ್ಡ ಹಾಲ್‌ಗೆ ಬಂದಾಗ ನಾಯರ್ ನಿಂತ ಕಡೆಯಲ್ಲಿಯೇ ಮೈ ಕೈ ಆಡಿಸುತ್ತಿದ್ದರು. ನಗು ತಡೆಯದಾದಳು. ಬಾಯಿಗೆ ಕೈ ಅಡ್ಡ ಹಿಡಿದು ಮೇಲೇರಿದಳು.

ನೀತಾ ಬಾಲು ಒಬ್ಬರ ಸೊಂಟ ಒಬ್ಬರು ಹಿಡಿದು ಟ್ವಿಸ್ಟ್ ಮಾಡುತ್ತಿದ್ದರು. ನುರಿತ ಬಾಲು ಸಮ ಹೆಜ್ಜೆ ಹಾಕಲಾರದೆ ಚಡಪಡಿಸುತ್ತಿದ್ದಳು ನೀತಾ. ಒಂದು ಕಡೆ ಕೋಪವಾದರೆ ಮತ್ತೊಂದು ಕಡೆ ನಗುವುಕ್ಕಿ ಬರುತ್ತಿತ್ತು.

"ನೀತಾ," ಧ್ವನಿ ಎತ್ತರಿಸದೆ ಸಮಾಧಾನವಾಗಿಯೇ ಕೂಗಿದಳು. ಅವಳಿಗೇನೋ ಅರಿವಾಯಿತು. ಆದರೆ ಬಾಲು ಸೊಂಟವಿಡಿದು ಹೆಜ್ಜೆ ಹಾಕುತ್ತಲೇ ಇದ್ದ. ಕಷ್ಟವೆನಿಸಿತು. ಹೊರಗೆ ಬಂದು ಕೈ ತಟ್ಟಿ ಮೋತಿಯನ್ನು ಕರೆದಳು. ಹತ್ತಿರಕ್ಕೆ ಬಂದ ಮೋತಿಯ ಕೊರಳು ಸವರಿ ಪಿಸುಗುಟ್ಟಿದಳು. ಒಂದೇ ಹಾರಿಗೇ ಹಾರಿತು. ನೀತಾ ಬೊಬ್ಬೆ ಹಾಕುತ್ತಿದ್ದರೂ ಕೇಳದೆ ಕೆಳಗೆಳೆದು ತಂದಿತು.

"ಇಲ್ಲಿ, ನಿಂಗೆ ರಾತ್ರಿಯ ವೇಳೆ ಉಳಿಯೋಕೆ ಪರ್ಮಿಷನ್ ಇಲ್ಲ" ಧ್ವನಿ ಗಡಸಾಗಿತ್ತು. ನೀತಾ ಮೂತಿ ಸೊಟ್ಟಗೆ ಮಾಡಿದಳು. ಕಾಲೂರಲು ಅವಕಾಶ ಬೇಕಿತ್ತು. ತಟ್ಟನೆ ಮುಡುಕಲು ಭಯವಾಯಿತು. ನಾಡಕರ್ಣಿಯವರು ಅಷ್ಟಿಷ್ಟು ತಿಳಿಸಿದ್ದರು. ತಲೆ ಕೆಳಗೆ ಹಾಕಿದಳು.

ಬೆರೆತು ಹಾಡಿ ಕುಣಿದು ಕುಪ್ಪಳಿಸುತ್ತಿದ್ದವನಿಗೆ ನೀತಾ ದೊರಕಿದ್ದು ಒಂದು ರೀತಿಯ ಸಂತೋಷವಾಗಿತ್ತು. ಪೂರ್ವಾಪರ ಯೋಚಿಸಲಿಲ್ಲ. ಅವನು ಬೆಳೆದಿದ್ದ ರೀತಿಯೇ ಹಾಗಿತ್ತು. ಕೈ ತುಂಬ ಹಣ. ಯಾವುದಕ್ಕೂ ಆಂಟಿ, ಅಂಕಲ್ ಎನ್ನಿಸಿಕೊಂಡವರಿಂದ ಆಕ್ಷೇಪಣೆ ಇಲ್ಲ. ಮುಕ್ತ ವಾತಾವರಣ. ತಟ್ಟನೆ ಬದಲಾವಣೆ ಹೇಗೆ ಸಾಧ್ಯ?

ನೀತಾ ಸರಿದು ಹೋದ ಎಷ್ಟೋ ಹೊತ್ತು ಕೂತೇ ಇದ್ದಳು. ನೆಮ್ಮದಿ ಇರಲಿಲ್ಲ. ಏಕಾಂಗಿತನ ಬಾಧಿಸುತ್ತಿತ್ತು. ಹೃದಯ ನರಳಿ ನರಳಿ ಸಾಯುತ್ತಿತ್ತು.

"ನಾಯರ್, ಚಿಕ್ಕಯಜಮಾನ್ರನ್ನ ಊಟಕ್ಕೆ ಕರೆದು ಬಾ" ನಾಯರ್‌ನ ಅಟ್ಟಿದಳು. ಒಬ್ಬನೇ ಹಿಂದಿರುಗಿ ಬಂದ. ಮುಖದ ಮೇಲಿನ ಭಾವನೆ, ಆರೋಗ್ಯ ಲಕ್ಷಣವಾಗಿ ಕಾಣಲಿಲ್ಲ. ಗೌರವದಿಂದ ಕಾಣಬೇಕಾದ ದಣಿಯ ಬಗ್ಗೆ ಜುಗುಪ್ಸೆ ಒಳ್ಳೆಯದಲ್ಲ.

"ಊಟ ಬೇಡ ಅಂದ್ರು." ತಲೆಯಲುಗಿಸಿ ಮುಖ ಕಿರಿದು ಮಾಡಿದಳು. ತಟ್ಟನೆ ಎದ್ದು ಮೇಲೇರಿ ಹೋದಳು. ಸೋಫಾಕ್ಕೆ ಒರಗಿ ಕಾಲ ಮೇಲೆ ಕಾಲು ಹಾಕಿ ಕೂತಿದ್ದ. ಸಿಗರೇಟನ್ನು ಬೆರಳುಗಳ ಮಧ್ಯೆ ಹಿಡಿದು ಹೊಗೆ ಉಗುಳುತ್ತಿದ್ದ. ಮುಖದ ಮೇಲಿನ ಮಾದಕತೆ ಸ್ಪಷ್ಟವಾಗಿತ್ತು.

"ಊಟ ಮಾಡ್ಬನ್ನಿ" ಸಿಗರೇಟನ್ನು ತುಟಿಗಳ ಮಧ್ಯೆ ಹಿಡಿದು ಬೇಡವೆಂದು ತಲೆಯಾಡಿಸಿದ.

"ಇಲ್ಲಿಗೇ ಕಳ್ಸಿಕೊಡ್ಲಾ?" ಅರೆ ತೆರೆದ ಕಣ್ಣುಗಳಿಂದ ಅವಳನ್ನು ನೋಡಿದ. ತುಟಿಗಳ ಮೇಲೆ ಒಂದು ತರಹ ನಗು ಮಿನುಗಿತು! ತುಸು ಬಗ್ಗಿ "ಕಮಾನ್ ಡಾರ್ಲಿಂಗ್" ಎಂದ.

"ಶಟ್‌ಅಪ್..." ಅಲ್ಲಿ ನಿಲ್ಲುವುದು ಕ್ಷೇಮವೆನಿಸಲಿಲ್ಲ. ಆತುರಾತುವಾಗಿ ಕೆಳಗಿಳಿದು ಬಂದಳು.

"ಸ್ವಲ್ಪ ಏನಾದ್ರೂ ತಗೊಂಡ್ಹೋಗಿ ಕೊಟ್ಟು ನೋಡಿ" ಅಷ್ಟು ಹೇಳಿದಳು. ನಾಯರ್‌ನ ಊಟದ ಬಗ್ಗೆಯೇ ಜುಗುಪ್ಸೆಯಾಯಿತು. ಅಂದು ಸುರೇಶ ಮಾಡಿಟ್ಟಿದ್ದ ಹುಳಿಯ ಜ್ಞಾಪಕ ಬಂತು. ನಾಲಿಗೆಯಲ್ಲಿ ನೀರೂರಿತು. ತಟ್ಟೆಯ ಮುಂದೆ ಕೂತಾಗ ಕಣ್ಣಲ್ಲಿ ನೀರೂರಿತು. ಕಲ್ಪನೆಗೆ ಬಾರದ ಪರಿಸ್ಥಿತಿಯಲ್ಲಿ ಸಿಲುಕಿಕೊಂಡಿದ್ದಳು. ಬಳವಂತದಿಂದ ಒಂದೆರಡು ತುತ್ತು ತಿಂದಳು.

"ಗುಡ್ ಮಾರ್ನಿಂಗ್ ಡಾರ್ಲಿಂಗ್.... ಒಬ್ರೇ ಊಟ ಮಾಡ್ತಾ ಇದ್ದೀರಲ್ಲ!" ತಲೆ ಎತ್ತಿದಳು. ಎದುರಿಗೆ ಬಾಲು ನಿಂತಿದ್ದ. ಮಾರ್ನಿಂಗ್‌ಗೂ ನೈಟ್‌ಗೂ ವ್ಯತ್ಯಾಸ ತಿಳಿಯಲಾರದ ಸ್ಥಿತಿಯಲ್ಲಿದ್ದ. ಮಾತು ಅನಾವಶ್ಯಕವೆನಿಸಿತು. ಆದರೂ "ಊಟ ಮಾಡಿ" ಎಂದಳು.

"ಬೇಡ, ಈ ಊಟ ನಂಗೆ ಹಿಡಿಸೋಲ್ಲ. ರ್‍ರೀ ಸುಮ, ನಿಮ್ಗೆ ನಗೋಕೆ ಬರೋಲ್ಲವೇನ್ರಿ? ಡ್ಯಾಡಿ... ನೋಡಿ... ನೋಡಿ... ಒಳ್ಳೆಯವ್ರ ಕೈಯಲ್ಲಿ ಜವಾಬ್ದಾರಿ ಕೊಟ್ಟಿದ್ದಾರೆ" ಭಾಷೆಯಲ್ಲೂ ಏರುಪೇರಿತ್ತು.

ಕೈ ತೊಳೆದು ಹೋಗಿ ಕೋಣೆ ಸೇರಿದಳು.

* * *

ಕಮಲಾಕರನ್ ಬಂದ ದಿನವೇ ಊರಿಗೆ ಹೊರಡಬೇಕೆನ್ನುವ ಸುದ್ಧಿಯನ್ನು ಅವರ ಮುಂದಿಟ್ಟಳು. ಪ್ರಶ್ನಾರ್ಥಕವಾಗಿ ಅವಳ ಮುಖ ನೋಡಿದರು. ಸುಮಳ ಮೇಲೆ ಅವರಿಗೆ ಪೂರ್ಣ ಭರವಸೆ.

"ಬೆಂಗಳೂರಿಂದ ಪತ್ರ ಬಂದಿತ್ತಾ? ಹೊರಡೋ ಯೋಚ್ನೆ ಯಾಕೆ?" ಕಾಲುಗುರಿನಲ್ಲಿ ನೆಲ ಕೆರೆದಳು. ಹೇಳುವುದು ಹೇಗೆಂದು ಯೋಚಿಸಿದಳು. ಇಲ್ಲಿ ಮುಂದುವರಿಯುವ ಇಚ್ಛೆಯನ್ನು ಮನಸ್ಸಿನಿಂದಲೇ ತಳ್ಳಿ ಹಾಕಿದ್ದಳು.

"ನಂಗೆ ಕೆಲಸದಲ್ಲಿ ಮುಂದುವರಿಯುವ ಇಚ್ಛೆಯಿಲ್ಲ. ಉಳಿದ ಹಣಾನ ಹಿಂದಿರುಗಿಸಿಬಿಡುತ್ತೇನೆ." ಉಗುಳು ನುಂಗಿದಳು. ಕೃತಜ್ಞತೆಯ ಹಿಡಿ ಗಂಟಲಲ್ಲಿ ಸಿಕ್ಕಿ ಹಾಕಿಕೊಂಡಿತ್ತು. ನುಂಗಲಾರಳು, ಉಗುಳಲಾರಳು.

ಅಡಿಯಿಂದ ಮುಡಿಯವರೆಗೆ ಸುಮಳನ್ನು ನೋಡಿದರು ಸುರೇಶನಿಗೆ ಸಂದರ್ಭ ವಿವರಿಸಿ ಸಮಾಧಾನ ಮಾಡಿ ಕಳಿಸಿದ್ದರು. ಒಂಟಿ ಹೆಣ್ಣುಮಗಳನ್ನು ಇಷ್ಟು ದೂರದಲ್ಲಿ ಬಿಡಲು ಯಾವ ತಾಯಿ ತಂದೆಯರೂ ಒಪ್ಪಲಾರರು.

"ನಿಂಗೇನು ತೊಂದರೆ?"

"ತೊಂದರೆಯ ಪ್ರಶ್ನೆಯಲ್ಲ" ಉಗುಳು ನುಂಗಿದಳು. ಮತ್ತೆ "ದಯವಿಟ್ಟು ಹೊರಡೋಕೆ ಅವಕಾಶ ಮಾಡಿಕೊಡಿ. ನಮ್ಮಣ್ಣ ಇನ್ನೆಂಟು ದಿನದಲ್ಲಿ ಉಳಿದ ಹಣನ ತಂದು ಒಪ್ಪಿಸುತ್ತಾನೆ" ನಿಲ್ಲಲಾರದೆ ಸರಿದು ಹೋದಳು.

ಮನದಲ್ಲಿ ಆತಂಕ ಮೂಡಿತು. ಏನಾದರೂ ಆಘಾತ ಘಟಿಸಿರಬಹುದೆ? ಹೆದರಿದರು. ಜನ್ಮ ಕೊಟ್ಟ ತಂದೆ ಅವರಾದರೂ ಬೆಳೆದಿದ್ದು ಬೇರೆಡೆ. ಪೂರ್ಣವಾಗಿ ಅವನ ಸ್ವಭಾವ ಅರಿತಿರಲಿಲ್ಲ ಮೇಲೆದ್ದರು.

"ನಾಯರ್, ಬಾಲುನ ಕರೀ" ಎಂದು ಹೇಳಿ ಹೊರಗೆ ಹೋಗಿ ನಿಂತರು.

ಚಿಕ್ಕಂದಿನ ದಿನಗಳು ನೆನಪಿಗೆ ಬಂದವು. ತಾಯಿ, ತಂದೆಯರ ನಡುವೆ ಸಾಮರಸ್ಯವಿರಲಿಲ್ಲ. ಆದರೆ ತಮ್ಮದು! ಮನಸ್ಸಿಗೆ ಹಾಯೆನಿಸಿತು. ಎಲ್ಲಾ ಮಧುರ... ಕ್ಷಣಗಳೆಲ್ಲ... ಮಧುರ. ತುಂಬು ತೃಪ್ತಿ ನೀಡಿದ ಜೀವನ. ತುಟಿಗಳ ಮೇಲೆ ವೇದನೆಯ ಮುಗುಳುನಗೆ ಅರಳಿತು.

"ಏನು ಡ್ಯಾಡಿ" ಅಡಿಯಿಂದ ಮುಡಿಯವರೆಗೂ ನೋಡಿದರು. ಮಗನನ್ನು ಮೀಸೆಗಳು ಕುಣಿದವು. ಮೀಸೆಯ ಮೇಲೆ ಕೈಯಾಡಿಸಿದರು. ಕಣ್ಣುಗಳು ನಕ್ಕವು. ಗಡ್ಡ ತುರಿಸಿ ಕೆಳತುಟಿ ಕಚ್ಚಿದರು.

"ಏನಿಲ್ಲ, ಸುಮ್ನೆ...." ನಾಲ್ಕು ಹೆಜ್ಜೆ ಮುಂದಕ್ಕೆ ಹೋಗಿ ನಿಂತರು. ಇನ್ನಷ್ಟು ದೂರ ಹೋಗಿ ನಿಂತು ಹಿಂದಿರುಗಿದರು. ಯೋಚನಾಮಗ್ನರಾಗಿದ್ದರು.

ಕಣ್ಣಿನ ಕರೆಯನ್ನು ಅರಿತ ಬಾಲು ಅವರೆಡೆಗೆ ನಡೆದ. ಇಬ್ಬರೂ ಜೊತೆಯಾಗಿ ಹೆಜ್ಜೆ ಹಾಕಿದರು.

"ಡೋಂಟ್ ಮೈಂಡ್. ಸುಮ ಇಲ್ಲಿ ಕೆಲ್ಸ ಬಿಟ್ಟು ಹೊರಡೋ ಸುದ್ದಿ ತಿಳಿಸಿದ್ಲು" ಮಗನತ್ತ ನೋಡಿದರು. ಮಾತಿಗಿಂತ ಅವನ ಮುಖದ ಪ್ರತಿಕ್ರಿಯೆಯನ್ನು ಗಮನಿಸಬೇಕಾಗಿತ್ತು.

ಬಾಲು ಜೋರಾಗಿ ನಕ್ಕ. ಆಮೇಲೆ ಹಗುರವಾಗಿ ನಕ್ಕ. ಆಮೇಲೆ ಗಂಭೀರವಾದ. ಉದಾಸೀನ ಮುಖ ಮಾಡಿದ.

"ಹೋದ್ರೆ ಹೋಗಲಿ ಬಿಡಿ."

ಕಮಲಾಕರನ್‌ಗೆ ಗೊತ್ತು. ಸುಮ ಬಂದ ಮೇಲೆ ಎಷ್ಟೋ ಬದಲಾವಣೆಗಳು ಆಗಿದ್ದವು. ಸೋರುತ್ತಿದ್ದ ಕಡೆಯಲ್ಲೆಲ್ಲ ತಾತ್ಕಾಲಿಕವಾಗಿಯಾದರೂ ತಡೆಯನ್ನೊಡ್ಡಿದ್ದಳು. ತನ್ನ ಅನಾರೋಗ್ಯ ಉದಾಸೀನತೆಯನ್ನು ನಾಡಕರ್ಣಿ ಮುಂತಾದವರು ಹೇಗೆ ದುರಪಯೋಗಪಡಿಸಿಕೊಂಡ್ಡಿದ್ದರು! ಒಂಟಿ ಹೆಣ್ಣು ಅಳುಕಿಲ್ಲದೆ ಧೈರ್ಯವಾಗಿ ಬಂದು ನಿಂತಿದ್ದಳು. ಅವಳೆಂದೂ ಇವರು ಕೊಟ್ಟ ಅಧಿಕಾರವನ್ನು ದುರುಪಯೋಗ ಪಡಿಸಿಕೊಂಡಿರಲಿಲ್ಲ. ಇನ್ನು ಸ್ವಲ್ಪ ಕಾಲ ಸುಮಳ ಅಗತ್ಯ ಬಹಳವಾಗಿ ಕಂಡಿತ್ತು. ನೀತಾ ಮುಖ ಕಂಡ ಕೂಡಲೇ ಮಗ ಅಂತಹ ವಿವೇಚನೆಯ ವ್ಯಕ್ತಿಯಲ್ಲವೆಂಬ ನಿರ್ಧಾರಕ್ಕೆ ಬಂದಿದ್ದರು. ಆದಷ್ಟು ಉದ್ವೇಗಕ್ಕೆ ವಶನಾಗದೇ ಶಾಂತವಾಗಿರಬೇಕೆಂಬ ತೀರ್ಮಾನಕ್ಕೆ ಬಂದಿದ್ದರು.

"ಅಷ್ಟು ಹಗುರವಾಗಿ ತಗೊಳ್ಳೋ ವಿಷ್ಯವಲ್ಲ. ಇಲ್ಲಿ ವಿದ್ಯಮಾನಗಳನ್ನೆಲ್ಲ ನಿನ್ನ ಕಿವಿಯ ಮೇಲೆ ಹಾಕಿದ್ದೆ." ವಾಸುದೇವ್ ನೆನೆಸಿಕೊಂಡು ಭಾರವಾದ ನಿಟ್ಟುಸಿರು ಬಿಟ್ಟರು. ಕೆಲಸಕ್ಕೆ ಬಾರದ ಕೆಟ್ಟ ಕ್ರಿಮಿಯೆಂದು ಆ ಮನುಷ್ಯನನ್ನು ಉದಾಸೀನ ಮಾಡಿದ್ದರೂ, ಒಮ್ಮೊಮ್ಮೆ ಅವ್ಯಕ್ತವಾದ ಭಯವೊಂದು ಮನದಲ್ಲಿ ಇಣುಕುತ್ತಿತ್ತು.

"ಕೆಲ್ಸಕ್ಕೆ ಸೇರಿದಾಗಿನಿಂದ ನಾಡಕರ್ಣಿಯವ್ರ ಊಟ, ತಿಂಡಿ ಇಲ್ಲೇ ನಡೀತಾ ಇತ್ತಂತೆ!" ಹೌದೆನ್ನುವಂತೆ ತಲೆಯಾಡಿಸಿದರು. ಅವರ ಪಾಲಿಗೆ ಸಣ್ಣ ವಿಷಯ. ಆದರೂ ನಿಧಾನವಾಗಿ ಬಾಲು ವಿಚಾರಿಸಿದ.

"ನೀವೇ ಹೇಳಿ ಡ್ಯಾಡಿ, ನಾನು ಮಾಡಿದ್ದು ತಪ್ಪಾ?"

"ಖಂಡಿತಾ" ಮೊಟಕಾಗಿ ಹೇಳಿದರು. ಬಾಲು ಗಾಬರಿಯಿಂದ ಅವರ ಮುಖ ನೋಡಿದ.

"ನಾಡಕರ್ಣಿಯವರನ್ನ ಮಾತ್ರವಲ್ಲ, ಈ ಮನೆ, ಎಸ್ಟೇಟ್ ಎಲ್ಲಕ್ಕೂ ಅವಳದೇ ತೀರ್ಮಾನ. ನಂಗಷ್ಟು ನಂಬಿಕೆ ಇತ್ತು."

ಬಾಲು ಮುಖ ಕೆಳಗೆ ಹಾಕಿದ. ವಿಷಯ ಗೊತ್ತಿದ್ದರೂ ಇದು ಸರಿಯೆನಿಸಲಿಲ್ಲ. ಅಧಿಕಾರ ದಾಹ ಈಟಿ ಹಾಕಿ ಮೀಟಿತು. ಅವಮಾನದಿಂದ ಕುದಿದ.

ತಟ್ಟನೆ ಮಗನ ಕಡೆ ತಿರುಗಿದವರೇ ಅವನ ಎರಡೂ ಕೈಗಳನ್ನು ತಮ್ಮ ಕೈಗಳೊಳಕ್ಕೆ ತೆಗೆದುಕೊಂಡರು. ಮುಖ ದಿಟ್ಟಿಸಿ ನೋಡಿದರು. ಉಗುಳನ್ನು ಬಲವಂತದಿಂದ ನುಂಗಿದರು.

"ಈ ಮನೆಯಲ್ಲಿ ನಂಬಬಹುದಾದಂಥವರು ಮೂರು – ಸುಮ, ಪೂವಯ್ಯ, ಮೋತಿ ಮಾತ್ರ" ಧ್ವನಿಯಲ್ಲಿ ಕಂಪನವಿತ್ತು.

"ಅವರನ್ನೆಲ್ಲ ಒದ್ದು ಹೊರ್ಗೆ ಹಾಕಬೇಕಿತ್ತು" ತಾಳ್ಮೆ ಕಳೆದುಕೊಂಡು ಹೇಳಿದ. ಮೂಗಿನ ತುದಿ ಕೆಂಪಾಗಿತ್ತು.

"ನೀನೂ ಆ ಕೆಲ್ಸ ಮಾಡಬಹ್ದು. ಕಾಲವಕಾಶ ಬೇಕು. ಉದಾಸೀನ

ಸಹಾನುಭೂತಿಗಳಿಂದ ಬಹಳಷ್ಟು ಬೆಳೆದಿದ್ದಾರೆ." ಅವಷ್ಟೇ ಅಲ್ಲವೆನಿಸಿತು ಬಾಲುಗೆ.

ಬಹಳ ಹೊತ್ತು ಮಾತಾಡಿ ಬಂಗ್ಲೆಗೆ ಹಿಂದಿರುಗಿದರು. ಈಗ ಬಾಲು ಕೂಡ ಗಂಭೀರವಾಗಿದ್ದ. ಕೆಲವು ಸಮಸ್ಯೆಗಳ ಸರಪಣಿಯೇ ಅವನನ್ನು ಬಿಗಿದಂತಿತ್ತು.

ಸರಸರನೇ ಮೆಟ್ಟಿಲೇರಿ ಮೇಲಕ್ಕೆ ಹೋದರು ತಂದೆ ಮಗ. ತಮ್ಮ ಮೆಚ್ಚಿನ ಆತ್ಮೀಯ ಕೋಣೆ. ಬಾಗಿಲಲ್ಲಿ ಒಂದು ಕ್ಷಣ ನಿಂತು ಒಳಗೆ ಅಡಿಯಿಟ್ಟರು. ಅಚ್ಚರಿ ಕಣ್ಣುಗಳಲ್ಲಿ ಇಣುಕಿತು. ಮುಖದಲ್ಲಿ ಮಂದಹಾಸ ಮಿನುಗಿತು.

ವೀಣೆಯ ಇಕ್ಕೆಡೆಗಳಲ್ಲಿ ದೀಪಗಳು ಮಂದವಾಗಿ ಉರಿಯುತ್ತಿದ್ದವು. ಪ್ರಶಾಂತವಾದ ಸುಂದರ ಸೊಬಗಿನ ತಾಣವಾಗಿ ಕಂಡಿತು. ಶಾಂತಿನಿಕೇತನದಿಂದ ಹಿಂದಿರುಗಿದ ಮೇಲೆ ಪ್ರಥಮ ಬಾರಿ ಆ ಕೋಣೆಯಲ್ಲಿ ಹೆಜ್ಜೆ ಇರಿಸಿದ್ದು. ಕಣ್ಣರಳಿಸಿ ಮಡದಿಯ ತೈಲ ಚಿತ್ರದೆಡೆ ದಿಟ್ಟಿಸಿದರು. ಅಪರೂಪದ ಶಾಂತತೆ ಮುಖದ ಮೇಲೆ ನೆಲೆಸಿದಂತೆ ಕಂಡಿತು. ಗಂಟಲುಬ್ಬಿ ಬಂತು. ಕಣ್ಮುಚ್ಚಿ "ಭಾರತಿ" ಎಂದು ಉದ್ಗರಿಸಿದರು.

"ಡ್ಯಾಡಿ...." ಮಗನ ಭುಜ ತಟ್ಟಿ ಧೈರ್ಯದ ಆಶ್ವಾಸನೆ ನೀಡಿದರು. ಸೋತವರಂತೆ ವೀಣೆಯ ಬಳಿ ಹೋಗಿ ಕೂತುಬಿಟ್ಟರು. ಎಷ್ಟೋ ಹೊತ್ತು ಹಾಗೆಯೇ ಕೂತಿದ್ದರು.

"ಡ್ಯಾಡಿ...." ತಂದೆಯ ಭುಜವಿಡಿದು ಅಲ್ಲಾಡಿಸಿದ. ಹೊರ ಹೋಗುವಂತೆ ಸನ್ನೆ ಮಾಡಿ ಕಮಲಾಕರನ್ ಹಾಗೆಯೇ ಕುಳಿತಾಗ ಬಾಲು ವೇದನೆಯಿಂದ ತಾಯಿಯ ತೈಲಚಿತ್ರ ದಿಟ್ಟಿಸಿ ಕಾಲುಗಳನ್ನು ಬಲವಂತವಾಗಿ ಎಳೆಯುತ್ತಾ ಹೊರಗೆ ಬಂದ.

ಎದುರಾದ ನೀತಾ ಸೆರಗು ಸರಿಪಡಿಸಿಕೊಳ್ಳುತ್ತ "ಏನಾದ್ರೂ ಬೇಕಾಗಿತ್ತ?" ಎಂದು ವೈಯ್ಯಾರದಿಂದ ಕೇಳಿದಳು. ತಲೆ ಕೆಳಗೆ ಹಾಕಿ ಮೌನದಿಂದ ಹೊರಟುಬಿಟ್ಟ ಬಾಲು.

ಸುಮಳ ಕೋಣೆಯ ಮುಂದೆ ಹಾದು ಬಂದಾಗ ತಟ್ಟನೆ ನಿಂತ. ತೆರೆದ ಬಾಗಿಲಿನಿಂದ ಇಣುಕಿದ. ರಸೀದಿಗಳು, ಚೆಕ್‌ಬುಕ್, ಲೆಕ್ಕದ ಪುಸ್ತಕವನ್ನು ಮುಂದಿಟ್ಟುಕೊಂಡು ಕೂತಿದ್ದಳು.

"ರ್‍ರೀ ಮೇಡಮ್, ಬರಬಹುದಾ?" ತಲೆ ಎತ್ತಿದ ಸುಮ ಎದ್ದು ನಿಂತು "ಬನ್ನಿ" ಎಂದಳು. ಅವಳಿಗೆ ಅರಿವಿತ್ತು, ಭಾವಿ ಯಜಮಾನ. ತಂದೆಯಷ್ಟೇ ಮಗನಿಗೂ ಗೌರವ ಸಲ್ಲಬೇಕು.

"ಏನಾದ್ರೂ ಹೇಳಬೇಕಿತ್ತಾ?" ಮೆಲು ಸ್ವರದಲ್ಲಿ ಪ್ರಶ್ನಿಸಿದಳು. ಬೇಸರವಿದ್ದರೂ ತೋರಿಸಿಕೊಳ್ಳುವ ಇಚ್ಛೆ ಅವಳಿಗಿಲ್ಲ.

"ಕೇಳಬೇಕಿತ್ತು" ಜೋರಾಗಿ ಬೆತ್ತದ ಛೇರಿನ ಮೇಲೆ ಕೂತು ಹಿಂದಕ್ಕೆ ಒರಗಿದ.

ಮುಂದಿದ್ದುದನ್ನೆಲ್ಲ ಪಕ್ಕಕ್ಕೆ ಸರಿಸಿ "ಕೇಳಿ" ಎಂದು ಕೂತಳು.

"ನೀವ್ ಕೆಲ್ಸ ಬಿಟ್ಟು ಹೋಗ್ತೀರಂತೆ!"

ಕೇಳಿದ ರೀತಿಗೆ ಬೇಸರಗೊಂಡಳು. ಹೌದೆನ್ನುವಂತೆ ತಲೆಯಾಡಿಸಿದಳು.

"ಕಾರಣ ಕೇಳಬಹುದೆ?"

"ಅದರ ಅವಶ್ಯಕತೆ ಇಲ್ಲ. ಎಷ್ಟು ದಿನ ಇಲ್ಲಿ ಇರ್ಬೇಕೂ ಅನ್ನೋ ವಿಷ್ಯದಲ್ಲಿ ಅಗ್ರಿಮೆಂಟ್ ಆಗಿಲ್ಲ. ಪ್ರೈವೇಟ್ ಫರ್ಮ್‌ಗಳಲ್ಲಿ ದುಡಿಯಬೇಕೂನ್ನೊ ಇಚ್ಛೆ ನಂಗಿಲ್ಲ" ನೇರವಾಗಿ ಹೇಳಿದಳು.

"ಸದ್ಯಕ್ಕಂತೂ ನಿಮ್ಗೆ ಬಿಡುಗಡೆ ಇಲ್ಲ" ಸುಮಳ ಕಣ್ಣುಗಳಿಂದ ಕೆಂಡಗಳು ಉರುಳಿದವು. ಅವಮಾನದಿಂದ ಮೈಯೆಲ್ಲ ಉರಿದು ಹೋಯಿತು. ತಕ್ಷಣ ಜ್ಞಾಪಕಕ್ಕೆ ಬಂದಿದ್ದು ಹಣದ ವಿಚಾರ. ಕ್ಷಣ ಮಿಡುಕಿದಳು. ಕೆಟ್ಟ ಧೈರ್ಯ ಬಂದಿತ್ತು.

"ಸಾಧ್ಯವಿಲ್ಲ, ಸಾಧ್ಯವಿಲ್ಲ"

"ನೋಡೋಣ" ದಢಾರಣೆ ಮೇಲೆದ್ದ ಛಾಲೆಂಜ್ ಮಾಡುವವನಂತೆ ಅವಳೆಡೆ ನೋಡಿ ಹೊರಗೆದ್ದು ಹೋದ.

ನಿಸ್ಸಹಾಯಕತೆಯಿಂದ ಕಣ್ಣು ತುಂಬಿ ಬಂತು. ದಿಕ್ಕೆಟ್ಟವಳಂತೆ ಕುಸಿದು ಕುಳಿತಳು. ರೂಢಮೂಲ ಕೆಲವು ಸಂಪ್ರದಾಯಗಳು ಒಳ್ಳೆಯವೆನಿಸಿತು. ಅನಾಥಪ್ರಜ್ಞೆ ಅವಳನ್ನು ಹಿಂಡಿ ಹಿಪ್ಪೆ ಮಾಡಿತು. ಅತ್ತು ದುಃಖ ಕಡಿಮೆ ಮಾಡಿಕೊಳ್ಳುವ ಮನಸ್ಸಾಯಿತು.

ಕೂತು ಅಣ್ಣನಿಗೆ ದೊಡ್ಡದಾಗಿ ಪತ್ರ ಬರೆದಳು. ಅವನಿಗೆ ಹಿಂಸೆಯಾಗದಂತೆ ತನ್ನ ಬೇಸರವನ್ನು ವ್ಯಕ್ತಪಡಿಸಿದ್ದಳು. ಏನು ಮಾಡಿದರೆ ಸದ್ಯಕ್ಕೆ ದುಡ್ಡನ್ನು ಹೊಂದಿಸಬಹುದು? ಸರಳವಾಗಿ ಬಿಡಿಸಿ ಬರೆದಳು. ಆ ಕ್ಷಣ ಲಲಿತಳನ್ನು ಜ್ಞಾಪಿಸಿಕೊಳ್ಳದಿರಲಿಲ್ಲ. ಮುಖದ ಮೇಲೆ ನೋವಿನ ನಗೆ ಮಿನುಗಿತು.

ಅಂದಿನಿಂದ ಪೂರ್ಣ ಬದಲಾದಳು. ಪ್ರತಿಯೊಂದರಲ್ಲೂ ಸ್ವತಂತ್ರವಾಗಿ ಮುಂದುವರಿಯುತ್ತಿರಲಿಲ್ಲ. ಕಮಲಾಕರನ್‌ಗೆ ಈ ಬಿಸಿ ತಾಗದಿದ್ದರೂ ಬಾಲು ತತ್ತರಿಸಬೇಕಾಯ್ತು.

ನಾಯರ್ ಮನೆಗೆ ಬೇಕಾದ ಸಾಮಾನಿನ ಪಟ್ಟಿಯನ್ನು ಅವಳ ಮುಂದಿಟ್ಟಾಗ "ಮೊದ್ಲು ಚಿಕ್ಕಯಜಮಾನ್ರಿಗೆ ತೋರಿಸ್ಕೊಂಡ್ಬನ್ನಿ" ಎಂದಳು.

ನಾಯರ್ ಮೌನವಾಗಿ ಪಟ್ಟಿಯನ್ನು ಎತ್ತಿಕೊಂಡು ಮೇಲೆ ನಡೆದು ಸ್ನಾನ ಮಾಡಿ ಬಟ್ಟೆ ಹಾಕಿಕೊಳ್ಳುತ್ತಿದ್ದ ಬಾಲು ಮುಂದಿಟ್ಟ.

ಹಾಡನ್ನು ಗುನುಗುತ್ತಿದ್ದ ಬಾಲು ನಿಲ್ಲಿಸಿ ಪಟ್ಟಿಯನ್ನು ಕೈಯಲ್ಲಿಡಿದು ನೋಡಿ, ಹುಬ್ಬುಗಳು ಮೇಲೇರಿದವು. ಸಹನೆ ಕಳೆದುಕೊಂಡ. ಸುಮ ಬೇಕೆಂತಲೇ ಕಿರಿಕಿರಿ ಮಾಡುತ್ತಿದ್ದಾಳೆಂದುಕೊಂಡ. ಧುಮುಗುಟ್ಟುತ್ತ ಕೆಳಗಿಳಿದು ಬಂದ.

"ಏನ್ರೀ ಇದು?" ಕೈಯಲ್ಲಿದ್ದ ಪೇಪರನ್ನು ಅವಳ ಮುಂದೆ ತೂರಿದ.

ಸುಮ ಕೋಪಗೊಳ್ಳಲಿಲ್ಲ. ಸಮಾಧಾನವಾಗಿಯೇ ಕೈಯಲ್ಲಿಡಿದು ಕಣ್ಣಾಡಿಸಿದಳು. ಮೃದು ಸ್ವರದಲ್ಲಿ "ಮನೆಗೆ ಬೇಕಾದ ಸಾಮಾನಿನ ಪಟ್ಟಿ, ಅಡುಗೆ ಮನೆಗೆ ಬೇಕಾದ ಸಾಮಾನು" ಒತ್ತಿ ಹೇಳಿದಂತಿತ್ತು.

"ಅದು ತರಿಸಕೆ ನಾನೇ ಬೇಕಾ?" ಕೋಪದಿಂದ ಬಾಲು ಮುಖ ಕೆಂಪಾಯಿತು.

"ಖಂಡಿತ ಬೇಡ. ಆದರೆ ನಿಮ್ಮ ಅಪ್ಪಣೆ ಬೇಕು."

ಬಾಲು ದುರುಗುಟ್ಟಿಕೊಂಡು ಸುಮಳನ್ನು ನೋಡಿದ. ಅಪವಾಸ್ಯ ಮಾಡಿದಂತಿತ್ತು. ತಂದೆಯ ಮಾತುಗಳು ಜ್ಞಾಪಕಕ್ಕೆ ಬಂದವು. ಕೋಪ ಅದುಮಿಡಲು ಪ್ರಯತ್ನಪಟ್ಟ. ಬಿಸಿ ರಕ್ತ... ಹೇಗೆ ಸಾಧ್ಯ?

"ನೀವ್ ಇರೋದು ಯಾಕೆ?"

"ಈಗ ನನ್ನ ಅಗತ್ಯವಿಲ್ಲ" ತಟ್ಟನೆ ಹೇಳಿದಳು.

ಬಾಲು ನಿಲ್ಲಲಾರದೆ ಹೋದ. ಸುಮ ಅಹಂಕಾರದ ಹೆಣ್ಣಾಗಿ ಕಾಣಿಸಿಕೊಂಡಳು. ಅವಿಧೇಯತೆಯ ಪ್ರತಿರೂಪ ಎಂದುಕೊಂಡ.

ಇಂದು ಬೆಳಗಿನಿಂದ ಸುಮ ಬೇಸರಗೊಂಡೇ ಇದ್ದಳು. ನೀತಾ ಅವಳನ್ನು ನಿರ್ಲಕ್ಷಿಸಿದ್ದಳು. ನಾಡಕರ್ಣಿಯವರು ವ್ಯಂಗ್ಯವಾಗಿ ಚುಚ್ಚಿದ್ದರು. ಕೋಣೆಗೆ ಬಂದು ತನ್ನ ಬಟ್ಟೆಬರೆಗಳನ್ನೆಲ್ಲ ಜೋಡಿಸಿಕೊಟ್ಟುಕೊಂಡಳು. ಕೋಣೆಯಲ್ಲಿ ಅವಳದಾಗಿ ಉಳಿದಿದ್ದ ಸಾಮಾನುಗಳನ್ನೆಲ್ಲ ಸೂಟುಕೇಸ್‌ಗೆ ಹಾಕಿದಳು. ನೇರವಾಗಿ ಕಮಲಾಕರನ್ ಲೈಬ್ರರಿ ಕೋಣೆಗೆ ಬಂದಳು.

ಬಿಳಿಯ ಶಾಲು ಹೊದ್ದು ದಪ್ಪ ಗ್ರಂಥವನ್ನು ಹಿಡಿದು ಅದರಲ್ಲಿ ತಲ್ಲೀನರಾಗಿದ್ದರು. ಮುಖದ ಮೇಲೆ ಶಾಂತತೆ ಇತ್ತು. ನಿಂತು ಸುಮ ಗಂಟಲು ಸರಿಪಡಿಸಿಕೊಂಡಳು. ಅದರ ಅವಶ್ಯಕತೆ ಇರಲಿಲ್ಲ. ಬಳೆಗಳ ಕಿಣಿಕಿಣಿ ನಾದ ಸುಮಳ ಬರುವನ್ನು ಸಾರಿತ್ತು. ಮೆಲ್ಲಗೆ ತಲೆ ಎತ್ತಿದರು. ತುಟಿಗಳ ಮೇಲೆ ಮುಗುಳ್ನಗೆ ತೇಲಿತು.

"ಬಾ ಸುಮ, ಕೂತ್ಕೋ."

ಬೆತ್ತದ ಛೇರಿನ ಹಿಡಿಯನ್ನು ಹಿಡಿದು ನಿಂತಳು. ಹಿಂದೆಯೇ ಹೊರಡುವ ವಿಷಯದ ಬಗ್ಗೆ ಪ್ರಸ್ತಾಪ ಮಾಡಿದ್ದಳು. ಈಗ... ಮತ್ತೆ ಮಾಡಬೇಕಿತ್ತು.

"ನಾನು ನಿಮ್ಗೇ ಹೇಳಿದ್ದೆ." ತಡವರಿಸಿದಳು.

"ಕೂತ್ಕೋ. ನಿಮ್ಮಿಬ್ಬರ ಜಗ್ಳ ಇನ್ನೂ ತೀರ್ಮಾನವಾಗ್ಲಿಲ್ವಾ!" ಅವರ ತುಟಿಗಳ ಮೇಲೆ ತುಂಟ ನಗುವಿತ್ತು.

ಪಟಪಟನೆ ರೆಪ್ಪೆಗಳನ್ನು ಬಡಿದಳು. ಅಚ್ಚರಿಯಿಂದ ಅವರ ಕಡೆಗೆ ನೋಡಿದಳು. ಕಣ್ಣಲ್ಲಿ ಮಾರ್ದವತೆ ಹೊಯ್ದಾಡಿತು. ಕೆನ್ನೆಗಳಲ್ಲಿ ಕೆಂಪು ಕಾಣಿಸಿಕೊಂಡಿತು.

"ನಾನೇ ರಾಜಿ ಮಾಡ್ಸಬೇಕಾ?" ನಗುತ್ತ ಕೇಳಿದರು ಕಮಲಾಕರನ್. ಇವಳ ಉತ್ತರಕ್ಕಾಗಿ ಕಾಯದೇ ಬಾಲುಗೆ ಕರೆ ಕಳಿಸಿದರು. ಸುಮ ತಬ್ಬಿಬ್ಬಾದಳು.

ಕಮಲಾಕರನ್ ಅವರ ಎದೆಯಲ್ಲಿ ನೋವಿನ ಕಿಡಿ ಹತ್ತಿಕೊಂಡಿತು. ಅವರ ನೋವನ್ನು ಅವರು ಬಲ್ಲರು. ಒಮ್ಮೊಮ್ಮೆ ಇಷ್ಟೆಲ್ಲ ಕಳೆದುಕೊಂಡು ತಾನು ಹೇಗೆ

ಜೀವಿಸಿದ್ದೇನೆ? ಅವರನ್ನು ಅವರೇ ಪ್ರಶ್ನಿಸಿಕೊಳ್ಳುತ್ತಿದ್ದರು. ಭಾರತಿಯ ಕೊನೆಯ ನುಡಿ 'ಮಗನ ಜೋಪಾನ ಮಾಡಿ' – ಅದೊಂದೇ ಅವರನ್ನು ಉಳಿಸಿದ್ದು.

"ಏನು ಡ್ಯಾಡಿ ಕರೆದಿದ್ದು?" ಬಿರುಸಿನಿಂದ ಛೇರಿನ ಮೇಲೆ ಕೂತ. ಸುಮ ಇನ್ನೂ ನಿಂತೇ ಇದ್ದಳು. ಕೂಡುವ ಮನಸ್ಸಾಗಿರಲಿಲ್ಲ.

"ನೀವಿಬ್ರೂ ಹುಡುಗರ ಹಾಗೆ ಜಗ್ಳ ಕಾದ್ರೆ ಹೇಗೆ?"

ಇಬ್ಬರೂ ಮುಖ ಮುಖ ನೋಡಿಕೊಂಡರು. ಬಾಲು ಹಗುರವಾಗಿ ನಕ್ಕುಬಿಟ್ಟ. ಸುಮ ಗಂಭೀರವಾದಳು.

"ತಪ್ಪು ತಿಳ್ಕೊಂಡಿದ್ದೀರಿ."

"ಇಲ್ಲ ಸುಮ, ಸರ್ಯಾಗೇ ತಿಳ್ಕೊಂಡಿದ್ದೀನಿ" ಹಗುರವಾಗಿ ನಕ್ಕರು.

ಇಬ್ಬರೂ ಪೆಚ್ಚು ಪೆಚ್ಚಾದರು. ತಿಳಿಸಿ ಹೇಳುವುದು ಇಬ್ಬರಿಗೂ ಕಷ್ಟವೆನಿಸಿತು.

"ಸುಮ, ಇಷ್ಟು ದಿನ ಈ ಮನೆ, ಎಸ್ಟೇಟ್, ಇದರ ಮೇಲಿನ ಅಧಿಕಾರ, ಜವಾಬ್ದಾರಿಗಳ ಜೊತೆ ನನ್ನ ಆರೋಗ್ಯವನ್ನೂ ನೋಡಿಕೊಂಡಿದ್ದೆ. ಇನ್ಮೇಲೆ..." ಮಗನ ಕಡೆಗೆ ನೋಡಿದರು "ಬಾಲು ಜವಾಬ್ದಾರಿನೂ ನಿಂಗೆ ವಹಿಸಿ ಕೊಡ್ತಾ ಇದ್ದೀನಿ" ಬೆಚ್ಚಿಬಿದ್ದಳು ಸುಮ ಬಾಲುವಿನಿಂದ ಯಾವ ಪ್ರತಿಕ್ರಿಯೆಯೂ ಇಲ್ಲ.

"ದಯವಿಟ್ಟು..... ಕ್ಷಮ್ಸಿ. ಇಲ್ಲಿಗೆ ಬಂದ್ಮೇಲೆ ನನ್ನ ತಲೆ ಗೊಂಡಾರಣ್ಯವಾಗಿದೆ. ಉಸಿರು ಕಟ್ಟೋ ವಾತಾವರಣದಲ್ಲಿ ಬಹಳ ದಿನ ಇರೋಕ್ಕಾಗೋಲ್ಲ. ಉಳಿಯುವ ಇಷ್ಟವೂ ನಂಗಿಲ್ಲ."

"ಸುಮ, ನೀನು ಆತ್ರಪಡ್ತಾ ಇದ್ದೀಯಾ. ಸಮಾಧಾನವಾಗಿ ಯೋಚ್ಸು."

ವಿಚಿತ್ರ ಜಾಲದಲ್ಲಿ ಸಿಕ್ಕಿಕೊಂಡ ಅನುಭವವಾಯಿತು. ಬಾಲುವಿನಂಥ ಯುವಕನ ಜವಾಬ್ದಾರಿಯನ್ನು ಹೊರಲು ಸಾಧ್ಯವೇ? ಹಾಸ್ಯಾಸ್ಪದವಾದ – ವಿಷಯ ಎಷ್ಟು ದಿನಗಳು ಇಲ್ಲಿ ನಿಲ್ಲಲು ಸಾಧ್ಯ? ಮುಂದಿನ ಭವಿಷ್ಯದ ಗತಿಯೇನು? ದುಡುಕಿಗೆ ಪ್ರಾಯಶ್ಚಿತ್ತವೆನಿಸಿತು. ತಲೆಯ ಮೇಲೆ ಕೈಹೊತ್ತು ಕೂತುಬಿಟ್ಟಳು.

"ಅಧೈರ್ಯಪಡ್ಬೇಡ. ಸ್ವಲ್ಪ ದಿನ ಮಾತ್ರ" ಕಮಲಾಕರನ್ ಭುಜ ತಟ್ಟಿ ಸಮಾಧಾನ ಹೇಳಿದರು. ಓರೆನೋಟ ಬೀರಿ ಬಾಲು ಹೊರಗೆದ್ದು ಹೋದ.

"ಸುಮ..." ಗಂಟಲು ಕಂಪಿಸಿತು. ಗಾಬರಿಯಿಂದ ಅವರ ಮುಖ ನೋಡಿದಳು. ಮುಖದ ಮೇಲೆ ಭಯದ ಚಿಹ್ನೆಗಳು ಆವರಿಸಿದ್ದವು.

"ಇದ್ದ ಒಂದು ಮಗೂನ ಕೂಡ ದೂರ ಮಾಡಿಕೊಳ್ಳೋಕೆ ಪ್ರಬಲವಾದ ಕಾರಣವಿರ್ಬೇಕೂ... ಅಂತ ಅನ್ನಿಸಲಿಲ್ವೇ? ಭಾರತಿಯ ಕಡೆಯ ಕ್ಷಣಗಳಲ್ಲಿ ಬಹಳ ಭಯಭೀತಳಾಗಿದ್ದಳು ಅದ್ನ ಯಾವಾಗ್ಲೂ ಮರ್ಯೋಕೆ ಆಗೋಲ್ಲ!" ಗಂಟಲು ಗದ್ಗದವಾಯಿತು.

"ಭಯವೇ ಬಾಲುನ ಇಂಗ್ಲೆಂಡಿಗೆ ಒಯ್ದಿತು." ತಟ್ಟನೆ ಅವಳೆಡೆ ತಿರುಗಿ "ಈಗ

ಅರ್ಥವಾಗಿರ್ಬೇಕಲ್ಲ! ಇನ್ನೊಂದು ವರ್ಷವಾದ್ರೂ ಇಲ್ಲಿರು. ವಾಸುದೇವ್ ಸುಮ್ನೆ ಕೂಡೋ ಅಂಥ ಆಸಾಮಿಯಲ್ಲ. ಬಾಲು ಬಾಲುನ..." ಧ್ವನಿ ನಡುಗಿತು.

"ಸುಮ, ನೀನು ಮಾತು ಕೊಡು. ಯಾವ ಸಂದರ್ಭದಲ್ಲೂ ಕೋಪಿಸಿಕೊಂಡು ಇಲ್ಲಿಂದ ಹೋಗಬಾರ್ದು. ಬಾಲುಗೆ ಎಲ್ಲಾ ತಿಳ್ಸಿ ಹೇಳಿದ್ದೀನಿ." ಅವಳ ಮುಂದೆ ಕೈ ನೀಡಿದರು. ಮೊದಲು ಹಿಂಜರಿದರೂ ಅವರ ಕೈಯಲ್ಲಿ ತನ್ನ ಕೈ ಇಟ್ಟಳು. ಭುಜ ತಟ್ಟಿದರು.

ಕೋಣೆಗೆ ಬಂದು ಗಲ್ಲಕ್ಕೆ ಕೈಯೂರಿ ಬಹಳ ಹೊತ್ತು ಕೂತುಬಿಟ್ಟಳು. ಗೊಂದಲವಾಗಿ ಕಂಡಿತು. ತನ್ನಂಥ ಹೆಣ್ಣಿನಿಂದ ಯಾವ ಉಪಯೋಗವಾದೀತು? ಎಲ್ಲಾ ತಮಾಷೆಯಾಗಿ ಕಂಡಿತು.

ನಾಲ್ಕಾರು ದಿನ ಕಾದ ಮೇಲೆ ಅವಳಿಗೆ ಬಂದದ್ದು ಸುರೇಶನ ಪತ್ರವಲ್ಲ ಮದುವೆಯ ಇನ್ವಿಟೇಷನ್. ಬೆರಗಾಗಿ ಕೂತುಬಿಟ್ಟಳು. ಎಲ್ಲಾ ಸ್ವಾರ್ಥಿಗಳ ಹಾಗೆ ಕಂಡರು. ಗಳಗಳನೆ ಅತ್ತುಬಿಟ್ಟಳು.

"ಮೇಡಮ್" ಒಳಕ್ಕೆ ಬಂದ ಬಾಲು ಶಿಲೆಯಂತೆ ನಿಂತುಬಿಟ್ಟ. ಅತ್ತು ಅತ್ತು ಸುಮಳ ಕಣ್ಣುಗಳು ಕೆಂಪಗಾಗಿದ್ದವು. ಮುಖ ನಿಸ್ತೇಜವಾಗಿತ್ತು.

"ಅರೆ.... ನಿಮ್ಗೆ ಅಳೋಕೂ....ಬರುತ್ತೆ. ಅಧಿಕಾರ ಚಲಾಯಿಸೋದು ಮಾತ್ರ ಬರುತ್ತೆ ಅಂದ್ಕೊಂಡಿದ್ದೆ."

ತಟ್ಟನೆ ಸುಮ ಎದ್ದು ಹೋಗಿ ಮುಖ ತೊಳೆದು ಬಂದಳು. ಟವಲಿನಿಂದ ಮುಖವನ್ನೊರೆಸುತ್ತ "ವಾಟ್ ಬಾಸ್" ಎಂದಳು ನಗುತ್ತ.

ಬಾಲು ಅವಳನ್ನೇ ನೋಡುತ್ತ "ಅಳೋಕೆ ಕಾರಣ?" ತಟ್ಟನೆ "ಏನಿಲ್ಲ. ಕೆಲವೊಮ್ಮೆ ನಗು–ಅಳುವಿಗೆ ಅರ್ಥವಿರೋಲ್ಲ" ನಗಲು ಪ್ರಯತ್ನಿಸಿದಳು.

"ಆಗ ಅತ್ತ ಅಳುವಿಗೆ ಅರ್ಥವಿದೆ. ಈಗ ನಗೋ ನಗುವಿಗೆ ಅರ್ಥವಿಲ್ಲ ಅಷ್ಟೇ" ಅವಳನ್ನೇ ನೋಡುತ್ತ ಹೇಳಿದ.

ಸುಮ ಮುಖ ಕೆಳಗೆ ಮಾಡಿದಳು. ಭಾರವಾದ ಉಸಿರನ್ನು ಬಿಟ್ಟಳು. ರಕ್ತ ಸಂಬಂಧಿಗಳೆಲ್ಲ ಕಣ್ಮುಂದೆ ಸುಳಿದು ಹೋದರು. ಒಂದಲ್ಲ ಒಂದು ವಿಧದಲ್ಲಿ ಎಲ್ಲರೂ ಸ್ವಾರ್ಥಿಗಳು.

"ತಾವು ಬಂದ ವಿಷ್ಯ?" ಸಾವರಿಸಿಕೊಂಡು ಕೇಳಿದಳು.

"ಚಿಕ್ಕಮಗಳೂರಿಗೆ ಹೋಗ್ಬೇಕಿತ್ತು" ಕಾಲು ಕುಣಿಸುತ್ತ ಹೇಳಿದ.

ಚಿಕ್ಕಮಗಳೂರಿಗೆ ಹೋಗುವ ಕಾರಣ ಅವಳಿಗೆ ಗೊತ್ತಿತ್ತು. ಅಷ್ಟಿಷ್ಟು ಗೆಳೆಯರನ್ನು ಸಂಪಾದನೆ ಮಾಡಿದ್ದ ಇಂಗ್ಲೆಂಡಿನಲ್ಲಿದ್ದಾಗ ಬೀರು, ಬ್ರಾಂದಿಯನ್ನು ನೀರಿನಂತೆ ಕುಡಿದು ಅಭ್ಯಾಸ ಮಾಡಿಕೊಂಡಿದ್ದ. ಇಲ್ಲಿ ತಂದೆಯ ಎದುರು ಕುಡಿಯಲಾರ. ಹೃದಯರೋಗಿಯೆಂಬ ಭಯ ಅವನನ್ನು ಆವರಿಸಿತ್ತು. ರಾತ್ರಿಯ ವೇಳೆ ಕುಡಿಯುತ್ತಿದ್ದ.

ಕಂಪನಿ ಇಲ್ಲದೆ ಮಜಾ ಸಿಕ್ಕುತ್ತಿರಲಿಲ್ಲ. ಇದರ ಬಗ್ಗೆ ಕಮಲಾಕರನ್‌ಗೆ ಬಹಳ ಭಯವಿತ್ತು. ತನ್ನ ಹಿಡಿತಕ್ಕೆ ಸಿಗಲಾರನೆಂದೇ ಸುಮಳಿಗೆ ಒಪ್ಪಿಸಿದ್ದರು. ಆ ವಯಸ್ಸೇ ಅಂಥದ್ದು. ಸುಮಳ ಬಗ್ಗೆ ನಂಬಿಕೆ, ಧೈರ್ಯ ಇದ್ದುರಿಂದಲೇ ಆ ಕೆಲಸ ಮಾಡಿದ್ದರು.

"ಎಸ್ಟೇಟ್ ಕಡೆ ಹೋಗಬೇಕಿತ್ತು."

ಬೇಸರದ ಮುಖ ಮಾಡಿದ ಬಾಲು ಸೆಟೆದು ಕುಳಿತ. ತಟ್ಟನೆ ಮೇಲೆದ್ದು ಜೀಪ್‌ನ ಬಳಿ ನಡೆದವನೇ ಗಕ್ಕನೆ ಹಾರಿ ಕುಳಿತ. ಹೊರಡುವುದರಲ್ಲಿದ್ದ ಸುಮಳ ಕೈ ತಡೆಯಿತು.

"ನಾನೂ ಬರ್ತೀನಿ" ಹತ್ತಿ ಕುಳಿತಳು. ಮತ್ತೆ "ಅಂಕಲ್‌ಗೆ ಹೇಳಿ ಬರ್ತೀನಿ." ಮೆಲ್ಲನೆ ಹೇಳಿ ಅವನ ಮುಖ ನೋಡಿದಳು. ನೋಟಗಳು ಕ್ಷಣಕಾಲ ಬೆರೆತವು. ಸುಮಳ ಕಣ್ಣ ಹೊಳಪು ತಡೆದು ನಿಲ್ಲಿಸಿತು.

ಮುಂದೆ ಬಿದ್ದ ಜಡೆಯನ್ನು ಹಿಂದಕ್ಕೆ ಒಗೆಯುತ್ತ ಬೇಸರದಿಂದಲೇ ಒಳ ನಡೆದಳು.

ಇತ್ತೀಚೆಗೆ ಕಮಲಾಕರನ್ ನಿರ್ಲಿಪ್ತರಂತಿದ್ದರು. ಎಷ್ಟೋ ವರ್ಷಗಳ ಮುನ್ನಿನ ಕುಂಚ ಆಗಾಗ ಅವರ ಕೈ ಸೇರುತ್ತಿತ್ತು. ಇಷ್ಟ ಬಂದುದನ್ನು ಗೀಚುತ್ತಿದ್ದರು. ಸರಿಯೆನಿಸದಿದ್ದಾಗ ಕಿತ್ತು ಎಸೆಯುತ್ತಿದ್ದರು. ಆಗಾಗ ವೀಣೆ ನುಡಿಸುತ್ತಿದ್ದರು. ಆದಷ್ಟು ಕಾಲ ಬದುಕಬೇಕೆನ್ನುವ ಛಲದಿಂದ ಜೀವಿಸುತ್ತಿದ್ದಂತೆ ಕಂಡರು.

"ಅಂಕಲ್, ಬಾಲು ಚಿಕ್ಕಮಗಳೂರಿಗೆ ಹೋಗ್ಬೇಕಂತೆ" ಮೆಲ್ಲಗೆ ಹೇಳಿದಳು. ಇತ್ತೀಚೆಗೆ ಅವರ ನಡುವಿನ ಸಂಬಂಧ ಬೆಳವಣಿಗೆಗೊಂಡಿತ್ತು. ಬಾಯಿ ತುಂಬ ಅಂಕಲ್ ಎಂದು ಕರೆಯುತ್ತಿದ್ದಳು. ಅವರು ಕೂಡ ಎಷ್ಟೋ ವೇಳೆ 'ಸುಮ' ಎನ್ನುವ ಬದಲು 'ಮಗು' ಎನ್ನುತ್ತಿದ್ದರು.

"ನಂಗೂ ಹೇಳ್ದಾ" ನಿಸ್ಸಹಾಯಕರಂತೆ ನುಡಿದರು. ಮಗನ ದೌರ್ಬಲ್ಯ ಅವರೇನೂ ಅರಿಯದವರಲ್ಲ. ಸ್ವಲ್ಪ ದುಡುಕಿದರೂ ಅನಾಹುತ!

"ನಾನೂ ಹೋಗ್ಬರ್ತೀನಿ" ಮಂಕಾದ ಮುಖ ಗೆಲುವಾಯಿತು. ಸಂತೋಷದಿಂದ ತಲೆಯಾಡಿಸಿದರು.

ಹೊರಗೆ ಬಂದ ಸುಮಳಿಗೆ ನಾಡಕರ್ಣಿಯವರು ಎದುರಾದರು. "ಒಂದೆರಡು ದಿನ ರಜ ಬೇಕಿತ್ತು" ಕೂದಲೊಳಗೆ ಕೈಯಾಡಿಸುತ್ತ ಕೇಳಿದರು. "ಆಯ್ತು ಹೋಗ್ಬನ್ನಿ" ಎಂದವಳೇ ಅವರನ್ನು ಹಾಯ್ದು ಸರಸರನೇ ನಡೆದುಬಿಟ್ಟಳು.

"ಅಬ್ಬಬ್ಬ..." ಬೇಸರದಿಂದ ಮುಖ ಮಾಡಿದ ಬಾಲು. ಸುಮ ನಕ್ಕು ಹತ್ತಿ ಕುಳಿತಳು.

"ಸ್ವಲ್ಪ ಎಸ್ಟೇಟ್‌ಗೆ ಹೋಗ್ಬಿಟ್ಟು ಹೋಗೋಣ್ವಾ?" ಬಾಲು ಕೋಪದಿಂದ ಅವಳೆಡೆ ನೋಡಿದ. ಕೋಪದಿಂದ ನೋಡುವ ಮುಖ ಅಲ್ಲವೆನಿಸಿತು. ತುಟಿಗಳ ಮೇಲೆ ನಗು

ಅರಳಿತು. ಜೀಪ್ ಎಸ್ಟೇಟ್ ಕಡೆಗೆ ತಿರುಗಿತು.

ಇಳಿದವಳೇ ಚಂಗನೆ ಹಾರಿ ನಡೆದಳು. ಈ ಪರಿಸರದಲ್ಲಿ ಅವಳ ಚೇತನ ಉಕ್ಕಿ ಹರಿಯುತ್ತಿತ್ತು. ತನ್ಮಯತೆ ಆವರಿಸುತ್ತಿತ್ತು.

ಕೆಲಸ ಮಾಡಿಸುತ್ತಿದ್ದ ಮೇಸ್ತ್ರಿ ಓಡಿ ಬಂದ. ಅವರಿಗೆ ಸುಮಳ ಮೇಲೆ ಬಹಳ ನಂಬಿಕೆ. ಹಿಂದೆ ನಾಡಕರ್ಣಿ ಪ್ರತಿಯೊಂದರಲ್ಲೂ ಕಿರಿಕಿರಿ ಮಾಡುತ್ತಿದ್ದ. ಆಳುಗಳಿಗೆ ಕೊಡೋ ಕಾಸಿನಲ್ಲೂ ಅಷ್ಟಿಷ್ಟು ಹಿಡಿಯುತ್ತಿದ್ದ. ಅಷ್ಟಿಷ್ಟು ಇವನ ಕೈಗೂ ಹಾಕುತ್ತಿದ್ದ. ಆದರೂ ಸಮಾಧಾನವಿರಲಿಲ್ಲ. ಆತನ ಕೆಲವು ವ್ಯವಹಾರಗಳು ಸರಿಬರುತ್ತಿರಲಿಲ್ಲ. ಅದರಿಂದ ಒಂದೆರಡು ಸಲ ಸುಮಳ ಕೈಗೆ ಸಿಕ್ಕಿಬಿದ್ದಿದ್ದ ಬುದ್ಧಿ ಹೇಳಿ ಸುಮ್ಮನಾಗಿದ್ದಳು.

ಇವಳು ಮೇಸ್ತ್ರಿಗಳ ಜೊತೆ ಮಾತನಾಡುತ್ತ ಅಷ್ಟು ದೂರ ನಡೆದುಕೊಂಡು ಹೋಗಿ ಹಿಂದಿರುಗಿ ನೋಡಿದಾಗ ಬಾಲು ಜೀಪ್‌ನಲ್ಲಿಯೇ ಕೂತಿದ್ದ. ಹಿಂದಿರುಗಿ ಬಂದಳು. ಮೆಲ್ಲಗೆ ಬಾಗಿ "ಇಳಿಯಬಹುದಲ್ಲ" ಎಂದಳು. ಅಸಹನೆಯಿಂದ ಅವಳೆಡೆ ನೋಡಿದ.

"ಪ್ಲೀಸ್, ನಂಗೋಸ್ಕರ ಇಳಿಯಿರಿ" ಮರೆತವಳಂತೆ ನುಡಿದು ನಾಲಿಗೆ ಕಚ್ಚಿಕೊಂಡಳು. ಕಮಲಾಕರನ್ ಮಾತುಗಳು ಜ್ಞಾಪಕಕ್ಕೆ ಬಂದಾಗ 'ಪರ್ವಾಗಿಲ್ಲ', ಬಾಲು ಜವಾಬ್ದಾರಿ ಅರಿತು ಸ್ವಲ್ಪ ಆಸಕ್ತಿ ವಹಿಸಿದರೆ ಬಿಡುಗಡೆ! ಎಲ್ಲಿಗೆ ಹೋಗುವುದು? ಕಣ್ಣುಗಳಲ್ಲಿ ನೋವು ಇಣುಕಿತು. 'ಅಮ್ಮ, ನೀನು ಕೂಡ ನನ್ನನ್ನು ಮರೆತುಬಿಟ್ಯಾ?' ಮನ ನೋವಿನಿಂದ ರೋಧಿಸಿತು.

ಸ್ವಲ್ಪ ನಿಧಾನವಾಗಿಯಾದರೂ ಬಾಲು ಇಳಿದು ಬಂದ. ಇಬ್ಬರೂ ಮೇಸ್ತ್ರಿಯ ಜೊತೆಯಲ್ಲಿ ಹೆಜ್ಜೆ ಹಾಕಿದರು. ಆಳುಗಳು ಕೆಲಸ ಮಾಡುತ್ತಿದ್ದ ಕಡೆ ಹೋಗಿ ನಿಂತರು. ಅದೂ ಇದೂ ಮಾತಾಡಿದರು. ಮಾತಿನ ನಡುವೆ ವೇಳೆ ಸರಿದದ್ದೇ ಗೊತ್ತಾಗಲಿಲ್ಲ.

ಎಸ್ಟೇಟ್‌ನ ಸಣ್ಣ ಬಂಗ್ಲೆಯ ಬಳಿ ಬಿಸಿಲಿಗೆ ಚಪ್ಪರ ಕಟ್ಟಿ ಲಾನ್‌ನಲ್ಲಿ ಹಾಕಿದ ಬೆತ್ತದ ಛೇರ್‌ಗಳ ಮೇಲೆ ಹೋಗಿ ಕುಳಿತರು. ತಂದಿರಿಸಿದ ಕಿತ್ತಲೆ ಹಣ್ಣುಗಳ ಕಡೆ ಸುಮ ನೋಡಿದಳು. ಕೈಯಲ್ಲಿ ತಗೊಂಡು ನೋಡಿದವಳು ಅರಿಯದವಳಂತೆ ಕೆನ್ನೆಗೆ ಒತ್ತಿಕೊಂಡಳು.

"ಸುಮ, ನಿನ್ನ ಕೆನ್ನೆ ಹಣ್ಣಿಗಿಂತ ಸುಂದರವಾಗಿದೆ." ಮೆಟ್ಟಿಬಿದ್ದಳು. ಬಾಲು ತುಂಟ ನಗು ನಗುತ್ತಿದ್ದ. ಮಾತಿಗೆ ನಾನಾ ಅರ್ಥ ಹುಡುಕಲು ಹೋಗಲಿಲ್ಲ. ಹಗುರವಾಗಿ ತೆಗೆದುಕೊಂಡಳು.

"ಈಗ ಚಿಕ್ಕಮಗಳೂರಿಗೆ ಹೋಗೋಣ್ವಾ?"

ತಟ್ಟನೆ ಬಾಲು ಮುಖ ಕೆಂಪಾಯಿತು. ರೋಷದಿಂದ ಅವಳೆಡೆ ನೋಡಿದ. 'ಇವಳ ಉಪಟಳ ಸಹಿಸೋಕೆ ಆಗದಪ್ಪ!' ಎಂದುಕೊಂಡ. ಮನದಲ್ಲಿ ಅವನಿಗೆ ತಟ್ಟನೆ ಜ್ಞಾಪಕ ಬಂದಿದ್ದು ಸಾಕಿದ ಅಂಕಲ್ ಮಗಳು. 'ತುಂಬ ಸೋಷಿಯಲ್ ಹೆಣ್ಣು

ಅಂದರೆ ಹೀಗಿರಬೇಕು.' ಎಷ್ಟೋ ಸಲ ಜೊತೆ ಜೊತೆಯಲ್ಲಿ ಹೋಗಿ ಬಾರ್‌ನಲ್ಲಿ ಕುಡಿಯುತ್ತಿದ್ದರು. ಮನೆಯಲ್ಲೂ ಕುಡಿಯುತ್ತಿದ್ದರು. ದೊಡ್ಡವರು ಎನ್ನಿಸಿಕೊಂಡವರು ಕಂಪನಿ ಕೊಡುತ್ತಿದ್ದರು. ಟೆನ್ಷನ್ ಇರಲಿಲ್ಲ.

ಕಿತ್ತಲೆ ಹಣ್ಣನ್ನು ಬಿಡಿಸಿ ಅವನ ಮುಂದೆ ಚಾಚಿದಳು. ಅವನ ಕೈ ಮುಂದಾಗಲಿಲ್ಲ. ನಗುತ್ತ "ತಗೊಳ್ಳಿ ಮಹಾರಾಯರೇ, ಎಂಥ ರುಚಿ ನೋಡಿ ಹಣ್ಣು" ಕಣ್ಣುಗಳು ಅವಳನ್ನು ಸವಿಯುತ್ತಿದ್ದವು.

ಕೈ ನೀಡಿ ಅವಳ ಅಂಗೈನಲ್ಲಿದ್ದ ಹಣ್ಣನ್ನು ತಗೊಂಡ. ಹಣ್ಣು ಬಹಳ ಸಿಹಿಯೇ, ತಿಂದಷ್ಟೂ ತಿನ್ನಬೇಕೆನ್ನುವ ಬಯಕೆ.

ಸಂಜೆಯವರೆಗೂ ಅಡ್ಡಾಡಿಕೊಂಡಿದ್ದು ಮನೆಗೆ ಹಿಂದಿರುಗಿದರು. ಮೋತಿಯ ಜೊತೆ ಅಡ್ಡಾಡುತ್ತಿದ್ದ ಕಮಲಾಕರನ್ ಕಣ್ಣು ಕಿರಿದುಗೊಳಿಸಿ ನೋಡಿದರು. ಸಮಾಧಾನವಾಯಿತು.

"ಆಯ್ತಾ" ಎಂದರು ಮೆಲುವಾಗಿ.

ದುರುಗುಟ್ಟಿಕೊಂಡು ಸುಮಳನ್ನು ಒಮ್ಮೆ ನೋಡಿದ ಬಾಲು ಗಂಭೀರವಾಗಿ "ಎಂಥಾದ್ದು ಇಲ್ಲ. ಚಿಕ್ಕಮಗಳೂರಿಗೆ ಹೋಗೇ ಇಲ್ಲ" ಎರಡೂ ಕೈಗಳನ್ನು ಪ್ಯಾಂಟ್‌ನ ಜೇಬುಗಳಲ್ಲಿ ತುರುಕಿ ವಾರೆಯಾಗಿ ನಿಂತ.

ಅದು ಹೊರಗಿನ ಕೋಪವಾಗಿ ಕಂಡಿತು ಕಮಲಾಕರನ್‌ಗೆ. ಬೇಸರ, ಕೋಪದ ಛಾಯೆ ಕಣ್ಣುಗಳಲ್ಲಿರಲಿಲ್ಲ. ನಟನೆಯಾಗಿ ತೋರಿತು. ಹಿಡಿತಕ್ಕೆ ಬರುತ್ತಿದ್ದಾನೆ ಎಂದುಕೊಂಡರು.

"ಡ್ಯಾಡಿ...." ತಟ್ಟನೆ ಏನೋ ನುಡಿಯಲು ಹೋಗಿ ಸುಮ್ಮನಾದ ಸುಮಳನ್ನು ಆಕ್ಷೇಪಿಸಲು ಮನ ನಿರಾಕರಿಸಿತು. ಸೆಟೆದು ಮತ್ತೊಮ್ಮೆ ಅವಳೆಡೆ ನೋಡಿ ದಾಪುಗಾಲು ಹಾಕುತ್ತ ಒಳ ನಡೆದುಬಿಟ್ಟ.

ಕಮಲಾಕರನ್ ಜೋರಾಗಿ ನಕ್ಕರು. ಅವರ ನಗುವಿಗೆ ಗಿಡ ಬಳ್ಳಿಗಳು ತಲೆದೂಗಿದಂತೆ ಬೀಸಿ ಬಂದ ತಂಗಾಳಿಗೆ ತಲೆದೂಗಿದವು.

"ನಾಡಕರ್ಣಿಯವ್ರು ಇಲ್ಲವಲ್ಲ."

"ಪರ್ವಾಗಿಲ್ಲ" ಎಂದಳು. ಆದಷ್ಟು ಬೇಗ ಅವರನ್ನು ಅಲ್ಲಿಂದ ಹೊತ್ತರ ಹಾಕಬೇಕೆಂಬುದೇ ಅವಳ ಗುರಿ. ಅವರು ವಾಸುದೇವ್‌ನ ನೋಡುವ ಸಲುವಾಗಿಯೇ ರಜ ಕೇಳಿದ್ದಾರೆಂದು ಅವಳಿಗೆ ಗೊತ್ತು.

ಮೋತಿ ಅವಳಿಗೆ ತಾಗಿದಂತೆ ನಿಂತು ತನ್ನ ಇರುವನ್ನು ನೆನಪು ಮಾಡಿಕೊಟ್ಟಿತ್ತು.

ಎಸ್ಟೇಟ್‌ನಲ್ಲಿನ ಸದ್ಯಕ್ಕೆ ಆಗಬೇಕಾದ ಕೆಲಸಗಳ ಬಗ್ಗೆ ಚರ್ಚಿಸಿದರು. ಬಟ್ಟೆ ಬದಲಾಯಿಸಿದ ಬಾಲು ಕೂಡ ಬಂದು ಕೂತ. ಸಮಾಧಾನವಾಗಿದ್ದ. ಬಿಸ್ಕತ್ ಹಣ್ಣು, ಚಹಾ. ಕಾಫಿ ಒಟ್ಟಿಗೇ ಬಂತು. ಬಾಲು ತುಂಬ ಇಷ್ಟಪಡುತ್ತಿದ್ದುದು ಚಹಾವನ್ನು.

ಎಸ್ಟೇಟ್‌ನ ಚೆಲುವನ್ನು ಹೆಚ್ಚಿಸುವ ಸಲುವಾಗಿ ತನ್ನೆರಡು ವಿಚಾರಧಾರೆಗಳನ್ನು ತಂದೆಯ ಮುಂದಿಟ್ಟ ಆಸಕ್ತಿಗೆ ಮೆಚ್ಚಿ ತಲೆದೂಗಿದರು. ಬದಲಾವಣೆಗೆ ಬಹಳ ದಿನಗಳು ಬೇಕೆನ್ನಿಸಲಿಲ್ಲ. ಸಮ್ಮತಿಸಿ ಸುಮಳ ಕಡೆ ನೋಡಿದರು. ಅವಳು ಯೋಚನಾಮಗ್ನಳಾಗಿದ್ದಳು. ಅವಳ ಚಿಂತೆಗೆ ಇಬ್ಬರಿಗೂ ಕಾರಣ ಗೊತ್ತಿರಲಿಲ್ಲ. ಕಮಲಾಕರನ್ ಹೆಸರಿಗೆ ಬಂದ ಇನ್ವಿಟೇಷನ್ ಕೂಡ ಸುಮಳ ಬಳಿಯೇ ಇತ್ತು. ತಟ್ಟನೆ ಎದ್ದು ಹೋಗಿ ತಂದು ಅವರಿಗೆ ನೀಡಿದಳು.

ತೆರೆದು ನೋಡಿದ ಕಮಲಾಕರನ್ ಸಂತೋಷ ವ್ಯಕ್ತಪಡಿಸುತ್ತ "ಕಂಗ್ರಾಜ್ಯುಲೇಷನ್" ಎಂದರು. ಸುಮಳ ಪ್ರತಿಕ್ರಿಯೆ ಸೊನ್ನೆ. ಮುಖ ಗಂಭೀರವಾಗಿಯೆ ಇತ್ತು. ಬಲವಂತವಾಗಿಯಾದರೂ ನಗಲು ಪ್ರಯತ್ನಿಸಿ ಸೋತಿದ್ದಳು.

ಕವರ್‌ನಲ್ಲಿ ಇನ್ವಿಟೇಷನ್ ಹಾಕಿ ಮಗನಿಗೆ ಕೊಡುತ್ತ "ನಮ್ಮ ಸುಮಳ ಅಣ್ಣಂಗೆ ಮದ್ವೆ" ಸ್ವಲ್ಪ ವಿವರವಾಗಿಯೇ ಹೇಳಿದರು.

ಕಣ್ಣು ಕಿರಿದುಗೊಳಿಸಿ ತಲೆಗೆ ಕೆಲಸ ಕೊಟ್ಟ ಸುಮಳ ಅಳುವಿಗೆ ತಟ್ಟನೆ ಕಾರಣ ಹೊಳೆಯಿತು. ಛೇಡಿಸುವಂತೆ "ನಿಮ್ಮ ಬ್ರದರ್‌ಗೆ ಮದ್ವೆಯಾದ್ರೆ ನೀವ್ಯಾಕೆ ಅಳ್ಬೇಕೂ?" ಎಂದ.

ಕಮಲಾಕರನ್‌ಗೆ ಮೊದಲು ಅರ್ಥವಾಗದಿದ್ದರೂ ಆಮೇಲೆ ಅರ್ಥವಾಯಿತು. ಸುಮಳ ಕಡೆ ನೋಡಿ ಸಹಾನುಭೂತಿಯಿಂದ ಉಸಿರುಬಿಟ್ಟರು.

* * *

ಸುಮ ಬರುವ ವಿಷಯ ತಿಳಿಸಿ ಪತ್ರ ಬರೆದಿರಲಿಲ್ಲ. ಬಸ್‌ಸ್ಟಾಂಡ್‌ನಲ್ಲಿ ಇಳಿದವಳು ಆಟೋ ಮಾಡಿಕೊಂಡು ಮನೆಗೆ ಬಂದಳು. ಮನೆಗೆ ಸುಣ್ಣ, ಬಣ್ಣದ ಅಲಂಕಾರವಾಗಿತ್ತು. ಪರ್ಸ್ ತಡಕಿ ಹಣ ಕೊಟ್ಟು ಬ್ಯಾಗ್ ಹೊತ್ತು ಒಳಗೆ ನಡೆದಳು. ಪಡೆದ ಇಪ್ಪತ್ತು ಸಾವಿರದ ಮೊತ್ತವನ್ನು ಬಿಟ್ಟು ಕಮಲಾಕರನ್ ಅವರಿಂದ ಬೇರೆ ಹಣವನ್ನು ಪಡೆದಿರಲಿಲ್ಲ. ಎಷ್ಟೋ ಸಲ ಅವರೇ ಒತ್ತಾಯ ಮಾಡಿದರೂ ಜಾಣತನದಿಂದ ನಿರಾಕರಿಸಿಬಿಟ್ಟಿದ್ದಳು. ಸುರೇಶ ಆಗಾಗ ಅಷ್ಟಿಷ್ಟು ಕಳುಹಿಸುತ್ತಿದ್ದ ಬೇರೆ ಖರ್ಚುಗಳು ಇರದಿದ್ದರಿಂದ ಹಣದ ಅವಶ್ಯಕತೆ ಇರಲಿಲ್ಲ.

ಎದುರಾದ ಕಲ್ಯಾಣಮ್ಮನವರ ಮುಖ ಮೊರದಗಲವಾಯಿತು. ಹೆತ್ತ ಕರುಳು ಅಕ್ಕರೆ ಅಭಿಮಾನ ತುಳುಕಿತು.

"ಸುಮ, ಬಂದ್ಯಾ ಮಗು!"

ತಪ್ಪಿಸಿಕೊಂಡ ಕರು ತಾಯಿ ಹಸುವನ್ನು ಸೇರುವಂತೆ ತಾಯಿಯನ್ನು ಅಪ್ಪಿಬಿಟ್ಟಳು. ಮೊದಲು ಅಗಲಿಕೆಯ ನೋವು ಕಣ್ಣೀರಿನ ರೂಪದಲ್ಲಿ ಪ್ರವಹಿಸಿದರೂ ಆಮೇಲೆ ಬಿಕ್ಕುವಂತೆ ಮಾಡಿತು. ಕಲ್ಯಾಣಮ್ಮನವರ ಭುಜವೆಲ್ಲ ಒದ್ದೆಯಾಯಿತು. ಕೈ ಬೆನ್ನನ್ನು ತಡವುತ್ತಿತ್ತು.

"ಮೊದ್ಲು ಕೈಕಾಲು ತೊಳ್ಕೊ" ಕಣ್ಣೊರೆಸಿಕೊಂಡು ಒಳಗೆ ಹೋದರು. ಸುಧಾರಿಸಿಕೊಳ್ಳಲು ಸುಮಳಿಗೆ ಹತ್ತು ನಿಮಿಷಗಳೇ ಬೇಕಾದವು. ಬ್ಯಾಗನ್ನು ಹೊತ್ತು ಕೋಣೆಯ ಕಡೆ ನಡೆದಳು. ಲಲಿತ ಮಂಚದ ಮೇಲೆ ಮಲಗಿದ್ದಳು. ಮೈಕೈ ತುಂಬಿಕೊಂಡು ಚೆಲುವಾಗಿ ಕಂಡರೂ ಮುಖದಲ್ಲಿ ಗೆಲುವಿರಲಿಲ್ಲ. ಒಂದು ಕ್ಷಣ ನಿಂತು ಅಡಿಯಿಟ್ಟಳು. ನಿದ್ದೆಯಲ್ಲಿದ್ದ ಲಲಿತ ಎಚ್ಚರಗೊಳ್ಳಲಿಲ್ಲ. ಎಬ್ಬಿಸುವ ಕೆಲಸಕ್ಕೆ ಸುಮ ಕೈಹಾಕಲಿಲ್ಲ. ಟವಲನ್ನು ಭುಜದ ಮೇಲೆ ಹಾಕಿಕೊಂಡು ಬಚ್ಚಲುಮನೆಯ ಕಡೆ ನಡೆದಳು. ಕಾಲು ಇಟ್ಟವಳೇ ಜಾರಿ ಮೊಣಕೈಯೊಡೆಸಿಕೊಂಡಳು. ಕೈಯಲ್ಲಾಗದ ತಾಯಿಯ ಸ್ಥಿತಿಯನ್ನು ನೆನಪಿಗೆ ತಂದುಕೊಂಡು ಮುಖ ತೊಳೆದು ಹೊರಗೆ ಬಂದಳು.

"ಸ್ವಲ್ಪ ತಿಂದು, ಕಾಫಿ ಕುಡ್ದು ಸುಧಾರಿಸ್ಕೊ" ಮಗಳ ಮುಂದೆ ಉಪ್ಪಿಟ್ಟಿನ ತಟ್ಟೆಯನ್ನು ಹಿಡಿದರು.

ಹೊಟ್ಟೆ ಚುರುಗುಟ್ಟುತ್ತಿತ್ತು. ಟವಲನ್ನು ಹೆಗಲ ಮೇಲೆ ಹಾಕ್ಕೊಂಡೇ ಉಪ್ಪಿಟ್ಟನ್ನು ತಿಂದು ಮುಗಿಸಿ ತಟ್ಟೆಯನ್ನು ಬಚ್ಚಲಿನಲ್ಲಿಟ್ಟು ಬಂದಳು. ಹೊಗೆಯಾಡುತ್ತಿದ್ದ ಕಾಫಿಯ ಲೋಟ ತಂದ ತಾಯಿಯ ಕಡೆಗೆ ನೋಡುತ್ತ.

"ಸುರೇಶ ಎಲ್ಲಿ?" ಎಂದು ಕೇಳಿದಳು. ಸುರೇಶನನ್ನು ಅಣ್ಣನೆಂದೇ ಸಂಬೋದಿಸುತ್ತಿದ್ದರೂ ಒಮ್ಮೊಮ್ಮೆ ಬಾಯಿತಪ್ಪಿ ಸುರೇಶನೆಂದು ಬಿಡುತ್ತಿದ್ದಳು.

"ಎಲ್ಲೋ ಹೋಗಿದ್ದಾನೆ. ಇನ್ನೇನು ಬರ್ತಾನೆ. ಲಲಿತ ಇಲ್ಲೇ ಇದ್ದಾಳೆ" ಗೊತ್ತೆನ್ನುವಂತೆ ತಲೆಯಾಡಿಸಿದಳು. ಲಲಿತ ಹೆರಿಗೆಗಾಗಿ ಬಂದಿರಬಹುದೆ? ಅಷ್ಟೊಂದು ಶ್ರೀಮಂತಿಕೆ ಕೊಳ್ಳೆ ಹೋಗುತ್ತಿರುವಾಗ ಹೇಗೆ ಬಂದಾಳು? ಅಣ್ಣನ ಮದುವೆಗೆಂದು ಬಂದಿರಬೇಕು ಎಂಬ ನಿರ್ಣಯಕ್ಕೆ ಬಂದಳು.

"ಇವೊತ್ತು ನೋಡಿ ನೀನು ಬರದಿದ್ದರೆ ಸುರೇಶನೇ ಬರ್ತಾ ಇದ್ದ" ಆಸಕ್ತಿ ಇಲ್ಲದವಳಂತೆ ಸರಿದು ಹೋದಳು. ಅವಳು ತೋಡಿಕೊಂಡು ಬರೆದ ಪತ್ರಕ್ಕೆ ಉತ್ತರವೇ ಬರೆದಿರಲಿಲ್ಲ. ಅಂತಹ ಅಣ್ಣನ ಬಗ್ಗೆ ಎಂತಹ ಆಸಕ್ತಿ! ತಾನು ಅಲ್ಲಿ ಸಮಸ್ಯೆಯಾಗಿ ಉಳಿಯಬಾರದೆಂದು ಗಟ್ಟಿ ಮನಸ್ಸು ಮಾಡಿ ಬಂದಿದ್ದಳು.

"ಸುಮ" ಲಲಿತಳ ಧ್ವನಿ ಅವಳನ್ನು ಎಚ್ಚರಿಸಿತು. ಬೇಸರವಿದ್ದರೂ ಪ್ರೀತಿ ಎಲ್ಲಿ ಹೋದೀತು? ಕೋಣೆಯ ಕಡೆ ನಡೆದಳು. ಲಲಿತ ಪ್ರಯಾಸದಿಂದ ಎದ್ದುಕೂತಳು. ದಿನ ತುಂಬಿದ ಬಸುರಿ. ಆಯಾಸದ ಚಿಹ್ನೆಗಳು ಮುಖದ ಮೇಲೆ ಕಾಣಿಸಿಕೊಂಡಿತು.

ಹತ್ತಿರಕ್ಕೆ ಬಂದ ತಂಗಿಯನ್ನು ಕೈ ಹಿಡಿದು ತನ್ನ ಬಳಿಯೇ ಕೂಡಿಸಿಕೊಂಡು ನೋಡಿದಳು. ಅನುಭವದ ದಿಟ್ಟತನ ಮುಖದಲ್ಲಿ ಮಿನುಗುತ್ತಿತ್ತು.

"ಸುಮ, ನನ್ಮೇಲೆ ಕೋಪಾನಾ?" ಧ್ವನಿ ಕ್ಷೀಣವಾಗಿತ್ತು.

ತಟ್ಟನೆ ಸುಮ ಮುಖವೆತ್ತಿ ಅವಳೆಡೆ ನೋಡಿದಳು. ಅಮಾಯಕತೆಯ ನೆರಳು ಮುಖದಲ್ಲಿ ಹೊಯ್ದಾಡಿದಂತೆ ಕಂಡಿತು. ಕರಗಿಹೋದಳು.

"ಯಾಕೆ ಕೋಪ? ಖಂಡಿತ ಇಲ್ಲ." ಸುಮಳ ಭುಜದ ಮೇಲೆ ತಲೆಯಿಟ್ಟು ಬಿಕ್ಕಿದಳು ಲಲಿತ. ತಡವಾಗಿಯಾದರೂ ಅವಳ ತಪ್ಪಿನ ಅರಿವು ಅವಳಿಗಾಗಿತ್ತು. ಇದು ಪಶ್ಚಾತ್ತಾಪದ ಕಣ್ಣೀರೋ...? ದೌರ್ಬಲ್ಯದ ಕಣ್ಣೀರೋ?

"ಅಲೋ ಅಂಥಾದ್ದು ಏನಾಯ್ತು!" ಮೆಲ್ಲಗೆ ಕೇಳಿದಳು. ಅವಳೇನೂ ಹೇಳಲಿಲ್ಲ. ಹೇಳಬೇಕೆನಿಸಿದರೂ ಹೇಳುವ ಸಂದರ್ಭ ಅದಾಗಿರಲಿಲ್ಲ.

"ಹೇಗಿದ್ದಿ ಸುಮ?" ಮೈದಡವಿ ಕೇಳಿದಳು.

ಹಾಗೆಂದು ಕೇಳಿದಾಗ ಚುರುಕಾಗಿಯೇ ಉತ್ತರಿಸಬೇಕೆಂದುಕೊಂಡು ಬಂದಿದ್ದಳು, ಸಾಧ್ಯವಾಗಲಿಲ್ಲ. ಮೆಲುವಾಗಿ "ಚೆನ್ನಾಗಿದ್ದೀನಿ" ಎಂದಳು.

"ಅಲ್ಲಿನ ಹವಾ ನಿಂಗೆ ಒಗ್ಗಿರಬೇಕು. ಒಳ್ಳೆ ಕೊಡಗಿನ ಕಿತ್ತಲೆ ಹಾಗೆ ಆಗಿದ್ದೀಯಾ!" ಸುಮ ನಕ್ಕುಬಿಟ್ಟಳು ಇದು ನಿಜವೇ? ತನ್ನನ್ನು ತಾನೇ ಪ್ರಶ್ನಿಸಿಕೊಂಡಳು. ಅಲ್ಲಿನ ಒಂದಲಗಳ ನಡುವೆ ತೀರಾ ಬಡವಾಗಿರಬೇಕೆಂದುಕೊಂಡಿದ್ದಳು. ಅವಳ ಮಟ್ಟಿಗೆ ಇದು ಆಶ್ಚರ್ಯದ ಮಾತು ಕೆಲವೊಮ್ಮೆ ಮಧ್ಯಾಹ್ನದ ವೇಳೆ ಎಸ್ಟೇಟ್‌ನಲ್ಲಿ ಬಿಸಿಲಿನಲ್ಲೆ ಅಲೆದಾಡುತ್ತಿದ್ದಳು. ಕೂಲಿಯವರು ಕೆಲಸ ಮಾಡುವಾಗ ಒಮ್ಮೊಮ್ಮೆ ನಿಂತೇ ಕಳೆಯುತ್ತಿದ್ದಳು.

"ನನ್ನ ಪತ್ರ ನಿನ್ನ ಕೈ ಸೇರಲಿಲ್ವಾ?" ತಕ್ಷಣ ಸುಮ ಉತ್ತರಿಸಲಿಲ್ಲ. ಜುಗುಪ್ಸೆಯಿಂದ ಹರಿದು ಬಿಸುಟಿದ್ದಳು. ಬಾಯಿ ಬಿಟ್ಟು ಅದನ್ನು ಹೇಗೆ ಆಡಿಯಾಳು?

"ನಿನ್ನ ಪತ್ರ ಬರಬೋದು ಅನ್ನೊ ನಿರೀಕ್ಷಣೆಯಲ್ಲೇ ಇದ್ದೆ" ಲಲಿತ ಪುನಃ ಹೇಳಿದಾಗ ಸುಮ ಮೌನ ವಹಿಸಿದಳು. ಅವಳು ಇರೋ ಸ್ಥಿತಿಯಲ್ಲಿ ಚುಚ್ಚು ಮಾತುಗಳನ್ನು ಆಡಿ ನೋಯಿಸಲು ಇಷ್ಟವಿಲ್ಲ. ಪ್ರವಾಹದ ಮಧ್ಯದಲ್ಲಿ ಬಿದ್ದ ತರಗೆಲೆಯಂತೆ ವಿಚಿತ್ರ ರೀತಿಯಲ್ಲಿ ಸಾಗಿ ಹೋಗುವುದೇ ಜೀವನವೇನೋ!!!

"ಭಾವ ಚೆನ್ನಾಗಿದ್ದಾರ?" ಜ್ಞಾಪಿಸಿಕೊಂಡವಳಂತೆ ಕೇಳಿದಳು. ಈ ಮಾತನ್ನು ಲಲಿತಳ ಸಮಾಧಾನಕ್ಕಾಗಿ ಕೇಳಿರಬಹುದು.

"ಚೆನ್ನಾಗಿದ್ದಾರೆ" ಲಲಿತಳ ಕಣ್ಣುಗಳಲ್ಲಿ ಹೊಳಪಿನ ಮಿಂಚು ಹೊಳೆಯಿತು. ಮುಖದ ತುಂಬೆಲ್ಲ ಕೆಂಪಿನ ಓಕುಳಿಯಾಡಿತು.

"ಹೆರಿಗೆ ಆಗೋವರ್ಗೂ ಇಲ್ಲೇ ಇರ್ತೀಯಾ?" ಇಲ್ಲವೆನ್ನುವಂತೆ ತಲೆಯಾಡಿಸಿದಳು ಕಣ್ಣಿನಲ್ಲಿ ಭಾವನೆಗಳ ತಾಕಲಾಟ.

ತಂದೆಯ ಧ್ವನಿ ಕೇಳಿ ಅಕ್ಕತಂಗಿಯರಿಬ್ಬರೂ ಹೊರಗೆದ್ದು ಬಂದರು. ತಂದ ಸಾಮಾನಿನ ಚೀಲಗಳನ್ನು ಹೆಂಡತಿಯ ಮುಂದಿಟ್ಟು ವಿವರಣೆ ನೀಡುತ್ತಿದ್ದರು. ಹಿಂದೆ ನೋಡಿದ್ದಕ್ಕಿಂತ ಸೊಂಟ ಬಾಗಿತ್ತು. ಮುಖದಲ್ಲಿ ಸುಕ್ಕುಗಳು ಹೆಚ್ಚಾಗಿದ್ದವು. ಯಾರನ್ನೂ ನಂಬದ ಮನುಷ್ಯ ಸ್ವಂತ ಸುಖಕ್ಕಾಗಿ ಕೈಹಿಡಿದ ಹೆಂಡತಿಯನ್ನೇ ಅಲ್ಲ, ಮಕ್ಕಳನ್ನು ಕೂಡ ದೂರ ಸರಿಸಿದ್ದರು.

ಇವಳತ್ತ ತಿರುಗಿದವರೇ "ಚೆನ್ನಾಗಿದ್ದೀಯಾ ಸುಮ?" ಸಹಜವಾಗಿತ್ತು ಧ್ವನಿ. ಹತ್ತಿರ ಬಂದು ನಿಂತು ಮಗಳನ್ನು ಅಡಿಯಿಂದ ಮುಡಿಯವರೆಗೂ ನೋಡಿದರು. 'ಈಚೆಗೆ ಚೆನ್ನಾಗಿ ಆಗಿದ್ದಾಳೆ' ಮನಸ್ಸಿನಲ್ಲಿಯೇ ಅಂದುಕೊಂಡರು. ಹೇಗೂ ಸಾವಿರ ರೂಪಾಯಿ ಸಂಬಳ ಅಂತಾರೆ. ತಾವೂ ಅಲ್ಲೇ ಹೋಗಿ ಉಳಿದರೆ ಸುಖವಾಗಿರಬಹುದು. ಮನದಲ್ಲೇ ಮಂಡಿಗೆ ತಿಂದರು.

"ಸುಮ, ಕೆಲ್ಸ ಕಷ್ಟನಾ ಮಗು?" ಮಮತೆಯಿಂದ ವಿಚಾರಿಸಿದರು. ತಂದೆಯ ಕಕ್ಕುಲತೆ ಹೆಣ್ಣುಮಕ್ಕಳಿಗೆ ಹೊಸದು ಹಿಂದೆ ಇದೇ ತರಹ ಮನುಷ್ಯರಾಗಿದ್ದಿದ್ದರೆ ಬಹಳಷ್ಟು ಬವಣೆ ಅನುಭವಿಸಬೇಕಾಗಿರಲಿಲ್ಲ. ಈ ಬದಲಾವಣೆಯ ಕಾರಣ ಯಾರಿಗೂ ಗೊತ್ತಿಲ್ಲ. ಸ್ವತಃ ಅವರಿಗೇ ಗೊತ್ತಿದೆಯೋ ಇಲ್ಲವೋ?

"ಏನಂಥ ಕಷ್ಟವಿಲ್ಲ" ಮತ್ತೆ ಸೊಂಟದ ಮೇಲೆ ಕೈಯಿಟ್ಟುಕೊಂಡು ಹೆಂಡತಿಗೆ ಏನೋ ಹೇಳಲು ಅಡುಗೆಮನೆಗೆ ನಡೆದರು. ಅಕ್ಕ, ತಂಗಿಯರಿಬ್ಬರೂ ಉಳಿದರು.

ಅಣ್ಣನ ಮದುವೆಯ ಬಗ್ಗೆ ಏನಾದರೂ ಕೇಳಬೇಕೆನಿಸಿತು ಸುಮಳಿಗೆ. ಆದರೆ ಕೇಳಲಿಲ್ಲ. ತಟ್ಟನೆ ವೀಣೆಯ ತಾತನ ನೆನಪು ಉಂಟಾಯಿತು.

"ಎದುರು ಮನೆ ತಾತ ಹೇಗಿದ್ದಾರೆ?"

"ಅದೇನೋ.... ಗೊತ್ತಿಲ್ಲ" ಲಲಿತಳಿಗೆ ಅವರಲ್ಲಿ ಆಸಕ್ತಿಯಿಲ್ಲ. ಎಲ್ಲರೂ ಕರೆಯೋ ಹಾಗೆ ಅವರು ಅವಳ ಪಾಲಿಗೆ 'ಹುಚ್ಚು ಅಯ್ಯಂಗಾರಿನೇ.'

ಕುತೂಹಲ ಗರಿಗೆದರಿತು. ಎದುರು ಮನೆಯ ಕಡೆ ಹೆಜ್ಜೆ ಹಾಕಿದಳು. ಲಲಿತ ಕೂಗಿದರೂ ಕೇಳದವಳಂತೆ ನಡೆದುಬಿಟ್ಟಳು. ಅಪರಿಚಿತ ಸ್ಥಳವಲ್ಲ. ಹೊರಗಿದ್ದ ಹುಡುಗರು "ಪಾಟಿ, ಎದುರೊಟೂ ಪೆಣ್ಣುವಂತು" ಹೊರಗಿನಿಂದಲೇ ಸುದ್ದಿ ಮುಟ್ಟಿಸಿದರು.

ಹೊರಗೆ ಬಂದ ಹೆಣ್ಣು "ನೀನಾ....." ರಾಗವೆಳೆದರು. ಒಳಹೋಗುತ್ತ "ಕೋಣೆಯಲ್ಲಿದೆ ನೋಡು" ಹೇಳಿ ಹೋದರು.

"ಹೌದು! ಕಮಲಾಕರನ್ ಕೂಡ ಕಲಾವಿದರೆ. ಅವರು ಕೂಡ ಕುಂಚವನ್ನೋ, ವೀಣೆಯನ್ನೋ ಹಿಡಿದು ಕೂತಿದ್ದರೆ ಅವರ ಸ್ಥಿತಿಯು ಕೂಡ ಇವರಿಗಿಂತ ಉತ್ತಮವಾಗಿರುತ್ತಿರಲಿಲ್ಲ. ಭಾರತಿ ಮಗುವನ್ನಿತ್ತು ಅವರನ್ನು ಉಳಿಸಿದರು" ಎಂದುಕೊಂಡಳು.

ಕೋಣೆಯ ಬಾಗಿಲನ್ನು ಸರಿಸಿದಾಗ ದೊಡ್ಡ ಶಬ್ದ ಮಾಡುತ್ತ ಹಿಂದಕ್ಕೆ ಸರಿಯಿತು. ಅಸ್ತವ್ಯಸ್ತವಾದ ಹಾಸಿಗೆ, ಅದರ ಮೇಲೆ ಮಲಗಿದ್ದರು. ಮುಖ, ದೇಹ ಕೃಶವಾಗಿದ್ದರೂ ದೈವಿಕ ತೇಜಸ್ಸಿನಿಂದ ಪ್ರಜ್ವಲಿಸುತ್ತಿತ್ತು. ತಮ್ಮಲ್ಲಿ ತಾವೇ ಗೊಣಗಿಕೊಳ್ಳುತ್ತಿದ್ದರು.

"ತಾತ" ತಟ್ಟನೆ ಹೊರಳಿದರು. ಹಣೆಯಲ್ಲಿ ಬೊಟ್ಟಗಲ ಕುಂಕುಮವಿತ್ತು. ಮೀಸೆ, ದಾಡಿ ಹುಲುಸಾಗಿ ಬೆಳೆದಿತ್ತು. ಕಣ್ಣುಗಳು ಮಾತ್ರ ತಿಳಿನೀರಿನ ಕೊಳಗಳಂತೆ ಸ್ವಚ್ಛವಾಗಿದ್ದವು.

"ಬಾರಮ್ಮ.....ಬಾ" ಪ್ರಯಾಸದಿಂದ ಎದ್ದು ಕೂತರು. ವೀಣೆ ಹಿಡಿದು ನಲಿಯುತ್ತಿದ್ದ

ಕೈಗಳು ಜೀರ್ಣವಾಗಿದ್ದವು. ಅವರ ಕಣ್ಣುಗಳು ಸುಮಳ ಕತ್ತು ಕಾಲುಗಳನ್ನು ದಿಟ್ಟಿಸಿ ನೋಡಿತು.

"ಕೂತ್ಕೋ ಬಾ" ಹತ್ತಿರಕ್ಕೆ ಕರೆದರು. ಎಲ್ಲರಂತೆ ಮಾತಾಡಿದರು. ಹೆಚ್ಚು ಕಮ್ಮಿ, ತಮ್ಮ ವೀಣೆ ಕೃತಿಗಳು, ಸಂಗೀತದ ಬಗ್ಗೆ ಮಾತಾಡಿದರು.

ಅವರನ್ನೇ ನೋಡುತ್ತ "ನೀವ್ ಈಗ್ಲೂ ವೀಣೆ ನುಡಿಸ್ತೀರಾ?" ಕಣ್ಣುಗಳು ಕೆಂಡಗಳನ್ನು ಉಗುಳಿದವು. ಮರುಕ್ಷಣವೇ ನೀರಾಡಿತು. ಸರಿದು ವೀಣೆಯ ಬಳಿ ಹೋಗಿ ಕುಳಿತರು. ಕೈಯಿಂದ ಸವರಿ ಕಣ್ಣು ಮುಚ್ಚಿದರು. ಸುಕ್ಕಾದ ಕೆನ್ನೆಯ ಮೇಲೆ ಒಸರಿದ ಕಂಬನಿ ವೀಣೆಯ ಮೇಲೆ ಉದುರಿತು. ಮಗು ತಾಯಿಯ ಪಾದಗಳನ್ನು ಕಣ್ಣೀರಿನಿಂದ ತೋಯಿಸಿದ ಅಪರೂಪದ ಅನುಭವ ಮಗುವಿನಂತೆ ವೀಣೆಯನ್ನು ಅಪ್ಪಿ ಬಿಕ್ಕಿ ಬಿಕ್ಕಿ ಅತ್ತುಬಿಟ್ಟರು. ಆ ಹೃದಯದ ಸಂಕಟವನ್ನು ಯಾರು ಅರಿಯಬೇಕು?

ಸುಮಳ ದೃಷ್ಟಿ ಪ್ರತಿಷ್ಠಾಪನೆಗೊಂಡಿದ್ದ ವೀಣಾಪಾಣಿ ಸಂಗೀತ ಸುಧೆ ಸರಸ್ವತಿಯ ಫೋಟೋ ಕಡೆಗೆ ಹರಿಯಿತು. ಎಷ್ಟೋ ದಿನಗಳಿಂದ ಅದರ ಮೇಲಿನ ದೂಳನ್ನು ಒರೆಸಿರಲಿಲ್ಲ. ಅಯ್ಯಂಗಾರರ ಚೈತನ್ಯ ಉಡುಗಿತ್ತು. ಆದರೆ... ಅವರ ಹೃದಯದಲ್ಲಿ ನಿಂತ ಶಾರದೆ ಸ್ವಚ್ಛ ಸ್ಫಟಿಕದಂತೆ ಹೊಳೆಯುತ್ತಿತ್ತು. ಇಂದಿಗೂ ಕೂಡ ಎಲ್ಲಿಯೂ ಮುಸುಕಾಗಿರಲಿಲ್ಲ.

ಸರಿಯಾಗಿ ಕೂತು ವೀಣೆಯನ್ನು ತೊಡೆಯ ಮೇಲಿಟ್ಟುಕೊಂಡು ಒಂದು ಸಲ ತಂತಿಗಳ ಮೇಲೆ ಕೈಯಾಡಿಸಿದರು. ಹೊಮ್ಮಿದ ನಾದ ತರಂಗಗಳು ಸುಮಳ ಮನವನ್ನು ಮೀಟಿದವು. ತಮಗೆ ಇಷ್ಟವಾದ ಕೃತಿಯನ್ನು ಮೈಮರೆತು ನುಡಿಸಿದರು. ದೇಹಕ್ಕೆ ಮುಪ್ಪು ಬಂದಿತ್ತು. ಸಾಧನೆಗೆ ಮುಪ್ಪಿರಲಿಲ್ಲ. ಸಂಗೀತಕ್ಕೆ ತಮ್ಮನ್ನು ತಾವೇ ಅರ್ಪಿಸಿಕೊಂಡ ಮಹಾನುಭಾವರು ಯಾರನ್ನೂ ಮೆಚ್ಚಿಸುವುದು ಅವರ ಉದ್ದೇಶವಲ್ಲ. ಆಧ್ಯಾತ್ಮಿಕಕ್ಕೆ ಪರಮ ಸಾಧನವೆಂದು ಅರಿತು ನಡೆದು ಸೇರಿಹೋಗಿದ್ದರು.

ಹುಡುಗರೆಲ್ಲ ಒಟ್ಟಿಗೆ ಬಂದು ಕಿವಿಗಳನ್ನು ಮುಚ್ಚಿಕೊಂಡು "ನಿಲ್ಲಿಸಿ, ನಿಲ್ಲಿಸಿ" ಕೂಗಿಕೊಂಡರು. ಅವರಿಗೆ ಇವರ ಕೂಗಿನ ಅರಿವಿಲ್ಲ. ಎಳೆಯರ ಮನದಲ್ಲಿ ಅಂತಹ ಜುಗುಪ್ಸೆಯನ್ನು ಮೂಡಿಸಿದ್ದರು ಹಿರಿಯರೆನಿಸಿಕೊಂಡವರು.

ಸಾಕಾದಾಗ ನಿಲ್ಲಿಸಿ ಹಿಂದಕ್ಕೆ ಒರಗಿದರು. ತೀರಾ ನಿಶ್ಶಕ್ತರಾಗಿದ್ದರು. ವೀಣೆಯ ಮುಂದೆ ಕೂತಾಗ ಮಾತ್ರ ಶಕ್ತಿಸಂಚಾರವಾಗುತ್ತಿತ್ತು. ಸಹಾನುಭೂತಿಯಿಂದ ಅವರೆಡೆ ನೋಡಿದಳು. ಯಾವ ಸಹಾನುಭೂತಿಯನ್ನೂ ನಿರೀಕ್ಷಿಸದ ಮಹಾನ್ ಕಲಾವಿದ! ಹೃದಯ ತುಂಬಿ ಬಂತು ಕಣ್ಮುಚ್ಚಿ ಕುಳಿತಾಗ ಎಚ್ಚರಿಸದಂತೆ ಹೊರಗೆದ್ದು ಬಂದಳು. ಮನೆಯವರ ಉದಾಸೀನ ನೋಟ ಎದುರಿಸಲಾರದೆ ಮುಖ ಕೆಳಗೆ ಹಾಕಿ ಸರಸರನೆ ನಡೆದುಬಿಟ್ಟಳು.

ಸುರೇಶ ಮುಂಬಾಗಿಲಿನಲ್ಲೇ ನಿಂತಿದ್ದ. ವಾತ್ಸಲ್ಯ ಉಕ್ಕಿ ಹರಿಯಲಿಲ್ಲ. ಅವನನ್ನು ತಾಕಿಕೊಂಡೇ ಒಳನಡೆದಳು.

"ಏಯ್.... ಸುಮಿ" ಎನ್ನುತ್ತ ಹಿಂದೆಯೇ ಬಂದ. ಅವಳು ಕೋಪ ಮಾಡಿಕೊಳ್ಳಲು ನಾನಾ ಕಾರಣಗಳಿದ್ದವು. ಲಲಿತಳಿಗಿಂತ ಸುಮಳನ್ನೇ ಮೊದಲಿನಿಂದಲೂ ಹಚ್ಚಿಕೊಂಡಿದ್ದ. ಇತ್ತೀಚೆಗಂತೂ ಸರಿಯೇ ಸರಿ! ಲಲಿತಳನ್ನು ಕಂಡರೇ ಸಿಡಿದೇಳುತ್ತಿದ್ದ.

ಅಡಿಗೆಯ ಮನೆಗೆ ಹೋದ ಸುಮಳನ್ನು ಹಿಂಬಾಲಿಸಿದ ನೆಲದ ಮೇಲೆ ಹೋಗಿ ಕೂತಳು. ಬಾಗಿಲಲ್ಲಿ ನಿಂತು "ಎದ್ದು ಬಾ" ಎಂದ. ಧ್ವನಿಯಲ್ಲಿ ಅಧಿಕಾರವಾಣಿ ಇಣುಕಿತು ಒಮ್ಮೆ ತಲೆ ಎತ್ತಿ ಅವನ ಮುಖ ನೋಡಿದ ಸುಮ ಮೌನವಹಿಸಿದಳು.

"ಬಾ ಸುಮ" ಎಂದ. ಸುಮಳಿಗೆ ವಿರಸ ಬೇಡವೆನಿಸಿತು. ಮದುಮಗನಿಗೆ ಬೇಸರಪಡಿಸುವುದು ಬೇಡವೆನಿಸಿತು. ಎದ್ದು ಹೊರಗೆ ಬಂದಳು.

"ಏನಪ್ಪ ವಿಷ್ಯ?" ಮಾತಾಡಲೋ ಬೇಡವೋ ಎಂದು ಮಾತಾಡಿದಂತಿತ್ತು.

"ನನ್ಮೇಲೆ ತುಂಬಾ ಕೋಪನಾ?" ಕಿವಿ ಹಿಂಡಿದ.

"ನಿನ್ನ ಸಂತೋಷವನ್ನೆಲ್ಲ ನನ್ನ ಕಿವಿಯ ಮೇಲೆ ತೋರಿಸ್ಬೇಡ."

"ಇವತ್ತು ನೀನು ಬರದಿದ್ರೆ ನಾಳೆ ನಾನೇ ಬರ್ತಾ ಇದ್ದೆ." ಸುಮ ನೋವಿನ ನಗೆ ನಕ್ಕಳು.

"ಅಕಸ್ಮಾತ್ ನಾನು ಬರದಿದ್ರೂ ಮದ್ವೆ ನಿಲ್ತಾ ಇರಲಿಲ್ಲ" ಸುರೇಶನಿಗೆ ಸಮಸ್ಯೆಯಾಯಿತು. ಜವಾಬ್ದಾರಿ ಅರಿತವ, ಯೋಚಿಸಿದ.

"ಸುಮ, ನನ್ನ ಅರ್ಥಮಾಡ್ಕೋ."

"ಅರ್ಥಮಾಡಿಕೊಳ್ಳೋಕೆ ಏನೂ ಇಲ್ಲ."

ಮಂಕಾದ ಅವನು ಮುಖ ನೋಡಿ ತಾನೇ ತಣ್ಣಗಾದಳು. ಇಲ್ಲಿದ್ದ ದಿನಗಳು ನೀರಸವಾಗಿ ಕಳೆದುಹೋಗಬಾರದಲ್ಲ! ತಮ್ಮ ನಿರ್ಧಾರಕ್ಕೆ ಸಿಕ್ಕದ ಭವಿಷ್ಯದ ಬಗ್ಗೆ ಯಾಕೆ ತಲೆ ಕೆಡಿಸಿಕೊಳ್ಳಬೇಕು?

"ಅದೆಲ್ಲ ಸರಿ, ಅತ್ತಿಗೆ ಹೇಗಿದ್ದಾರೆ?" ಸುರೇಶ ಮಾತುಗಳನ್ನು ಹುಡುಕಾಡಿದ.

"ಚೆನ್ನಾಗಿದ್ದಾಳೆ. ನೀನೇ ನೋಡ್ತಿಯಲ್ಲ!" ಅಷ್ಟಕ್ಕೆ ಅವರ ಮಾತುಕತೆ ಮುಗಿಯಿತು. ಮುಂದೆ ಮಾತುಗಳೇ ಇಲ್ಲವಾಯಿತು.

ರಾತ್ರಿ ಎಂಟರ ವೇಳೆಗೆ ಕಾರು ಬಂದು ಮನೆಯ ಮುಂದೆ ನಿಂತಿತು. ಶರತ್ ಇಳಿದು ಬಂದ. ನಡಿಗೆಯಲ್ಲಿ ಠೀವಿ ಇತ್ತು. ಮುಖದಲ್ಲಿ ದರ್ಪವಿತ್ತು. ಒಳಗೆ ಅಡಿಯಿಡುತ್ತಿದ್ದಂತೆ "ಲಲಿತ" ಎಂದ.

ಇಣುಕಿದ ಸುಮ ಹಿಂದಕ್ಕೆ ಸರಿದಳು. ಹೋಗಿ ಉತ್ಸಾಹದಿಂದ ಮಾತಾಡಿಸಬೇಕೆಂಬ ಮನಸ್ಸಾಗಲಿಲ್ಲ. ಎಲ್ಲರ ಮೇಲೂ ತಿರಸ್ಕಾರ. ಒಳಗೇ ಉಳಿದಳು.

ಲಲಿತಳ ಧ್ವನಿ ಕೇಳಿಸಿತ್ತು– "ಸುಮ ಬಂದಿದ್ದಾಳೆ."

"ಓಹ್..... ಮತ್ತೆ ಕಾಣಿಸಲೇ ಇಲ್ಲ." ಒಳಗೆ ಕೂಡುವುದು ಸುಮಳಿಗೆ

ಸರಿಯೆನಿಸಲಿಲ್ಲ. ಮೆಲ್ಲಗೆ ಹೊರಗೆ ಬಂದಳು. ನೋಡಲೋ ಬೇಡವೋ ಎನ್ನುವಂತೆ ನೋಟ ಹರಿಸಿದಳು.

"ಹೌ ಆರ್ ಯು?" ಎಂದ ನಗುಮೊಗದಿಂದ ಶರತ್. ಕಣ್ಣುಗಳಲ್ಲಿಯೇ ಅಳೆದು ನೋಡಿದ. 'ಪರ್ವಾಗಿಲ್ಲ ತುಂಬ ಚೆನ್ನಾಗಿ ಆಗಿದ್ದಾಳೆ' ಎಂದುಕೊಂಡ ಮನದಲ್ಲಿ.

ಅತ್ತೆ, ಮಾವನ ಬಲವಂತಕ್ಕೆ ಊಟದ ಶಾಸ್ತ್ರ ಮುಗಿಸಿ ಹೆಂಡತಿಯೊಂದಿಗೆ ಹೊರಟು ನಿಂತ. ಸುರೇಶ ಒಂದೆರಡು ಮಾತು ಸೌಜನ್ಯಕ್ಕೆ ಆಡಿದರೂ ಅಷ್ಟಕ್ಕಷ್ಟೆ.

"ಸುಮ ಬಾ" ದುಂಬಾಲು ಬಿದ್ದಳು ಲಲಿತ. ಸುರೇಶನ ಉರಿಗಣ್ಣು ಅವಳನ್ನು ತಿವಿಯುತ್ತಲೇ ಇತ್ತು. ಇದು ಅಭ್ಯಾಸವಾಗಿ ಹೋಗಿತ್ತು.

"ಇವತ್ತು ಬೇಡ. ತುಂಬ ಆಯಾಸವಾಗಿದೆ. ಮದುವೆಯಾಗುವವರ್ರೂ ಇರ್ತೀನಲ್ಲ" ಜಾರಿಕೊಂಡಳು.

ಪ್ರಯಾಣದ ದಣಿವಿನಿಂದ ಆಯಾಸವಾಗಿದ್ದರೂ ಸುಮಳಿಗೆ ಎಷ್ಟು ಹೊತ್ತಾದರೂ ನಿದ್ದೆ ಹತ್ತಿರ ಸುಳಿಯಲಿಲ್ಲ. ಹೊಯ್ದಾಡಿತು ಮನ. ಮಗನ ಮದುವೆಯ ಬಗ್ಗೆ ಕಲ್ಯಾಣಮ್ಮನವರೇನೂ ಮಗಳಿಗೆ ಹೇಳಲಿಲ್ಲ. ಯಾಕೆ? ಇದಕ್ಕೆ ಯಾರು ಉತ್ತರ ಹೇಳಬೇಕು? ಕೇಳಿದರೆ ಯಾರಾದರೂ ಹೇಳಿಯಾರು! ಕೇಳಲು ಅವಳಿಗೆ ಇಷ್ಟವಿಲ್ಲ...

* * *

ಸುರೇಶ ರಜದ ಮೇಲಿದ್ದ ಆದರೂ ಮನೆಯಲ್ಲಿರುತ್ತಿರಲಿಲ್ಲ. ಅಲ್ಲಿ ಇಲ್ಲಿ ಓಡಾಡುತ್ತಿದ್ದ ಅಡುಗೆ ಕೆಲಸ ಮುಗಿದ ಕೂಡಲೇ ಕಲ್ಯಾಣಮ್ಮ ಮಗಳನ್ನು ಕೇಳಿದರು "ಲಲಿತ ಮನೆಗೆ ಹೋಗ್ಬರೋಣ್ವೇನು?" ಹೋಗಿ ಬರುವುದು ಸುಮಳಿಗೆ ಸರಿಯೆನಿಸಿತು.

"ಹೋಗೋಣ" ಚುಟುಕಾಗಿ ಹೇಳಿದಳು.

ತಾಯಿ ಮಗಳಿಬ್ಬರೂ ಆಟೋ ಹಿಡಿದು ಜಯನಗರಕ್ಕೆ ಬಂದರು. ಸುಮಳ ಮನ ಮಿಡಿಯಿತು ತಾಯಿಯ ಜೊತೆ ಒಳಗೆ ನಡೆದಳು. ಮನೆ ನಿಶ್ಶಬ್ದವಾಗಿತ್ತು.

"ಲಲಿತೂ...." ಕಲ್ಯಾಣಮ್ಮ ಕೂಗುತ್ತಲೇ ಒಳಗೆ ಹೋದರು.

ಸುಮಳ ಉತ್ಸಾಹ ಕುಗ್ಗಿತು. ಅಕ್ಕನ ಮನೆಯೆನಿಸಲಿಲ್ಲ. ಅಲ್ಲೇ ಸೋಫಾ ಮೇಲೆ ಕೂತು ಟೀಪಾಯಿ ಮೇಲಿರುವ ಪತ್ರಿಕೆಯನ್ನು ಕೈಗೆತ್ತಿಕೊಂಡಳು.

"ಸುಮ ಬಾರೇ" ಕಲ್ಯಾಣಮ್ಮನ ಧ್ವನಿ ಎಚ್ಚರಿಸಿತು. ಆದರೂ.... ಅವಳೆದ್ದು ಕೋಣೆಯೊಳಕ್ಕೆ ಹೋಗಲಿಲ್ಲ. ಲಲಿತನೇ ಎದ್ದು ಹೊರಬಂದಳು. ಮಲಗಿದ್ದಳು ಅಂತ ಕಾಣಿಸುತ್ತೆ, ಕೂದಲೆಲ್ಲ ಕೆದರಿತ್ತು. ತೀರಾ ಆಯಾಸಗೊಂಡವಳಂತೆ ನಡೆದು ಬಂದಳು. ಅವಳ ಪಕ್ಕನೇ ಕೂತಳು.

"ಸದ್ಯ ಬಂದ್ಯಲ್ಲ" ನಿಟ್ಟುಸಿರು ಚೆಲ್ಲಿದಳು.

ತಾನು ಬರೋದರ ಬಗ್ಗೆ ಲಲಿತಳಿಗೂ ಅನುಮಾನವಿತ್ತು. ಅಂದರೆ! ತಡಕಾಡಿದಳು.

"ಇಲ್ಲಾ..." ಲಲಿತ ಎದ್ದು ಸುಮಳ ಕೈ ಹಿಡಿದೇ ನಡೆದಳು. ಕೋಣೆಯೊಳಕ್ಕೆ ಹೋದ ಕೂಡಲೇ ಬೋಲ್ಟ್ ಹಾಕಿದಳು. ಸುಮ ವಿಸ್ಮಿತಳಾದಳು. ಬೀರು ಬಾಗಿಲನ್ನು ತೆಗೆದು ನೋಟಿನ ಒಂದೆರಡು ಕಟ್ಟುಗಳನ್ನು ತಂದು ಅವಳ ಮುಂದಿಟ್ಟಳು. ಸುಮ ಪ್ರಶ್ನಾರ್ಥಕವಾಗಿ ಅವಳನ್ನು ನೋಡಿದಳು.

"ನೀನು ಇನ್ನು ಅಲ್ಲಿ ಹೋಗ್ಬೇಡ" ನಿಂತಲ್ಲಿಯೇ ಸುಮ ಗೋಡೆಗೆ ಒರಗಿದಳು. ಈಗಿನ ಪರಿಸ್ಥಿತಿ ಬೇರೆಯಾಗಿತ್ತು. ಹಣ ಕೊಟ್ಟ ಮಾತ್ರಕ್ಕೆ ಅವಳು ಅಲ್ಲಿಂದ ತಪ್ಪಿಸಿಕೊಳ್ಳಲಾರಳು. ಕಮಲಾಕರನ್ ಅವಳ ಕೈಗೆ ಸರಪಣಿಯನ್ನು ತೊಡಿಸಿದ್ದರು. ಎಲ್ಲಕ್ಕಿಂತ ಮಿಗಿಲಾಗಿ ಈ ಹಣವನ್ನು ಅವಳು ಸ್ವೀಕರಿಸಲಾರಳು.

"ಬೇಡ" ತಲೆಯಾಡಿಸಿದಳು. ಅವಳ ಮನ ಗೊಂದಲದಲ್ಲಿ ಸಿಕ್ಕಿಹಾಕಿಕೊಂಡಿತ್ತು. ಶರತ್‌ನ ಹಣದ ದಾಹ ಅವಳಿಗೆ ಗೊತ್ತುಂಟು. ಇಪ್ಪತ್ತು ಸಾವಿರಕ್ಕಾಗಿ ಮಡದಿಯನ್ನೇ ತೊರೆದಿದ್ದ.

ಮೌನವಾಗಿ ಗೋಡೆಗೆ ಒರಗಿ ನಿಂತ ತಂಗಿಯ ಭುಜವನ್ನು ಹಿಡಿದು ಅಲ್ಲಾಡಿಸಿದಳು. ಸುಮ ಬೆಚ್ಚಿಬಿದ್ದಳು. ಲಲಿತಳನ್ನು ಸಹಾನುಭೂತಿಯಿಂದ ನೋಡಿದಳು.

"ನನ್ಮೇಲೆ ತುಂಬ ಬೇಸರವಿರ್‍ಬೇಕಲ್ಲ!" ಮುಖ ಬೇರೆಡೆ ತಿರುಗಿಸಿದಳು ಸುಮ. ಲಲಿತಳ ದಾಂಪತ್ಯ ಜೀವನ ಸರಿಯಿಲ್ಲ. ಹಣ, ಅಧಿಕಾರದ ದಾಹಕ್ಕಾಗಿ ಶರತ್ ಮಡದಿಯನ್ನೇ ತನ್ನ ಬಾಸ್‌ಗೆ ಒಪ್ಪಿಸಿದರೂ ಮೈ ಸಣ್ಣಗೆ ಕಂಪಿಸಿತು. ಅಂದು ಕಣ್ಣಾರೆ ನೋಡಿದ್ದಳು. ಅದಕ್ಕೆ ಬೇರೆಯವರ ಸಾಕ್ಷಿ ಬೇಕಾಗಿರಲಿಲ್ಲ.

"ಲಲಿತ..." ಅವಳ ಧ್ವನಿ ನಡುಗಿತು.

"ನಿನ್ನ ಊಹೆಯೇನು ಸುಳ್ಳಲ್ಲ" ಲಲಿತ ಹೋಗಿ ಮಂಚದ ಮೇಲೆ ಕುಸಿದು ಕುಳಿತಳು. ಕಂಬನಿ ಧಾರೆಯಾಗಿ ಸುರಿಯುತ್ತಿತ್ತು. ಬೆಂಕಿ ಅವಳ ಒಡಲನ್ನು ದಹಿಸುತ್ತಿತ್ತು. ಯಾರ ಮುಂದೂ ಹೇಳಿಕೊಳ್ಳಲಾರದ ಸತ್ಯ ಅವಳ ಬಾಳಿನಲ್ಲಿ ನಡೆದುಹೋಗಿತ್ತು. ಅದರ ಪೂರ್ಣ ಹೊಣೆ ಶರತ್‌ನದಾಗಿತ್ತು.

"ಏನಾಯ್ತು?" ಮುಂದೆ ಕೂತು ಭುಜವಿಡಿದು ಅಲ್ಲಾಡಿಸಿದಳು ಸುಮ. ಕಲ್ಪನೆಯಿದ್ದರೂ ಸುಳ್ಳಾಗಲಿ ಎಂದೇ ಹಾರೈಸಿದ್ದಳು. ನಿಜದ ಹೊಸ್ತಿಲಲ್ಲಿ ನಿಂತಿತು.

"ಸುಮಿ.... ನಾನು ಕೆಟ್ಟು ಹೋದ ಹೆಣ್ಣು" ಲಲಿತ ಬಿಕ್ಕಿದಳು. ಅವಳ ಬಾಯಿಂದಲೇ ಬಂದಾಗ ಸುಮ ಬೆಚ್ಚಿ ಹಿಂದಕ್ಕೆ ಸರಿದಳು. ಅವಳ ಕಣ್ಮುಂದೆ ಶರತ್‌ನ ಪ್ರತಿಬಿಂಬ ಕುಣಿಯಿತು. ಕೋಪದಿಂದ ಅವಡು ಕಚ್ಚಿದಳು.

"ಥೂ!... ಹೆಣ್ಣಾದ ಮಾತ್ರಕ್ಕೆ ಇಷ್ಟೊಂದು ದುರ್ಬಲಳಾಗಬೇಕಾ? ಇಂಥ ಬಾಳಿಗಿಂತ ಸಾವು ಎಷ್ಟೋ ಪಾಲು ಮೇಲು..." ಕೋಪದಿಂದ ಸುಮಳ ಮನ ಕುದಿಯುತ್ತಿತ್ತು.

ಈಗ ಶರತ್ ಮನುಷ್ಯನಾಗಿ ಕಾಣಲಿಲ್ಲ. ನಿಕೃಷ್ಟ ಪ್ರಾಣಿ, ಕೈ ಹಿಡಿದ ಹೆಣ್ಣನ್ನು ಸಂರಕ್ಷಿಸಲಾರದ ಹೇಡಿ... ಆಸೆ ಘಾತುಕ, ಕಟುಕ, ಮಾನಾಭಿಮಾನ ಮಾರಿಕೊಂಡ....

ಕೆಟ್ಟ ಹುಳು.... ತಲೆ ಜುಮ್ಮೆಂದಿತು. ಎಷ್ಟೋ ಹೊತ್ತು ಸುಮ್ಮನೆ ಕೂತೇ ಇದ್ದಳು. ಕೇಳಬೇಕಾದ್ದು ಏನೂ ಇರಲಿಲ್ಲ. ಲಲಿತ ಕೂಡ ಎಲ್ಲಾ ಬಿಡಿಸಿ ಹೇಳಬೇಕಾಗಿರಲಿಲ್ಲ.

"ಹಾಳಾಯ್ತು. ಇನ್ನಾದ್ರೂ ನಿಂಗೂ ವ್ಯಕ್ತಿತ್ವವಿದೆ ಅನ್ನೋದನ್ನು ತೋರ್ಸಿಕೊಡು–ಬಂದ್ಬಿಡು" ಗಡುಸಾಗಿ ಹೇಳಿದಳು. ಅದಕ್ಕೆ ಲಲಿತಳ ಪ್ರತಿಕ್ರಿಯೆ ಸೊನ್ನೆ. ಖಂಡಿತ ಈ ನಿರ್ಧಾರಕ್ಕೆ ಬರಲಾರಳು. ಇದು ಬದುಕುವ ಲಕ್ಷಣವೇ ಅಲ್ಲವೆನಿಸಿತು.

"ಇಲ್ಲ ಕಣೇ, ಅವರನ್ನು ಬಿಟ್ಟು ಬದುಕಲಾರೆ." ಆ ಸಂದರ್ಭದಲ್ಲಿ ಕೂಡ ಸುಮಳಿಗೆ ನಗು ಬಾರದಿರಲಿಲ್ಲ. ಏನನ್ನಬೇಕೋ ತಿಳಿಯಲಿಲ್ಲ. ಮರುಕದಿಂದ ಅವಳನ್ನೊಮ್ಮೆ ನೋಡಿದಳು.

"ನಿನ್ನಿಷ್ಟ... ಇಷ್ಟೊಂದು ದೌರ್ಜನ್ಯವನ್ನು ಸಹಿಸುವುದೇ!"

ತಾಯಿ ಕೂಗಿಗೆ ಎಚ್ಚೆತ್ತ ಸುಮ ಹಣವನ್ನು ತಾನೇ ಒಯ್ದು ಬೀರುವಿನ ಒಳಗಿಟ್ಟು ಬಾಗಿಲು ತೆರೆದು ಹೊರಗೆ ಹೋದಳು. ತಾಯಿ ಮುಖ ಕೂಡ ನೋಡುವುದು ಬೇಡವೆನಿಸಿತು.

ಬೇಸರದಿಂದ "ಏನಮ್ಮ?" ಎಂದಳು.

"ಇಬ್ಬರೂ ಬಾಗಿಲು ಹಾಕ್ಕೊಂಡು ಕೂತುಬಿಡೋದಾ! ನಾನು ಹುಡುಕಾಡಿಬಿಟ್ಟೆ!" ತಾಯಿಯ ಮುಖವನ್ನೇ ದಿಟ್ಟಿಸಿದಳು. ಅವರಿಗೆ ಈ ವಿಷಯ ಗೊತ್ತಿಲ್ಲವಾ? ಗೊತ್ತಿದ್ದೂ ಗೊತ್ತಿಲ್ಲದಂತೆ ನಟಿಸುತ್ತಿದ್ದಾರಾ? ಸಹಕಾರ ಪ್ರೋತ್ಸಾಹ ಅವರಿಂದಲೇ ಸಿಗುತ್ತಿದೆಯಾ?

"ಅವ್ಳನ್ನ ಕರೀ, ತಿಂಡಿ ತಗೊಳ್ಳಿ."

ಈ ಮನೆಯ ತಿಂಡಿಯೇನು ನೀರು ಕೂಡ ಸುಮಳಿಗೆ ಬೇಕಿರಲಿಲ್ಲ. ಮನೆಯಲ್ಲಿನ ಬೆಲೆ ಬಾಳುವ ವಸ್ತುಗಳನ್ನೆಲ್ಲ ಬದಲಿಸಿ ಬದಲಿಸಿ ನೋಡಿದಳು. ಇವೆಲ್ಲದರ ಗಳಿಕೆಯಲ್ಲಿ ತನ್ನನ್ನು ತಾನೇ ತೆತ್ತುಕೊಂಡಿದ್ದಳು ಲಲಿತ.

"ಸುರೇಶ ಏನಾದ್ರೂ ಹೇಳಿದ್ನಾ?" ಎಂದಾಗ, ಸುಮ ಇವೆಲ್ಲವನ್ನು ತಲೆಯಿಂದ ಕೆಡವಿಕೊಳ್ಳಲು ಪ್ರಯತ್ನಿಸಿದಳು. ಅವಳಿಗೆ ಅವನೇನೂ ಹೇಳಿರಲಿಲ್ಲ. ಇಲ್ಲವೆನ್ನುವಂತೆ ತಲೆಯಾಡಿಸಿದಳು. ಅವರು ಕೂಡ ಬಾಯಿ ಬಿಟ್ಟು ಏನೂ ಹೇಳಲು ಹೋಗಲಿಲ್ಲ. ಸಾಮಾನು ಖರ್ಚು, ತಾವು ಮಾಡಿಸಿದ ತಾಳಿ, ಕರಿಮಣಿ ಸರದ ಬಗ್ಗೆ ಮಾತ್ರ ಹೇಳಿದರು.

ಮಧ್ಯಾಹ್ನದ ಊಟ ಇಲ್ಲೇ ಆಯಿತು. ಮದುವೆಗೆ ಇನ್ನ ನಾಲ್ಕಾರು ದಿನಗಳು ಮಾತ್ರ ಉಳಿದಿದ್ದವು. ಮಗಳನ್ನು ಕರೆದೊಯ್ದು ಅಲ್ಲೇ ಇರಿಸಿಕೊಳ್ಳುವ ಆಸೆ ಕಲ್ಯಾಣಮ್ಮನಿಗೆ. ಆದರೆ ಅಳಿಯ ಬಿಡಲಾರ. ಬೆಳಿಗ್ಗೆ ಕರೆದೊಯ್ದರೆ ಸಂಜೆ ಬಂದು ಕರೆದುಕೊಂಡು ಬರುತ್ತಿದ್ದ. ಮಡದಿಯ ಮೇಲೆ ಅಳಿಯನಿಗಿರೋ ಅಕ್ಕರಾಸ್ಥೆ ನೋಡಿ ಅವರಿಗೆ ಸಂತೋಷವೋ.... ಸಂತೋಷ....

"ಇನ್ಮೇಲೆ ಇಲ್ಲೇ ಇರ್ತೀಯಾ ತಾನೇ?" ಮಗಳನ್ನು ಕೇಳಿದರು ಕಲ್ಯಾಣಮ್ಮ.

ಆದಷ್ಟು ಬೇಗ ಅವಳಿಗೊಂದು ದಾರಿ ಮಾಡುವುದು ಅವರ ಉದ್ದೇಶ. ಬೆಳೆದು ನಿಂತ ತಂಗಿಯ ಮದುವೆಯ ಯೋಚನೆಯನ್ನೇ ಮಾಡದೆ ವಿವಾಹವಾಗುತ್ತಿರುವ ಮಗನ ಮೇಲೆ ಕೋಪ. ಮೆಲ್ಲಗೆ ಗೊಣಗಾಡಿ ಮುಸಿ ಮುಸಿ ಅತ್ತು ಮನಸ್ಸಿನಲ್ಲಿದ್ದುದ್ದನ್ನು ಹೊರಹಾಕಿದ್ದರು. ಸುರೇಶ ಅತ್ತ ಗಮನವನ್ನೇ ಕೊಟ್ಟಿರಲಿಲ್ಲ.

"ಇಲ್ಲ" ಚುಟುಕಾಗಿ ಹೇಳಿದಳು.

"ನಿಂಗೆ ಸ್ವಲ್ಪಾನೂ ಬುದ್ಧಿ ಇಲ್ಲ. ನೋಡಿದೋರು ಏನಂದ್ಕೋಳ್ಳಲ್ಲ! ಗಂಡು ಸಿಗೋದು ಕಷ್ಟವಾಗುತ್ತೆ. ಆಮೇಲೆ ಹಾಳು ಬಾವಿಗೆ ಹಾರಿಕೊಳ್ಳಬೇಕಾಗುತ್ತೆ."

"ನೀನೇನೂ ಯೋಚ್ನೆ ಮಾಡ್ಬೇಡ. ಸದ್ಯಕ್ಕೆ ನಾನು ಮದ್ವೇನೇ ಆಗೋಲ್ಲ. ಮದ್ವೆ ಆಗದಿದ್ರೆ ಯಾವ ಸಾಮ್ರಾಜ್ಯನೂ ಮುಳುಗಿ ಹೋಗೋಲ್ಲ. ಏನೇ ಆದ್ರೂ ನಾನು ಮಾತ್ರ ಯಾರ ಹಾಳು ಬಾವಿಗೂ ಹಾರೋಕೆ ತಯಾರಿಲ್ಲ."

"ಬೇಡ ಸುಮ್ಮಿ, ನಾನು ಹೇಳೋದು ಕೇಳು. ಅವ್ರಿಗೆ ಕೊಡಬೇಕಾದ ಹಣಕ್ಕೆ ಬೇರೆ ಏರ್ಪಾಟು ಮಾಡೋಣ. ಅಳಿಯಂದಿರು ಕೆಲ್ಸ ಕೊಡಿಸ್ತೀನಿ ಅಂದಿದ್ದಾರೆ. ಸರಿಯಾದ ಕಡೆ ವರ ಸಿಗೋವರ್ಗ್ಗೂ ನೌಕರಿಯಲ್ಲೇ ಇರು"

"ಆ ಅಳಿಯನಿಗೆ ಸುರಿಯೋಕೆ ಗಂಟು ಇಟ್ಟುಕೊಂಡಿದ್ದೀಯಾ! ವರದಕ್ಷಿಣೆಯ ಪೆಡಂಭೂತ ಸಾಯೋವರ್ಗ್ಗೂ ನೆಮ್ಮದಿನೇ ಇಲ್ಲ. ನಂಗೆ ಮದ್ವೇನೇ ಬೇಡ. ದುಡಿದು ಹೊಟ್ಟೆ ಹೊರೆಯಬಲ್ಲೆನೆಂಬ ಆತ್ಮವಿಶ್ವಾಸ ನನಗಿದೆ" ಕಣ್ಣುಗಳ ಪ್ರಖರತೆ ಹೆಚ್ಚಿತ್ತು.

ಕಲ್ಯಾಣಮ್ಮ ಗೊಣಗಾಡಿ ಸುಮ್ಮನಾದರು. ಅವರ ಪ್ರಕಾರ ಅವಳಿಗೆ ಬುದ್ಧಿ ಇಲ್ಲ ಎನ್ನುವ ತೀರ್ಮಾನಕ್ಕೆ ಬಂದರು. 'ಇನ್ನು ಇರುತ್ತಾಳಲ್ಲ!' ಎಂದು ಸುಮ್ಮನಾದರು.

ಸುರೇಶನ ಮದುವೆ ಆಡಂಬರವಾಗಿಯಲ್ಲದಿದ್ದರೂ ಸುಮಾರಾಗಿ ನಡೆಯಿತು. ಹುಡುಗಿ ಸುಮಾರಾಗಿದ್ದಳು. ಜೋಡಿನೂ ಚೆನ್ನಾಗೇ ಇತ್ತು. ಅವಳು ಅವನ ಆಫೀಸಿನಲ್ಲಿ ಕೆಲಸ ಮಾಡುತ್ತಿದ್ದಳು ಎಂಬ ವಿಷಯ ತಿಳಿಯಿತು. ಒಂದು ಸಮಸ್ಯೆಗೆ ಪರಿಹಾರ ದೊರೆತಂತಾಯಿತು. ಮಂಕಾಗಿ ಕೊಡದಿದ್ದರೂ ತುಂಬ ಉತ್ಸಾಹವಾಗಿಯೇನೂ ಓಡಾಡಲಿಲ್ಲ. ಕಮಲಾಕರನ್‌ರವರಿಂದ ಗಂಡಿಗೆ ದೊಡ್ಡ ಪಾರ್ಸಲ್ ಬಂದಿತ್ತು. ಕುತೂಹಲಕ್ಕಾಗಿಯಾದರೂ ಬಿಚ್ಚಿ ನೋಡಬೇಕೆನಿಸಲಿಲ್ಲ ಸುಮಳಿಗೆ.

ಹೆಣ್ಣನ್ನು ಕರೆತಂದ ದಿನ ಮನೆಯಲ್ಲಿ ಸಣ್ಣದಾಗಿ ಆರತಿಯ ಏರ್ಪಾಟು ಮಾಡಿದ್ದರು. ಇದ್ದ ನೆಂಟರ ಜೊತೆ ಸುರೇಶನ ನಾಲ್ಕಾರು ಜನ ಗೆಳೆಯರು ಊಟಕ್ಕೆ ಬಂದಿದ್ದರು. ಶರತ್ ಮಡದಿಯೊಂದಿಗೆ ಇಲ್ಲೇ ಇದ್ದ. ಬೂದಿಯ ಮುಸುಕನ್ನು ಹೊದ್ದ ಪ್ರಜ್ವಲಿಸುವ ಕೆಂಡಗಳೆಂದುಕೊಂಡಳು.

ಸುರೇಶ ಕೊಟ್ಟ ಸೀರೆಯನ್ನು ಬೇಡವೆನ್ನದೆ ತೆಗೆದುಕೊಂಡು ಉಟ್ಟಳು. ಅಣ್ಣ, ಅತ್ತಿಗೆಯರಿಗೆ ಅವಳದಾಗಿ ಏನೂ ಕೊಟ್ಟಿರಲಿಲ್ಲ. ಕೈಯಲ್ಲಿದ್ದ ಬಳೆಗಳ ಕಡೆ ನೋಡಿಕೊಂಡಳು. ಬೇಡವೆನಿಸಿತು.

ಮರುದಿನವೇ ಹೊರಡುವ ತಯಾರಿ ನಡೆಸಿದಳು. ಸುರೇಶ ಅವಳನ್ನು ತಡೆಯಲಿಲ್ಲ. ಕಲ್ಯಾಣಮ್ಮ ಅತ್ತುಕೊಂಡರು. ಲಲಿತ ಕಣ್ಣಲ್ಲಿ ನೀರಾಕಿಕೊಂಡು ಕೇಳಿಕೊಂಡಳು. ಎಲ್ಲರಿಗೂ ಒಂದೇ ಸಮಾಧಾನ – 'ಸ್ವಲ್ಪ ದಿನ ಮಾತ್ರ. ಬೇರೆಡೆ ಕೆಲ್ಸ ಸಿಕ್ಕಿದ ಕೂಡ್ಲೇ ಬಂದ್ಬಿಡ್ತೀನಿ!" ಕಡೆಯಲ್ಲಿ ಸುರೇಶ "ಇನ್ನೆರಡು ದಿನ ಇದ್ದು ಹೋಗ್ಬಹುದಿತ್ತು. ನಾನೂ ಬರ್ತಾ ಇದ್ದೆ" ಎಂದ. ಸುಮಳ ತುಟಿಗಳ ಮೇಲೆ ವ್ಯಂಗ್ಯ ನಗು ಅರಳಿತು. ಮೆಲ್ಲಗೆ "ಬೇಡಪ್ಪ, ಹೊಸ ಮದುಮಗ, ಆರಾಮಾಗಿರು" ಸುರೇಶ ತುಟಿ ಕಚ್ಚಿಕೊಂಡ. ಯಾವುದನ್ನೂ ಅವನು ಬಿಡಿಸಿ ಹೇಳಲಾರ. ಸಂದಿಗ್ಧಸ್ಥಿತಿಗೆ ಒಡ್ಡಿದ್ದರು ಕಮಲಾಕರನ್ ಸುಮ್ಮನಾದ.

* * *

ಹೊರಟು ನಿಂತಾಗ ತಂದೆ ಬಂದು ಅವಳ ಬಳಿ ಕೈ ಹೊಸೆಯುತ್ತ ನಿಂತರು. ಏಕೆಂದು ಅವಳಿಗೆ ಅರ್ಥವಾಗಲಿಲ್ಲ. ಚಿಕ್ಕಂದಿನ ದಿನಗಳನ್ನು ನೆನಪಿಸಿಕೊಂಡಳು. ಅಂದಿಗೂ ಇಂದಿಗೂ ಅವರಲ್ಲಿ ಅಪಾರ ಬದಲಾವಣೆಯಾಗಿತ್ತು.

"ಸುಮ, ನೀನೊಬ್ಬೇ ಒಂಟಿ..." ಸುಮ ತಲೆ ವಾಲಿಸಿ ಯೋಚಿಸಿ ಅಂದಳು. "ಇಲ್ಲಪ್ಪ, ಏನೂ ಭಯ ಇಲ್ಲ. ಯಜಮಾನರು ಸ್ವಂತ ಮಗಳಿಗಿಂತ ಹೆಚ್ಚಾಗಿ ನೋಡ್ಕೋತಾರೆ. ಒಂಟಿಯಾಗಿದ್ದೀನೀಂತ ಅನ್ನಿಸಿಯೇ ಇಲ್ಲ" ಇದು ಸುಳ್ಳೆಂದು ಅವಳಿಗೂ ಗೊತ್ತು.

"ಹೇಗಾದ್ರೂ ಆಗ್ಲಿ ಸಮಾಜಕ್ಕಾದ್ರೂ ಹೆದರ್ಬೇಕು. ನಾನು ಬಂದು ನಿನ್ನ ಜೊತೇಲೇ ಇರ್ತೀನಿ."

ಸುಮಳಿಗೆ ಸರಿಯೆನಿಸಿತು. ಆದರೆ ಅಲ್ಲಿ ಮತ್ತೊಂದು ಸಮಸ್ಯೆ ಹುಟ್ಟಿಕೊಳ್ಳಬಾರದಲ್ಲ. ವಾಸಿಸಲು ಪ್ರತ್ಯೇಕವಾದ ಮನೆ ಇಲ್ಲ. ಇವರ ಊಟ, ತಿಂಡಿ ಕೂಡ ಅಲ್ಲೇ ನಡೆಯಬೇಕಾಗುತ್ತೆ. ಇನ್ನು ಕೆಲವು ತಿಂಗಳಂತೂ ಸಂಬಳವಿಲ್ಲ. ಹೇಗೆ ಪೋಷಿಸುವುದು?

"ನಾನು ಅವ್ರ ಮನೆಯಲ್ಲೇ ಇದ್ದೀನಿ. ಊಟ, ತಿಂಡಿ ಎಲ್ಲಾ ಅಲ್ಲೇ ನಡೆದುಹೋಗುತ್ತೆ. ಹೋದ ಕೂಡ್ಲೇ ವಾಸಕ್ಕಾಗಿ ಪ್ರತ್ಯೇಕವಾದ ಮನೆ ಕೊಡೀಂತ ಕೇಳ್ತೀನಿ. ಕೊಟ್ಟ ತಕ್ಷಣ ಪತ್ರ ಬರೀತೀನಿ. ನೀವ್ ಬನ್ನಿ."

"ಇದೆಂಥ ಕೆಲ್ಸ! ಮನೆಯಲ್ಲಿ ಎಷ್ಟು ಜನ ಇದಾರೆ?" ಯೋಚಿಸಿ ಸುರೇಶನ ಕಡೆ ತಿರುಗಿದಳು. ಇದುವರೆಗೂ ಅವನೇನಾದರೂ ಹೇಳಿದ್ದರೆ ಸುಳ್ಳಾಗಬಾರದಲ್ಲ.

"ಬೇಕಾದಷ್ಟು ಜನ ಇದ್ದಾರೆ. ಇಲ್ಲದಿದ್ರೆ ಸಾವಿರ ರೂಪಾಯಿ ಸಂಬಳ ಕೊಟ್ಟು ಮನೆಯ ಮೇಲ್ವಿಚಾರಣೆಗಾಗಿ ಇವಳನ್ನು ಇಟ್ಕೊಳ್ಳೋ ಅಗತ್ಯವೇನಿತ್ತು" ಸುಮಳ ಕೆಲಸ ಹಗುರವಾಯಿತು.

ಶರತ್, ಲಲಿತ ಖಂಡಿತ ನಾಮಕರಣಕ್ಕೆ ಬರಬೇಕೆಂದು ಒತ್ತಿ ಹೇಳಿದರು. ಬಸ್ಸು ಹತ್ತಿಸಲು ಬಂದ ಸುರೇಶ ಅವಳ ಕೈಗೆ ನೂರಾರು ಚಿಲ್ಲರೆಯೆನ್ನಿತ್ತ. ಈಗ ಸಂಕೋಚದಿಂದ

ಮುದುಡಿದಳು. ಅಷ್ಟೆಲ್ಲ ತೋಡಿಕೊಂಡು ಪತ್ರ ಬರೆದಿದ್ದರೂ ಅವನು ಉತ್ತರಿಸಿರಲಿಲ್ಲ.

"ಬೇಡಪ್ಪ, ನನ್ನ ಖರ್ಚು ತಾನೇ ಏನಿರುತ್ತೆ? ಇಷ್ಟು ದಿನ ಒಂಟಿ. ಇನ್ಮೇಲೆ ನಿಂಗೆ ಖರ್ಚು ಜಾಸ್ತಿ ಇರುತ್ತೆ."

"ಅದು ನಂಗೂ ಗೊತ್ತು ಸದ್ಯಕ್ಕೆ ನಿಂಗೇನೂ ಅರ್ಥವಾಗೋಲ್ಲ" ಇವಳ ಹ್ಯಾಂಡ್ ಬ್ಯಾಗನ್ನು ಕಸಿದು ಹಣವನ್ನು ಹಾಕಿ ಹಿಂದಿರುಗಿಸಿದ. ಬಸ್ಸು ಹೊರಡೋವರ್ಗೂ ಸುರೇಶ ಮಾತನಾಡುತ್ತ ನಿಂತಿದ್ದ. ಹೊರಟಾಗ ಕೈ ಬೀಸಿದ. ಕಣ್ಣು ಮಂಜಾಯಿತು. ಕರ್ಚೀಫ್‌ನಿಂದ ಮುಖವನ್ನುಜ್ಜಿ ಹೊರಟ.

* * *

ಬಸ್‌ನಿಂದ ಇಳಿದ ಸುಮ ಅತ್ತಿತ್ತ ನೋಡಿದಳು. ಬ್ಯಾಗ್ ಸ್ವಲ್ಪ ಭಾರವಾಗಿತ್ತು. ಬೇಡವೆಂದರೂ ಕೇಳದೆ ತಾಯಿ ಮದುವೆಯ ತಿಂಡಿಗಳ ಗಂಟನ್ನು ಅದರಲ್ಲಿ ಇಟ್ಟಿದ್ದಳು. ಎಸ್ಟೇಟ್‌ನಲ್ಲಿ ಕೆಲಸ ಮಾಡುವ ಕೂಲಿಯಾಳುಗಳು ಏನಾದರೂ ಕಾಣಿಸಿಯಾರೆಂದು ಹಾದಿಯ ಉದ್ದಕ್ಕೂ ದೃಷ್ಟಿ ಚೆಲ್ಲಿದಳು. ದೂರದಿಂದ ಮೋತಿ ಓಡಿ ಬರುತ್ತಿತ್ತು. ಗೆಲುವಾದಳು. ಕೈಯಾಡಿಸಿ ತನ್ನ ಇರವನ್ನು ಸೂಚಿಸಿದಳು. ಎರಡೇ ನಿಮಿಷದಲ್ಲಿ ಓಡಿ ಬಂದ ಮೋತಿ ಭುಜದವರೆಗೂ ನೆಗೆದು ತನ್ನ ಸಂತೋಷವನ್ನು ವ್ಯಕ್ತಪಡಿಸಿತು.

"ಏಯ್.... ಮೋತಿ" ಪರಿಚಿತ ಧ್ವನಿ ಕಣ್ಣು ಕಿರಿದು ಮಾಡಿ ನೋಡಿದಳು. ಕಾರಿನ ಕೀಯನ್ನು ಬೆರಳಿನಲ್ಲಿ ಆಡಿಸುತ್ತ ಬಂದ ಬಾಲು. ತುಟಿಗಳ ಮೇಲೆ ತುಂಟ ನಗುವಿತ್ತು. ಬೇಸರ ನಟಿಸುತ್ತ "ಬಂದೇಬಿಟ್ರಾ!" ಎಂದ. ಸುಮ ಹಗುರವಾಗಿ ನಕ್ಕುಬಿಟ್ಟಳು.

"ಈ ಬ್ಯಾಗ್ ತಗೊಳ್ಲಾ" ಕೈ ಮುಂದೆ ಮಾಡಿದ. ಸುಮ ಎರಡೆಜ್ಜೆ ಹಿಂದಕ್ಕೆ ಸರಿದಳು. ಅವನ ಸ್ಥಾನದ ಹಿರಿಮೆ ಅವಳಿಗೆ ಗೊತ್ತು. "ಏನೂ ಬೇಡ, ನಾನು ತರ್ತೀನಿ" ಬ್ಯಾಗನ್ನು ಹೆಗಲಿಗೇರಿಸಿ ಅವನ ಕಡೆಗೆ ನೋಡಿದಳು. ದೃಷ್ಟಿ ಸಂಧಿಸಿತು. ಬಾಲು ನೇರವಾಗಿ ನೋಡುತ್ತ "ಲವ್ ಹ್ಯಾಸ್ ಎ ಹಂಡ್ರೆಡ್ ಲ್ಯಾಂಗ್ವೇಜಸ್..." ಎಂದ. ಸುಮಳ ಮುಖ ಬಿಳುಪೇರಿತು. ಅರಿತೂ ಅರಿಯದವಳಂತೆ "ಹೋಗೋಣ್ವಾ?" ಎಂದಳು.

ಅವಳೊಡನೆ ಹೆಜ್ಜೆಗೆ ಹೆಜ್ಜೆ ಹಾಕಿ ನಡೆದಾಗ ಬಾಲುವಿನ ಮನಸ್ಸಿಗೇನೋ ಹಿತ. ಏನೋ ಅರಿಯದ ಸುಖ. ಮೆಲ್ಲಗೆ ಹಾಡು ಗುನುಗುತ್ತ ನಡೆಯುತ್ತಿದ್ದವನು ಬ್ಯಾಗ್ ಹೊತ್ತು ನಡೆಯುತ್ತಿದ್ದ ಸುಮಳ ಕಷ್ಟ ನೋಡಿ ತಟ್ಟನೆ ಎಳೆದುಕೊಂಡು ಹೆಗಲಿಗೇರಿಸಿ ನಡೆದ. ಸುಮ ಎಷ್ಟು ಕೇಳಿದರೂ ಕೊಡಲಿಲ್ಲ.

ಪೂವಯ್ಯ ಓಡಿ ಬಂದು ಚಿಕ್ಕ ಯಜಮಾನರ ಕೈಯಲ್ಲಿದ್ದ ಬ್ಯಾಗ್ ತೆಗೆದುಕೊಂಡ. ಸುಮಳ ಕಡೆ "ಅಮ್ಮ, ಮದ್ವೆ ಆಯ್ತ?" ಒಂದು ಗಳಿಗೆ ತಬ್ಬಿಬ್ಬಾದಳು. ತಟ್ಟನೆ ಚೇತರಿಸಿಕೊಂಡು "ನಮ್ಮಣ್ಣನ ಮದ್ವೆ ಆಯ್ತು" ಎಂದಳು. ಬಾಲು ಜೋರಾಗಿ ನಕ್ಕುಬಿಟ್ಟ.

"ಅಂಕಲ್ ಹೇಗಿದ್ದಾರೆ?" ತಕ್ಷಣ ಕೇಳಿದಳು.

"ಅವ್ರು ಸರ್ಯಾಗಿದ್ದಾರೆ. ನಾನೇ ಅಪ್‌ಸೆಟ್ ಆಗಿದ್ದೀನಿ" ನಿಧಾನವಾಗಿ ಹೇಳಿದ ಅವನನ್ನು ಅಡಿಯಿಂದ ಮುಡಿಯವರೆಗೂ ನೋಡಿದಳು. ಅನಾರೋಗ್ಯದ ಲಕ್ಷಣಗಳು ಕಾಣಲಿಲ್ಲ. ಹಗುರವಾಗಿ ನಕ್ಕುಬಿಟ್ಟಳು.

"ನಾನು ಅಪ್‌ಸೆಟ್ ಆಗಿದ್ದೀನಿ ಅಂತ ಹೇಳಿದ್ರೆ ನಗ್ತೀರಲ್ಲ!" ಸೆಟೆದು ಕೇಳಿದ. ಸುಮಳಿಗೆ ನಗು ತಡೆಯದಾಯಿತು. ನಗುತ್ತಲೇ "ನಗ್ದೇ ಇನ್ನೇನು ಮಾಡ್ಲಿ? ನಿಮ್ಮ ಆರೋಗ್ಯ ಚೆನ್ನಾಗಿದೆ."

"...ಅರೆರೆ.... ನೀವ್ ಡಾಕ್ಟ್ರ ಆಗಿದ್ರೆ ಚೆನ್ನಾಗಿತ್ತು" ಸುಮ ನಗುತ್ತಲೇ ಒಳಗೆ ನಡೆದಳು. ಅವಳು ಮೊದಲು ಅರಸಿಕೊಂಡು ಹೊರಟಿದ್ದು ಕಮಲಾಕರನ್ ಅವರನ್ನು ಅವರು ತಮ್ಮ ಮೆಚ್ಚಿನ ಕೋಣೆಯಲ್ಲೇ ಕುಂಚ, ಬಣ್ಣ ಹರಡಿಕೊಂಡು ಕೂತಿದ್ದರು. ಚಿತ್ರ ಬಿಡಿಸುವಲ್ಲಿ ತಲ್ಲೀನರಾಗಿದ್ದರು. ಹಳೆಯ ಚಿರನೂತನ ಶಕ್ತಿಯ ಸಂಚಾರವಾಗಿತ್ತು. ಚಿತ್ರದ ಚೌಕಟ್ಟಿನಲ್ಲಿ ಹಿನ್ನೆಲೆಯ ಆಕಾಶ. ಅದರ ಮುಂದಿನ ಸುಂದರವಾದ ಎರಡು ಪಕ್ಷಿಗಳು. ಕೆಳಗಡೆ ನವುರಾದ ಕಪ್ಪು ಛಾಯೆ, ಹಸಿರು. ಎಲ್ಲವೂ ಸಮರ್ಪಕವಾಗಿ ಮೂಡಿಬಂದಿತ್ತು. ಕಲ್ಪನೆಯ ಸಾಂಗತ್ಯವನ್ನು ಕಳೆದುಕೊಂಡರೇನೋ, ಬೇಸರದಿಂದ ಕುಂಚವನ್ನು ಕೆಳಗಿಟ್ಟುಬಿಟ್ಟರು.

"ಎಷ್ಟು ಚೆನ್ನಾಗಿದೆ!" ಸುಮ ಸಂತೋಷದಿಂದ ಉದ್ಗರಿಸಿದಳು. ಚಿತ್ರಕಲೆಯ ಮೂಲ ಕಲ್ಪನೆಯ ಬಗೆಗಿನ ಕೆಲವು ಪುಸ್ತಕಗಳನ್ನು ಓದಿದ್ದರು.

ಕಮಲಾಕರನ್ ಮುಖದ ಮೇಲೆ ಆಯಾಸ ಕಾಣಿಸಿಕೊಂಡಿತು. ನಿರಾಸೆಯ ನೋವು ಮಧ್ಯೆ ಇಣುಕಿತು. ಅನನುಭವಿಯಾಗಿ ಕಲೆಯ ಸಂವೇದನೆ ಇಲ್ಲದವರಿಗೆ ಇಂತಹ ಅರಿವು ಮೂಡುವುದೇ ಇಲ್ಲ. ಛೇರಿನ ಮೇಲೆ ಒರಗಿದರು. ಆಮೇಲೆ ಮೆಲ್ಲಗೆ "ಯಾವಾಗ್ಬಂದದ್ದು?" ಎಂದರು.

ಸುಮ ಜಗ್‌ನಲ್ಲಿದ್ದ ತಣ್ಣನೆಯ ನೀರನ್ನು ಲೋಟಕ್ಕೆ ಬಗ್ಗಿಸಿ ಅವರ ಮುಂದೆ ಹಿಡಿದಳು. ತಕ್ಷಣ ಅವರಿಗೆ ಭಾರತಿಯ ಜ್ಞಾಪಕ ಬಂತು. ಅವರ ಬೇಕು ಬೇಡಗಳನ್ನು ಹೇಳದೆಯೇ ಅರಿಯಬಲ್ಲಷ್ಟು ಸಮರ್ಥಳಾಗಿದ್ದಳು. ಕಣ್ಣುಗಳಲ್ಲಿ ವೇದನೆ ಮಿನುಗಿ ಮರೆಯಾಯಿತು.

"ಹೇಗಾಯ್ತು ಮದ್ವೆ?" ಚೇತರಿಸಿಕೊಂಡು ಕೇಳಿದರು.

"ಚೆನ್ನಾಗಿ ಆಯ್ತು."

"ಬಾಲುಗಂತೂ ತಲೆ ಕೆಟ್ಟುಹೋಗಿತ್ತು. ಸಹನೆ ಕಮ್ಮಿ ಮಹರಾಯನಿಗೆ. ಬದುಕೆಂದರೇ ಮಜಾ ಮಡುವುದೆಂದು ತಿಳಿದುಕೊಂಡಿದ್ದಾನೇನೋ!" ನಕ್ಕರು. ಅವರ ನಗುವಿಗೆ ವಿಶೇಷಾರ್ಥ ಇರಲಿಲ್ಲ.

ಆಮೇಲೆ ಮಾತಾಡಿದ್ದು ಸ್ವಲ್ಪ. ಸುಮ ಕೋಣೆಗೆ ಬಂದಾಗ ಬಾಲು ಕಾದು

ಕೂತಿದ್ದ. ಅಚ್ಚರಿಯಾಯಿತು. ಇಲ್ಲಿ ಬಂದು ಕೂಡುವ ಸಮಸ್ಯೆಯೇನು ಬಂದಿದೆಯಪ್ಪ! "ವಾಟ್ ಸರ್?" ಎಂದಳು ನಗುತ್ತಲೇ. ಸದ್ಯಕ್ಕಂತೂ ಸಿಟ್ಟು ಸೆಡವಿಗೆ ಅವಕಾಶವಿರಲಿಲ್ಲ. ಬಾಲು ಬೇಸರದಿಂದ ಕೈಯಲ್ಲಿದ್ದ ಪತ್ರವನ್ನು ಅವಳ ಮುಂದೆ ಎಸೆದ. ಸುಮಳ ಹುಬ್ಬುಗಳು ಸಂಕುಚಿತಗೊಂಡವು. ಕಣ್ಣುಗಳಲ್ಲಿ ಆತಂಕ ಕಾಣಿಸಿಕೊಂಡಿತು. ಪತ್ರವನ್ನು ಬಿಡಿಸಿ ಓದಿದಳು.

"ಈಗೇನು ಮಾಡೋಣ? ಡ್ಯಾಡಿಯತ್ರ ಹೇಳೋಕೆ ನಂಗಿಷ್ಟವಿಲ್ಲ! ಪತ್ರ ಕೂಡ ತೋರಿಸಿಲ್ಲ" ಸುಮ ಸುಮ್ಮನೆ ಕೂತಳು. ಬಾಲುಗೆ ಪ್ರತ್ಯೇಕವಾಗಿ ಕಾಗದ ಬರೆದು ಅವನ ಕೈ ಸೇರುವಂತೆಯೇ ನೋಡಿಕೊಂಡಿದ್ದರು ವಾಸುದೇವ್.

"ಈಗೇನು ಮಾಡೋಣ ಸುಮ?" ತುಸು ಬಗ್ಗಿ ಕೇಳಿದ. ಅವಳಿಗೂ ಏನು ಹೇಳಬೇಕೆಂಬುದೇ ತೋಚಲಿಲ್ಲ. ತಮ್ಮ ಅನಾರೋಗ್ಯ ತೋಡಿಕೊಂಡು ಬಂದು ನೋಡುವಂತೆ ಬರೆದಿದ್ದರು. ಪತ್ರದಲ್ಲಿ ಬಾಲು ಮೇಲೆ ಪ್ರೀತಿಯ ಹೊಳೆಯನ್ನೇ ಹರಿಸಿದ್ದರು. ಅರ್ಥವಿಲ್ಲದೆ ನಿನ್ನ ತಂದೆ ನಮ್ಮ ಮೇಲೆ ದ್ವೇಷ ಸಾಧಿಸುತ್ತ ಇದ್ದಾರೆ. ಅವರು ಸರಿಯಾಗಿಲ್ಲ. ನಿನ್ನ ತಾಯಿಯ ಪ್ರೇತ ಕಂಗೆಡಿಸುತ್ತ ಇದೆ. ಇಲ್ಲದಿದ್ದರೆ ಎಲ್ಲಾ ಕಾರುಬಾರನ್ನು ಅನನುಭವಿಯಾದ ಆ ಹುಡುಗಿ ಕೈಯಲ್ಲಿ ಇಡುತ್ತಿರಲಿಲ್ಲ. ಮತ್ತೇನೇನನ್ನೋ ಬರೆದುಕೊಂಡಿದ್ದರು. ಇಷ್ಟೆಲ್ಲ ಬರೆಯುವಷ್ಟು ಧೈರ್ಯ ಹೇಗೆ ಬಂತು? ಸುಮ ಯೋಚಿಸಿದಳು.

"ಹೋಗಿ ಬರ್ಲಾ?" ಮತ್ತೆ ಕೇಳಿದ.

"ಅವರ ನೆರಳು ನಿಮ್ಮ ಮೇಲೆ ಬೀಳಬಾರದೆಂದೇ ಇಂಗ್ಲೆಂಡಿನಲ್ಲಿ ಬಿಟ್ಟಿದ್ದು. ಆ ವಿಷ್ಯವನ್ನು ರಹಸ್ಯವಾಗಿ ಇರಿಸಿದ್ದು. ಈಗ್ಲೂ ಅವರು ಆ ಭಯದಿಂದ ಮುಕ್ತರಾಗಿಲ್ಲ. ನೀವಾಗಿ ಹೋಗಿ ಅವ್ರ ಕೈಯೊಳಕ್ಕೆ ಬೀಳೋದೂಂದ್ರೆ"

"ತಲೆ ಬಿಸಿಯಾಗಿದೆ. ಸ್ವಲ್ಪ ಹೊರ್ಗಡೆ ಸುತ್ತಾಡಿಕೊಂಡು ಬರೋಣ್ವಾ?"

ಬೆಳಗಿನಿಂದ ಬಸ್ಸಿನ ಪ್ರಯಾಣ ಅವಳಿಗೆ ದಣಿವಾಗಿತ್ತು. ಬಾಲುಗೆ ಬೇಸರಪಡಿಸಲು ಇಷ್ಟಪಡದೆ "ಸ್ವಲ್ಪ ಮುಖ ತೊಳ್ಕೊಂಡು ಬಂದ್ಬಿಡ್ತೀನಿ" ಎಂದು ಹೇಳಿ ಫಿಲಂಫೇರ್‌ನ ಅವನ ಮುಂದಕ್ಕೆ ಹಾಕಿ ನಡೆದಳು.

ಅವಳು ಬರುವವರೆಗೂ ಬಾಲು ಫಿಲಂಫೇರ್‌ನ ಪುಟಗಳನ್ನು ಮಗುಚುತ್ತ ಕೂತಿದ್ದ. ವಾಸುದೇವ್ ಮೇಲೆ ಸದಭಿಪ್ರಾಯವಿರಲಿಲ್ಲ. ಆದರೂ.... ಏನೋ ಒಂದು ವಿಧವಾದ ಮರುಕ. ತಂದೆಯ ಕೈಗೆ ಪತ್ರ ಕೊಡಲು ಅವನಿಗೆ ಇಷ್ಟವಿಲ್ಲ.

"ನಡೆಯಿರಿ."

ಕತ್ತಲೆ ಎಲ್ಲೆಡೆ ಹರಡಿತು. ತುಂಬು ಚಂದಿರ ಬಾನಿನಲ್ಲಿ ಮೂಡಿದ್ದೇ ಇಬ್ಬರೂ ಜೊತೆಯಾಗಿ ಬಂಗ್ಲೆಯಿಂದ ಹೊರಗೆ ಹೆಜ್ಜೆ ಹಾಕಿದರು. ಮೂವಯ್ಯನಿಗೆ ಹೇಳಿ ಹೋಗುವುದನ್ನು ಸುಮ ಮರೆಯಲಿಲ್ಲ. ಬಂಗ್ಲೆಯ ಮುಂದಿನ ಗಿಡಗಳನ್ನು ಹಾದು ನೆಟ್ಟಗೆ ನಡೆದರು. ಚಂದ್ರನ ತಂಪುಕಿರಣಗಳು ಆಹ್ಲಾದಕರವಾಗಿದ್ದವು. ಇಬ್ಬರೂ

ನೇರವಾಗಿ ಬಂದಿದ್ದು ಭಾರತೀಯ ಸಮಾಧಿಯ ಬಳಿಗೆ. ಸುಮಳಲ್ಲಿ ಹಿಂದೆ ಸ್ವಲ್ಪ ಅಳುಕಿತ್ತು. ಈಗ ಅದರ ಸೋಂಕೇ ಇರಲಿಲ್ಲ. ಯಥಾಪ್ರಕಾರ ನಿತ್ಯ ಮಲ್ಲಿಗೆಯ ಹಣ್ಣಾದ ಹೂಗಳು ಎಲ್ಲೆಡೆ ಉದುರಿದ್ದವು. ಸುಮಳಿಗೆ ಸಾಕಾಗಿತ್ತು. ಉದುರಿದ ಹೂಗಳನ್ನು ಪಕ್ಕಕ್ಕೆ ದೂಡಿದ ಸುಮ ಕಲ್ಲುಹಾಸಿನ ಮೇಲೆ ಕುಳಿತಳು. ಬೀಸಿ ಬರುತ್ತಿದ್ದ ತಂಗಾಳಿಗೆ ಹಾಯೆನಿಸಿತು.

"ಡ್ಯಾಡಿಗೆ ಪತ್ರ ತೋರಿಸ್ಲಾ!?" ಅವಳ ಸನ್ನಿಹದಲ್ಲಿಯೇ ಕೂಡುತ್ತ ಕೇಳಿದ. ಬೇಡವೆನ್ನವಂತೆ ತಲೆಯಾಡಿಸಿದಳು. ಮೆಲ್ಲಗೆ "ಅವ್ರ ಆರೋಗ್ಯ ಇತ್ತೀಚೆಗೆಷ್ಟೋ ಸುಧಾರಿಸಿದೆ. ಆ ಪತ್ರಕ್ಕೆ ಬೆಲೆ ಕೊಟ್ಟು ಹೋಗಬೇಕಾದ ಅವಶ್ಯಕತೆ ತಾನೇ ಏನಿದೆ?"

ಬಾಲು ಕೂಡ ಆ ಪತ್ರಕ್ಕೆ ಅಷ್ಟಾಗಿ ಬೆಲೆ ಕೊಡುತ್ತಿರಲಿಲ್ಲ. ನಾಡಕರ್ಣಿ ಅತ್ತುಕೊಂಡೇ ಕರುಣಾಜನಕವಾಗಿ ಹೇಳಿದದರು. ಅವನಿಗೇನು ಅವರಲ್ಲಿ ಆತ್ಮೀಯತೆ ಇಲ್ಲ. ರಕ್ತದ ಸಂಬಂಧಿಯೆಂಬ ಹೊಯ್ದಾಟವೂ ಇರಲಿಲ್ಲ. ಆದರೆ.... 'ಅಯ್ಯೋ' ಅನ್ನಿಸಿತು.

"ಅಷ್ಟೇ ಮಾಡ್ಲಾ?" ಸಣ್ಣ ಹುಡುಗನಂತೆ ಕೇಳಿದ. ಸುಮಳ ತುಟಿಗಳ ಮೇಲೆ ಕಿರುನಗು ಮೂಡಿತು. ಸ್ವಲ್ಪ ಹೊತ್ತು ಹಾಗೆಯೇ ಕೂತಿದ್ದರು. ಬಾಲು ಎದ್ದು ಸಮಾಧಿಯ ಬಳಿ ಹೋಗಿ ನಿಂತ. ತೀರಾ ಎಳೆಯ ಮಸುಕು ಮಸುಕಾಗಿ ನೆನಪಷ್ಟೇ. ಭಾರವಾದ ನಿಟ್ಟುಸಿರು ಹೊರಹೊಮ್ಮಿತು. ಅಮೃತಶಿಲೆಯ ಕಲ್ಲಿನ ಮೇಲೆ ಕೆತ್ತಿದ 'ಸುಮಧುರ ಭಾರತಿ' - ಮುದ್ದಾದ ಅಕ್ಷರಗಳ ಮೇಲೆ ಕೈಯಾಡಿಸಿದ.

ಒಂದು ವಿಧವಾದ ಶಬ್ದಕ್ಕೆ ಮೆಟ್ಟಿಬಿದ್ದಳು. ಎದೆ ಢವಗುಟ್ಟಿತು. ತಟಕ್ಕನೆ ಎದ್ದು ನಿಂತಳು. ಕಂಪಿತ ಸ್ವರದಲ್ಲಿ "ಬಾಲು" ಎಂದಳು. ಇದುವರೆಗೂ ಎಂದೂ ಹೆಸರಿಡಿದು ಸಂಬೋಧಿಸಿರಲಿಲ್ಲ. ಸನ್ನಿಹದಲ್ಲಿ ಬಂದು ನಿಂತ ಬಾಲು ಅವಳ ಕಣ್ಣುಗಳಲ್ಲಿನ ಭಯ ನೋಡಿ ಆತಂಕಗೊಂಡ. ಬೆರಳು ತೋರಿದತ್ತ ತಟ್ಟನೆ ನುಗ್ಗಿದ. ನಾಡಕರ್ಣಿಯವರು... ಕಣ್ಣುಗಳು ಕೆಂಪಗಾದವು.

"ಗೊತ್ತಾಗಲಿಲ್ಲ, ಬಿಡಿ" ಕೆಟ್ಟದಾಗಿ ನಾಡಕರ್ಣಿ ನಗುತ್ತ ಕೈ ಹೊಸೆದರು. "ಎಂದಾದರೂ ಬಂದು ಕೂಡೋ ಅಭ್ಯಾಸ. ಮಧ್ಯೆ ಬಂದು ಅಭಾಸ ಮಾಡ್ದೆ, ಕ್ಷಮೆ ಇರಲಿ." ಹೊರಟುಬಿಟ್ಟರು.

ಸುಮಳಿಗೆ ಮನದಲ್ಲಿ ಕಸಿವಿಸಿಯುಂಟಾಯಿತು. ನಾಡಕರ್ಣಿಯ ಸ್ವಭಾವವನ್ನು ಚೆನ್ನಾಗಿ ಅರಿತಿದ್ದಳು. ತಲೆ ಬಿಸಿಯಾಯಿತು. ಬಾಲು ಮುಖ ನೋಡಲು ಸಂಕೋಚವಾಯಿತು.

"ಸುಮ, ಹೆದರಿಬಿಟ್ರಾ?" ಅವಳ ಭುಜವಿಡಿದು ಅಲುಗಾಡಿಸಿದ.

"ಇಲ್ಲವಲ್ಲ?" ಎಂದಳು ಪೆಚ್ಚು ಪೆಚ್ಚಾಗಿ.

"ಬನ್ನಿ ಹೋಗೋಣ" ನಾಲ್ಕು ಹೆಜ್ಜೆ ಮುಂದೆ ಹೋದವಳು ಹಿಂದಿರುಗಿ ನೋಡಿದಳು. ಮುಖ ಪ್ರಶಾಂತತೆ ತಳೆಯಿತು. ಆಮೇಲೆ ಹಗುರವಾಗಿ ನಡೆದಳು.

ಇವರು ಬಂಗ್ಲೆಯ ಬಳಿಗೆ ಬರುವ ವೇಳೆಗೆ ಲಾನಿನಲ್ಲಿ ಬೆತ್ತದ ಛೇರಿನ ಮೇಲೆ ಕೂತಿದ್ದ ಕಮಲಾಕರನ್ ಜೊತೆ ನಾಡಕರ್ಣಿಯವರು ಮಾತಾಡುತ್ತಿದ್ದರು. ಸುಮ, ಬಾಲು ಮುಖ ಮುಖ ನೋಡಿಕೊಂಡರು. ಎಂದೂ ಕೊಂಚ ತಲೆ ತಗ್ಗಿಸಿ ನಡೆಯುತ್ತಿದ್ದ ಸುಮ ತಲೆಯೆತ್ತಿ ಗಂಭೀರವಾಗಿ ನಡೆದಾಗ ಹುಚ್ಚು ಧೈರ್ಯ ನರನಾಡಿಗಳಲ್ಲಿ ಹೊಮ್ಮಿ ಬಂತು. ನಾಡಕರ್ಣಿಯವರ ಮುಖದ ಮೇಲೆ ವಿಲಕ್ಷಣವಾದ ಕುಹಕ ನಗೆಯಿತ್ತು.

"ಓಹೋಹೊ...." ನಾಡಕರ್ಣಿಯವರು ಜೋರಾಗಿ ನಕ್ಕಾಗ ಬಾಲು ಸಹನೆ ಕಳೆದುಕೊಂಡು "ಯಾಕ್ರೀ.... ಹಾಗೆ ನಗ್ತೀರಿ! ಸರ್ಯಾಗಿದ್ದೀರಿ ತಾನೆ!" ಎಂದ. "ಏನಿಲ್ಲ, ಏನಿಲ್ಲ" ತಲೆ ಕೊಡವಿದರು.

"ರಾತ್ರಿ ಊಟ ಮುಗಿಸ್ಕೊಂಡೇ ಹೊರಡೋದ?" ಛೇರಿನ ಮೇಲೆ ಜೋರಾಗಿ ಕೂತ.

"ಅಯ್ಯಯ್ಯೋ.... ಇಲ್ಲ.... ಇಲ್ಲ. ನೀತಾ ಇನ್ನೂ ಸ್ವಲ್ಪ ಕೆಲ್ಸ ಇದೆ ಅಂದ್ಲು. ಮೊದ್ಲೇ ಭಯಸ್ಥೆ, ಹೆಣ್ಣುಮಗು, ಒಂಟಿಯಾಗಿ ಬಿಟ್ಟು ಹೋಗೋಕೆ ಹೇಗೆ ಸಾಧ್ಯ! ಅದಕ್ಕೆ ಉಳಕೊಂಡಿದ್ದೀನಿ."

ಬಾಲು ಪಕಪಕನೆ ನಕ್ಕ. ನೀತಾ ಬಗ್ಗೆ ಅವನಿಗೆ ಗೊತ್ತು. ಗ್ಲಾಸ್ ಹಿಡಿದು ಕುಳಿತಾಗ ಕೆಲಸವಿಲ್ಲದಿದ್ದರೂ ಕೋಣೆಯತ್ತ ಬಂದು ಉಳಿಯುತ್ತಿದ್ದಳು. ಮತ್ತಿನಲ್ಲಿ ಕೈ ಕೈ ಕೂಡಿಸಿ ಹೆಜ್ಜೆ ಹೆಜ್ಜೆ ಸೇರಿಸಿ ಕುಣಿದಿದ್ದಳು. ಅವಳ ಪ್ರಯತ್ನ ನಡೆದೇ ಇತ್ತು.

ಅವರು ನೇರವಾಗಿ ಸುಮಳನ್ನು ಅಪಹಾಸ್ಯ ಮಾಡಬೇಕೆನ್ನುವ ದೃಷ್ಟಿಯಲ್ಲೇ ಆಡಿದ್ದರು. ಆದರೆ ಸುಮ ಅಳುಕಲಿಲ್ಲ. ಅಳುಕಬೇಕಾಗಿಯೂ ಇರಲಿಲ್ಲ.

"ಇನ್ಮೇಲೆ ನೀತಾ ಬರೋದು ಬೇಡ. ಎಷ್ಟಾದ್ರೂ ಮರ್ಯಾದಸ್ಥೆ. ಮನೆಯಲ್ಲಿರಲಿ" ಕಟುವಾಗಿ ಆಡಿದ.

"ಛೆ! ಛೆ.....! ಎಲ್ಲಾದ್ರೂ ಉಂಟಾ? ಈ ಬಂಗ್ಲೆ ಜನ ನನಗೇನು ಹೊಸಬ್ರ!"

ಕಮಲಾಕರನ್‌ಗೆ ಮಾತಾಡುವುದು ಬೇಡವೆನಿಸಿತು. ಸುಮ್ಮನಿರುವಂತೆ ಸನ್ನೆ ಮಾಡಿದರು.

"ಸುಮ ಇನ್ಮೇಲೆ ಕತ್ತಲಾಗುವ ಮೊದ್ಲೇ ನೀತಾಳನ್ನು ಕಳ್ಸಿಬಿಡೋ ಏರ್ಪಾಟು ಮಾಡು" ಸುಮ ಸರಿಯೆನ್ನುವಂತೆ ತಲೆಯಾಡಿಸಿದಳು.

ಯಾವುದೂ ಬೇಡವೆನಿಸಿತು. ಸುಮಳಿಗೆ ಮಲಗಿದರೇ ಸಾಕೆನಿಸಿತು. ನಾಯರ್‌ಗೆ ಹೇಳಿ ಕೋಣೆಗೆ ಹೋಗಿ ಮಲಗಿದಳು. ನಿದ್ದೆ ಬಂದುಬಿಟ್ಟಿತು. ಕೋಣೆಯ ಚಿಲಕ ಸದ್ದಾದಾಗ ಏಳಲಾರದೇ ಎದ್ದು ಬಂದು ಬಾಗಿಲು ತೆಗೆದಳು. ಪೂವಯ್ಯ ನಿಂತಿದ್ದ. "ಊಟಕ್ಕೆ ಬರ್ಬೇಕಂತೆ" ಎಂದ. "ನಂಗೆ ಊಟ ಬೇಡವಾಗಿತ್ತು. ನಾಯರ್‌ಗೆ ಹೇಳಿಬಂದಿದ್ದೆ" ಬಾಯಲ್ಲಿ ಹಾಗೆಂದರೂ ಕೈಯಿಂದಲೇ ತಲೆಕೂದಲನ್ನು

ಸರಿಪಡಿಸಿಕೊಂಡು ನಡೆದಳು. ಅಪ್ಪ, ಮಗ ಊಟ ಪ್ರಾರಂಭಿಸಿದರು. ತಾಯಿ ಕಳುಹಿಸಿ ಕೊಟ್ಟ ತಿಂಡಿಯ ಜ್ಞಾಪಕ ಬಂತು. ಎದ್ದು ಹೋಗಿ ತರಲು ಬೇಸರ. ಮಾತು ಬೇಡವಾದುದರಿಂದ ಸುಮ್ಮನೆ ಊಟದ ಟೇಬಲಿನ ಮುಂದೆ ಕೂತಳು. ಅನ್ನದ ರುಚಿ ಕಂಡ ಮೇಲೆ ಹೊಟ್ಟೆಯಲ್ಲಿ ಹಸಿವು ಕಾಣಿಸಿಕೊಂಡಿತ್ತು. ಮಾತೆಲ್ಲ ಅವರದೇ ಇವಳು ಮಧ್ಯೆ ಮಧ್ಯೆ ಕಿರುನಗು ಬೀರುತ್ತಿದ್ದಳು.

"ಸುಮ ನಿದ್ದೆಯ ಮಂಪರಿನಲ್ಲೇ ಊಟ ಮಾಡ್ತಾ ಇದ್ದಾಳೆ" ಅವರ ಹಾಸ್ಯದ ಮಾತು ಕೂಡ ಅವಳ ಮೇಲೆ ಯಾವುದೇ ಪರಿಣಾಮವನ್ನು ಉಂಟುಮಾಡಲಿಲ್ಲ. ಊಟ ಮುಗಿಸಿ ಹೋಗಿ ಮಲಗಿಬಿಟ್ಟಳು.

ಮಧ್ಯರಾತ್ರಿಯ ಮಂಪರು. ವೀಣಾವಾದನದ ಅಲೆಗಳು ಎಚ್ಚರಿಸಿದವು. ಎದ್ದು ಕೂತಳು. ತಲೆಯ ಬಳಿಯಿದ್ದ ಟಾರ್ಚನ್ನು ಬೆಳಗಿ ಟೈಮ್ ನೋಡಿದಳು. ಸರಿಯಾಗಿ ಒಂದೂವರೆ ಗಂಟೆ. ಕೂತು ಆಲಿಸಿದಳು. ಮಧುರವಾಗಿತ್ತು. ತಕ್ಷಣ ಮನದಲ್ಲಿ ಭೀತಿ ಹೊಕ್ಕಿತು. ಕೈ ಕಾಲುಗಳು ಸಣ್ಣಗೆ ನಡುಗಲಾರಂಭಿಸಿದವು. ಮಂಚದ ಮೇಲೆ ಎದ್ದು ಕೂತು ಸ್ವಿಚ್ ಒತ್ತಿ ಲೈಟನ್ನು ಹತ್ತಿಸಿದಳು. ಹೊರಗೆ ಗಾಳಿಯ ರಭಸ ಜೋರಾಗಿತ್ತು. ಕಿಟಕಿ ಕದಗಳು ಟಪ್ಪನೆ ಬಡಿದುಕೊಂಡವು. ಮೆಲ್ಲನೆ ಹೋಗಿ ಮುಚ್ಚಿದಳು. ಕೈಯ ಕಡೆಗೆ ದೃಷ್ಟಿ ಹರಿಸಿದಳು. ನಡುಗುತ್ತಿತ್ತು. ತಟ್ಟನೆ ಆ ಸಂದರ್ಭದಲ್ಲಿಯೂ ನಗು ಬಾರದೆ ಇರಲಿಲ್ಲ. ಮೆಲ್ಲಗೆ ಕೋಣೆಯ ಕದ ಸರಿಸಿದಳು. ಪೂವಯ್ಯ ಬಾಗಿಲಲ್ಲೇ ಮಲಗಿ ನಿದ್ದೆ ಮಾಡುತ್ತಿದ್ದ. ಹೊರಗೆ ಕಾಲಿಟ್ಟವಳು ಹಿಂದಕ್ಕೆ ಎಳೆದುಕೊಂಡು ಬಾಗಿಲು ಮುಚ್ಚಿ ಬೋಲ್ಟ್ ಹಾಕಿ ಮಂಚದ ಮೇಲೆ ಹೋಗಿ ಕೂತಳು.

ಇಷ್ಟು ಸರಿ ರಾತ್ರಿಯಲ್ಲಿ ಯಾರು ವೀಣೆಯನ್ನು ಬಾರಿಸಬಹುದು? ಈ ಮನೆಯಲ್ಲಿ ವೀಣೆ ನುಡಿಸಬಲ್ಲಂಥ ವ್ಯಕ್ತಿ ಕಮಲಾಕರನ್ ಮಾತ್ರ. ಅವರೇಕೆ ಇಂತಹ ಸಮಯದಲ್ಲಿ ನುಡಿಸಿಯಾರು? ಈ ನಾದ ತನಗೊಬ್ಬಳಿಗೆ ಮಾತ್ರ ಕೇಳಿಸುತ್ತಿದೆಯಾ? ಮನೆಯಲ್ಲಿದ್ದವರೆಲ್ಲ ನಿಶ್ಚಿಂತೆಯಾಗಿ ನಿದ್ದೆ ಮಾಡುತ್ತಿದ್ದಾರಲ್ಲ. ಡಾ॥ ನರಗುಂದ್ ಹೇಳಿದ ಮಾತುಗಳು ಜ್ಞಾಪಕಕ್ಕೆ ಬಂದವು.

ಬೆಳಗಿನವರೆಗೂ ಸುಮ ಕಣ್ಣು ಮುಚ್ಚಲಿಲ್ಲ. ಆರರ ಸುಮಾರಿಗೆ ಎದ್ದು ಕಮಲಾಕರನ್ ಕೋಣೆಯ ಬಳಿಗೆ ಹೋದಳು. ಮುಚ್ಚಿದ ಬಾಗಿಲನ್ನು ಮೆಲ್ಲಗೆ ಸರಿಸಿದಳು. ಅವರು ನಿಶ್ಚಿಂತೆಯಾಗಿ ನಿದ್ದೆ ಮಾಡುತ್ತಿದ್ದರು.

ಬಾಲು ಕೋಣೆಯಿಂದ ಕಾಲಿಂಗ್ ಬೆಲ್ ಸದ್ದಾಯಿತು. ಸದ್ದಾಗದಂತೆ ಹಿಂದಕ್ಕೆ ಹೆಜ್ಜೆ ಹಾಕಿದಳು. "ಸುಮ" ಹಿಂದೆಯೇ ಒಂದು ಸ್ವರ ಅಪ್ಪಳಿಸಿತು. ನಿಂತು ಹಿಂದಿರುಗಿದಳು. ಬಾಲು ರಾತ್ರಿಯ ಉಡುಪಿನಲ್ಲಿ ಕೋಣೆಯ ಬಾಗಿಲಲ್ಲಿ ನಿಂತಿದ್ದ. ಹಣೆಯ ಮೇಲೆಲ್ಲ ಕೂದಲು ಹರಡಿತ್ತು.

"ರಾತ್ರಿ ನಿದ್ದೆ ಬರಲಿಲ್ವಾ?" ಪ್ರಶ್ನಿಸಿದ ಸುಮಳಿಗೆ ಗಲಿಬಿಲಿಯಾಯಿತು. ನನಗೆ ನಿದ್ದೆ ಬರದ ಸಮಾಚಾರ ಬಾಲುಗೆ ಹೇಗೆ ಗೊತ್ತಾಯ್ತು? ಬಾಲು ಕೂಡ... ರೆಪ್ಪೆಗಳನ್ನು

ಪಟಪಟನೆ ಬಡಿದಳು.

ನಾಯರ್ ಚಹಾ ಬಟ್ಟಲುಗಳನ್ನು ಹಿಡಿದು ಬಂದ. ಆತ ಸಂದೇಹ ದೃಷ್ಟಿಯಲ್ಲಿ ನೋಡಲಾರ. ಇತ್ತೀಚೆಗೆ ತುಂಬ ಮೆಚ್ಚಿಕೊಂಡಿದ್ದ.

ಕಪ್‌ನ ಸುಮಳ ಕೈಗೆ ನೀಡಲು ಹೋದ. ಬಾಲು ಇಲ್ಲೇ ತರುವಂತೆ ಸನ್ನೆ ಮಾಡಿದ. ಅವನು ಇಬ್ಬರ ಮುಖವನ್ನೂ ನೋಡಿದ. "ಇಲ್ಲೇ ತಗೊಂಡ್ಬಾ" ನಾಯರ್ ಅವನ ಕೋಣೆಯಲ್ಲಿಟ್ಟು ನಡೆದ. ಸುಮ ತನ್ನ ಪಾಡಿಗೆ ತಾನು ಹೊರಟಳು.

"ಸುಮ" ಬೇಸರದಿಂದಲೇ ಹಿಂದಕ್ಕೆ ತಿರುಗಿದಳು. ಬಾಲು ಅಲ್ಲೇ ನಿಂತಿದ್ದ. "ಕಂಪೆನಿ ಇಲ್ದೆ ಕುಡಿಯೋಕೆ ಬೋರು ಯಾಕೆ ಭಯಾನಾ?" ದೌರ್ಬಲ್ಯನ ಹೊರಗೆಡಹುವುದು ಸುಮಳಿಗೆ ಬೇಕಿರಲಿಲ್ಲ. ನಗುತ್ತ "ಭಯ ಪಡೋಕೆ ನಿಮ್ಮ ಕೋಣೆಯಲ್ಲಿ ಹುಲಿ-ಸಿಂಹಗಳು ಇದ್ಯಾ!" ಬಾಲು ಅತ್ತಿತ್ತ ಸರಿಯಲಿಲ್ಲ.

"ಬರ್ತೀನಿ ತುಂಬ ಕೆಲ್ಸ ಇದೆ" ಹಿಂದಿರುಗಿದಳು.

"ಏಯ್.... ಸುಮ" ತಲೆ ಚಚ್ಚಿಕೊಳ್ಳಬೇಕೆನಿಸಿತು. ಹಿಂದಕ್ಕೆ ತಿರುಗಿ ನೋಡಿದಳು. ಬಾಲು ಅಲ್ಲೇ ನಿಂತಿದ್ದ. ಒಂದೇ ಸಮನೆ ನೋಡುತ್ತಿದ್ದ. ಅವಳ ಎದೆಯಲ್ಲಿ ಭಯ ಹುಟ್ಟಿಕೊಂಡಿತು. ಮುಂದೆ ಅನಾಹುತವಾಗಬಾರದಲ್ಲ!

"ಚಹಾ ತಗೊಂಡ್ಹೋಗು" ಮತ್ತೆ ಹಿಂದಕ್ಕೆ ಬಂದು ನಿಂತೇ ಚಹಾ ಬಟ್ಟಲನ್ನು ಕೈಗೆ ತೆಗೆದುಕೊಂಡಳು.

"ಕೂತ್ಕೊಂಡು ಕುಡಿಯೋ ಅಷ್ಟು ಪುರುಸೊತ್ತು ಇಲ್ವಾ?" ಕೂತು ಎರಡೇ ಗುಟುಕಿಗೆ ಮುಗಿಸಿ "ಎಕ್ಸ್‌ಕ್ಯೂಸ್ ಮಿ" ಎಂದವಳೇ ಬಟ್ಟಲು ಸಮೇತ ಹೊರಬಿದ್ದಳು. ಕೈಯಲ್ಲಿದ್ದ ಬಟ್ಟಲನ್ನು ಅಲ್ಲಿಟ್ಟು "ನಾಯರ್, ಯಜಮಾನ್ರು ಎದ್ದಿದ್ದಾರ?" ಎಂದು ಕೇಳಿದರು.

"ಇಲ್ಲ" ಎಂದವರೇ ತಮ್ಮ ಕೆಲಸದಲ್ಲಿ ಮಗ್ನರಾದರು.

ಅಡುಗೆಮನೆಯಲ್ಲಿ ಇಣಕಿ ನೋಡಿದಳು. ನೀತಾ ಇನ್ನೂ ಬಂದಿರಲಿಲ್ಲ. ಪ್ರತಿದಿನ ಇಷ್ಟೊತ್ತಿಗೆ ಬಂದು ನಾಯರ್‌ಗೆ ತರಕಾರಿ ಹೆಚ್ಚಿಕೊಡೋದಲ್ಲದೇ ಬಾಲುಗೆ ಬೆಳಗಿನ ಚಹಾ ಸರಬರಾಜು ಮಾಡುತ್ತಿದ್ದಳು. ಇಂದೇಕೆ? ಸುಮ ಯೋಚಿಸಿದಳು.

ಮೋತಿ ಆಗಲೇ ಒಂದು ರೌಂಡ್ ತಿರುಗಾಡಿಕೊಂಡು ಮನೆಗೆ ಬಂದಿತ್ತು. ಅದರ ಹೊಟ್ಟೆ ಬಹಳ ದೊಡ್ಡದು ಅಷ್ಟಿಷ್ಟು ಸಾಲುತ್ತಿರಲಿಲ್ಲ. ಒಂದೆರಡು ಪ್ಯಾಕೆಟ್ ಬಿಸ್ಕತ್ ಬಿಚ್ಚಿ ಅದರ ಮುಂದಿಟ್ಟು ಸ್ನಾನಕ್ಕೆ ನಡೆದಳು.

ಸುಮಳಿಗೆ ಮತ್ತಷ್ಟು ತಲೆನೋವಾಯಿತು ಬಾಲು ಸಂಕೋಚವಿಲ್ಲದೆ 'ಸುಮ, ಸುಮ' ಎಂದು ಅವಳ ಹಿಂದೆ ಹಿಂದೆಯೇ ಓಡಾಡುತ್ತಿದ್ದ. ಕೂತು ತಲೆ ಚಚ್ಚಿಕೊಳ್ಳಬೇಕೆನಿಸಿತು. ಇತ್ತೀಚೆಗೆ ಚಿಕ್ಕಮಗಳೂರಿನ ಸುದ್ದಿ ಎತ್ತುತ್ತಿರಲಿಲ್ಲ. ಬಾಟಲುಗಳ ಸರಬರಾಜಿನಲ್ಲೂ ಕೊರತೆ ಬಿದ್ದಿತ್ತು. ಎಸ್ಟೇಟ್ ಕಡೆ ನಿಗಾ ವಹಿಸಿದ್ದ. ಇವಳ ಪಾಲಿಗೆ

ಮಾತ್ರ ತಲೆನೋವಾಗಿದ್ದ.

* * *

ಬೆಳಿಗ್ಗೆ ಎದ್ದವರೇ ಸುಮ, ಕಮಲಾಕರನ್ ಎಸ್ಟೇಟ್‌ಗೆ ಹೋದರು. ಆಗಿನ್ನೂ ಬಾಲುಗೆ ಸುಪ್ರಭಾತವಾಗಿರಲಿಲ್ಲ. ಮೇಸ್ತ್ರಿನ ಮಾತಾಡಿಸಿಕೊಂಡು ತಿರುಗಾಡಿಕೊಂಡು ಬರುವ ವೇಳೆಗೆ ಗಡಿಯಾರದ ಮುಳ್ಳು ಹತ್ತನ್ನು ಸಮೀಪಿಸಿತ್ತು. ದೊಡ್ಡ ಹಾಲಿನಲ್ಲೇ ಇಬ್ಬರೂ ಕೂತು ಚಹಾ ಕುಡಿಯತೊಡಗಿದರು. ನೀತಾಳ ದೊಡ್ಡ ನಗು ಮೇಲಿನ ಕೋಣೆಯಿಂದ ಕೆಳಕ್ಕೆ ಹರಿದುಕೊಂಡು ಬಂತು. ಅದಕ್ಕೆ ಬಾಲು ನಗು ಕೂಡ ಸೇರಿತ್ತು. ಹೆಚ್ಚಿಗೆ ಭಾವಿಸಬೇಕಾದ್ದು ಏನೂ ಇರಲಿಲ್ಲ. ಸುಮ ಕೇಳದವಳಂತೆ ಚಹಾ ಗುಟುಕರಿಸಿದಳು. ಆ ಕ್ಷಣದಲ್ಲಿ ನಾಡಕರ್ಣಿಯವರ ಕಣ್ಣುಗಳಲ್ಲಿದ್ದ ಕುಟಿಲತೆ ನೆನಪಿಗೆ ಬಂತು. ಒಳಗೆ ನುಂಗಿದಳು. ಆ ಕ್ಷಣದಲ್ಲಿ 'ಬಾಲುಗೆ ಮದ್ವೆ ಮಾಡ್ಬಿಡಿ!' ಎಂದು ಹೇಳಿಬಿಡುವ ಮನಸ್ಸಾಗಿತ್ತು. ಹೇಳಲಿಲ್ಲ. ವಯಸ್ಸಿಗೆ ಬಂದ ಹೆಣ್ಣು ಹಿರಿಯಳಂತೆ ಹೇಗೆ ಹೇಳಿಯಾಳು?

ಕಮಲಾಕರನ್ ಮಾತಾಡದೆ ಎದ್ದು ಹೋದರು. ಅವರು ಹೋದ ಕಡೆಯೇ ನೋಡಿ ನಿಟ್ಟುಸಿರಿಟ್ಟಳು. ನೆಮ್ಮದಿಯನ್ನೊಂದು ಕೇಳಿಕೊಂಡು ಬರಲಿಲ್ಲವೇನೋ? ಎದ್ದು ಕೋಣೆಯ ಕಡೆಗೆ ನಡೆದಳು. ಇತ್ತೀಚೆಗೆ ಅವಳ ಹೊಣೆ ಜಾಸ್ತಿಯಾಗಿತ್ತು. ಮೊದಲಾದರೆ ಕಮಲಾಕರನ್ ಕೂತು ಚರ್ಚಿಸುತ್ತಿದ್ದರು. ಈಗೆಲ್ಲ ಆಳಿಗೆ ಒಪ್ಪಿಸಿದ್ದರು. ಅವಳೂ ಅಷ್ಟೆ. ಇತ್ತೀಚೆಗೆ ಯಾವ ವಿಷಯವನ್ನೂ ಅವರಿಗೆ ತಿಳಿಸುತ್ತಿರಲಿಲ್ಲ. ಬಾಲು ಜೊತೆಗೆ ಚರ್ಚಿಸುತ್ತಿದ್ದಳು. ಉತ್ಸಾಹದಿಂದ ದಿನ ಪಾಲುಗೊಳ್ಳುತ್ತಿದ್ದ. ಇಲ್ಲದ ದಿನ 'ಆಗೋಲ್ಲ ಸುಮ, ಏನಾದ್ರೂ ಮಾಡ್ಕೋ' ಎಂದುಬಿಡುತ್ತಿದ್ದ.

ಸ್ನಾನ ಮಾಡಿ ಬೇರೆ ಸೀರೆಯುಟ್ಟು ಅಲಂಕಾರ ಮುಗಿಸಿ ಹೊರಗೆ ಬಂದಳು. ಆಫೀಸ್ ಕೋಣೆಯ ಕಡೆ ಹೊರಟಳು. ಹಿಂದಕ್ಕೆ ಬಂದು ಕಮಲಾಕರನ್ ಕೋಣೆಯ ಕಡೆ ನಡೆದಳು. ಅವರು ಇರಲಿಲ್ಲ. ತಟ್ಟನೆ ಅರ್ಥವಾಯಿತು. ಅಲ್ಲೂ ಇರಲಿಲ್ಲ. ಗಾಬರಿಯಾಯಿತು. ಬಾಲು ಕೋಣೆಯ ಬಳಿ ಬಂದಾಗ ಅಪ್ಪ, ಮಗ ಚಹಾ ಕುಡಿಯುತ್ತಿದ್ದರು. ಸುಮ ಹಿಂದಕ್ಕೆ ಸರಿಯುವವಳಿದ್ದಳು. ಬಾಲು ಕಣ್ಣಿಂದ ತಪ್ಪಿಸಿಕೊಳ್ಳಲಾಗಲಿಲ್ಲ.

"ಸುಮ" ಕೋಣೆಯನ್ನು ಹೊಕ್ಕಳು.

"ಸದ್ಯ ನಮ್ಮನ್ನು ನೋಡೋಕೆ ಈಗಲಾದ್ರೂ ಪುರಸೊತ್ತು ಆಯ್ತು!" ಬಾಲು ಧ್ವನಿಯಲ್ಲಿ ವ್ಯಂಗ್ಯವಿತ್ತು. ಸುಮ ತನ್ನನ್ನ ಬಹಳ ಉದಾಸೀನವಾಗಿ ಕಾಣುತ್ತಾಳೆಂದು ಸದಾ ತಂದೆಗೆ ಕಂಪ್ಲೇಂಟ್ ಮಾಡುತ್ತಿದ್ದ. ಆಗ ಕಮಲಾಕರನ್ ಹಗುರವಾಗಿ ನಕ್ಕುಬಿಡುತ್ತಿದ್ದರು.

"ಈಗ್ಲೂ ನಾನು ನಿಮ್ಮನ್ನು ವಿಚಾರಿಸೋಕೆ ಬರ್ಲಿಲ್ಲ. ಅಂಕಲ್‌ನ ನೋಡೋಕೆ ಬಂದೆ" ಅವಳ ಮುಖದಲ್ಲಿ ತುಂಟ ನಗೆಯಿತ್ತು. ಡಾ॥ ನರಗುಂದ್ ಮಾತುಗಳು

ಪದೇ ಪದೇ ಜ್ಞಾಪಕಕ್ಕೆ ಬರುತ್ತಿದ್ದವು.

"ಭೇಷ್! ಚೆನ್ನಾಗಿ ಹೇಳ್ದೆ!" ಕಮಲಾಕರನ್ ಶಭಾಷ್‌ಗಿರಿ ಕೊಟ್ಟರು. ತಂದೆಯ ಕಡೆ ಬಾಲು ನಸುಮುನಿಸಿನಿಂದ ನೋಡಿದ. ಒಂದೊಂದು ಸಲ ಈ ವಿಷಯದಲ್ಲಿ ತಲೆ ಕೆಡಿಸಿಕೊಳ್ಳುತ್ತಿದ್ದ. ಅವರೆಷ್ಟೇ ಬಿಡಿಸಿ ಹೇಳಿದ್ದರೂ ಒಮ್ಮೊಮ್ಮೆ ಸಹನೆ ಕಳೆದುಕೊಳ್ಳುತ್ತಿದ್ದ.

"ಬಾಮ್ಮ.... ಕೂತ್ಕೊ..." ಕಮಲಾಕರನ್ ಹೇಳಿದರು.

ಕೆಳಗಡೆ ನಾಯರ್‌ಗೂ, ನೀತಾಗೂ ಸಣ್ಣ ಜಗಳ ನಡೆಯುತ್ತಿತ್ತು. ಮಾತುಗಳು ಸ್ಪಷ್ಟವಾಗಿ ಕೇಳಿಸದಿದ್ದರೂ.... ಏನೋ ನಡೆಯುತ್ತಿದೆಯೆಂದು ತಿಳಿದುಕೊಳ್ಳಬಹುದಿತ್ತು. ಕಮಲಾಕರನ್ ಮುಖ ಬಿಗಿದುಕೊಂಡಿತು.

"ಒಂದ್ನಿಮಿಷ ಬಂದ್ಬಿಟ್ಟೆ" ಕೋಣೆಯಿಂದ ಹೊರಗೆ ಹೋದಳು.

ಅವಳು ಬಂದಾಗ ನಾಯರ್ – ನೀತಾ ಒಳ್ಳೆ ಕಾವಿನಲ್ಲಿದ್ದರು. ತಾವು ಒಬ್ಬರಿಗಿಂತ ಒಬ್ಬರು ಕಡಿಮೆ ಇಲ್ಲವೆನ್ನುವಂತೆ ಒದರಾಡುತ್ತಿದ್ದರು. ಸುಮ್ಮನೆ ನಿಂತು ಒಂದು ಗಳಿಗೆ ಕೇಳಿದಳು. ಕೈಗಳಿಂದ ಎರಡು ಕಿವಿ ಮುಚ್ಕೊಂಡು "ನಿಲ್ಸಿ" ಮೆಲುವಾಗಿಯೇ ಅಬ್ಬರಿಸಿದಳು. ಇಬ್ಬರೂ ಒಬ್ಬರ ಮೇಲೊಬ್ಬರು ಹೇಳಲು ಶುರು ಮಾಡಿದರು. ಅರ್ಥ ಮಾಡಿಕೊಳ್ಳುವುದು ಸುಮಳಿಗೆ ಕಷ್ಟವಾಯಿತು.

"ಇಬ್ರೂ ನಿಲ್ಸಿ" ಸಿಡುಕಿದಳು. ಇಬ್ಬರೂ ಸುಮ್ಮನಾದರು, ಮೊದಲು ನಾಯರ್ ಕಡೆ ನೋಡಿದಳು. ಅವಮಾನದಿಂದ ಭಂಗಿತರಾದವರಂತೆ ನಿಂತಿದ್ದರು.

"ನೀತಾ ಇನ್ಮೇಲೆ ಒಳಗಡೆ ಬರ್ಬೇಡ. ನಿಮ್ಮ ಅಪ್ಪಾಜಿಗೆ ಬೇಕಾದ್ರೆ ಏನಾದ್ರೂ ಸಹಾಯ ಮಾಡು." ಮತ್ತೆ ನಾಯರ್ ಕಡೆಗೆ ತಿರುಗಿ "ನೀವ್ ನಿಮ್ಮ ಕೆಲ್ಸ ಮಾಡಿ." ಹೆಗಲ ಮೇಲಿದ್ದ ಟವಲ್‌ನ ಕೊಡವಿ ಮೊದಲಿನ ಸ್ಥಾನಕ್ಕೆ ಸೇರಿಸಿ ಒಳಗೆ ಹೋದರು. ನೀತಾ ದುರುಗುಟ್ಟಿಕೊಂಡು ನೋಡುತ್ತ ಹೊರಗಡೆ ನಡೆದಳು.

ಈ ನಡುವೆ ನಾಯರ್‌ಗೆ ನಾಡಕರ್ಣಿಯವರ ಮೇಲೆ ಬದ್ಧ ದ್ವೇಷ. ಮುಖ ನೋಡಿದರೆ ಸಿಡಿದುಬೀಳುತ್ತಿದ್ದರು. ಹಣಾಹಣಿಗೆ ನಿಂತುಕೊಳ್ಳದಿದ್ದರೂ ಗೊಣಗಾಟ, ವದರಾ ನಡೆದೇ ಇತ್ತು. ಸುಮ ಕಂಡರೂ ಕಾಣದಂತಿರುತ್ತಿದ್ದಳು. ಅಷ್ಟೊಂದು ಆಪ್ತರಾಗಿದ್ದವರ ನಡುವೆ ದ್ವೇಷಕ್ಕೆ ಕಾರಣವೇನು? ಇಬ್ಬರೂ ಸುಳಿವು ಸೂಕ್ಷ್ಮ ಬಿಟ್ಟುಕೊಡುತ್ತಿರಲಿಲ್ಲ.

"ಹಲೋ ಮಿಸ್" ಹಿಂದಿನ ಧ್ವನಿ ಅವಳನ್ನು ಎಚ್ಚರಿಸಿತು. ಡಾ॥ ನರಗುಂದ್ ನಿಂತಿದ್ದರು. ಸ್ವಲ್ಪ ಸೊರಗಿದಂತೆ ಕಂಡರು.

ಸುಮಳ ಮುಖ ಅರಳಿತು. ಆತ್ಮೀಯತೆಯಿಂದ "ಹಲೋ" ಎಂದಳು. ಸದ್ಯಕ್ಕೆ ಕಮಲಾಕರನ್ ಆರೋಗ್ಯ ನೋಡಿಕೊಳ್ಳಲು ಒಬ್ಬ ಫ್ಯಾಮಿಲಿ ಡಾಕ್ಟರನ್ನು ನೇಮಿಸಿಕೊಳ್ಳಬೇಕೆನ್ನುವ ವಿಚಾರವಿತ್ತು. ಡಾಕ್ಟರ್ ಕೂಡ ಅದೇ ಸಲಹೆಯನ್ನು ಇತ್ತಿದ್ದರು.

ಡಾ॥ ನರಗುಂದ್ ಬಂದಿದ್ದು ಒಳ್ಳೆಯದೆನಿಸಿತು.

"ನೀವಿನ್ನೂ ಇಲ್ಲೇ ಇದ್ದೀರಾ!" ಡಾ॥ ನರಗುಂದ್ ಗಡ್ಡ ತುರಿಸಿಕೊಳ್ಳುತ್ತ ಕೇಳಿದರು. ಹೌದೆನ್ನುವಂತೆ ತಲೆಯಾಡಿಸಿದರು.

"ಕೂತ್ಕೊಳ್ಳಿ."

"ಬೇಡ, ನಿಮ್ಮ ಕೋಣೆಗೆ ಹೋಗೋಣ."

ಸುಮ ಆಲೋಚಿಸದೆ ಮುನ್ನಡೆದಳು. ಡಾ॥ ನರಗುಂದ್ ಅವಳನ್ನು ಹಿಂಬಾಲಿಸಿ ಬಂದು ಕೋಣೆಯಲ್ಲಿ ಕುಳಿತ. ಪೂವಯ್ಯನಿಗೆ ಸುಮ ಸನ್ನೆ ಮಾಡಿದ್ದಳು.

ನಾಯರ್ ತಿಂಡಿ ಹೊತ್ತು ತಂದ. ಬರೀ ಕುಡಿಯಲಿಕ್ಕೆ ಸಾಕೆಂದು ಹೇಳಿ ತಿಂಡಿಯನ್ನು ನಿರಾಕರಿಸಿದರು. ಡಾಕ್ಟರ್. 'ಇದ್ದಕ್ಕಿದ್ದಂತೆ ಅದೃಶ್ಯರಾಗಿ ಬಿಟ್ಟಿರಲ್ಲ! ಎಲ್ಲಿಗೆ ಹೋಗಿದ್ದಿರಿ!' ಎಂದು ಸುಮಳಿಗೆ ಕೇಳಬೇಕೆನ್ನಿಸಿತು.

"ನಾನು ಭಾರತದಲ್ಲಿಲ್ಲಾಂತ ತಿಳ್ಕೊಂಡುಬಿಟ್ರಾ?" ಸುಮಳಿಗೆ ನಗು ಬಂತು. ಪ್ರತಿಭೆಯಿದ್ದರೂ ಮನುಷ್ಯನಿಗೆ ವಿವೇಕ ಕಡಿಮೆಯೆನಿಸಿತು. ಅವರು ತಾನು ದೊಡ್ಡ ಡಾಕ್ಟರೆಂಬ ಭಾವನೆಯನ್ನು ಇಟ್ಟುಕೊಂಡಿದ್ದರು. ಹೊರದೇಶಗಳಿಗೆ ಹೋದರೆ ಮಾತ್ರ ತಮ್ಮ ಪ್ರತಿಭೆಗೆ ಪುರಸ್ಕಾರ ಸಿಗುತ್ತದೆ ಎಂದು ದೃಢವಾಗಿ ನಂಬಿದ್ದರು.

"ಯಾಕೆ ಮಾತಾಡೋಲ್ವಾ?" ಡಾ॥ ನರಗುಂದ್ ನೇರವಾಗಿ ಕೇಳಿದರು.

"ಅದೇ ಯೋಚ್ನೆ ಮಾಡ್ತಾ ಇದ್ದೀನಿ! ಈಗ ಅಂಕಲ್ ಮೊದಲಿಗಿಂತ ಆರೋಗ್ಯವಾಗಿದ್ದಾರೆ. ಆಗಾಗ ನಿಮ್ಮನ್ನ ನೆನಪಿಸಿಕೊಳ್ತಾರೆ. ಈಗ ಅವರ ಮಗ ಬಾಲಚಂದ್ರು ಬಂದು ಇಲ್ಲೇ ಇದ್ದಾರೆ. ಮತ್ತೆ..." ಗಲ್ಲಕ್ಕೆ ಬೆರಳೊತ್ತಿ ಯೋಚಿಸಿದಳು. "ನಮ್ಮಣ್ಣನ ಮದ್ವೆಯಾಯ್ತು. ಬಂಗ್ಲೆಯಲ್ಲಿ ಕೆಲ್ಸಕ್ಕಿದ್ದ ಆಳುಗಳು ಬದಲಾಗಿದ್ದಾರೆ. ನಾಡಕರ್ಣಿಯವ್ರ ಮಗ್ಳು ನೀತಾ ಇಲ್ಲೇ ಕೆಲ್ಸಕ್ಕೆ ಬರ್ತಾಳೆ."

"ಮುಗೀತಾ?" ಸುಮ ನಕ್ಕುಬಿಟ್ಟಳು. ಡಾ॥ ನರಗುಂದ್ ಕೂಡ ತಮ್ಮ ನಗುವನ್ನು ಸೇರಿಸಿದರು. ಈ ಧೈರ್ಯದ ಹುಡುಗಿಯ ಬಗ್ಗೆ ಒಂದು ರೀತಿಯ ಅಭಿಮಾನ ಮೂಡಿತ್ತು. ಒಂಟಿಯಾಗೇ ಎಲ್ಲವನ್ನೂ ಎದುರಿಸಬಲ್ಲೆ ಎನ್ನುವ ಆತ್ಮವಿಶ್ವಾಸಕ್ಕೆ ಮೆಚ್ಚಿದರು.

"ಅಂಕಲ್‌ನ ನೋಡ್ತೀರಾ?" ಮಾತೇ ಇಲ್ಲವೆನಿಸಿದಾಗ ಕೇಳಿದಳು.

"ಆಮೇಲೆ ನೋಡ್ತೀನಿ" ಬೇಸರದಿಂದ ನುಡಿದಂತಿತ್ತು. ವಿಚಿತ್ರ ಮನುಷ್ಯ! ಎಂದುಕೊಂಡ ಸುಮ "ಹಾಗಾದ್ರೆ ವಿಶ್ರಾಂತಿ ತಗೊಳ್ಳಿ" ಎಂದು ಪೂವಯ್ಯನಿಗೆ ಅವರ ಬಗ್ಗೆ ಹೇಳಿದಳು.

ಗೆಸ್ಟ್‌ಗಳಿಗೆ ಮೀಸಲಾಗಿದ್ದ ಕೋಣೆಯ ಕಡೆ ಹೋಗುತ್ತಿದ್ದ ಡಾ॥ ನರಗುಂದ್ ಹಿಂದಿರುಗಿ "ಮನೆಗೆ ಬಂದ ಗೆಸ್ಟ್‌ಗಳ್ನ ಉಪಚರಿಸೋದು ನಿಮಗೆ ಸೇರಿದ್ದು ತಾನೇ!" ಸುಮ ಜೋರಾಗಿ ನಕ್ಕುಬಿಟ್ಟಳು. ಅದೊಮ್ಮೆ ಡಾ॥ ನರಗುಂದ್‌ರ ಕೈಗೆ ಸಿಕ್ಕಿದ್ದು ಅದನ್ನೇ ಜ್ಞಾಪಕದಲ್ಲಿಟ್ಟುಕೊಂಡು ಪದೇ ಪದೆ ತಮಾಷೆ ಮಾಡುತ್ತಿದ್ದರು.

"ಓಹ್.... ನರಗುಂದ್...." ಕಮಲಾಕರನ್ ಧ್ವನಿ ಕೇಳಿಸಿತು. ಇಬ್ಬರೂ ತಿರುಗಿದರು. ಡಾ॥ ನರಗುಂದ್ ಹೋಗಿ ಕಮಲಾಕರನ್ ಕೈ ಕುಲುಕಿದರು. ಆಮೇಲೆ ಸಂತೋಷದಿಂದ ಬಾಲು ಕೈ ಕುಲುಕಿದರು. ಅವರಿಬ್ಬರನ್ನು ಬಿಟ್ಟು ಸುಮ ಹಿಂದಿರುಗಲಿದ್ದಳು.

"ಸುಮ..." ನಿಂತವಳು "ಎಲ್ಲಾ ಏರ್ಪಾಡು ಮಾಡಿದ್ದೀನಿ" ಅಲ್ಲೇ ನಿಂತಳು. ಡಾ॥ ನರಗುಂದ್ ಇಲ್ಲೇ ಉಳಿದರೆ ಬಾಲುವಿಗೆ ಒಳ್ಳೆಯ ಗೆಳೆಯರಾಗಬಲ್ಲರು. ಸ್ವಲ್ಪ ನಿರಾಳವಾಗಿ ಉಸಿರಾಡಬಹುದು. ಮನದಲ್ಲೆ ತರ್ಕಿಸಿದಳು.

"ಸ್ವಲ್ಪ ಕೆಲ್ಸವಿದೆ..." ಸುಮ ಅಲ್ಲಿಂದ ನುಸುಳಲು ನೋಡಿದಳು. ನಾಯರ್‌ಗೆ ಹೇಳಬೇಕಿತ್ತು. ಗೆಸ್ಟ್ ಒಬ್ಬರು ಬಂದಾಗ ವಿಶೇಷ ಅಡುಗೆಯ ಏರ್ಪಾಟು ಆಗಬೇಕಿತ್ತು. ಅದಕ್ಕಾಗಿ ಸಲಹೆ, ಸೂಚನೆಗಳನ್ನು ಕೊಡಬೇಕಿತ್ತು. ಅವರಿಗೆ ಹೇಳಿ ಹಿಂದಿನ ಬಾಗಿಲಿನಿಂದ ಮುಂದಕ್ಕೆ ಬಂದು ಬಂಗ್ಲೆಯೊಳಕ್ಕೆ ಬಂದಳು.

ಡಾ॥ ನರಗುಂದ್, ಬಾಲು ಇಬ್ಬರೂ ಎದುರಾದರು. ಡಾಕ್ಟರ್ ಮತ್ತು ಸುಮಳ ಮಧ್ಯೆ ನಗು ವಿನಿಮಯವಾದಾಗ ಬಾಲು ಕಿಡಿಗಣ್ಣು ಹಾರಿಸಿದ. ಇಂಗ್ಲೆಂಡ್‌ನಲ್ಲಿದ್ದು ಅಲ್ಲಿನ ಪರಿಸರದಲ್ಲಿ ಬೆಳೆದ ಬಾಲುಗೂ ಹೀಗೆನಿಸಬೇಕೆ? ಹುಟ್ಟಿದ ನೆಲದ ಗುಣ ಎಲ್ಲಿ ಹೋದೀತು?

"ಸುಮ, ಅಷ್ಟೆ ಹೊಟ್ಟೆ ತುಂಬ ಊಟ ಮಾಡೋ ಹಾಗಿರ್ಲಿ" ತಲೆಯಾಡಿಸಿದಳು. ಎಲ್ಲಿಂದಲೋ ಬಂದ ಮೋತಿ ಅವಳ ಮೇಲೆ ಜಿಗಿಯಿತು. ಡಾಕ್ಟರತ್ತ ಅದರ ದೃಷ್ಟಿ ಹೊರಳಿತು. ತಟ್ಟನೆ ಗುರ್ತಿಸಿ ಪರಿಚಯ ವ್ಯಕ್ತಪಡಿಸಿತು. ಡಾಕ್ಟರ್ ತಲೆ ಸವರಿ ಕೋಣೆಯೊಳಕ್ಕೆ ನಡೆದರು.

ಬಾಲು ಅಲ್ಲೇ ಉಳಿದಾಗ ನಗುತ್ತ "ಎಲ್ಲೋ ಹೊರಟ ಹಾಗಿದೆ ಎಸ್ಟೇಟಿನ ಯಜಮಾನರು" ಬಾಲು ಉತ್ತರಿಸದೆ ನಡೆದುಬಿಟ್ಟ.

ಡಾ॥ ನರಗುಂದ್ ಸ್ವಲ್ಪ ಮಟ್ಟಿನ ನಿರಾಸೆ ಅನುಭವಿಸಿ ಅಲ್ಲೇ ಉಳಿಯಲು ಬಂದಿದ್ದರು. ಬುದ್ಧಿವಂತ ಮೇಧಾವಿ. ಯಾರೂ ಅಲ್ಲಗಳೆಯುವಂತಿರಲಿಲ್ಲ. ಕಮಲಾಕರನ್‌ಗೆ ಸಂತೋಷವಾಗಿತ್ತು. ಅವನ ವೃತ್ತಿಯನ್ನು ಸರಿಯಾಗಿ ಬಳಸಿಕೊಳ್ಳುವ ತೀರ್ಮಾನಕ್ಕೆ ಬಂದಿದ್ದರು. ಬಾಲು ಮಾತ್ರ ಸ್ವಲ್ಪಮಟ್ಟಿನ ನಿರಾಸಕ್ತಿಯನ್ನು ತೋರಿದ. ಗಣನೆಗೆ ಬರಲಿಲ್ಲ.

ಒಂದು ಸಂಜೆ ಟ್ಯಾಕ್ಸಿ ಬಂದು ಬಂಗ್ಲೆಯ ಮುಂದೆ ನಿಂತಿತು. ಎದುರುಗೊಳ್ಳಲು ಯಾರೂ ಇರಲಿಲ್ಲ. ಬಾಲು, ಡಾಕ್ಟರ್ ತಿರುಗಾಡಲು ಹೋಗಿದ್ದರು. ಕಮಲಾಕರನ್ ಗೆಳೆಯರನ್ನು ನೋಡಲು ಚಿಕ್ಕಮಗಳೂರಿಗೆ ಹೋಗಿದ್ದರು. ಸುಮ ಮಾತ್ರ ಲೆಕ್ಕದ ಪುಸ್ತಕಗಳನ್ನು ಮುಂದೆ ಹಾಕ್ಕೊಂಡು ಕೂತಿದ್ದಳು. ಇತ್ತೀಚೆಗೆ ಬಹಳ ಯೋಚಿಸುತ್ತಿದ್ದಳು. ಬೇಸರ ಬಂದಾಗ 'ಯಾವಾಗಪ್ಪ ಬಿಡುಗಡೆ!' ಸೋತು ಕೂತು ಬಿಡುವಳು. ಭವಿಷ್ಯದ ಬಗ್ಗೆ ಏನಾದರೂ ಕನಸು ಕಾಣಬೇಕಿತ್ತು. ಏನೂ ಇಲ್ಲದಾಗ ಜೀವನವೇ ನೀರಸವೆನಿಸುತ್ತೆ. ಅವಳ ಪಾಡು ಅದೇ ಆಗಿತ್ತು. ಸುರೇಶ ಬಂದು ಕರೆದೊಯ್ದಿದ್ದರೆ ಸುಮ್ಮನೆ

ಹೋಗಿಬಿಡುತ್ತಿದ್ದಳೇನೋ?

"ಅಮ್ಮ...." ಪೂವಯ್ಯನ ಧ್ವನಿಗೆ ತಲೆ ಎತ್ತಿದಳು. ಕೆಟ್ಟ ಕನಸನ್ನು ಕಂಡವನಂತೆ ಬೆಚ್ಚಿದ್ದ. ಏನಪ್ಪ ಗ್ರಹಚಾರ? ಮೇಲೆದ್ದಳು.

"ಚಿಕ್ಕವ್ವ, ವಾಸುದೇವಪ್ಪನೋರು ಬಂದಿದ್ದಾರೆ" ಸುಮಳ ಎದೆ ಧಸಕ್ಕೆಂದಿತು. "ಮತ್ತೆನೋ ಪ್ರಾರಂಭವಾಯಿತಲ್ಲ?' ಎಂದುಕೊಂಡು ಹೊರಗೆ ಬಂದಳು.

ನಾಡಕರ್ಣಿಯವರು ಅವರ ಕೈಯನ್ನು ತಮ್ಮ ಭುಜದ ಮೇಲೆ ಹಾಕಿಕೊಂಡು ನಿಧಾನವಾಗಿ ನಡೆಸಿಕೊಂಡು ಬರುತ್ತಿದ್ದರು. ಮುಖದ ಕಳೆ ಕೆಟ್ಟಿತ್ತು. ಪ್ರೇತದ ಛಾಯೆ ಮೂಡಿತ್ತು. ದೇಹ ತೀರಾ ಕ್ಷೀಣವಾಗಿತ್ತು. ಅವರು ಬಾಲುಗೆ ಬರೆದಿದ್ದರಲ್ಲಿ ಸುಳ್ಳಿರಲಿಲ್ಲ. ತಕ್ಷಣಕ್ಕೆ ಏನು ಮಾಡಬೇಕೋ ತಿಳಿಯಲಿಲ್ಲ. ಮನೆಯವರೆಲ್ಲ ಹೊರಗಿದ್ದರು.

"ಹುಷಾರಿಲ್ವಾ?" ಮೆಲ್ಲಗೆ ಪ್ರಶ್ನಿಸಿದಳು. ಅವರಿಗೆ ಅವಳೊಡನೆ ಮಾತಾಡಲು ಇಷ್ಟವಿಲ್ಲವೇನೋ ಮುಖ ತಿರುಗಿಸಿದರು. ಸುಮ್ಮನಾದಳು.

ನಾಡಕರ್ಣಿಯವರು ಸೋಫಾ ಮೇಲೆ ಕೂಡಿಸಿ ಹೊರಗೆ ಬಂದರು. ಸುಮಳ ಮಾತಿಲ್ಲದೆ ಏನೂ ನಡೆಯುವಂತಿರಲಿಲ್ಲ. ಇಷ್ಟ... ಇಷ್ಟಾ.... ಪ್ರಶ್ನೆ ಬೇಕಿರಲಿಲ್ಲ. ಬಂದು ಅವಳೆದುರು ನಿಂತರು. ಕೇಳಲು ಅವರಿಗೂ ಕಷ್ಟವಾಯಿತು. ಹೇಳಲು ಅವಳಿಗೂ ಸಂಕಟವಾಯಿತು. ಸಂಬಳಕ್ಕಾಗಿ ಕೆಲಸ ಮಾಡುವ ಬೇರೆಯ ಹೆಣ್ಣು ಅವಳು. ವಾಸುದೇವ್, ಕಮಲ ಸ್ವಂತದವರು. ಆದರೂ ಒಂದು ಕಿಡಿ ಇಡೀ ಕಾಷ್ಠವನ್ನೇ ಸುಡಬಲ್ಲದು. ಮನೆಯಲ್ಲಿರಿಸಿಕೊಳ್ಳಲು ಅವಳಿಗೆ ಇಷ್ಟವಿಲ್ಲ.

"ಹಿಂದೆ ಇರೋ ಔಟ್‌ಹೌಸ್‌ನಲ್ಲಿ ಬಿಡಿ" ಸರಸರನೆ ನಡೆದುಬಿಟ್ಟಳು. ಕೋಣೆಗೆ ಬಂದವಳೇ ತಲೆಯ ಮೇಲೆ ಕೈ ಹೊತ್ತು ಯೋಚಿಸಿದಳು. ಎಲ್ಲಾ ಕಡೆಯಲ್ಲೂ ದಾರಿ ಮುಚ್ಚಿತ್ತು. ಮನದ ತುಂಬ ನೀರವತೆ ಹರಡಿತು.

ಪೂವಯ್ಯ ಬಂದ. ಅವನ ಹಿಂದೆ ನಾಯರ್ ಬಂದರು. ಕಡೆಗೆ ನಾಡಕರ್ಣಿಯವರು ಬಂದಾಗ ಸಹನೆಗೆಟ್ಟಳು. "ಯಾಕ್ರಿ....? ಏನ್ಬೇಕೂ...? ಒಂದ್ನಿಮಿಷ ಸುಮ್ಮನಿರೋಕೆ ಬಿಡೋಲ್ಲವಲ್ಲ?" ಧ್ವನಿ ಖಾರವಾಗಿತ್ತು.

"ನಾನೇ ನಿಮ್ಗೆ ಮೊದಲೇ ಎಚ್ಚರಿಸಲಿಲ್ವಾ! ಈ ಸ್ಥಳದಲ್ಲಿರೋವ್ರಿಗೆ ಮನಃಶಾಂತಿಯೇ ಇರೋಲ್ಲ"

"ಸುಮ್ನೆ ಇರ್ತಿರೋ...... ಇಲ್ವೋ!? ನೀವ್ಯಾಕೆ..... ಇನ್ನ ಇಲ್ಲೇ ಇದ್ದೀರಾ?" ಸಿಡುಕಿದಳು.

ಮತ್ತೆ ಏನೋ ಹೇಳಲು ಬಾಯಿ ತೆರೆದಾಗ "ಮೊದ್ಲು ಹೊರಗಡೆ ಹೋಗಿ" ಅಬ್ಬರಿಸಿದಳು. ಆಮೇಲೆ ಸಮಾಧಾನ ಸ್ಥಿತಿಗೆ ಬರಲು ಹತ್ತು ನಿಮಿಷಗಳೇ ಆದವು.

ಅವರನ್ನು ನೋಡಿಕೊಳ್ಳುವ ಸಲುವಾಗಿ ನೀತಾಳನ್ನು ಕಳುಹಿಸಿ ಸುಮ್ಮನೆ ಒಂದೆಡೆ ಕೂತಳು. ಏನು ಮಾಡಬೇಕು?

ಸೋತವಳಂತೆ ಎದ್ದು ಔಟ್‌ಹೌಸ್‌ನ ಕಡೆ ಹೊರಟಳು. ಮೋತಿ ಅವಳನ್ನು ಹಿಂಬಾಲಿಸಿತ್ತು. ಒಳಗೆ ಬಂದಿದ್ದೇ ವಾಸುದೇವ್‌ರನ್ನು ನೋಡಿ ಗುರುಗುಟ್ಟಿತು. ಅದನ್ನು ಸುಮ್ಮನಾಗಿಸಿ ಹೊರಗೆ ಕಳಿಸಿದಳು.

ವಾಸುದೇವ್ ಮಂಚದ ಮೇಲೆ ಮಲಗಿದ್ದರು. ಅವರ ಹೆಂಡತಿ ಛೇರಿನ ಮೇಲೆ ವಾಲಿದ್ದರು. ಮುಖದಲ್ಲಿ ನಿರಾಸಕ್ತ ಭಾವ ಉದಯಿಸಿತ್ತು. ಮರುಕದಿಂದ ನೋಡಿದಳು.

"ಎಷ್ಟು ದಿನದಿಂದ ಕಾಯಿಲೆ?" ಕಮಲೆ ಮುಖವನ್ನು ಬೇರೆಡೆ ತಿರುಗಿಸಿದಳು. ವಾಸುದೇವ್ ಕೇಳದವರಂತೆ ಕಣ್ಮುಚ್ಚಿ ಮಲಗಿದರು. ಪ್ರಯೋಜನವಿಲ್ಲವೆನಿಸಿತು, ಹಿಂದಿರುಗಿದಳು.

ಆಮೇಲೆ ವಿಷಯ ತಿಳಿದಾಗ ಕಮಲಾಕರನ್ ಗಂಭೀರವಾದರು. ಡಾಕ್ಟರ್, ಬಾಲು ಅವರು ಜೊತೆಗೂಡಿ ಹೊರಟಾಗ "ಸುಮ...." ಎಂದರು. ಅವಳು ಮುಖ ಕೆಳಗೆ ಹಾಕಿ "ಯಾಕೋ ಅವ್ರಿಗೆ ನನ್ಮೇಲೆ ಒಳ್ಳೆ ಅಭಿಪ್ರಾಯವಿಲ್ಲ. ನಾನು ಬರೋಲ್ಲ" ಎಂದಾಗ ಅವರಷ್ಟೇ ಜನ ನಡೆದರು.

ಕಮಲಾಕರನ್, ಬಾಲು ಅವರೆಲ್ಲ ದಿನಕ್ಕೆ ಮೂರು ನಾಲ್ಕು ಬಾರಿಯಾದರೂ ಅಲ್ಲಿಗೆ ಹೋಗಿ ಬರುತ್ತಿದ್ದರು. ಸುಮ ಮಾತ್ರ ಅತ್ತ ತಲೆಹಾಕಲಿಲ್ಲ. ಇವರಿಗಾಗಿ ತಾನು ಕೆಟ್ಟವಳು ಆಗಬೇಕಾಯಿತಲ್ಲ ಎಂದು ಯೋಚಿಸುತ್ತ ಕೂಡುತ್ತಿದ್ದಳು. ಪ್ರಾಮಾಣಿಕವಾಗಿ ನನ್ನ ಕೆಲಸ ನಾನು ಮಾಡಿದ್ದೀನಿ ಅನ್ನೋ ಸಮಾಧಾನಕ್ಕೂ ಬರುತ್ತಿದ್ದಳು. ಈ ಇಕ್ಕಟ್ಟಿನಿಂದ ಹೊರಬಿದ್ದರೆ ಸಾಕು ಎಂದು ಚಡಪಡಿಸುತ್ತಿದ್ದಳು.

ಒಬ್ಬಂಟಿಯಾಗಿ ಹಾಸುಕಲ್ಲಿನ ಮೇಲೆ ಕೈ ಹೊತ್ತು ಯೋಚಿಸುತ್ತ ಕೂತುಬಿಟ್ಟಳು. ಹತ್ತಿರ ಬೂಟಿನ ಸದ್ದು ಕೇಳಿದಾಗ ಬೆಚ್ಚಿಬಿದ್ದಳು. ಮೆಲ್ಲಗೆ ತಲೆಯೆತ್ತಿ ನೋಡಿದಳು. ಡಾ॥ ನರಗುಂದ್ ನಗುತ್ತ ನಿಂತಿದ್ದರು.

"ಸುಮ, ಹುಷಾರಾಗಿದ್ದೀರಾ?" ಸ್ವಲ್ಪ ಬಗ್ಗಿ ಪ್ರಶ್ನಿಸಿದರು.

ನೆರಿಗೆಗಳನ್ನು ಕೊಡವಿಕೊಂಡು ಮೇಲಕ್ಕೆ ಏಳುತ್ತಾ "ಓಹೋ.... ಸುಮ್ನೆ ಬೇಸರವಾಗಿತ್ತು ಅಷ್ಟೆ."

ಅವಳ ಮನಸ್ಸನ್ನು ಓದಿದವರಂತೆ ನಕ್ಕರು. ಇಷ್ಟು ಜವಾಬ್ದಾರಿ ಹೊತ್ತ ಅವಳು ಕುಸಿಯುವ ಮಟ್ಟಕ್ಕೆ ಬಂದಿದ್ದಳು. ಅವಳ ಆತ್ಮವಿಶ್ವಾಸ ಅವಳನ್ನು ಎತ್ತಿ ನಿಲ್ಲಿಸಿತ್ತು. ವಾಸುದೇವ್ ಬದುಕು-ಸಾವುಗಳ ನಡುವೆ ಇದ್ದರು. ದೇಹದ ಕಾಯಿಲೆ ಇಲ್ಲದಿದ್ದರೂ ಮನಸ್ಸಿನ ಕಾಯಿಲೆ ಅವರನ್ನು ಘಾಸಿಗೊಳಿಸಿತ್ತು. ನಿದ್ದೆಯೆಂಬುದು ಅವರ ಹತ್ತಿರ ಸುಳಿಯುತ್ತಿರಲಿಲ್ಲ. ಮಾತ್ರೆನೋ... ಇಂಜಕ್ಷನ್ನೋ.... ಕೊಟ್ಟು ಅವರಿಗೆ ನಿದ್ರೆ ಬರಿಸಬೇಕಾಗಿತ್ತು. ಯಾವುದೊ ಭಯ ಅವರನ್ನು ಮೆಟ್ಟಿಕೊಂಡಿತ್ತು. ಒಮ್ಮೊಮ್ಮೆ 'ಅಯ್ಯೋ.... ಭಾರತಿ.... ತಪ್ಪಾಯ್ತು... ತಪ್ಪಾಯ್ತು' ಚೀರುತ್ತಿದ್ದರು. ಬಹಳ ವರ್ಷಗಳ ಹಿಂದೆ ಸತ್ತ ಭಾರತಿಯ ಸಾವು ಅವರ ಹೃದಯದಲ್ಲಿ ಹಚ್ಚ ಹಸಿರಾಗಿತ್ತು.

"ತಿರುಗಾಡಿ ಬರೋಣ" ಬೇಡವೆನ್ನುವಂತೆ ತಲೆಯಾಡಿಸಿದಳು. ಯಾವುದರಲ್ಲೂ ಅವಳಿಗೆ ಉತ್ಸಾಹವಿರಲಿಲ್ಲ. ಯಾಂತ್ರಿಕವಾಗಿ ಕೆಲಸ ಮಾಡುತ್ತಿದ್ದಳು. ಇನ್ನೊಂದು ಎರಡು ತಿಂಗಳ ಮಟ್ಟಿಗಾದರೂ ಇಲ್ಲಿ ಉಳಿಯಬೇಕಿತ್ತು. ಕೊಟ್ಟಿದ್ದ ಹಣ ತೀರಿಹೋಗುತ್ತಿತ್ತು. ಆಗ ಸ್ವತಂತ್ರವಾಗಿ ನಡೆದುಬಿಡಬಹುದಿತ್ತು.

"ಬೇಡ. ಇನ್ನು ಸ್ವಲ್ಪ ಹೊತ್ತು ಇಲ್ಲೇ ಕೂತಿರ್ತೀನಿ. ನೀವ್ ಹೋಗ್ಬನ್ನಿ." ಮೆಲ್ಲಗೆ ಅವರನ್ನು ಸಾಗಹಾಕಿ ಆರಾಮಾಗಿ ಕುಳಿತುಕೊಂಡಳು. ತೀರಾ ಕತ್ತಲೆ ಮುಸುಕುವವರೆಗೂ ಕೂತೇ ಇದ್ದಳು. ಪಟಪಟನೆ ಹನಿಗಳು ಬೀಳಹತ್ತಿದಾಗ ನಿಧಾನವಾಗಿ ಹೆಜ್ಜೆ ಹಾಕತೊಡಗಿದಳು. ಅಲ್ಪ ಸ್ವಲ್ಪ ನೆನೆದೇ ಬಂಗ್ಲೆ ಮುಟ್ಟಿದ್ದು ಬಟ್ಟೆ ಬದಲಾಯಿಸುವ ಮನಸ್ಸು ಕೂಡ ಮಾಡದೆ ಕೋಣೆಯಲ್ಲಿ ಹೋಗಿ ಸುಮ್ಮನೆ ಕೂತುಬಿಟ್ಟಳು. ಕೂತೆ ಇದ್ದಳು. ಏಳಲು ಮನಸ್ಸಿಲ್ಲ.

"ಅಮ್ಮ ಊಟ." ಬೇಡವೆನ್ನುವಂತೆ ಗೋಣಾಡಿಸಿದಳು. ಅವಳಿಗೆ ಈಗ ಯಾರೂ ಬೇಡ. ಎಲ್ಲರ ಮೇಲೂ ದ್ವೇಷ ಹುಟ್ಟಿಕೊಂಡಿತ್ತು. ಮನಸ್ಸು ಎಲ್ಲರನ್ನೂ ಸ್ವಾರ್ಥಿಗಳ ಸ್ಥಾನದಲ್ಲಿ ನಿಲ್ಲಿಸಿತ್ತು. ವಿವೇಚನಾಶೂನ್ಯಳಾಗಿ ಶೋಷಣೆಗೆ ಒಳಗಾದವಳಂತೆ ಕುಸಿದಿದ್ದಳು.

ಮತ್ತೊಮ್ಮೆ ಪೂವಯ್ಯ ಬಂದಾಗ "ನಂಗೇನೂ ಬೇಡ" ಎಂದವಳೇ ಒಳಗಿನಿಂದ ಬೋಲ್ಟ್ ಹಾಕಿಕೊಂಡು ಕೂತಳು. ಏಕಾಂತ ಪ್ರಿಯವಾಗಿತ್ತು. ಮಳೆಯ ರಭಸ ಜೋರಾಗಿತ್ತು. ಧೋ ಎಂದು ಸುರಿಯುತ್ತಿತ್ತು.

ಚಿಲಕದ ಸಪ್ಪಳವಾದಾಗ ಕೂತಲ್ಲಿಂದಲೇ ರೇಗಿದಳು. "ಪೂವಯ್ಯ, ನಂಗೆ ಊಟ ಬೇಡ. ಪದೇ ಪದೆ ಬಂದು ಬೇಜಾರು ಮಾಡ್ಕೋಬೇಡ." ಮತ್ತೆ ದಬದಬ ಬಡಿದಾಗ ಎದ್ದು ಬಂದು ತೆರೆದಳು. ಕಣ್ಣುಗಳು ಕೆಂಡಗಳನ್ನು ಉಗುಳುತ್ತಿದ್ದವು.

"ಅಡ್ಗೆ ಸರಿಯಾಗಿಲ್ಲ" ಬಾಲು ಹೇಳಿದ. ಸುಮಳಿಗೆ ತಲೆ ಚಚ್ಚಿಕೊಳ್ಳಬೇಕೆನಿಸಿತು. 'ಹೋಗಿ ನಾಯರ್‌ನ ಕೇಳಿ' ಎಂದು ಹೇಳಬೇಕೆನ್ನಿಸಿತು. ಎಲ್ಲಾ ಜವಾಬ್ದಾರಿಯನ್ನು ತನ್ನ ತಲೆಯ ಮೇಲೆ ಕೂಡಿಸಿದ್ದಾರೆ. ಬಿಗುಮಾನದಿಂದಲೇ ಹೊರಗೆ ಬಂದಳು.

ಬಾಲು ತುಂಟ ನಗು ನಗುತ್ತ ಅವಳೊಂದಿಗೆ ಹೆಜ್ಜೆ ಹಾಕಿದ. ಕೋಪದಿಂದ ಅವಳ ಮುಖ ಕೆಂಪಾಗುವುದನ್ನು ನೋಡಬೇಕೆಂದೇ ಅವನಿಗೆ ಬಹಳ ಇಷ್ಟ. ಅಂತಹ ಸಂದರ್ಭಗಳು ಸಿಕ್ಕಿದಾಗ ಕಳೆದುಕೊಳ್ಳುತ್ತಿರಲಿಲ್ಲ.

ಡಾ॥ ನರಗುಂದ್ ಮತ್ತು ಕಮಲಾಕರನ್ ವಾಸುದೇವ್ ಆರೋಗ್ಯದ ಬಗ್ಗೆ ಚರ್ಚಿಸುತ್ತಲೇ ಊಟ ಪ್ರಾರಂಭಿಸಿದರು. ಅವರು ಊಟ ಮಾಡುವ ರೀತಿಯನ್ನು ಗಮನಿಸಿಯೇ ಅಡ್ಗೆ ಬಗ್ಗೆ ಒಂದು ನಿರ್ಧಾರಕ್ಕೆ ಬಂದಳು. ಮೆಲ್ಲಗೆ ಬಾಲು ಕಡೆ ನೋಟ ಹರಿಸಿದಳು. ತುಂಟ ನಗೆ ಇತ್ತು. ಅರಿಯದಂತೆ ಅವಳ ತುಟಿಗಳ ಮೇಲೂ ಮುಗುಳ್ನಗು ಅರಳಿತು. ಸುಮ್ಮನೆ ಕೂತಳು.

"ಸುಮ, ಡಯಟ್ ಮಾಡ್ತಾ ಇದ್ದೀಯಾ?" ಡಾ॥ ನರಗುಂದ್ ಕೇಳಿದರು. ತಕ್ಷಣ ಅವಳಿಗೆ ಭಯವಾಯಿತು. ಡಯಟ್ ಮಾಡಬೇಕೆನ್ನುವಷ್ಟು ಮಟ್ಟಿಗೆ

ಸ್ಥೂಲವಾಗಿದ್ದೀನಾ? ಮೈ ಕೈ ಕಡೇ ನೋಡಿಕೊಂಡಳು. ಫಕಫಕನೆ ನಕ್ಕ ಬಾಲು. ಆಮೇಲೆ ಊಟ ಸರಾಗವಾಗಿ ಸಾಗಿತು. ಕಮಲಾಕರನ್ ತಂಗಿಯ ಭವಿಷ್ಯದ ಬಗ್ಗೆ ತೀರಾ ವ್ಯಥೆಗೊಂಡವರಂತೆ ಮಾತಾಡುತಿದ್ದರು. ಈ ಸಹಾನುಭೂತಿಯೇ ಅವರ ಮಡದಿಯನ್ನು ಆಹುತಿ ತೆಗೆದುಕೊಂಡಿರಬಹುದು.

ಡಾ॥ ನರಗುಂದ್ ಹೇಳಿದರು. "ಸುಮ, ಸಂಜೆ ವೇಳೆ ನನ್ನೊತೆ ಬಾ" ಊಟ ಮುಗಿಸಿ ಏಳುತ್ತ.

"ಯಾಕೆ?" ಸಂಕೋಚವಿಲ್ಲದೆ ಪ್ರಶ್ನಿಸಿದಳು.

"ರೋಗಿಗಳ ತಪಾಸಣೆ ನಡ್ಸೋವಾಗ ಯಾರದಾದ್ರೂ ಸಹಾಯಬೇಕಾಗುತ್ತೆ."

ಸುಮಳಿಗೆ ತಟ್ಟನೆ ರೇಗಿತು. ಇವರು ತನ್ನನ್ನು ಏನೆಂದು ತಿಳಿದಿರುವವರು, ಡಾ॥ ನರಗುಂದ್‌ರ ಕೆನ್ನೆಗೆ ಬಾರಿಸುವಷ್ಟು ಕೋಪ ಬಂದಿತು ಅವಳಿಗೆ. ಮುಲಾಜಿಲ್ಲದೆ "ನಂಗೆ ಪುರಸೊತ್ತಿಲ್ಲ, ನಿಮ್ ಸಹಾಯಕ್ಕೆ ನರ್ಸ್‌ನ ನೇಮಿಸಿಕೊಳ್ಳಿ" ಹೇಳಿ ಅಲ್ಲಿ ನಿಲ್ಲದೆ ತನ್ನ ಕೋಣೆಗೆ ಬಂದುಬಿಟ್ಟಳು.

ಊಟವಾದ ಮೇಲೆ ಸ್ವಲ್ಪ ಹೊತ್ತು ಕಮಲಾಕರನ್ ಜೊತೆ ಕೂತು ಮಾತಾಡಿ ಮಾತ್ರೆ, ಹಾಲು ಕೊಟ್ಟು ಬರುವುದು ಅವಳ ಪದ್ಧತಿಯಾಗಿತ್ತು. ಈಗ ಮಾತಿಗೆ ಕೂತರೂ ತಂಗಿ ಭಾವಮೈದುನರ ಸುದ್ದಿಯೇ ಕೇಳಿ.... ಕೇಳಿ.... ತಲೆ ಚಿಟ್ಟು ಹಿಡಿದುಹೋಗುತ್ತೆ. ಒಂದೆರಡು ದಿನದಿಂದ ಅದನ್ನು ತಪ್ಪಿಸಿದ್ದಳು. ಡಾ॥ ನರಗುಂದ್ ಆ ಕೆಲಸ ಮಾಡುತ್ತಿದ್ದರು.

ದಿನದಿನಕ್ಕೂ ವಾಸುದೇವ್ ಅವರ ಆರೋಗ್ಯ ತೀರಾ ಹದಗೆಡುತ್ತಿತ್ತು. ಬೇರೆ ಡಾಕ್ಟರ್‌ಗಳಿಂದ ತಪಾಸಣೆಯಾಯಿತು. ಚಿಕಿತ್ಸೆಯಾಯಿತು. ಭರವಸೆ ಇರಲಿಲ್ಲ. ಇತ್ತೀಚೆಗೆ ತೀರಾ ಜುಗುಪ್ಸೆಗೊಂಡಿದ್ದರು.

ಪೂವಯ್ಯ ನೀಡಿದ ಪತ್ರ ಒಡೆದು ನೋಡಿದ ಕೂಡಲೇ ಸುಮಳ ಮುಖ ಇಷ್ಟಗಲವಾಯಿತು. ಲಲಿತಳಿಗೆ ಹೆಣ್ಣು ಮಗು ನಾಮಕರಣಕ್ಕೆ ಖಂಡಿತ ಬರಬೇಕೆಂದು ಶರತ್ ಬರೆದಿದ್ದ. ಎಲ್ಲಾ ಮರೆತು ಉತ್ಸಾಹಿತಳಾದಳು.

ಮನ ಬೆಂಗಳೂರಿಗೆ ಹಾರಿತು. ಪತ್ರವನ್ನು ನಾಲ್ಕು ಬಾರಿ ಓದಿದಳು. ಒಂದು ಹಿಂದಿ ಸಿನಿಮಾ ಹಾಡು ಗುನುಗುತ್ತಲೇ ಬಟ್ಟೆಗಳನ್ನು ಸೂಟ್‌ಕೇಸಿಗೆ ಹಾಕಿದಳು. ಮೊದಲು ತಾನು ಹೊರಟ ಬಗ್ಗೆ ಅವರಿಗೆ ತಿಳಿಸಬೇಕೆಂಬುದನ್ನೇ ಮರೆತಂತೆ ಇತ್ತು.

ಬಾಲು ಬಂದು ಹತ್ತಿರ ನಿಂತ. ಘಾಟು ವಾಸನೆ ಮೆಲ್ಲನೆ ತಲೆ ಎತ್ತಿದಳು. ಅವಳ ಊಹೆ ತಪ್ಪಾಗಿತ್ತು. ಡಾ॥ ನರಗುಂದ್‌ಗೂ ಕುಡಿಯುವ ಅಭ್ಯಾಸವಿತ್ತು. ಆಗ ಬಾಲುಗೆ ಕಂಪನಿ ಸಿಕ್ಕಂತಾಗಿತ್ತು. ಇಬ್ಬರೇ ಚಿಕ್ಕಮಗಳೂರಿಗೆ ಹೋಗಿ ಬರುತ್ತಿದ್ದರು. ಆ ವೇಳೆಯಲ್ಲೆಲ್ಲ ಸೇವಿಸುತ್ತಿದ್ದರು. ನೋಟಕ್ಕೆ ತತ್ತರಿಸಿ ನಾಲ್ಕೆಜ್ಜೆ ಹಿಂದೆ ಸರಿದು ನಿಂತಳು.

"ಎಲ್ಲಿಗೆ ಪ್ರಯಾಣ?" ಇನ್ನೆರಡು ಹೆಜ್ಜೆ ಹಿಂದಕ್ಕೆ ಸರಿದಳು. ಕಣ್ಣಿನ ಹೊಳಪು ಅವಳನ್ನು ಭಯವಿಹ್ವಲಳನ್ನಾಗಿ ಮಾಡುತ್ತಿತ್ತು.

"ಸುಮ..... ಡಾರ್ಲಿಂಗ್" ಬೆಚ್ಚಿಬಿದ್ದಳು. ಇಂದು ಸ್ವಲ್ಪ ಜಾಸ್ತಿಯೇ ಆಗಿದೆಯೆಂದುಕೊಂಡಳು.

"ವಾಟ್ ಯು ವಾಂಟ್?"

"ಐ ವಾಂಟ್ ಯು!" ಕೆನ್ನೆಗೆ ಅಪ್ಪಳಿಸಬೇಕೆನಿಸಿತು. ಕೋಪಕ್ಕೆ ಸಮಯವಲ್ಲವೆನಿಸಿತು. ಎಲ್ಲರ ಎದುರು ಧೈರ್ಯದಿಂದ ಜಂಬ ಕೊಚ್ಚಿಕೊಂಡ ದಿನಗಳನ್ನು ನೆನಪಿಸಿಕೊಂಡು ಎದೆಯ ಬಡಿತವನ್ನು ತಗ್ಗಿಸುವ ಪ್ರಯತ್ನ ಮಾಡಿದಳು.

ಮಾದಕ ನಗೆಯನ್ನು ನೋಡಿದಾಗ ಎದೆ ಝಲ್ಲೆನಿಸಿತು. ಬಾಯಲ್ಲಿ ತೇವ ಆರಿಹೋಯಿತು. ನಾಲಿಗೆಯಿಂದ ತುಟಿಗಳನ್ನು ಸವರಿಕೊಂಡಳು. ಎಷ್ಟೇ ಪ್ರಯತ್ನಪಟ್ಟರೂ ಮಾತು ಹೊರಗೆ ಬರಲಿಲ್ಲ.

ಮತ್ತೆ ಮತ್ತೆ ಎಂಜಲನ್ನು ನುಂಗಿ "ಏನು ವಿಷ್ಯ?" ಸ್ವರದಲ್ಲಿ ಮೃದುವಾದ ಕಂಪನವಿತ್ತು. ಬಾಲು ಇನ್ನೂ ಹತ್ತಿರಕ್ಕೆ ಸರಿದು ಬಂದ. ಧೈರ್ಯಗೆಡಲಿಲ್ಲ. "ಪೂವಯ್ಯ" ಜೋರಾಗಿಯೇ ಕೂಗಿದಳು. ಬಾಲು ತಟ್ಟನೆ ಹಿಂದಕ್ಕೆ ಸರಿದು ಹೊರಗೆ ಹೋಗಿಬಿಟ್ಟ. ಇದುವರೆಗೂ ಅವನೆಂದೂ ಈ ರೀತಿ ವರ್ತಿಸಿರಲಿಲ್ಲ. ಕಾರಣವೇನು? ಎದ್ದವಳೇ ಉದಾಸೀನದಿಂದ ಎಲ್ಲಾ ಜೋಡಿಸಿಟ್ಟು ಸೂಟ್‌ಕೇಸ್‌ನ ಬಾಗಿಲು ಹಾಕಿದಳು.

ಹೊರಗಡೆ ಬಂದು ನಿಂತಳು. ನೀತಾ ಭಯದಿಂದ ಹೊರಗೆ ಓಡಿ ಬಂದಳು. ಎಲ್ಲಾ ಮುಗಿದಿತ್ತು. ಕೂದಲು, ಬಟ್ಟೆ ಅಸ್ತವ್ಯಸ್ತವಾಗಿತ್ತು. ಹಣೆಯ ಮೇಲಿನ ದುಂಡು ಕುಂಕುಮ ಚದುರಿಹೋಗಿತ್ತು. ಹಲ್ಲಿನಡಿಯಲ್ಲಿ ಕೆಳತುಟಿಯನ್ನು ಕಚ್ಚಿ ಹಿಡಿದಳು. ರೋಷದಿಂದ ಮುಷ್ಟಿ ಬಿಗಿಹಿಡಿದಳು.

"ನೀತಾ..." ಸ್ವರ ಗಡುಸಾಯಿತು.

"ಛೇ.... ಇದೇ ಒಂದು ಬದುಕೂಂತ ತಿಳ್ಕೊಂಡಿದ್ದೀಯಾ? ಒಳ್ಳೇ ಜೀವನ ಬೇಡ್ವಾ! ಛಿ..... ಇಂಥ ಕೆಟ್ಟ ಕೆಲ್ಸಕ್ಕೆ ಹೇಗೆ ಮನಸ್ಸು ಮಾಡಿದೆ?" ಅವಳ ಹಿಡಿಯಲ್ಲಿದ್ದ ನೋಟುಗಳು ನೆಲಕ್ಕೆ ಬಿದ್ದವು. ಬಾಯಿಗೆ ಕೈ ಅಡ್ಡ ಹಿಡಿದು ಬಿಕ್ಕಿ ಬಿಕ್ಕಿ ಅತ್ತಳು.

ಭುಜ ಹಿಡಿದು ಅಲುಗಿಸಿ "ಕೆನ್ನೆಗೆ ಹೊಡ್ದು ಬುದ್ಧಿ ಹೇಳ್ಬೇಕಾಗಿತ್ತು. ಹೆಣ್ಣಿನ ಮೇಲೆ ಈ ಗಂಡಿನ ಜಾತಿ ಶೋಷಣೆ ನಡೆಸುತ್ತಲೇ ಬಂದಿದೆ" ಲಲಿತೆಯನ್ನು ನೆನಪು ಮಾಡಿಕೊಂಡು ಹಲ್ಲು ಕಡಿದಳು.

"ನನ್ದೇ ತಪ್ಪು" ಬಿಕ್ಕಿದಳು. ಸುಮಳಿಗೆ ಕಕ್ಕಾಬಿಕ್ಕಿಯಾಯಿತು. ಖಂಡಿತ ಅವಳು ಇದನ್ನು ನಂಬಲು ಸಿದ್ಧವಿಲ್ಲ. ಬಾಲು ಕಣ್ಣುಗಳಲ್ಲಿ ಹೊಯ್ದಾಡುತ್ತಿದ್ದ ಬಯಕೆಯನ್ನು ಕಂಡಿದ್ದಳು. ಇಲ್ಲೂ ತಪ್ಪು ತನ್ನದೆಂದು ಸಾಧಿಸುವ ಹೆಣ್ಣಿನ ಬಗ್ಗೆ ಅಸಹ್ಯ ಹುಟ್ಟಿತ್ತು.

ಲಲಿತ ಅಷ್ಟು ನಡೆದ ಮೇಲೂ ಶರತ್‌ನ ಪ್ರೀತಿಸುತ್ತಿದ್ದಳು, ಆರಾಧಿಸುತ್ತಿದ್ದಳು.

ಕನಸಿನಲ್ಲಿ ಕೂಡ ದ್ವೇಷಿಸಲಾರಳು. ಯಾಕೆ ಹೀಗೆ? ಇವರಿಗೆಲ್ಲ ತಲೆ ಕೆಟ್ಟಿದೆಯೇ? ವಿವೇಚನಾಶಕ್ತಿ ಇಲ್ಲವೇ? ಸಂಪ್ರದಾಯ ಎನ್ನೋ ಸಂಕೋಲೆಯನ್ನು ತಮ್ಮ ಕೊರಳುಗಳಿಗೆ ಬಿಗಿದುಕೊಳ್ಳುತ್ತಿದ್ದಾರೆಯೇ? ಛಿ.... ಛಿ.... ಛಿ....!

ನೀತಾ ಬಹಳ ಹೊತ್ತು ಅತ್ತು ಸರಿದುಹೋದಳು.

ಅಂದು ರಾತ್ರಿ ವಾಸುದೇವ್ ಸ್ಥಿತಿ ತೀರಾ ಚಿಂತಾಜನಕವಾಯಿತು. ಡಾಕ್ಟರ್‌ಗಳೆಲ್ಲ ಕೈ ಬಿಟ್ಟಿದ್ದರು. ಡಾ॥ ನರಗುಂದ್ ಪ್ರಾಮಾಣಿಕ ಪ್ರಯತ್ನವನ್ನು ಮಾತ್ರ ಮಾಡುತ್ತಿದ್ದರು. ಕೊನೆಯ ಕ್ಷಣಗಳಲ್ಲಿ "ಭಾರತಿ.... ಭಾರತಿ.... ವಿಷ.... ಅಯ್ಯೋ.... ಅಯ್ಯೋ" ಎಂದು ಚೀರಿದ್ದರು. ಆ ಕ್ಷಣದಲ್ಲಿ ಸುಮ ಕೂಡ ಅಲ್ಲಿಯೇ ಇದ್ದಳು. ತಂಗಿಯನ್ನು ಸಂತೈಸಿದ್ದರು ಕಮಲಾಕರನ್.

ಈ ಪ್ರಸಂಗದಿಂದ ಸುಮಳ ಪ್ರಯಾಣ ಮುಂದಕ್ಕೆ ಹೋಯಿತು. ಕಮಲಾಕರನ್ ಎಷ್ಟೇ ಹೇಳಿದರೂ ಅವರ ತಂಗಿ ಇಲ್ಲಿರಲು ಸಮ್ಮತಿಸಲಿಲ್ಲ. ಭೀತಿಯ ಭೂತ ಅವರಲ್ಲಿ ಹೊಯ್ದಾಡುತ್ತಿತ್ತು. ಯಾರೆಷ್ಟು ತಿಳಿ ಹೇಳಿದರೂ ಭಯದಿಂದ ಚೇತರಿಸಿಕೊಳ್ಳಲಿಲ್ಲ. 'ಭಾರತಿ ಬಂದ್ಲು, ಭಾರತಿ ಬಂದ್ಲು' ಎಂದೇ ಚೀರುತ್ತಿದ್ದರು.

"ಸುಮ, ಅಡ್ಡಾಡಿ ಬರೋಣ ಬಾ" ಡಾ॥ ನರಗುಂದ್ ಎಂದಾಗ ಸುಮ ನಿರಾಕರಿಸಲಿಲ್ಲ. ಬಹಳ ಬೇಸರವಾಗಿತ್ತು. ಹೊರಗಡೆ ತಿರುಗಾಡಿ ಬರುವುದು ಒಳ್ಳೆಯದೆನಿಸಿತು.

ವಿಷಯ ಎಲ್ಲೆಲ್ಲೋ ಸುತ್ತಿ ಕೊನೆಗೆ ಭಾರತಿಯ ವಿಷಯಕ್ಕೆ ಬಂದು ನಿಂತಿತು. ಅವರು ಕೂಡ ಭಾರತಿಯ ಸಾವಿನ ಬಗ್ಗೆ ಮರುಕಗೊಂಡಿದ್ದರು. ಜೀವನದ ಬಗ್ಗೆ ಅಷ್ಟೊಂದು ಆಸೆಯಿರಿಸಿಕೊಂಡಿದ್ದ ಹೆಣ್ಣು ದುರಂತಕ್ಕೆ ಒಳಗಾಗಿ ಸಾವನ್ನು ಅಪ್ಪಬಾರದಿತ್ತು.

"ಸುಮ.... ಹಿಂದೆ ಒಂದು ವಿಷ್ಯದ ಬಗ್ಗೆ ಪ್ರಸ್ತಾಪ ಮಾಡಿದ್ದ!" ಸುಮ ಹಗುರವಾಗಿ ನಕ್ಕಳು. ಇವರಿಗೂ ಭಾರತಿಯ ಪ್ರೇತದ ಬಗ್ಗೆ ಭಯವೇ! ಸತ್ಯ ಸಂಗತಿ ಅರಿವಾದ ಮೇಲೆ ಅವಳಲ್ಲಿನ ಭಯವು ಕರಗಿ ಹೋಗಿತ್ತು.

"ಮಧ್ಯರಾತ್ರಿಯ ವೀಣಾವಾದನದ ಬಗ್ಗೆ ಅವರು ಬೇರಾರು ಅಲ್ಲ; ವಾದಕರು ಕಮಲಾಕರನ್. ಅರಿವಿಗೆ ಬಾರದಂತೆ ಅವರು ಆ ಕೆಲಸ ಮಾಡುತ್ತಾರೆ. ಮರುದಿನ ಬಹಳ ಉಲ್ಲಾಸಕರವಾಗಿರುತ್ತಾರೆ." ಡಾ॥ ನರಗುಂದ್ ಚಕಿತರಾದರು. ವೈಜ್ಞಾನಿಕವಾಗಿ ಬೆಳೆದ ಅವರ ಮಿದುಳಿಗೂ ಈ ಯೋಚನೆ ಬಂದಿರಲಿಲ್ಲ. ಸುಮಳ ಕಡೆಗೆ ಮೆಚ್ಚಿಗೆಯಿಂದ ನೋಡಿದರು. ಆ ನೋಟದಲ್ಲಿ ನೂರು ಅರ್ಥವಿತ್ತು. ಸುಮಳ ಮುಖ ಕೆಂಪಗಾಯಿತು. ಅವರತ್ತ ತಿರುಗಿ ತುಟಿ ಕಚ್ಚಿ ಮನಸ್ಸಿನ ಗಲಿಬಿಲಿಯನ್ನು ತಡೆದು ನಿಲ್ಲಿಸಿದಳು. ಹಗುರವಾಗಿ ತೆಗೆದುಕೊಂಡಳು. ದುರ್ಘರಕ್ಕೆ ಜೀವನವನ್ನು ಒಡ್ಡಿಕೊಳ್ಳಲು ಅವಳು ಸಿದ್ಧವಿಲ್ಲ. ನೀತಾ, ಲಲಿತ ಅವಳ ಕಣ್ಣುಗಳನ್ನು ತೆರೆಸಿದ್ದರು.

"ಸುಮ, ಮುಂದೇನು ಮಾಡ್ಬೇಕು ಅನ್ನೋ ತೀರ್ಮಾನಕ್ಕೆ ಬಂದಿದ್ದೀರಿ?" ಸುಮ ಯೋಚನಾ ಲಹರಿಯಲ್ಲಿ ಮುಳುಗಿಹೋಗಿದ್ದಳು. ತಟ್ಟನೆ ಉತ್ತರಿಸುವುದು

ಅವಳಿಂದಾಗಲಿಲ್ಲ. ಅಚ್ಚರಿಯ ಮಿಂಚೊಂದು ಮಿನುಗಿ ಮಾಯವಾಯಿತು.

"ಸದ್ಯಕ್ಕಂತೂ ಬೆಂಗ್ಳೂರಿಗೆ ಹೋಗೋ ಯೋಚ್ನೆ ಇದೆ. ಮುಂದೇನು ನೋಡ್ಬೇಕು...." ಅಡ್ಡಗೋಡೆ ಮೇಲೆ ದೀಪವಿಟ್ಟ ಹಾಗೆ ಮಾತಾಡಿದಳು. ಇತ್ತೀಚೆಗೆ ಸುರೇಶ ಅವಳ ಮದುವೆಯ ಪ್ರಸ್ತಾಪವನ್ನೇ ಮಾಡಿರಲಿಲ್ಲ. ತಾಯಿ ಮಾತ್ರ ಒದ್ದಾಡುತ್ತಿದ್ದಳು. ಯಾತರ ಪ್ರಯೋಜನ? ಮದುವೆ ಮೇಲಿನ ಆಸಕ್ತಿ ಅವಳಲ್ಲಿ ಅಳಿಸಿಹೋಗಿತ್ತು. ಜೀವನ ಪೂರ್ತಿ ಗಂಡಿನ ಶೋಷಣೆಯಲ್ಲಿ ನಲುಗಿಹೋಗುವುದು ಅವಳಿಗೆ ಬೇಡವಾಗಿತ್ತು.

ಡಾ॥ ನರಗುಂದ್ ಹೇಳಿದ್ದಕ್ಕೆಲ್ಲ ಸುಮ್ಮನೆ ಹ್ಞೂಂಗುಡುತ್ತಿದ್ದಳು. ಅವರು ಏನು ಮಾತಾಡುತ್ತಿದ್ದಾರೆನ್ನುವುದು ಕೂಡ ಅವಳಿಗೆ ಅರ್ಥವಾಗಲಿಲ್ಲ. ಅರ್ಥಮಾಡಿಕೊಳ್ಳುವ ಪ್ರಯತ್ನವನ್ನು ಕೂಡ ಮಾಡಲಿಲ್ಲ.

"ನೀನು ಎಲ್ಲಾ ಕೇಳ್ತಾ ಇದ್ದೀಯಾ?" ಡಾ॥ ನರಗುಂದ್ ಸ್ವಲ್ಪ ಗಡುಸಾಗಿಯೇ ಕೇಳಿದರು. ಅವಳು ಏಕಾಗ್ರತೆಯ ಆಳದಲ್ಲಿ ಮುಳುಗಿದ್ದಳು.

ಅವಳ ಮೌನ ಡಾ॥ ನರಗುಂದ್‌ರಿಗೆ ಬೇಸರವನ್ನೇ ಕಂಡಿತು.

"ಸುಮ, ನನ್ನ ಸಮಕ್ಕೆ ನೀನು ಓಡ್ತೀಯಾ?" ಮಾತು ಬದಲಿಸಿ ಕೇಳಿದರು. ಯಾವುದೋ ಯೋಚನೆಯಲ್ಲಿದ್ದ ಸುಮ "ಓಹೋ.... ಯಾವ ಮಹಾ..." ಎಂದುಬಿಟ್ಟಳು. ಡಾ॥ ನರಗುಂದ್ ಹಿಡಿದ ಪಟ್ಟು ಬಿಡಲಿಲ್ಲ. ಸುಮ ಸೊಂಟಕ್ಕೆ ಸೆರಗು ಸಿಕ್ಕಿಸಿ ಓಡಲು ತಯಾರಾದಳು. ಇಬ್ಬರೂ ಒಂದೇ ಸಮ ಓಡಲು ಶುರು ಮಾಡಿದರು. ಗುರುತು ಹಚ್ಚಿದ ಜಾಗ ತಲುಪುವ ವೇಳೆಗೆ ಸುಮಳಿಗೆ ಸಾಕುಸಾಕಾಯಿತು. ಒಂದೆಡೆ ಕೂತುಬಿಟ್ಟಳು. ಅವಳೆದೆ ಏರಿ ಇಳಿಯುತ್ತಿತ್ತು. ಮುಖದಲ್ಲಿ ಬೆವರಿನ ಹನಿಗಳು ಕಾಣಿಸಿಕೊಂಡಿತ್ತು. ಮಾತಾಡುವ ಸ್ಥಿತಿಯಲ್ಲೇ ಇರಲಿಲ್ಲ. ಡಾ॥ ನರಗುಂದ್ ಸನಿಹದಲ್ಲೇ ಕೂತು ಸುಧಾರಿಸಿಕೊಳ್ಳುತ್ತಿದ್ದರು.

ಇವರ ಓಟವನ್ನು ನೋಡಿಯೇ ಕಮಲಾಕರನ್, ಬಾಲು ಹತ್ತಿರಕ್ಕೆ ಬಂದಿರಬೇಕು. ತಂದೆಯ ಮುಖದಲ್ಲಿ ನಗು ತುಳುಕಿದ್ದರೆ, ಮಗನ ಮುಖದಲ್ಲಿ ನರಗಳು ಕೋಪದಿಂದ ಉಬ್ಬಿದವು. ಅವರಿಬ್ಬರ ಉಡುಪಿನಲ್ಲಿ ಹೆಚ್ಚು ವ್ಯತ್ಯಾಸವಿರಲಿಲ್ಲ. ಒಂದು ವಸಂತದಲ್ಲಿ ಕೊನರೇರುವ ಸೊಂಪು ಗಿಡ, ಮತ್ತೊಂದು ಸಂಜೆಯ ಅಂಚಿನಲ್ಲಿದ್ದ ಮರ. ಅದೇ ಎತ್ತರ – ಅದೇ ಬಣ್ಣ. ಮೂಗು, ಮುಖ, ಬಾಯಿ, ಕೆನ್ನೆ – ಎಲ್ಲಾ ಪಡಿಯಚ್ಚು ಹೊಸಬರನ್ನು ನೋಡುವಂತೆ ನೋಡಿದಳು.

"ಆ ಹುಡ್ಗಿ ಜೊತೆ ಓಡಿದಂಗೆ ಅಲ್ಲ, ನನ್ನ ಸಮ ಓಡಿ ನೋಡೋಣ?" ಭುಜ ಹಾರಿಸಿ ಮೀಸೆಯ ಮೇಲೆ ಕೈ ಹಾಕಿ ಹೇಳಿದರು ಕಮಲಾಕರನ್. ಈಗಲೂ ಯೌವನ ದಿನಗಳ ಸಾಹಸ ಪ್ರವೃತ್ತಿಯ ಹುಚ್ಚು ಹೊಳೆ ಅವರಲ್ಲಿ ಹರಿಯುತ್ತಲೇ ಇತ್ತು.

"ಸದ್ಯ ಬೇಡ" ಎದ್ದುನಿಂತು ಡಾ॥ ನರಗುಂದ್ ಕೈ ಮುಗಿದರು. ಓಡಿ ಅಭ್ಯಾಸವಿಲ್ಲದ ಸುಮ ತಟ್ಟನೆ ಚೇತರಿಸಿಕೊಳ್ಳಲಾರದೆ ಹೋದಳು. ಮರಕ್ಕೆ ಒರಗಿ ಕಣ್ಮುಚ್ಚಿ ಕೂತುಬಿಟ್ಟಳು. ಡಾ॥ ನರಗುಂದ್‌ರ ಮುಖದ ಮೇಲೆ ಈಗ ಓಡಿದ ಆಯಾಸವಿರಲಿಲ್ಲ. ತಾನಿಷ್ಟು

ದಣಿವುಗೊಳ್ಳಬೇಕಾದರೆ ಕಾರಣವೇನು? ದೌರ್ಬಲ್ಯವೇ...? ಸೃಷ್ಟಿಯ ಪ್ರಕ್ರಿಯೆಯೇ? ಬಹಳ ಯೋಚಿಸಿದಳು.

"ನಾನು, ಡಾಕ್ಟರ್ ಮಾತಾಡ್ತಾ ಹೋಗ್ತಾ ಇರ್ತೀವಿ. ಸ್ವಲ್ಪ ಸುಧಾರಿಸಿಕೊಂಡ್ಮೇಲೆ ಸುಮಳನ್ನು ಕರ್ಕೊಂಡ್ಬಾ" ಉತ್ತರಕ್ಕೂ ಕಾಯದೆ ಕಮಲಾಕರನ್ ಮುಂದಕ್ಕೆ ಹೆಜ್ಜೆ ಹಾಕಿದರು.

"ನೀವ್ಹೋಗಿ... ನಾನು ಬರ್ತೀನಿ" ಸುಮ ಮೆಲ್ಲಗೆ ಉಸುರಿದಳು. ಬಾಲು ಜೊತೆಯಲ್ಲಿ ಮಾತಾಡಲೇ ಜುಗುಪ್ಸೆ!

"ನನ್ನಿಂದ ಏನಾದ್ರೂ ತೊಂದರೇನಾ?" ಹುಬ್ಬೆತ್ತಿ ಪ್ರಶ್ನಾರ್ಥಕವಾಗಿ ನೋಡಿದ.

"ಏನೂ ಇಲ್ಲ. ನನ್ನಿಂದ ನಿಮ್ಗೆ ತೊಂದರೆಯಾಗಬಾರದಷ್ಟೆ" ಪ್ಯಾಂಟಿನ ಜೇಬಿನಲ್ಲಿ ಕೈತೂರಿಸಿ ಅವಳತ್ತ ನೋಡಿದ. ಅವಳು ಎತ್ತಲೋ ನೋಡುತ್ತಿದ್ದಳು.

ಮೇಲಕ್ಕೆದ್ದ ಸುಮ ನಡೆಯತೊಡಗಿದಳು. ಬಾಲು ಅವಳನ್ನು ಅನುಸರಿಸಿದ. ಒಂದಷ್ಟು ದೂರ ಸರಿದ ಮೇಲೆ "ಸುಮ, ನನ್ನ ಕಂಡ್ರೆ ಯಾಕೆ ಮೈಲಿ ಹಾರ್ತೀಯಾ?" ಸುಮ ಅರೆ ನಕ್ಕಳು. ಅವನಿಗುತ್ತರಿಸುವ ಸ್ಥಿತಿಯಲ್ಲಿರಲಿಲ್ಲ. ಆದರೂ "ತಪ್ಪು ತಿಳ್ಕೊಂಡಿದ್ದೀರಾ" ಮೆಲ್ಲನುಸುರಿದಳು. ಇರುವ ಸ್ವಲ್ಪ ದಿನಗಳು ಯಾರ ಹತ್ತಿರವೂ ವಿರಸ ಬೇಕಾಗಿರಲಿಲ್ಲ. ಇತ್ತೀಚೆಗಂತೂ ಪ್ರತಿದಿನ ದಿನಗಳನ್ನು ಎಣಿಕೆ ಮಾಡುತ್ತಿದ್ದಳು. ಲಲಿತಳ ಮಗುವನ್ನು ನೋಡಬೇಕೆಂಬ ಆಸೆ ಅವಳನ್ನು ಕಾಡುತ್ತಿತ್ತು.

"ಅಂಕಲ್‌ಗೆ ಹೇಳಿ ನಾನು ಬೆಂಗಳೂರಿಗೆ ಹೋಗ್ಬೇಕು... ನಾಮಕರಣಕ್ಕಂತೂ ಹೋಗಲಾಗಲಿಲ್ಲ. ಒಂದೆರಡು ದಿನ ನೀವು ನೋಡಿಕೊಂಡಿರಿ. ನಾನು ಹಿಂದಿರುಗಿಬಿಡ್ತೀನಿ" ಅವನತ್ತ ನೋಡಿದಳು. ಅವಳ ಕಣ್ಣುಗಳಲ್ಲಿ ಬೇಡಿಕೆ ಇತ್ತು. ಬಾಲುಗೆ ಏನನ್ನಿಸಿತೋ ತುಟಿಗಳ ಕಿರುನಗೆ ಕುಣಿಸಿ ತಲೆಯಾಡಿಸಿ ಒಪ್ಪಿಗೆ ಸೂಚಿಸಿದ. ಮನದಲ್ಲಿ ಒಂದೇ ಹಾರಿಗೆ ಬೆಂಗಳೂರಿಗೆ ಹಾರಿಬಿಟ್ಟಿದ್ದಳು.

ಸುಮ ಬೆಂಗಳೂರಿಗೆ ಹೋಗುವ ಸಮಾಚಾರವನ್ನು, ಸುಮಳ ಬದಲು ಬಾಲುನೇ ತಂದೆಗೆ ಹೇಳಿದ. ಪ್ರಶ್ನಾರ್ಥಕವಾಗಿ ಅವಳನ್ನೊಮ್ಮೆ ನೋಡಿದರು. ವಾಸುದೇವ್ ಮರಣದಿಂದ ಸ್ವಲ್ಪ ದುಃಖವಾದರೂ ಮನದ ಮೂಲೆಯಲ್ಲಿದ್ದ ಭೂತ ತೊಲಗಿಹೋಗಿತ್ತು. ಸದ್ಯಕ್ಕೆ ತಂಗಿಯ ಬಗ್ಗೆ ಯೋಚಿಸಬೇಕಾಗಿತ್ತು. ಕಡೆಯ ಗಳಿಗೆಯಲ್ಲಿ ವಾಸುದೇವ್ ಉಸುರಿದ ಮಾತುಗಳು ತಲೆಯನ್ನು ಹೊಕ್ಕು ಗುಂಗಿಯ ಹುಳುವಿನ ಹಾಗೆ ಕೊರೆಯುತ್ತಿತ್ತು.

"ಯಾವಾಗ ಬರ್ತೀಯಾ?" ಸುಮಳಿಗೆ ಆಶ್ಚರ್ಯವೆನಿಸಿತು. ಇದುವರೆಗೂ ಅವರೇ ಇಂಥ ದಿನ ಬಂದುಬಿಡಬೇಕೆಂದು ಅಧಿಕಾರವಾಣಿಯಿಂದ ಹೇಳುತ್ತಿದ್ದರು. "ಬರ್ತೀನಿ" ಎಂದು ಮಾತ್ರ ಹೇಳಿದಳು. ಬಿಡಿಸಿ ಹೇಳುವ ಇಚ್ಛೆಯಾಯಿತು. ಮಾತುಗಳು ಗಂಟಲಲ್ಲೇ ಉಳಿದವು.

ಬೆಳಗಿನ ಮೊದಲ ಬಸ್ಸಿಗೆ ಹೋಗಲು ಎಲ್ಲಾ ರೆಡಿ ಮಾಡಿಕೊಂಡಳು. ಡಾ॥ ನರಗುಂದ್ ಇದ್ದಕ್ಕಿದ್ದಂತೆ ಅಸ್ವಸ್ಥರಾದ ಸುದ್ದಿ ಅವಳ ಕಿವಿ ಮುಟ್ಟಿತು. ಬ್ಯಾಗ್, ಸೂಟ್‌ಕೇಸ್ ಬಿಚ್ಚಿ ಎಲ್ಲವನ್ನೂ ಕಿತ್ತು ಕೋಣೆಯಲ್ಲೆಲ್ಲ ಹರಡಿದಳು. ಎಲ್ಲರ ಬಗ್ಗೆಯೂ ಕೋಪ ಬಂತು.

ಬಂಗ್ಲೆಯಿಂದ ಸ್ವಲ್ಪ ದೂರದಲ್ಲಿ ಅವರ ಮನೆ. ಎಸ್ಟೇಟ್‌ನ ಕೂಲಿಗಳು, ಸುತ್ತಮುತ್ತ ಹಳ್ಳಿಯ ರೋಗಿಗಳು ಬಂದಾಗ ಚಿಕಿತ್ಸೆ ನಡೆಸಲು ಅನುಕೂಲವಾಗುವಂತೆ ಏರ್ಪಾಟು ಮಾಡಿದ್ದರು. ಮಳೆ ಸಣ್ಣಗೆ ಹನಿಯುತ್ತಿದ್ದರಿಂದ ಕೊಡೆ ಹಿಡಿದು ಹೊರಟಳು. ಅಷ್ಟು ದೂರ ಹೋಗುವ ವೇಳೆಗೆ ಮಳೆ ಜೋರಾಯಿತು. ಸೀರೆಯ ನೆರಿಗೆಗಳನ್ನು ಮಾತ್ರವಲ್ಲದೆ ಭುಜ ಬೆನ್ನನ್ನು ಕೂಡ ತೋಯಿಸಿತು ಮಳೆಯ ಹನಿಗಳು.

"ಏಯ್... ಸುಮ" ನಿಂತು ತಿರುಗಿ ನೋಡಿದಳು. ಹಾಗೆ ಕೂಗುವ ಒಬ್ಬೇ ಒಬ್ಬ ವ್ಯಕ್ತಿ ಬಾಲು. ರೈನ್ ಕೋಟು ಧರಿಸಿ ಅತ್ತಲಿಂದ ಬರುತ್ತಿದ್ದ. ಎದುರು ದಿಕ್ಕಿನಿಂದ ಮಳೆಯ ಹೊಡೆತ ನಿಲ್ಲಲಾರದೆ ಚಡಪಡಿಸಿದಳು. ಮರದ ಬಳಿ ಹೋಗಿ ನಿಂತಳು. ಚಳಿ ಕಾಣಿಸಿಕೊಂಡಿತು. ಬಾಲು ಕೂಡ ಬಂದು ಅವಳೊಟ್ಟಿಗೇ ನಿಂತ.

"ಯಾಕೆ, ಹೋಗಲಿಲ್ಲ?" ಒಳ ಜೇಬಿನಲ್ಲಿದ್ದ ಕರ್ಚೀಫ್ ತೆಗೆಯುತ್ತ ಕೇಳಿದ. ಪೂವಯ್ಯ ಹೇಳಿದ್ದು ಏನಾದರೂ ಸುಳ್ಳು ಸುದ್ದೀನಾ! ನೆನ್ನೆ ಸಂಜೆ ಡಾ॥ ನರಗುಂದ್ ಚೆನ್ನಾಗಿಯೇ ಇದ್ದರು. ಬಾಲು ಕಣ್ಣುಗಳಲ್ಲಿ ದೃಷ್ಟಿ ಇಟ್ಟು ನೋಡಿದಳು.

"ಯಾಕೆ ಹಾಗೆ ನೋಡ್ತೀಯಾ" ಕಣ್ಣುಗಳಲ್ಲಿ ಮಾರ್ದವತೆ ಮಿಂಚಿತು.

"ಪೂವಯ್ಯ ಹೇಳಿದ್ದು ಸುಳ್ಳಾ? ಡಾ॥ ನರಗುಂದ್‌ರಿಗೆ ಮೈಯಲ್ಲಿ ಹುಷಾರಿಲ್ವಂತೆ!" ಅಸಹನೆಯ ಮಿಂಚೊಂದು ಅವನ ಕಣ್ಣಲ್ಲಿ ಸುಳಿದು ಮಾಯವಾಯಿತು. ಯಾಕೆ? ಸುಮ ತನ್ನನ್ನ ತಾನೇ ಪ್ರಶ್ನಿಸಿಕೊಂಡಳು. ಅರ್ಥ ಸಿಗಲಿಲ್ಲ.

"ಅವ್ರಿಗೆ ಹುಷಾರಿಲ್ಲದಕ್ಕೂ ನಿನ್ನ ಪ್ರಯಾಣ ನಿಲ್ಲೋದಿಕ್ಕೂ ಏನಾದ್ರೂ ಸಂಬಂಧ ಇದ್ಯಾ?" ಇದೊಂದು ವಿಚಿತ್ರ ಪ್ರಶ್ನೆಯೆನಿಸಿತು. ಇಂಗ್ಲೆಂಡಿನಲ್ಲಿ ಓದಿದ ಈ ಗಂಡು ಕೂಡ ಮಾಮೂಲಿ ಗಂಡಿನಂತೆ ವರ್ತಿಸುತ್ತಾನಲ್ಲ! ಅಷ್ಟಕ್ಕೂ ಈ ಅಸಹನೆಗೆ ಕಾರಣವೇನು? ನಗು ಬಂತು.

"ಇದೊಂದು ವಿಚಿತ್ರ ಪ್ರಶ್ನೆ. ಎರಡಕ್ಕೂ ಸಂಬಂಧವಿಲ್ಲದಿದ್ದರೂ..." ಕೊಡೆಯನ್ನು ಮುಖಕ್ಕೆ ಅಡ್ಡಲಾಗಿ ಹಿಡಿದಳು. ಮಳೆ ನಿಲ್ಲುವ ಸೂಚನೆ ಕಾಣಲಿಲ್ಲ. ಅಲ್ಲಿ ನಿಲ್ಲುವುದು ಕಷ್ಟವೆನಿಸಿತು.

"ಮಳೆಯಂತೂ ಸದ್ಯಕ್ಕೆ ನಿಲ್ಲೋಲ್ಲ. ನಾನ್ಹೋಗಿ ಬೇಗ ಬಂದ್ಬಿಡ್ತೀನಿ" ಮುಂದಕ್ಕೆ ಹೊರಟಳವಳು. ಅವಳು ಹೋದತ್ತಲೇ ನೋಡುತ್ತ ನಿಂತ ಬಾಲು ಒಂಟಿಯಾಗಿ ಬಂಗ್ಲೆಗೆ ಹಿಂದಿರುಗಿ ಬಂದ. ಅವನ ಮುಖದಲ್ಲಿ ಅಸಮಾಧಾನ ಸ್ಪಷ್ಟವಾಗಿತ್ತು.

"ಭಾರತಿ... ಬಂದ್ಲು.... ಭಾರತಿ... ಬಂದ್ಲು..." ಒಂದೇ ಸಮನೆ ಕಮಲೆ ಅರಚುತ್ತಿದ್ದಳು. ಇಲ್ಲದ ಕತೆಯನ್ನು ಹರಡಿ ಜನಗಳಲ್ಲಿ ಭಯ ಹುಟ್ಟಿಸಲು

ಕಾರಣರಾದವರು ಅವರೇ! ಇಂದು ಅದೇ ಭೀತಿಯ ಭೂತಕ್ಕೆ ತಮ್ಮನ್ನೂ ಒಪ್ಪಿಸಿಕೊಂಡಿದ್ದರು.

"ಸುಮ್ಮನಿರು ಕಮಲ, ಭಾರತಿ ಸತ್ತು ಎಷ್ಟೋ ವರ್ಷಗಳು ಆಯ್ತು. ಇನ್ನೆಲ್ಲಿ ಬರ್ತಾಳೆ!" ಕಮಲಾಕರನ್ ತಂಗಿಯ ಮೇಲೆ ಸಿಡುಕುತ್ತಿದ್ದರು.

ಬಾಲು ರೈನ್ ಕೋಟು ಕಳಚಿ ಬೇಸರದಿಂದಲೇ ಅತ್ತ ನಡೆದ. ನೀತಾ ಕೈಯಲ್ಲಿ ಹಾಲಿನ ಲೋಟ ಹಿಡಿದು ನಿಂತಿದ್ದಳು. ಎವೆಯಿಕ್ಕದೇ ನೋಡಿದ. ಎಲ್ಲಾ ನಾಡಕರ್ಣಿಯವರ ಹೋಲಿಕೆಯೇ. ತಟ್ಟನೆ ದೃಷ್ಟಿಯನ್ನು ಸರಿಸಿದ. ಕಮಲಾಕರನ್ ತಲೆಯ ಮೇಲೆ ಕೈಹೊತ್ತು ಕುಳಿತಿದ್ದರು.

"ಡ್ಯಾಡಿ, ನೀವ್ ಹೊರಗಡೆ ಬನ್ನಿ" ಭುಜದ ಮೇಲೆ ಕೈ ಹಾಕಿ ಎಬ್ಬಿಸಿಕೊಂಡು ಹೊರಗೆ ಕರೆತಂದ.

"ಅವ್ರು ಇಲ್ಲೇ ಇದ್ದರೆ ನಮ್ಗೂ ಹುಚ್ಚು ಹಿಡ್ಸಿಬಿಡ್ತಾರೆ. ಅವ್ರನ್ನ ಬೇರೆ ಕಡೆ ಇಡೋದು ಸರಿ!" ಸ್ವಲ್ಪ ಯೋಚಿಸಿದಾಗ ಮಗನ ಮಾತು ಸರಿಯೆನಿಸಿತು ಕಮಲಾಕರನ್‌ಗೆ. ಇಬ್ಬರೂ ಕೂತು ಬಹಳ ಹೊತ್ತು ಯೋಚಿಸಿ ಒಂದು ನಿರ್ಧಾರಕ್ಕೆ ಬಂದರು. ವಾಸುದೇವ್ ಅಂದರೆ ಕಮಲಾಕರನ್ ಅಜ್ಜಿಯ ಮನೆಯ ಕಡೆ ನೆಂಟರು ಚಿಕ್ಕಮಗಳೂರಿನಲ್ಲಿದ್ದರು. ಅವರ ಬಳಿ ಬಿಡುವುದು ಸರಿಯೆನಿಸಿತು. ಅದಕ್ಕೆ ಬೇಕಾದ ಏರ್ಪಾಟು ಮಾಡಲು ಸುಮಳಿಗೆ ತಿಳಿಸುವಂತೆ ಹೇಳಿದರು.

"ಹೇಗಿದ್ದಾರೆ ನಾಡಕರ್ಣಿ?" ಕಮಲಾಕರನ್ ಕೇಳಿದರು.

"ಅಂಥದ್ದೇನೂ ಇಲ್ಲ. ಪೂವಯ್ಯನ ಕೈಲಿ ಹೇಳಿ ಕಳ್ಸಿ ಸುಮನ ಕರ್ಸಿಕೊಂಡಿದ್ದಾರೆ" ಸ್ವಲ್ಪ ಖಾರವಾಗಿಯೇ ಹೇಳಿದ. ಮೊದಲು ಮಗನ ಕೋಪ ಗೋಚರಿಸದಿದ್ದರೂ ಆಮೇಲೆ ಅಸಮಾಧಾನಕ್ಕೆ ಕಾರಣ ಗೊತ್ತಾಯಿತು. ಮತ್ತೆ ನೆನಪಾಯಿತು. ಸುಮ ಬೆಂಗಳೂರಿಗೆ ಹೊರಟಿರುವ ಸುದ್ದಿ.

"ಸುಮ ಹೋಗಲಿಲ್ವಾ?" ಕೇಳಿದರು. ಅವರಿಗೆ ಮತ್ತೊಮ್ಮೆ ತಿಳಿಸದೆ ಅವಳು ಹೋಗುತ್ತಿರಲಿಲ್ಲ. ಅದು ಅವರಿಗೂ ಗೊತ್ತು. ಆದರೂ... ಕೇಳಿದರು. ಇಲ್ಲವೆನ್ನುವಂತೆ ತಲೆಯಾಡಿಸಿ ಮೇಲಕ್ಕೆದ್ದ.

ತಂಗಿಯನ್ನು ಚಿಕ್ಕಮಗಳೂರಿಗೆ ಸಾಗಿಸಿದ ಮೇಲೆ ಕಮಲಾಕರನ್ ಮನಸ್ಸು ಸ್ವಲ್ಪ ಹಗುರವಾಯಿತು. ಈಗ ತಲೆಕೆಡಿಸಿಕೊಳ್ಳಬೇಕಾದ ವಿಷಯಗಳಿರಲಿಲ್ಲ. ಮಗನ ಭವಿಷ್ಯದತ್ತ ಅವರ ಮನ ಹೊರಳಿತು. ಸುಮಳನ್ನು ಇಲ್ಲಿಗೆ ಕರೆತಂದ ದಿನ ಸುರೇಶನಿಗೆ ಎಲ್ಲಾ ವಿವರಿಸಿ ವಾಗ್ದಾನ ನೀಡಿದ್ದರು. ಅವರಿಬ್ಬರಲ್ಲೇ ಉಳಿದಿತ್ತು ವಿಷಯ. ಸುಮ ಮಾತ್ರ ಪ್ರಸನ್ನಳಾಗಿರಲಿಲ್ಲ. ಅವಧಿ ಮುಗಿದ ಕೂಡಲೇ ತಾನು ಹೊರಟುಬಿಡುವುದಾಗಿ ಪದೇ ಪದೆ ಹೇಳುತ್ತಿದ್ದಳು. ಡಾ|| ನರಗುಂದ್ ಸುಮಳನ್ನು ಮೆಚ್ಚಿಕೊಂಡವರಂತೆ ಕಾಣುತ್ತಿದ್ದರು. ನಿಟ್ಟುಸಿರು ಚೆಲ್ಲಿದರು.

* * *

ಜ್ವರದ ತಾಪದಿಂದ ನರಳುತ್ತಿದ್ದ ಡಾ॥ ನರಗುಂದ್‌ರನ್ನು ಸುಮ ನೋಡಿಕೊಳ್ಳ ಬೇಕಾಯಿತು. ಪದೇ ಪದೆ 'ಸುಮ ಸುಮ' ಎಂದು ಕನವರಿಸುತ್ತಿದ್ದರು. ಮಾತ್ರೆ, ಔಷಧಿ ಕುಡಿಸೋದರಿಂದ ಹಿಡಿದು ಅವರ ಎಲ್ಲಾ ಕೆಲಸಗಳನ್ನು ಅವಳೇ ಮಾಡಬೇಕಿತ್ತು. ಕಮಲಾಕರನ್ ಬಾಯಲ್ಲಿ ಏನೂ ಹೇಳದಿದ್ದರೂ ಅಸಮಾಧಾನಗೊಂಡವರಂತೆ ಕಾಣುತ್ತಿದ್ದರು. ಬಾಲುವಿನ ಕಣ್ಣುಗಳಲ್ಲಿ ಕೆಂಡದ ಕಿಡಿಗಳೇ ಸಿಡಿಯುತ್ತಿದ್ದವು.

ಸ್ವಲ್ಪ ಜ್ವರ ಬಿಟ್ಟಿತ್ತು. ದಿಂಬಿಗೆ ಒರಗಿ ಹಾಗೆಯೇ ಕಣ್ಣುಮುಚ್ಚಿದರು. ಸುಮ ಕೈಯಲ್ಲಿ ಫಿಲಂಫೇರ್ ಹಿಡಿದು ಪುಟಗಳನ್ನು ತಿರುವಿ ಹಾಕುತ್ತಿದ್ದಳು.

"ಸುಮ" ಎಂದರು. ಏನು ಎನ್ನುವಂತೆ ನೋಡಿದಳು. ಅವರು ಕಣ್ಣು ಮುಚ್ಚಿಯೇ ಇದ್ದರು.

"ನಾನು ಈಗ ತುಂಬ ಬದಲಾಗಿದ್ದೀನಿ. ನನ್ನ ವಮೌಲ್ಯಗಳನ್ನೆಲ್ಲ ಬದಲಾಯಿಸ್ಕೊಂಡಿದ್ದೀನಿ" ತಮ್ಮ ವಿದೇಶದ ಹುಚ್ಚಿನ ಬಗ್ಗೆ ಹೇಳಿಕೊಳ್ಳುತ್ತಿದ್ದಾರೆಂದು ಕೊಂಡಳು. ತೀರಾ ವಿಚಾರವಂತರ ಮಾತುಗಳು ಅರ್ಥವಾಗುವುದು ಕಷ್ಟ, ಸುಮ್ಮನೆ ಕೂತೇ ಇದ್ದಳು.

"ಸುಮ, ನೀನು ನನ್ನ ಅರ್ಥಮಾಡಿಕೊಂಡಿದ್ದೀಯಾ?" ಸುಮ ತಲೆ ಕೊಡವಿದಳು. ಎದ್ದು ಹಣೆ ಮೈ ಮುಟ್ಟಿ ಸಮಾಧಾನ ಮಾಡಿಕೊಂಡಳು. ಡಾ॥ ನರಗುಂದ್ ಬಗ್ಗೆ ಸಹಾನುಭೂತಿ. ಜೀವನದಲ್ಲಿ ಬಹಳ ನಿರಾಸೆ ಅನುಭವಿಸಿದ್ದ. 'ಅಯ್ಯೋ ಪಾಪ' ಎಂದುಕೊಂಡಿದ್ದಳು.

"ಸುಮ, ಏನಾದ್ರೂ ಮಾತಾಡು" ಎಂದಾಗ ತಳಮಳ, ಬೇಸರದಿಂದ ಮಾತುಗಳೇ ಹೊರಡದಾಯಿತು. ಹೊರಗೆದ್ದು ನಡೆದಳು. ಬಂದ ನಾಯರ್‌ನ ಅಲ್ಲೇ ಇರಿಸಿ ಬಂಗ್ಲೆಗೆ ಹಿಂದಿರುಗಿದಳು. ಇವಳು ಬಂದಾಗ ಬಾಲು ಬಾನೆಟ್ಟಿನ ಮೇಲೆ ಕೈಯೂರಿ ನಿಂತಿದ್ದ. ಅವನೆಲ್ಲೋ ಹೊರಡುವ ಸಿದ್ಧತೆಯಲ್ಲಿದ್ದಾನೆಂದು ಅರಿತಳು. ತಾನಾಗಿ 'ಹಲೋ!' ಎಂದಳು. ದೃಷ್ಟಿಯನ್ನು ಅವಳ ಮೇಲೆ ನೆಟ್ಟು ತುಟಿ ಕೊಂಕಿಸಿ ನಕ್ಕ. ಕಣ್ಣಿನಲ್ಲಿ ತೀಕ್ಷ್ಣತೆ ಇತ್ತು.

"ನೀನು ಮೊದಲಿನ ಸುಮ ಅಲ್ಲ. ಡ್ಯಾಡಿ ನಂಬಿಕೆ ಸುಳ್ಳಾಗಿದೆ" ಸುಮ ಪೆಟ್ಟಿಬಿದ್ದಳು. ಹೊಟ್ಟೆಯಲ್ಲಿದ್ದುದೆಲ್ಲ ವಿಷದ ಹಾಗಾಯ್ತು. ಕಣ್ಣು ಕಿರಿದು ಮಾಡಿ ನೋಡಿದಳು. ಬಾಲು ಎದೆಯ ಮೇಲೆ ಕೈಕಟ್ಟಿ ನಿಂತಿದ್ದ. ಸುಮ ಅವನನ್ನು ದಾಟಿ ಮುಂದೆ ನಡೆದಳು.

ಕೋಣೆಗೆ ಬಂದು ಸುಸ್ತಾದವಳಂತೆ ಕೂತುಬಿಟ್ಟಳು. ಇಲ್ಲಿನ ಕೆಲಸದ ಬಗ್ಗೆ ಕೇಳಿದಾಗ ಗೆಳತಿಯರೆಲ್ಲ ಮುಸಿಮುಸಿ ನಕ್ಕಿದ್ದರು. 'ಬೇಡ್ವೆ, ಅದೆಲ್ಲ ಸುಲಭವಲ್ಲ. ದೇವ್ರು ನಮ್ಗೆ ಬಹಳ ಮೃದುವಾದ ಮನ್ಸು ಕೊಟ್ಬಿಟ್ಟಿದ್ದಾನೆ. ಸ್ವಲ್ಪಕ್ಕೆಲ್ಲ ಬೇಗ ಕರಗಿಬಿಡ್ತೀನಿ. ಅದೇ ಸಂದರ್ಭವೆಂದು ಅರಿತು ಸಂಕೋಲೆಯಲ್ಲಿ ಬಿಗಿದುಬಿಡ್ತಾರೆ. ಖಂಡಿತ ತಪ್ಪಿಸಿಕೊಳ್ಳೋಕೆ ಆಗೋಲ್ಲ' ಹದೆರಿಸಿದ್ದರು. ಕಡೆಯ ಗಳಿಗೆಯಲ್ಲೂ "ಬಿ ಕೇರ್‌ಫುಲ್"

ಎಚ್ಚರಿಸಿದ್ದರು. "ಸೋ ಇಟ್ಸ್ ಎ ಚಾಲೆಂಜ್. ಎಂಥ ಸಂದರ್ಭ ಬಂದ್ರೂ ಅವರ ಕೈಗಳಲ್ಲಿ ಜಾರಿಬಿಡೋಲ್ಲ" ಎಂದಿದ್ದಳು.

"ಎಸ್ಟೇಟ್‌ಗೆ ಹೋಗ್ಬರೋಣ್ವಾ" ಎಂದ ಕೋಣೆಯ ಹೊರಗೆ ನಿಂತು ಬಾಲು ಅಧಿಕಾರವಾಣಿಯಿಂದ ತೆಗೆದು ಕೆನ್ನೆಗೆ ಅಪ್ಪಳಿಸುವಷ್ಟು ಕೋಪ ಬಂದಿತ್ತು. ಪ್ರಾಮಾಣಿಕವಾದ ವಿಷಯ ಎದುರಿಗಿತ್ತು. ಕೂಲಿಗಾರರು ಹಣ್ಣುಗಳನ್ನು ಬಿಡಿಸುತ್ತಿದ್ದರು. ಹೋಗಲೇಬೇಕಾಗಿತ್ತು. ಎದ್ದು ನಿಂತು ಮುಂದಲೆಯನ್ನು ಕೈಯಿಂದ ಸರಿಪಡಿಸಿಕೊಂಡಳು.

"ನಡೆಯಿರಿ" ನಾಲ್ಕು ಹೆಜ್ಜೆ ಮುಂದಕ್ಕೆ ಹಾಕಿದಳು. ಬೇರೆ ಬಗೆಯ ಪ್ರತಿಕ್ರಿಯೆ ಬರಬಹುದೆಂದು ಊಹಿಸಿದ್ದ ಬಾಲು ತಣ್ಣಗಾದ.

"ಅಂಕಲ್‌ಗೆ ಹೇಳಿ ಬರ್ತೀನಿ" ಸರಸರನೆ ಒಳಕ್ಕೆ ನಡೆದಳು. ಲೈಬ್ರರಿ ಕೋಣೆಯಲ್ಲಿದ್ದರು. ಕಿಟಕಿಗಳಿಂದ ಬೀಸಿ ಬರುತ್ತಿದ್ದ ಗಾಳಿಗೆ ಗುರುದೇವ ರವೀಂದ್ರನಾಥ ಟ್ಯಾಗೋರರ ತೈಲಚಿತ್ರಕ್ಕೆ ಹಾಕಿದ್ದ ಗಂಧದ ಹಾರ ತುಯ್ದಾಡುತ್ತಿತ್ತು.

"ಅಂಕಲ್..." ಬಾಯಿ ಮುಚ್ಚುವುದರೊಳಗಾಗಿ "ಬಾ ಸುಮ, ನೀನು ತುಂಬ ಬಿಜಿಯಾಗ್ಬಿಟ್ಟೆ ನಿನ್ನ ಅಂಕಲ್‌ನೇ ಮರ್ತುಬಿಟ್ಟಿದ್ದೀಯ!" ಗಾಬರಿಯಾದಳು. ವಾಸುದೇವ್ ಅವರ ಹೆಂಡತಿ ಬಂದ ಮೇಲೆ ಅವರೆಡೆ ಸ್ವಲ್ಪ ನಿರಾಸಕ್ತಳಾದದ್ದುಂಟು. ಆದರೆ... ತನ್ನ ಜವಾಬ್ದಾರಿ ಮರೆತಿರಲಿಲ್ಲ. ಉಗುಳು ನುಂಗಿ "ನನ್ನಿಂದ ಏನಾದ್ರೂ ತಪ್ಪು ಆಗಿದ್ಯಾ?" ಅಳುಕುತ್ತಲೇ ಕೇಳಿದಳು. ಕಮಲಾಕರನ್ ವ್ಯಕ್ತಿತ್ವದ ಬಗ್ಗೆ ಅಪಾರ ಗೌರವವಿತ್ತು. ಸ್ವಾರ್ಥಿ ಗಂಡಸರಂತೆ ಅಲ್ಲ. ಮಡದಿಯ ಮೇಲಿನ ಪ್ರೀತಿ ಇಂದು ಅವರ ಹೃದಯದಲ್ಲಿ ಹಸುರಾಗಿತ್ತು. ಕಹಿಯನ್ನು ನುಂಗಿ ಬದುಕಿಗಾಗಿ ಶ್ರಮಿಸಿದ್ದರು. ಬೇರೆ ಹೆಣ್ಣಿನೆಡೆ ಅವರ ದೃಷ್ಟಿ ಹೊರಳಿಯೇ ಇರಲಿಲ್ಲ. ಎಂಥಾ ಸಂಯಮಿ. ಯಾರಾದರೂ ಅಚ್ಚರಿಪಡುವಂಥ ವ್ಯಕ್ತಿತ್ವ! ಗಂಡಸರ ಬಗ್ಗೆ ಅವಳಿಗಿದ್ದ ಕಹಿ ಭಾವನೆಯನ್ನು ತೊಡೆದಿದ್ದ ಏಕೈಕ ವ್ಯಕ್ತಿ ಕಮಲಾಕರನ್! ಈ ದೊಡ್ಡ ಒಂಟಿ ಬಂಗ್ಲೆಯಲ್ಲಿ ಅವರೆಂದೂ ಸಂಯಮ ಮೀರಿ ವರ್ತಿಸಿರಲಿಲ್ಲ. ಸುರೇಶ, ಬಾಲು, ಶರತ್, ತನ್ನ ತಂದೆ ಎಲ್ಲರಿಗಿಂತ ಬೇರೆ ವ್ಯಕ್ತಿತ್ವವುಳ್ಳ ಮನುಷ್ಯರು ಕಮಲಾಕರನ್! ಇದು ಅವಳ ಸ್ವಂತ ನಿರ್ಧಾರ.

ಮೇಲೆದ್ದು ನಿಂತರು. ಹಿಂದಿನ ಭೀತಿ ಅವರ ಕಣ್ಣುಗಳಲ್ಲಿ ಈಗ ಇರಲಿಲ್ಲ. ಸ್ವಚ್ಛ ಕೊಳದಲ್ಲಿ ರಾಜಹಂಸಗಳಂತೆ ತೇಲಾಡುತ್ತಿದ್ದವು ಕಣ್ಣುಗುಡ್ಡೆಗಳು. ಅಕ್ಕರೆಯಿಂದ ಸುಮಳನ್ನು ನೋಡಿದರು. ಸ್ವಲ್ಪ ಮಟ್ಟಿನ ನಿರಾಸೆ ಅವರನ್ನು ಆವರಿಸಿದ್ದಂತೆ ಕಂಡಿತು.

"ಎಲ್ಲೊ ಹೊರಟಹಾಗಿದೆ" ತಿಳಿ ಮಾಡಲು ಯತ್ನಿಸಿದರು. ಸುಮಳನ್ನು ಯಾವ ರೀತಿಯಲ್ಲೂ ಕಂಗೆಡಿಸುವುದು ಅವರಿಗೆ ಬೇಡ.

"ಎಸ್ಟೇಟ್ ಕಡೆ ಹೋಗ್ಬರ್ಬೇಕಿತ್ತು."

"ಆಲ್‌ರೈಟ್.... ಹೋಗ್ಬಾ! ಬಾಲು ಬರ್ತಾನೆ ತಾನೇ!" ಹೌದೆನ್ನುವಂತೆ ತಲೆಯಾಡಿಸಿದಳು. ಇಬ್ಬರು ಜೊತೆಗೂಡಿಯೇ ಹೊರಗೆ ಬಂದರು. ಬಾಲು ಕಾರಿನಲ್ಲಿ ಕೂತು ಇವಳಿಗಾಗಿ ಕಾಯುತ್ತಿದ್ದ ಕಿವಿ ಒಡೆದು ಹೋಗುವಂತೆ ಹಾರನ್ ಮಾಡುತ್ತಿದ್ದ.

"ಸ್ಟಾಪ್ ಇಟ್ ಬಾಲು" ಕಮಲಾಕರನ್ ಹೇಳಿದಾಗ ನಕ್ಕು ಸೀಟಿಗೆ ಒರಗಿದ.

"ಬನ್ನಿ ಅಂಕಲ್" ಸ್ವರದಲ್ಲಿ ಸಹಜತೆ ಇರಲಿಲ್ಲ. ದಟ್ಟವಾದ ಯೋಚನೆಗಳು ತಲೆಯಲ್ಲಿ ಹಬ್ಬಿಕೊಂಡಿದ್ದವು. ಹೊರಡುವ ದಿನಗಳು ಸಮೀಪಿಸಿದಾಗ ಕಮಲಾಕರನ್ ತನ್ನ ಬಗ್ಗೆ ತಪ್ಪು ತಿಳಿಯಬೇಕೆ? ಕಾರಣ ಏನು?

"ಇಲ್ಲ; ಹೋಗ್ಬನ್ನಿ" ಕಮಲಾಕರನ್ ಕಾರು ಮರೆಯಾಗುವವರೆಗೂ ನೋಡುತ್ತ ಅಲ್ಲೇ ನಿಂತರು. ಕಣ್ಣುಗಳಲ್ಲಿ ತೃಪ್ತಿಯ ನಗು ಇಣುಕಿತು. ಕಾಲುಗಳು ಆಕರ್ಷಣೆಗೆ ಒಳಗಾದಂತೆ ಎಳೆದುಕೊಂಡು ಹೋದರು. ಭಾರತಿಯ ಸಮಾಧಿಯ ಬಳಿಗೆ ಹೋಗುವ ವೇಳೆಗೆ ಸೋತುಹೋದರು. ಅಮೃತಶಿಲೆಯ ಹಾಸಿನ ಮೇಲೆ ಕೂತು ತಲೆಯನ್ನು ಒರಗಿಸಿದರು. ಕಣ್ಣೀರು ಧಾರೆ ಧಾರೆಯಾಗಿ ಹರಿಯಿತು. ಎಂದಿಗೂ ಬತ್ತಿ ಹೋಗದೇನೊ. ಮಕ್ಕಳಂತೆ ಬಿಕ್ಕಿದರು. ಕೈಯಿಂದ ಸವರಿದರು. 'ಭಾರತಿ.... ಸುಮಧುರ.... ಭಾರತಿ' ಕನವರಿಸಿಕೊಂಡವರಂತೆ ನುಡಿದರು.

ಭಾರತಿ ವೀಣೆಯನ್ನು ಹಿಡಿದು ಕೂತು ಅವರ ಗಂಧರ್ವನಾದದ ಜೊತೆ ತನ್ನ ಕಂಠವನ್ನು ಕೂಡಿಸಿದಾಗ ಸುಮಧುರವಾಗಿ ಹರಿದುಬರುತ್ತಿತ್ತು. ಮದುವೆಯಾದ ಹೊಸದರಲ್ಲಿ ಸದಾ ಅವಳ ವೀಣೆಯ ವಾದನವನ್ನು ಕೇಳುವ ಆಸೆ ಕುಂಚ ಹಿಡಿದ ಬೆರಳುಗಳು ವೀಣೆಯ ತಂತಿಗಳನ್ನು ಮೀಟಿದವು. ತಪ್ಪನ್ನ ತಿದ್ದಿ ಒಪ್ಪಾಗಿ ಹೇಳಿಕೊಟ್ಟಳು. ಅಂದೇ ಸುಮಧುರ ಭಾರತಿಯೆಂದು ಬಾಯಿ ತುಂಬ ಕರೆದಿದ್ದರು.

ಬಹಳ ಹೊತ್ತು ತಂಪಿನ ನೆಲದಲ್ಲಿ ಕೂತು ಕಡೆಗೆ ಬಲಾತ್ಕಾರದಿಂದ ಮೇಲೆದ್ದರು. ಕಾಲುಗಳು ಮುಷ್ಕರ ಹೂಡಿದ್ದವು. ಹಿಂದಿರುಗಿ ನೋಡಿದರು ತುಟಿಗಳ ಮೇಲೆ ನೋವಿನ ನಗೆ ಮಿನುಗಿತು. 'ಭಾರತಿ, ಈಗ್ಲೂ ನಿಂಗೆ ಎಂಥ ಶಕ್ತಿ ಇದೆ!' ಕಣ್ಣುಗುಡ್ಡೆಗಳು ನೀರಿನ ಕೊಳದಲ್ಲಿ ಈಜಾಡಿದವು. ಮತ್ತೇನೋ ಹೇಳಿಕೊಂಡರು. ಆಮೇಲೆ ಬಂಗ್ಲೆ ಕಡೆಗೆ ಹೆಜ್ಜೆ ಹಾಕಿದರು.

ಎದುರಾದ ನಾಯರ್‌ನ ಕೇಳಿದರು. "ಹೇಗಿದ್ದಾರೆ ಡಾಕ್ಟ್ರ?" ಅವರು ತಲೆ ಕೆರೆದುಕೊಳ್ಳುತ್ತ "ಪರವಾಗಿಲ್ಲ." ಹೇಳಬೇಕೆಂದ ಮಾತುಗಳನ್ನು ಬಲವಂತದಿಂದ ನುಂಗಿದರು. ಸುಮಳನ್ನು ಕಳುಹಿಸಿಕೊಡುವಂತೆ ಡಾ॥ ನರಗುಂದ್ ಹೇಳಿ ಕಳುಹಿಸಿದ್ದರು. ಹಾಗಂತ ಹೇಳೋಕೆ ಅವರಿಂದಾಗಲಿಲ್ಲ.

"ಏನಾದ್ರೂ ಹೇಳಿದ್ರಾ? ಯಾರಿದ್ದಾರೆ ಅಲ್ಲಿ?" ಅವರಿಂದಲೇ ಪ್ರತ್ಯೇಕವಾಗಿ ಆಳು ನೇಮಿಸಲ್ಪಟ್ಟಿದ್ದ. ಊಟ, ತಿಂಡಿ ಇಲ್ಲೇ ಆಗುತ್ತಿತ್ತು. ಅನಾರೋಗ್ಯಗೊಂಡ ಅವರ ಬಗ್ಗೆ ಮರುಕವಿತ್ತು.

"ಆಳು ಇದ್ದ... ಅವರನ್ನು ಕಳ್ಸಿಕೊಡೀಂತ ಹೇಳಿಕಳಿಸಿದ್ರು." ಕಮಲಾಕರನ್ ಕಣ್ಣುಗಳು ಕೆಂಪಗಾದವು. ವಿವೇಕವಿಲ್ಲದ ಮನುಷ್ಯನೆಂದು ಬೈದುಕೊಂಡರು. ಸುಮಳ ಬಗ್ಗೆ ಕೂಡ ಯೋಚಿಸಬೇಕಾಗಿತ್ತು. ಊರಿಗೆ ಹೋಗೋದನ್ನ ಬದಿಗೊತ್ತಿ ಅವರ ಶುಶ್ರೂಷೆ ಮಾಡಿದ್ದಳು. ಒಬ್ಬರಿಗೊಬ್ಬರು ಪೂರಕವೇನೋ! ಇಲ್ಲಿ ಎಡವಿಬಿಟ್ಟೆನೇನೋ!

ಎಂದು ಯೋಚಿಸಿದರು.

"ನಾನು ಹೋಗಿ ನೋಡ್ಬರ್ತೀನಿ" ಕಟ್ಟಿ ಹಾಕಿದ್ದ ಮೋತಿ ಜೋರಾಗಿ ಬೊಗಳಿತು. ನಾಯರ್ ಸರಪಣಿ ಬಿಚ್ಚಿದರು. ವಾಸುದೇವ್ ಬಂದ ಮೇಲೆ ಮೋತಿಯನ್ನು ಕಟ್ಟಿಹಾಕಿಯೇ ಇರುತ್ತಿದ್ದರು. ಅವರು ಸತ್ತ ಮೇಲೆ ಸ್ವಲ್ಪ ಬಿಡುಗಡೆ ಸಿಕ್ಕಿತ್ತು. ಈಗಲೂ ಆಗಾಗ ಕಟ್ಟಿಹಾಕಿಬಿಡುತ್ತಿದ್ದರು. ನಾಡಕರ್ಣಿಯವರನ್ನು ಕಂಡರೆ ಶತ್ರುಗಳನ್ನು ಕಂಡಂತೆ ಜಿಗಿಯುತ್ತಿತ್ತು. ಏನೇ ಮಾಡಿದರೂ ಅವರ ಮೇಲಿನ ದ್ವೇಷ ಕಡಿಮೆಯಾಗಲಿಲ್ಲ.

"ನಡೀ, ಡಾಕ್ಟ್ರನ್ನ ನೋಡ್ಬರೋಣ" ಹೇಳಿದರು. ಅವರಿಗಿಂತ ಮುಂದಾಗಿ ಹೋಗಿ ನಿಂತು ಎದುರು ನೋಡಿತು. ಅವರು ಬರೋವರೆಗೂ ಅದು ಆ ಸ್ಥಳ ಬಿಟ್ಟು ಅಲ್ಲಾಡದು.

ಕಮಲಾಕರನ್‌ರನ್ನ ನೋಡಿದ ಕೂಡಲೇ ಡಾ॥ ನರಗುಂದ್ ಏಳುವ ಪ್ರಯತ್ನ ಮಾಡಿದರು. ಅದನ್ನು ಮಧ್ಯದಲ್ಲಿಯೇ ತಡೆಯುತ್ತ "ಬೇಡ... ಬೇಡ ಹೇಗಿದ್ದೀರಿ? ಡಾಕ್ಟರಾದ ನೀವೇ ಮಲ್ಗಿಬಿಟ್ರೆ ನಮ್ಗತಿಯೇನು?!" ಡಾ॥ ನರಗುಂದ್ ಕ್ಷೀಣವಾಗಿ ನಕ್ಕರು.

ದಿಂಬಿಗೆ ಒರಗಿ ಕುಳಿತ ಡಾ॥ ನರಗುಂದ್ "ಇನ್ನು ಲಿಕ್ವಿಡ್ ಡಯೆಟ್ ಸಾಕು. ಊಟ ಮಾಡ್ಬೇಕು... ಅನ್ನಿಸಿದೆ" ಎಂದರು. ಕಮಲಾಕರನ್ ಜೋರಾಗಿ ನಕ್ಕರು. 'ರೋಗಿಗಳ ಕಷ್ಟ ಡಾಕ್ಟ್ರುಗಳಿಗೆ ಅನುಭವವಾಗಬೇಕು. ಆಗ ಸ್ವಲ್ಪ ಕರುಣೆಯಿಂದ ನೋಡಿಯಾರು' ಎಂದುಕೊಂಡರು.

"ಸುಮ ಎಲ್ಲಿ?" ಕಮಲಾಕರನ್ ಹಣೆಯ ಮೇಲಿನ ನರಗಳು ಬಿಗಿದುಕೊಂಡವು. ವಿಚಿತ್ರ ಮನುಷ್ಯ ಎಂದುಕೊಂಡರು. ಅಂದು ಸುರೇಶನನ್ನು ಒಪ್ಪಿಸಲು ಬಹಳ ಪಾಡುಪಟ್ಟಿದ್ದರು. ದೂರಾಲೋಚನೆಯನ್ನು ಇಟ್ಟುಕೊಂಡೇ ಅವಳನ್ನು ನೇಮಿಸಿ ಕೊಂಡುದು. ಮಧ್ಯೆ ಕಳಚಿಕೊಂಡಾಳೆಂದು ಋಣದಿಂದ ಬಂಧಿಸಿಟ್ಟಿದ್ದರು. ಸುಮ ಇಲ್ಲದಿದ್ದರೆ ಹದಗೆಟ್ಟ ಈ ಪರಿಸ್ಥಿತಿಯನ್ನು ಅಲ್ಲ ಬಾಲುನು ಕೂಡ ಅಂಕೆಯಲ್ಲಿಡಲು ಬಹಳ ಕಷ್ಟಪಡಬೇಕಾಗಿತ್ತು. ನಂಬಿಕೆಯನ್ನು ಉಳಿಸಿಕೊಂಡಿದ್ದಳು. ಆದರೆ... ಬಾಲು ಬಗ್ಗೆ ಅವಳಿಗೆ ಆದರವಿಲ್ಲ. ಅವನ ಸ್ವಭಾವ, ನಡತೆ ಅವಳಿಗೆ ಮೆಚ್ಚಿಗೆಯಾಗಲಿಲ್ಲ. ನೀತಾಳ ಜೊತೆ ಅವನ ಸಂಬಂಧ. ಅವನು ಬೆಳೆದ ವಾತಾವರಣದಲ್ಲಿ ಇದೊಂದು ದೊಡ್ಡ ವಿಷಯವಲ್ಲ! ಆದರೆ... ಇಲ್ಲಿ! ಮುಖ ಬಿಳಿಚಿಕೊಂಡಿತು.

"ಸುಮ ತುಂಬ ಬಿಜಿ. ಬಾಲು ಜೊತೆ ಎಸ್ಟೇಟ್‌ಗೆ ಹೋದ್ಲು" ಸ್ವಲ್ಪ ಗಡುಸಾಗಿಯೇ ಹೇಳಿದರು.

"ಅವ್ಳು ಎದುರಿಗೆ ಇದ್ರೆ ಔಷ್ಧ ಇಲ್ಲದೇ ವಾಸಿ ಮಾಡಿಕೊಳ್ಳಬಹುದು" ಏಕವಚನದಲ್ಲಿ ಸಂಬೋಧನೆ–ಹಿಂದೆ ಇದೇ ರೀತಿ ಸಂಬೋಧಿಸುತ್ತಿದ್ದರೇನೋ ಅವರ ಗಮನಕ್ಕೆ ಬಂದಿರಲಿಲ್ಲ. ಈಗಂತೂ ಬೇಸರವಾಯಿತು.

"ಒಂದ್ಸಲ ನಿಮ್ಮೂರಿಗೆ ಹೋಗ್ಬನ್ನಿ. ನಿಮ್ಮ ಕಾಯಿಲೆಗೆ ನಿಮ್ಮವ್ರು ಚಿಕಿತ್ಸೆ ಮಾಡಿ

ಕಳುಸ್ತಾರೆ!" ಗಡುಸಾಗಿಯಲ್ಲದಿದ್ದರೂ ಗಂಭೀರವಾಗಿ ಹೇಳಿದರು.

ಡಾ॥ ನರಗುಂದ್ ಕ್ಷೀಣವಾಗಿ ನಕ್ಕರು.

ಅವರ ಸ್ವಭಾವ ಸ್ವಲ್ಪ ವಿಚಿತ್ರ ದೊಡ್ಡವರ ತಿಳುವಳಿಕೆಯ ನುಡಿಗಳನ್ನೆಲ್ಲ ಉದಾಸೀನ ಮಾಡಿದ್ದರು. ತಮ್ಮ ಪ್ರತಿಭೆಗೆ ಪುರಸ್ಕಾರ ಸಿಗಬೇಕೇ ವಿನಹ ತಾವು ಮಾತ್ರ ಯಾವ ರೆಕಮೆಂಡೇಷನ್, ಹಣದ ಸಹಾಯದಿಂದ ಮೇಲಕ್ಕೆ ಬರುವುದಿಲ್ಲವೆಂದು ಒತ್ತಿ ಹೇಳಿದ್ದರು. ಅಂದಿನ ದಿನಗಳ ಹೆಚ್ಚಿನ ಬುದ್ಧಿವಂತಿಕೆಯ ಪ್ರಭಾವವೇನೋ!?

* * *

ಸುಮ ಬೆಂಗಳೂರಿಗೆ ಹೋಗುವ ಸುದ್ದಿಯನ್ನೇ ಎತ್ತಲಿಲ್ಲ. ಅಣ್ಣನಿಗೆ ಕಾಗದ ಬರೆಯಲು ಸ್ವಾಭಿಮಾನ ಅಡ್ಡ ಬಂತು. ಇಂದಲ್ಲದಿದ್ದರೂ ನಾಳೆಯಾದರೂ ಪತ್ರ ಬರಬಹುದೆಂದು ಕಾದಳು. ನಿರಾಶೆಯಾಯಿತು. ಇನ್ನ ನಾಲ್ಕು ದಿನಗಳಿಗೆ ಗಡುವು ಮುಗಿದು ಹೋಗಲಿತ್ತು. ಇಪ್ಪತ್ತು ತಿಂಗಳ ದಾರಿಯನ್ನು ಹಿಂದಿರುಗಿ ನೋಡಿದರೆ ಎಷ್ಟೋ ಘಟನೆಗಳು ನಡೆದು ಹೋಗಿದ್ದವು. ಡಾ॥ ನರಗುಂದ್ ಬಹಳ ಆತ್ಮೀಯವಾಗಿ ವರ್ತಿಸುತ್ತಿದ್ದರು. ಹೆಚ್ಚೇನೂ ಭಾವಿಸಲಿಲ್ಲ. ಒಳ್ಳೆಯ ನಡತೆಗೆ ಮೆಚ್ಚಿಕೊಂಡಿದ್ದಳು. ಬಿಡುವಿನ ವೇಳೆಯಲ್ಲಿ ಹೋಗಿ ಅವರಿಗೆ ಸಹಾಯ ಮಾಡುತ್ತಿದ್ದಳು. ಕೂಲಿಗಾರ ಭಾಷೆಯನ್ನು ಅರ್ಥಮಾಡಿಕೊಳ್ಳಲು ಆ ಮನುಷ್ಯ ಬಹಳ ಪ್ರಯತ್ನ ಪಡುತ್ತಿದ್ದ. ಅದಕ್ಕೆ ಸುಮಳ ಸಹಾಯ ಅಗತ್ಯವಾಗಿ ಬೇಕಾಗಿತ್ತು.

ಅಲ್ಲೇ ಕೂತಿದ್ದ ಸುಮ ಮೇಲಕ್ಕೆದ್ದಳು. ಇಂಜಕ್ಷನ್ ಕೊಡುತ್ತಿದ್ದ ಡಾ॥ ನರಗುಂದ್‌ರ ಕಡೆ ನೋಡಿ "ನಾನು ಹೋಗ್ತೀನಿ, ಬೇಕಾದ್ರೆ ಇಲ್ಲಿಗೆ ನಾಯರ್ ಕೈಯಲ್ಲಿ ಊಟ ಕಳ್ಸಿ ಕೊಡ್ತೀನಿ" ತಮ್ಮ ಕೆಲಸ ಮುಗಿಸಿ ಅವಳೆಡೆ ತಿರುಗಿದ ಅವರು "ಸುಮ, ಇನ್ನು ಸ್ವಲ್ಪ ಹೊತ್ತು ಇರಬಹುದಲ್ಲ! ನಿನ್ನತ್ರ ತುಂಬ ಮಾತಾಡ್ಬೇಕು...!" ಏನಪ್ಪ ಅಂಥ ಮಾತು! ಅಂದುಕೊಂಡಳು. ಊಟದ ವೇಳೆಗೆ ಅಲ್ಲಿರಬೇಕಿತ್ತು. ಜವಾಬ್ದಾರಿಯಿಂದ ತಪ್ಪಿಸಿಕೊಳ್ಳಲಾರಳು.

"ಈಗ ಸಾಧ್ಯವಿಲ್ಲ, ಮತ್ತೆ ಯಾವಾಗ್ಲಾದ್ರೂ ಮಾತಾಡ್ಬಹ್ದು" ಕೈಯಲ್ಲಿದ್ದ ಹೆಲ್ತ್‌ಗೆ ಸಂಬಂಧಪಟ್ಟ ಮ್ಯಾಗಜೈನ್ ಟೇಬಲ್ಲಿನ ಮೇಲಿಟ್ಟು ಹೊರಗೆ ನಡೆದಳು. ನೆರಳು ಬಿಸಿಲಿನ ಚೆಲ್ಲಾಟ ನಡೆದಿತ್ತು. ಉತ್ಸಾಹದಿಂದ ನಡಿಗೆಯ ವೇಗವನ್ನು ಹೆಚ್ಚಿಸಿದಳು.

ಬಂಗ್ಲೆಯ ಮುಂದೆ ಕಾರು ನಿಂತಿತ್ತು. ಬಾಲು ಕಾರಿಗೆ ಒರಗಿ ನಿಂತಿದ್ದ. ಎಲ್ಲಿಗೋ ಹೊರಡುವ ಸಿದ್ಧತೆ ನಡೆದಿತ್ತು. ಗರಿಮುರಿಯಾದ ಬಿಳಿಯ ಷರಟು, ಕರಿಯ ಪ್ಯಾಂಟ್, ಕತ್ತಿನಲ್ಲಿ ಕೆಂಪು ಟೈ, ಕೈ ಮೇಲೆ ಮಡಚಿ ಹಾಕಿಕೊಂಡಿದ್ದ ಕರಿಯ ಕೋಟು. ಮಿರುಗುವಂತೆ ಬಾಚಿದ್ದ ಕಪ್ಪು ಜೊಂಪೆಯ ಕೂದಲು, ಕಣ್ಣಿಗೆ ಕರಿಯ ತಂಪು ಕನ್ನಡಕ. ಗಂಭೀರವಾಗಿದ್ದ. ಸುಮ್ಮನೆ ಸರಿದು ಹೋಗಿಬಿಡಲು ನೋಡಿದಳು. ಸರಿಯಲ್ಲವೆನಿಸಿತು.

"ಗುಡ್ ಆಫ್ಟರ್‌ನೂನ್..." ಎಂದಳು. ಬಾಲು ಸುಮ್ಮನೇ ತಲೆಯಾಡಿಸಿದ.

ನಗು ಬಂತು. ನಗಲಿಲ್ಲ.

"ಮುಗಿಯಿತಾ?" ಏನು ಎನ್ನುವಂತೆ ನೋಡಿದಳು. ಇತ್ತೀಚೆಗೆ ಡಾ॥ ನರಗುಂದ್‌ರ ಮೇಲೆ ಬಾಲು ಕಿಡಿಕಾರುತ್ತಿದ್ದ. ಅವಳಿಗೆ ಕಾರಣ ತಿಳಿದಿರಲಿಲ್ಲ. ಇದಕ್ಕಾಗಿ ಬೇಸರ ಪಡುತ್ತಿದ್ದಳು. ಪ್ರತಿಭಾಶಾಲಿಯ ಬಗ್ಗೆ ಎಂಥ ಉದಾಸೀನ!

"ನಿಮ್ಮ ಮಾತುಗಳು ನಂಗೆ ಅರ್ಥವಾಗಲಿಲ್ಲ" ಸರಸರನೆ ಒಳಗೆ ನಡೆದಳು.

"ಏಯ್.... ಸುಮ... ನಿಲ್ಲು" ಹಲ್ಲಿನಡಿ ತುಟಿಯನ್ನು ಕಚ್ಚಿ ಹಿಂದಕ್ಕೆ ಬಂದಳು. ಅಡಿಯಿಂದ ಮುಡಿಯವರೆಗೂ ಬಾಲುವಿನ ದೃಷ್ಟಿ ಆಡಿತು. ತುಟಿಯ ಮೇಲೆ ನಗು ಸುಳಿಯಿತು. ಮೃದುವಾಗಿ "ನೀನು ಸಿಂಪಲ್ ಆಗಿದ್ದಷ್ಟೂ ಸ್ವೀಟಾಗಿ ಕಾಣ್ತೀಯ" ಬಾಲು ತೀರಾ ಮಿತಿಮೀರಿ ಹೋಗುತ್ತಿದ್ದ ಹಾಗೆ ಕಾಣಿಸಿದ. ದುಡುಕಿನಿಂದ ವಿರಸ. ಹೇಗೂ ನಾಲ್ಕಾರು ದಿನಗಳಲ್ಲಿ ಹೊರಟು ಹೋಗುವವಳು. ವಿಶ್ವಾಸ ಉಳಿದುಕೊಳ್ಳಲಿ.

"ಆಯ್ತು, ಅದಕ್ಕೆ ಮತ್ತೆ ಕರೆದ್ರಾ!" ಹಿಂದಿರುಗಲು ನೋಡಿದಳು. ಭಯ ಆವರಿಸಿತು. ಅತಿ ವೇಗವಾಗಿ ಡ್ರೈವ್ ಮಾಡುವ ಹುಚ್ಚು ಬಾಲುಗೆ ಒಬ್ಬನೇ ಹೋಗಿ ಏನಾದರೂ ಅನಾಹುತವಾದರೆ! ಗಡಗಡನೆ ನಡುಗಿಬಿಟ್ಟಳು. ಕಮಲಾಕರನ್... ಅಬ್ಬ... ಎದೆಯ ಬಡಿತದ ವೇಗ ನೂರು ಪಟ್ಟು ಹೆಚ್ಚಿತು.

"ನಿಮ್ಮ ಜೊತೆ ಡಾಕ್ಟ್ರು ಬರ್ತಾರ?" ಹಿಂದಕ್ಕೆ ತಿರುಗಿ ಕೇಳಿದಳು. ಸಮವಯಸ್ಕರು ಜೊತೆಯಾಗಿಯೇ ಹೋಗುತ್ತಿದ್ದರು. ಅವರು ಕೂಡ ಡ್ರಿಂಕ್ಸ್ ತೆಗೆದುಕೊಳ್ಳುತ್ತಿದ್ದರು. ಆದರೂ ಮಿತಿ ಇತ್ತು. ಹೇಗಾದರೂ ಬಾಲುನ ಇನ್ನು ಸ್ವಲ್ಪ ಕಾಲ ಒಂಟಿಯಾಗಿ ಕಳಿಸುವುದು ಸರಿಯನಿಸಲಿಲ್ಲ.

"ಅವ್ರು ಬಂದ್ರೆ ನೀನೂ ಬರ್ತೀಯಾ!" ಅವನ ಮಾತಿಗೆ ಹೇಗೆ ಉತ್ತರಿಸಬೇಕೋ ಸುಮಳಿಗೆ ತಿಳಿಯಲಿಲ್ಲ. ಸರಸರನೇ ಒಳಗೆ ನಡೆದಳು. ಅವಳನ್ನೇ ನೋಡುತ್ತ ನಸುನಕ್ಕ ಬಾಲು ತನ್ನ ಕಾರಿನತ್ತ ನಡೆದ. ಸ್ವಿಚ್ ಕೀ ಅದುಮಿ ಕಾರು ಸ್ಟಾರ್ಟ್ ಮಾಡಿದ.

'ಬಾಲು, ಒಂದ್ನಿಮಿಷ' ಧ್ವನಿ ಬಂದತ್ತ ತಿರುಗಿದ. ಸುಮಳ ಮುಖ ಕೆಂಪಗಾಗಿತ್ತು. ಕಣ್ಣುಗಳಲ್ಲಿ ಭಯ ಮಿಂಚುತ್ತಿತ್ತು. ಎಂದೂ ಹೆಸರಿಡಿದು ಕೂಗುತ್ತಿರಲಿಲ್ಲ. ಎಂದೊ ಸಂಬೋಧಿಸಿದ ಜ್ಞಾಪಕ, ನೆನಪಿಸಿಕೊಳ್ಳಲು ಪ್ರಯತ್ನಿಸಿದ.

ಸ್ವಲ್ಪ ಬಾಗಿ ಏನು ಎನ್ನುವಂತೆ ನೋಡಿದ. ಬಿಳಿಯ ಹಣೆಯ ಮೇಲೆ ಕಪ್ಪು ಮುಂಗುರುಳುಗಳು ಆಕರ್ಷಕವಾಗಿತ್ತು. ಕಾರನ್ನು ಸಮೀಪಿಸಿ "ಊಟ ಆಯ್ತಾ?" ಎಂದಳು. ಬಾಲು ಚೇಷ್ಟೆಯ ನಗು ನಗುತ್ತಲೇ ನಕ್ಕ. ಕೋಪದ ನಟನೆ ಮಾಡುತ್ತ "ಎಂಥ ಕೆಲಸ ಮಾಡಿದ್ರಿ!" ಸಿಡುಕುತ್ತಲೇ ಕಾರಿನಿಂದ ಇಳಿದು ಸರಸರನೆ ಒಳಕ್ಕೆ ನಡೆದ. ಕಾರಿನ ಸ್ವಿಚ್ ಕೀ ತಗೊಂಡ ಸುಮ ಅರಿಯದವಳಂತೆ ತನ್ನ ಕೋಣೆಗೆ ನಡೆದಳು. ಇನ್ನು ನಾಲ್ಕು ದಿನ ಸುಧಾರಿಸಿಕೊಳ್ಳಬೇಕಿತ್ತು. ಆಮೇಲೆ... ಅವರಿಷ್ಟ! ಅದು ಕಷ್ಟವಾಗಿ ಕಾಣುತ್ತಿತ್ತು. ಎಷ್ಟೊಂದು ನಂಬಿಕೆ ಇರಿಸಿ ಎಲ್ಲವನ್ನೂ ಅವಳ ಕೈಗಳಲ್ಲಿ ಇಟ್ಟಿದ್ದರು. ಸಮರ್ಪಕವಾಗಿಯೇ ನಿರ್ವಹಿಸಿದಳು. ತನ್ನ ಬಗ್ಗೆ

ಹೊಗಳಿಕೊಳ್ಳಬೇಕೆನಿಸಲಿಲ್ಲ. ತಾನಿಲ್ಲದಿದ್ದರೂ ಯಾರಾದರೂ ಸಮರ್ಥವಾಗಿಯೇ ನಿರ್ವಹಿಸುತ್ತಿದ್ದರು. ಕಮಲಾಕರನ್ ಅಂತಃಕರಣ ಅಷ್ಟು ಒಳ್ಳೆಯದು.

ಕೋಣೆಯಲ್ಲಿದ್ದರೆ ಒಳ್ಳೆಯದಲ್ಲವೆಂದುಕೊಂಡು ಸರಸರನೆ ಮೆಟ್ಟಿಲುಗಳನ್ನು ಏರಿ ಕಮಲಾಕರನ್ ಕೋಣೆಗೆ ಹೋದಳು. ಡಾಕ್ಟರ್ ಹತ್ತಿ ಇಳಿದು ಆಯಾಸ ಮಾಡಿಕೊಳ್ಳುವುದು ಬೇಡ, ಕೆಳಗಿನ ಕೋಣೆಯಲ್ಲಿರಿ ಅಂತ ಎಷ್ಟೋ ಸಲ ಹೇಳಿದ್ದರು. ಅವರು ಮಾತ್ರ ಒಪ್ಪಿಕೊಳ್ಳುತ್ತಿರಲಿಲ್ಲ.

"ಸುಮ..." ಎಂದು ಕೂಗಿಕೊಂಡು ಬಾಲು ಮೆಟ್ಟಿಲು ಏರುತ್ತಿದ್ದುದನ್ನು ನೋಡಿ ಅವಳು ಓಡಿ ಹೋಗಿ ಕಮಲಾಕರನ್ ಕೂತ ಛೇರಿನ ಹಿಡಿಯನ್ನು ಹಿಡಿದು ನಿಂತಳು.

"ಏನಮ್ಮ, ಸುಮ?" ಅವರತ್ತ ತಿರುಗಿದಳು. ಬಾಲು ಹೊಸಲಿನ ಬಳಿ ಪ್ರತ್ಯಕ್ಷನಾದ. ಕಣ್ಣುಗಳಲ್ಲಿ ಕೋಪವಿತ್ತು.

"ಕಾರಿನ ಸ್ವಿಚ್ ಕೀ ಕೊಡು" ಮೊದಲು ಸುಮಳ ನೋಟ ಗಲಿಬಿಲಿಗೊಂಡರೂ ಆಮೇಲೆ ಸ್ತಬ್ಧವಾಯಿತು.

"ಅವರೊಬ್ರೇ.... ಹೋಗ್ತಾ ಇದ್ದಾರೆ!" ಕಮಲಾಕರನ್ ಅರ್ಥವಾಗದವರಂತೆ ಇಬ್ಬರ ಮುಖವನ್ನೂ ನೋಡಿದರು. ಅವರಿಗೆ ತಿಳಿಸೇ ಬಾಲು ಹೊರಟಿದ್ದ.

"ತುಂಬ ರ್‍ಯಾಷ್ ಡ್ರೈವ್ ಮಾಡ್ತಾರೆ."

ಕಮಲಾಕರನ್‌ಗೆ ಆ ವಿಷಯ ಗೊತ್ತಿತ್ತು. ಬಹಳ ಸಾರಿ ಎಚ್ಚರಿಸಿದ್ದರು. ಯೌವನದ ಹುಮ್ಮಸ್ಸು ಎಂತಹ ಸಾಹಸಕ್ಕಾದರೂ ಎಡೆ ಮಾಡಿಕೊಡುತ್ತೆ. ತಮ್ಮ ಯೌವನದ ದಿನಗಳನ್ನು ನೆನಪಿಸಿಕೊಂಡರು. ಯಾರು ಏನು ಹೇಳಿದರೂ ಕೋವಿಯನ್ನು ಹೆಗಲ ಮೇಲೆ ಹೊತ್ತು ಬೇಟೆಯಾಡಲು ಹೋಗಿ ಬರುತ್ತಿದ್ದರು. ವಯಸ್ಸೇ ಅಂಥದ್ದು.

"ನೋಡು ಸುಮ, ಅವನನ್ನು ಹತೋಟಿಯಲ್ಲಿಡೋಕೆ ನನ್ನ ಕೈಯಲ್ಲಿ ಸಾಧ್ಯವಾಗೋಲ್ಲ ಅಂತ ತಿಳಿದೇ ನಿಂಗೆ ಒಪ್ಪಿಸಿರೋದು" ನಸುನಕ್ಕರು.

"ಡ್ಯಾಡಿ, ನನ್ನ ಕೈಯಲ್ಲಿ ಆಗೋಲ್ಲ" ಬಹಳ ಕಷ್ಟಪಟ್ಟವನಂತೆ ಹಣೆ ಗಟ್ಟಿಸಿಕೊಂಡು ಅವಳೆಡೆ ನೋಡಿದ.

"ತುಂಬ ವೇಗವಾಗಿ ಕಾರು ನಡೆಸೋಲ್ಲವೆಂದರೆ ಮಾತ್ರ ಸ್ವಿಚ್ ಕೀ ಕೊಡೋದು" ನಿಂತ ಜಾಗದಿಂದ ಅಲ್ಲಾಡದೆ ಹೇಳಿದಳು. ಬಾಲು ಹಲ್ಲು ಕಚ್ಚಿ ರೋಷದಿಂದ ಅವಳೆಡೆ ನೋಡಿದ.

"ಸ್ವಲ್ಪ ಸಮಾಧಾನ ಇರ್ಲಿ" ಬಾಲು ಅಸಹನೆಯಿಂದ ಸಿಡುಕುತ್ತ ತನ್ನ ಕೋಣೆಗೆ ನಡೆದುಬಿಟ್ಟ. ಕಮಲಾಕರನ್, ಸುಮ ನಕ್ಕರು.

"ಅಂಕಲ್, ಊಟಕ್ಕೆ...." ಎದುರಾಗಿ ಬಂದು ನಿಂತಳು. ಕಾರಿನ ಸ್ವಿಚ್ ಕೀ ಇನ್ನೂ ಅವಳ ಕೈಯಲ್ಲೇ ಇತ್ತು. ಟೇಬಲಿನ ಮೇಲಿರಿಸಿದಳು.

"ನಡಿಯಮ್ಮ" ಕೆಳಗಿಳಿದು ಬಂದರು. ಎಷ್ಟೇ ಹೇಳಿದರೂ ದಿನಕ್ಕೆ ಮೂರು ಬಾರಿಯಾದರೂ ಹತ್ತಿ ಇಳಿಯುತ್ತಿದ್ದರು.

ಬಾಲು ಊಟದ ಟೇಬಲಿನ ಮುಂದೆ ಯಾರ ಹತ್ತಿರವೂ ಮಾತಾಡಲಿಲ್ಲ. ಮುಖ ದುಮ್ಮಿಸಿಕೊಂಡೇ ಊಟ ಮಾಡುತ್ತಿದ್ದ. ಅನ್ನದ ತುತ್ತನ್ನು ಬಾಯಿಯ ಬಳಿ ಒಯ್ದು ಸುಮ "ನಾಯರ್, ಡಾಕ್ಟ್ರಿಗೆ ಊಟ ಕಳುಹಿಸಿಕೊಟ್ರಾ?" ಕೇಳಿದಳು. ಪೂವಯ್ಯ ತಗೊಂಡು ಹೋಗಿದ್ದಾನೆ ಎಂದಾಗಲೇ ಅವಳಿಗೆ ಸಮಾಧಾನ. ಅವಳ ಕೆಲಸದ ಪರಿಧಿಯೊಳಗೆ ಅದೂ ಸೇರಿಹೋಗಿತ್ತು.

ಎರಡು ತುತ್ತು ಬಾಯಗಿಟ್ಟ ಸುಮ ಗಂಭೀರವಾಗಿ "ಅಂಕಲ್, ನಾನು ಭಾನುವಾರ ಹೊರಟುಬಿಡ್ತೀನಿ" ಎಂದಳು. ಅವಳ ಕೈ ತಟ್ಟೆಯೊಳಗೆ ಆಡುತ್ತಿತ್ತು.

ಅವಳತ್ತ ನೋಡಿದ ಕಮಲಾಕರನ್ ಊಟವನ್ನು ಮುಂದುವರಿಸಿದರು. ನಾಲ್ಕಾರು ಬಾರಿ ಒತ್ತಿ ಹೇಳಿದ್ದಳು. ಹೊರಟುಬಿಡುವವಳೆ. ನಿಲ್ಲಿಸಿಕೊಳ್ಳುವುದು ಸಾಧ್ಯವಿಲ್ಲವೆನಿಸಿತು. ಮಗನ ಮುಖ ನೋಡಿದರು. ತಲೆ ತಗ್ಗಿಸಿ ಊಟ ಮಾಡುತ್ತಿದ್ದ. ಮನದ ಭಾವನೆಗಳನ್ನು ಅರಿಯಲು ಅವರಿಂದ ಆಗಲಿಲ್ಲ.

ಎರಡು ದಿನ ಸುಮ ತನ್ನ ಬಟ್ಟೆ ಬರೆಗಳನ್ನು ಜೋಡಿಸಿಕೊಂಡಳು. ತನಗೆ ಇಷ್ಟವಾದ ಸ್ಥಳಗಳನ್ನೆಲ್ಲ ನೋಡಿ ಬಂದಳು. ಅವಳು ಕಮಲಾಕರನ್‌ಗೆ ಹೇಳಿಯಾಗಿತ್ತು. ಮತ್ತೇನೂ ಹೇಳಲಿಲ್ಲ. ಗಂಭೀರವಾಗಿದ್ದರು. ವಾಸುದೇವ್ ಮಂಚ ಹಿಡಿದ ಮೇಲೆ ಹೇಳಿದ ಮಾತುಗಳು ಜ್ಞಾಪಕಕ್ಕೆ ಬಂತು. ಕಾಮುಕ ತಂದೆ ಕಾಡಿದಾಗ ಸೋತ ಭಾರತಿ ಆತ್ಮಹತ್ಯೆಗೆ ಕೈ ಹಾಕಿದ್ದಳು. ಆಮೇಲೆ ಬದುಕಿನ ಮೇಲೆ ಆಸೆಗೊಂಡ ಅವಳು ಹೊಯ್ದಾಡಿದ್ದಳು. ಪ್ರಯೋಜನವಾಗಿರಲಿಲ್ಲ. ತುಟಿ ಕಚ್ಚಿ ಹಿಡಿದರು. 'ಭಾರತಿ... ನನ್ನ ಕಿವಿಯಲ್ಲಿ ಒಂದೇ ಒಂದು ಬಾರಿ ಉಸುರಿದ್ದರೆ... ಕೋವಿಗೆ ಆಹುತಿ ಕೊಟ್ಟುಬಿಡುತ್ತಿದ್ದೆ!' ಮಗನ ಹೆಂಡತಿ ಎಂಬ ಅಂತಃಕರಣ ಮರೆತ, ಜನ್ಮ ಕೊಟ್ಟ ತಂದೆಯ ಮೇಲೆ ದ್ವೇಷ ಕಾರಿದ್ದರು. ಭಾರತಿ ದುಡುಕಿದಳೆಂಬುದೇ ಅವರ ನಂಬಿಕೆ. ಒಂದಲ್ಲ ಒಂದು ರೀತಿಯಲ್ಲಿ ಎಲ್ಲರೂ ಭಾಗಿಗಳೇ! ಕಟಕಟನೆ ಹಲ್ಲುಗಳನ್ನು ಕಡಿದರು.

ಒಂಟಿಯಾಗಿ ಡಾ॥ ನರಗುಂದ್‌ನ ಭೇಟಿ ಮಾಡುವ ಎಲ್ಲಾ ಸಂದರ್ಭಗಳನ್ನು ತಪ್ಪಿಸಿಕೊಂಡಳು. ಅರಸಿ ಬಂದಾಗಲೂ ಪ್ರಯಾಸದಿಂದ ತಪ್ಪಿಸಿಕೊಂಡಿದ್ದಳು.

ತನ್ನ ಸಾಮಾನುಗಳನ್ನೆಲ್ಲ ಕಟ್ಟಿಟ್ಟ ಸುಮ ಹೊರಗೆ ಬಂದಳು. ಮೋತಿ ಬಂದು ಸನಿಹದಲ್ಲಿ ನಿಂತಾಗ ಅವಳ ಹೃದಯ ಕಿತ್ತು ಬಾಯಿಗೆ ಬಂತು. ಕೊರಳನ್ನು ತಬ್ಬಿ ಕಣ್ಣೀರು ಸುರಿಸಿದಳು. ಮೂಕಪ್ರಾಣಿ ಬಹಳ ಸಹಾಯ ಮಾಡಿತ್ತು. ನಾಡಕರ್ಣಿಯವರು ಬಾಲ ಮುದುರಿಕೊಳ್ಳಲು ಅದೇ ಕಾರಣವಾಗಿತ್ತು. ಬೆನ್ನಿನ ಮೇಲೆ ಕೈಯಾಡಿಸಿದಳು.

"ಸುಮ..." ತಟ್ಟನೆ ತಲೆ ಎತ್ತಿದಳು. ಕಮಲಾಕರನ್ ನಿಂತಿದ್ದರು. ಕಣ್ಣುಗಳಲ್ಲಿ ನೋವಿತ್ತು. ಹೃದಯದಲ್ಲಿದ್ದುದನ್ನು ಅವಳ ಮುಂದೆ ಆಡಿ ಹಿಂಸೆಗೆ ಒಳಗಾಗಿಸುವುದು ಅವರಿಗಿಷ್ಟವಿಲ್ಲ. ಅವಳು ಸುಖವಾಗಿ ಬಾಳುವುದು ಅವರಿಗೆ ಬೇಕಾಗಿತ್ತು.

"ಹೊರಡಲೇಬೇಕಾ?" ಧ್ವನಿಯಲ್ಲಿ ಸಂಕಟ ಹೊರಹೊಮ್ಮಿತು. ಸುಮಳಿಗೆ ಕರಗುವುದು ಬೇಡವಾಗಿತ್ತು. ಪರಿಸ್ಥಿತಿಯೇನೂ ಗಂಭೀರವಾಗಿರಲಿಲ್ಲ. ಬಾಲು ಸ್ವಲ್ಪಮಟ್ಟಿಗೆ ಸಮರ್ಥನಾಗಿದ್ದ. ಭಯಕ್ಕೆ ಕಾರಣವಿರಲಿಲ್ಲ. ವಾಸುದೇವ್ ಸತ್ತ ಮೇಲೆ ನಾಡಕರ್ಣಿಯವರ ಬಾಲ ಕತ್ತರಿಸಿಹೋಗಿತ್ತು.

"ಹೌದು ಅಂಕಲ್. ತುಂಬ ದೂರವಾಯ್ತು. ಅಮ್ಮನದು ಒಂದೇ ಗೋಳು. ಸಮಸ್ಯೆಗಳ ಮಧ್ಯೆ ಬದುಕು ದುರ್ಭರ. ಬೇರೆಯವರನ್ನು ನೇಮಿಸಿಕೊಳ್ಳಬಹುದು. ಇಲ್ಲದಿದ್ದರೂ ಪರ್ವಾಗಿಲ್ಲ." ಸುಮ್ಮನೆ ನಕ್ಕುಬಿಟ್ಟರು ಕಮಲಾಕರನ್. ಅವಳಿಗೆ ಕೂಡಲೇ ನಿಮ್ಮ ಮಗನಿಗೆ ಮದುವೆ ಮಾಡಿ ಎಂದು ಹೇಳುವ ಮನಸ್ಸಾಯಿತು. ಅದು ತನಗೆ ಸಂಬಂಧಿಸಿಲ್ಲವೆಂದು ಸುಮ್ಮನಾದಳು. ಇತ್ತೀಚೆಗೆ ಡಾ॥ ನರಗುಂದ್‌ರವರ ಮನಸ್ಸು ಅರ್ಥವಾಗಿತ್ತು. ಆದರೂ ಅರ್ಥಪೂರ್ಣವಲ್ಲ. ಮದುವೆಯ ಬಗ್ಗೆಯಿದ್ದ ಆಸಕ್ತಿಯೆಲ್ಲ ಎಂದೋ ಕಮರಿಹೋಗಿತ್ತು. ಲಲಿತ, ನೀತಾ ಅನುಭವದ ಕೊಂಡಿಗಳಾಗಿದ್ದರು.

"ಸ್ವಲ್ಪ ಬಾ" ಒಳಗೆ ನಡೆದರು. ಅವರನ್ನು ಅನುಸರಿಸಿ ಮೇಲಿನ ಕೋಣೆಗೆ ನಡೆದಳು. ಕ್ಯಾನ್‌ವಾಸ್ ಸ್ಟಾಂಡಿನ ಮೇಲೆ ದೊಡ್ಡ ಚಿತ್ರ ಮುಸುಕು ಹೊದ್ದು ಕೂತಿತ್ತು. ಕುತೂಹಲವಾದರೂ ಹತ್ತಿಕ್ಕಿದಳು.

ಅವಳ ದೃಷ್ಟಿ ವೀಣೆಯ ಕಡೆಗೆ ಹರಿಯಿತು. ಮುಸುಕು ಹೊದ್ದು ಮಲಗಿತ್ತು. ಕಣ್ಣರಳಿಸಿ ನೋಡಿದಳು. ಭಾರತೀಯ ತೈಲಚಿತ್ರ ಅವಳನ್ನು ನೋಡಿ ನಕ್ಕಂತಾಯಿತು.

ತಾವೇ ಆ ದೊಡ್ಡ ಚಿತ್ರವನ್ನು ಪ್ಯಾಕ್ ಮಾಡಿ ಅವಳ ಕೈಯಲ್ಲಿರಿಸಿದರು. ಕಣ್ಣಲ್ಲಿ ಆಸೆಯ ಕುಡಿಯೊಡೆದಿತ್ತು.

"ನೋಡಬೋದ ಅಂಕಲ್?" ಆಸೆಯ ಕಣ್ಣುಗಳಿಂದ ಕೇಳಿದಳು. ತಕ್ಷಣವೇ ಬಿಚ್ಚಿ ನೋಡುವ ಕುತೂಹಲ.

"ನಿಂಗೆ ಆ ಚಿತ್ರ ಇಷ್ಟವಾಗದಿರಬಹುದು!" ಅನುಮಾನಿಸುತ್ತಲೇ ಹೇಳಿದರು.

"ಖಂಡಿತ ಇಲ್ಲ ಅಂಕಲ್. ಈ ಚಿತ್ರ ನಂಗೆ ತುಂಬ ಇಷ್ಟವಾಗುತ್ತೆ. ನಿಮ್ಮ ನೆನಪಾಗಿ ಯಾವಾಗ್ಲೂ ನನ್ನತ್ರ ಇರುತ್ತೆ!" ಸುಮಳ ಗಂಟಲು ತುಂಬಿ ಬಂತು.

ತಡಬಡಿಸಿದಂತೆ ಕಂಡರು. ಮಾತುಗಳು ಆಡಲು ಬಹಳ ಕಷ್ಟಪಡುತ್ತಿರುವಂತೆ ಕಂಡರು. ಸುಮಳಿಗೆ ವಿಚಿತ್ರವೆನಿಸಿತು. ಯೋಚಿಸಿದಾಗ ಅವರ ಮನಸ್ಸಿನ ನೋವು ಅವಳಿಗೆ ಅರ್ಥವಾಯಿತು. ಮಗಳಿನಂತೆ ಆದರಿಸಿದ್ದರು. ಅವಳಿಗೂ ಕಷ್ಟವಾಗಿತ್ತು. ಎಂದಿಗಾದರೂ ಈ ನೋವು ಅನುಭವಿಸಬೇಕಾದ್ದೇ.

ಬಿಚ್ಚಲು ಹವಣಿಸಿದಳು. ಅವಳೇ ಬಾಯಿ ಬಿಟ್ಟು ಅವರ ಕುಂಚದಿಂದಲೇ ಮೂಡಿದ ಒಂದು ಚಿತ್ರವನ್ನು ಕೇಳಲು ಬಯಸಿದ್ದಳು. ಅವರಾಗಿ ನಡೆಸಿಕೊಟ್ಟಿದ್ದರು. ಅವಳ ಮನ ತುಂಬಿಹೋಗಿತ್ತು.

"ಇಲ್ಲಿ ಬೇಡ, ನಿನ್ನ ಕೋಣೆಗೆ ಹೋಗಿ ಬಿಚ್ಚಿ ನೋಡು. ಇಷ್ಟವಾದ್ರೆ ಇಟ್ಕೋ,

ಇಲ್ಲದಿದ್ರೆ ನಂಗೆ ವಾಪ್ಸು ಕೊಡು. ಹರಿದೊಗೆಯಬೇಡ."

"ಎಂಥ ಮಾತು ಆಡ್ತೀರಿ ಅಂಕಲ್! ಈ ಚಿತ್ರ ನಂಗೆ ತುಂಬ ಇಷ್ಟವಾಗುತ್ತೆ. ಯಾವಾಗ್ಲೂ ನನ್ನ ಹತ್ತಿರವೇ ಇರುತ್ತೆ" ಎದೆಗೊತ್ತಿಕೊಂಡಳು.

"ಅದು ನನ್ನ ಹಾರೈಕೆ ಕೂಡ...." ಮನ ಬಿಚ್ಚಿ ಹೇಳಿದರು.

"ಬರ್ತೀನಿ... ಅಂಕಲ್" ಕೈಯಲ್ಲಿ ಚಿತ್ರವನ್ನು ಹಿಡಿದು ಓಡಿದಳು. ಕುತೂಹಲವನ್ನು ಹತ್ತಿಕ್ಕದಾದಳು. ಮೆಟ್ಟಿಲು ಇಳಿಯುವಾಗ ಎದುರಿಗೆ ಬಂದ ಬಾಲುಗೆ ಡಿಕ್ಕಿ ಹೊಡೆದಳು. ಚಿತ್ರ ಅವನ ಕೈ ಸೇರಿತು.

"ಸಾರಿ... ಅದು ನಂಗೆ ಅಂಕಲ್ ಕೊಟ್ಟ ಚಿತ್ರ" ಕೈ ನೀಡಿದಳು.

ಬಾಲುಗೆ ತಮಾಷೆ ಮಾಡಬೇಕೆನಿಸಿತು; ಕೊಡಲಿಲ್ಲ. ಕೈಯಲ್ಲಿ ಹಿಡಿದು ಮೇಲೆ ಹೊರಟ. ಚಿತ್ರಕ್ಕಾಗಿಯಾದರೂ ತನ್ನನ್ನು ಹಿಂಬಾಲಿಸುತ್ತಾಳೆಂದು ಅವನ ಊಹೆ. ಊಹೆ ನಿಜವಾಯಿತು.

"ದಯವಿಟ್ಟು ಕೊಡಿ" ಕೈ ಚಾಚಿದಳು. ಅಷ್ಟು ಸುಲಭವಾಗಿ ಬಾಲುಗೆ ಕೊಡುವ ಮನಸ್ಸಿಲ್ಲ. ತೀರಾ ಸತಾಯಿಸುವ ಇಷ್ಟವೂ ಇಲ್ಲ.

"ಕೊಡೋಲ್ಲ ನಂಗ್ಬೇಕೂ..." ಕೋಪದಿಂದ ಅವನತ್ತ ನೋಡಿದ ಸುಮ ಕೋಣೆಯಿಂದ ಹೊರಗೆ ಬಂದಳು. ಮೆಟ್ಟಿಲು ಇಳಿದು ನೇರವಾಗಿ ತನ್ನ ಕೋಣೆಗೆ ನಡೆದಳು.

ರಾತ್ರಿಯೆಲ್ಲ ಉರುಳಾಡಿದಳು. ಅವಳಿಗೆ ನಿದ್ದೆ ಬರಲಿಲ್ಲ. ಬೆಳಗಿನ ಮೊದಲ ಬಸ್‌ಗೆ ಅವಳು ಹೊರಡಬೇಕು. ಬಾಲು ಮೇಲೆ ವಿಪರೀತ ಕೋಪ ಬಂದಿತ್ತು. ಕಮಲಾಕರನ್ ಬಳಿ ದೂರಲು ಸಿದ್ಧಳಿದ್ದಳು.

ಬೆಳಗಿನ ಜಾವಕ್ಕೆ ಎದ್ದು ಬೆಳಗಿನ ಕೆಲಸಗಳನ್ನು ಮುಗಿಸಿಕೊಂಡಳು. ಕೋಣೆಯ ಸುತ್ತಲೂ ಕಣ್ಣಾಡಿಸಿದಳು. ಕಣ್ತುಂಬಿ ಬಂತು. ಕೆನ್ನೆಯ ಮೇಲೆ ಉರುಳಿದ ಕಂಬನಿಯನ್ನು ಹಿಂಗೈನಿಂದ ಒರೆಸಿಕೊಂಡಳು.

ಕೋಣೆಯೊಳಕ್ಕೆ ಬಂದ ಪೂವಯ್ಯ ಮೌನವಾಗಿ ನಿಂತುಬಿಟ್ಟ. ಸುಕ್ಕುಗಟ್ಟಿದ ಮುಖದಲ್ಲಿ ವೇದನೆಯ ಗೆರೆಗಳು ಸ್ಪಷ್ಟವಾಗಿದ್ದವು. ಮಾತಾಡಿಸಿದರೆ ಎದುರಿಸುವುದು ಕಷ್ಟವಾಗುತ್ತೆ ಎಂದು ಅರಿತ ಸುಮ ಸುಮ್ಮನಾದಳು. ಮೆಟ್ಟಿಲು ಏರಿ ಮೇಲಕ್ಕೆ ಹೋದಳು. ಹಾಸಿಗೆ ಬರಿದಾಗಿತ್ತು. ಕಮಲಾಕರನ್ ಇರಲಿಲ್ಲ. ಆತಂಕಗೊಂಡಳು. ಹೊರಗೆ ಬಂದಾಗ ಬಾಲು ಜೀಪ್‌ಗೆ ಒರಗಿ ನಿಂತಿದ್ದ.

"ಇದೇನು ಇಷ್ಟು ಬೇಗ ಎದ್ದಿದ್ದೀರಿ?"

"ನಿನ್ನನ್ನು ಕಳ್ಸಿ ಬರೋಕೆ." ನೇರವಾಗಿ ಹೇಳಿದ ಮಾತು ಬಂದು ಅವಳ ಎದೆಯೊಳಕ್ಕೆ ಚುಚ್ಚಿತು.

"ನನ್ನ ಕಳ್ಸಿಕೊಡೋಕೆ ಎಷ್ಟೊಂದು ಆತ್ರ?!"

"ಹೌದು! ಇನ್ಮೇಲೆ ಸ್ವತಂತ್ರವಾಗಿರಬಹ್ದು. ಎಲ್ಲದರ ಮೇಲೂ ಹಿಡಿತವಿತ್ತು. ನನ್ನ ಬಗ್ಗೆ ಆತಂಕಪಡೋರೇ ಇಲ್ಲ."

ಸುಮಳ ಮನಸ್ಸಿಗೆ ನೋವಾಯಿತು. ಅವಳ ತಪ್ಪು ಈಗ ಅರ್ಥವಾಗಿತ್ತು. ಆ ಕ್ಷಣಕ್ಕೆ ಬಾಲು ಬಹಳ ಒಳ್ಳೆಯವನಾಗಿ ಕಂಡ.

"ದಯವಿಟ್ಟು ಕ್ಷಮ್ಸಿಬಿಡಿ. ನನ್ನ ಸ್ವಾರ್ಥಕ್ಕಾಗಿ ನಿಮ್ಮ ಮೇಲೆ ಹಿಡಿತ ಸಾಧಿಸಿರಲಿಲ್ಲ." ಬಾಲು ನಕ್ಕ.

"ಅಂಕಲ್ ಕಾಣ್ತಾ ಇಲ್ಲ" ತೋರುಬೆರಳಿನಿಂದ ತೋರಿಸಿದ. ಸುಮ ಅತ್ತ ಹೆಜ್ಜೆ ಹಾಕಿದಳು. ಸಮಾಧಿಯ ಕೆಳಗಿನ ಹಾಸಿನ ಮೇಲೆ ಕಮಲಾಕರನ್ ಕೂತಿದ್ದರು. ಅವರತ್ತ ನಡೆದಳು.

"ಹೋಗಿ... ಬರ್ತೀನಿ" ಎನ್ನುವಾಗ ಅವಳರಿವಿಲ್ಲದೆಯೇ ಎರಡು ಹನಿಗಳು ಅವಳ ಕಣ್ಣುಗಳಿಂದ ಉದುರಿದವು. ಅದನ್ನು ನೋಡಿದ ಕಮಲಾಕರನ್ ಅವರ ಕೈ ಅವಳ ತಲೆಯ ಮೇಲಾಡಿತು. ನಿಲ್ಲದೆ ಸರಸರನೆ ಹಿಂದಕ್ಕೆ ಬಂದಳು. ಎದುರಾದ ಬಾಲು ಅವಳಿಗೆ ಚಿತ್ರವನ್ನು ನೀಡಿದ. ಕಣ್ಣೊರೆಸಿಕೊಂಡು ಆತುರಾತುರವಾಗಿ ಬಿಚ್ಚಿ ನೋಡಿದಳು ದಿಗ್ಭ್ರಮೆಗೊಂಡಳು. ಸುಮಳನ್ನು ಬಾಲುವಿನ ತೋಳುಗಳಲ್ಲಿ ಆ ಚಿತ್ರದಲ್ಲೇ ಬಂಧಿಸಿಬಿಟ್ಟಿದ್ದರು!

"ಅಂಕಲ್ ಚೀರಿದಳು. ಹಿಂದಕ್ಕೆ ಓಡಿದಳು. ಚಿತ್ರ ಬಾಲು ಕೈ ಸೇರಿತು. ಅವನ ಹೃದಯ ತೆರೆದಿಟ್ಟಿದ್ದರು. ಉತ್ಸಾಹದಿಂದ ಹೆಜ್ಜೆ ಹಾಕುತ್ತ ಹೊರಟ., ಸುಮ, ಕಮಲಾಕರನ್ ಭುಜಕ್ಕೆ ತಲೆ ಹಚ್ಚಿ ಬಿಕ್ಕುತ್ತಿದ್ದಳು. ಅವರ ಕೈ ಅವಳ ಬೆನ್ನನ್ನು ಸವರುತ್ತಿತ್ತು.